ವಿಶ್ವಕಥಾಕೋಶ

ಸಂಪುಟ - ೨೦

ಪ್ರಧಾನ ಸಂಪಾದಕ

ನಿರಂಜನ

ಅಬಿಂದಾ - ಸಯೀದ್

ಇಂಡೊನೇಷ್ಯ - ಫಿಲಿಪ್ಪೀನ್ಸ್ - ಮಲಯ
ಸಿಂಗಾಪುರ - ಥಾಯ್‌ಲೆಂಡ್ ಕಥೆಗಳು

ಅನುವಾದ

'ಎಸ್ಕಾರ್ಕೆ'

೫೦ರ ಸಂಭ್ರಮ ೧೯೬೦-೨೦೧೦

ABINDAA – SAYEED (Kannada)
An anthology of short stories from Indonesia, Philippines, Malaya, Singapore and Thailand, being the twentieth volume of Vishwa Kathaa Kosha, a treasury of world's great short stories in 25 volumes in Kannada. Translated by 'Essarke'. Editor-in-Chief : Niranjana. Editors : S. R. Bhat, C. R. Krishna Rao, C. Sitaram. Secretary : R. S. Rajaram.

Third Print : 2012 **Pages : 152** **Price : ₹ 75**

Paper used for this book : 70 gsm Maplitho 18.6 Kgs (1/8 Demy Size)

ಮೊದಲನೇ ಮುದ್ರಣ : 1982
ಎರಡನೇ ಮುದ್ರಣ : 2011
ಮೂರನೇ ಮುದ್ರಣ : 2012

ಪ್ರತಿಗಳ ಸಂಖ್ಯೆ : 1000

ಪ್ರಧಾನ ಸಂಪಾದಕ : ನಿರಂಜನ
ಸಂಪಾದಕರು : ಎಸ್.ಆರ್. ಭಟ್, ಸಿ. ಆರ್. ಕೃಷ್ಣರಾವ್, ಸಿ. ಸೀತಾರಾಮ್
ಕಾರ್ಯದರ್ಶಿ : ಆರ್. ಎಸ್. ರಾಜಾರಾಮ್
ಕಲಾ ಸಲಹೆಗಾರರು : ಎಸ್. ರಮೇಶ್, ಕಮಲೇಶ್, ಅಮಿತ್

ಕೃತಿಸ್ವಾಮ್ಯ : ಆಯಾ ಕಥೆಗಳ ಲೇಖಕರದ್ದು / ಲೇಖಕರ ವಾರಸುದಾರರದ್ದು

ಬೆಲೆ : ₹ 75
(25 ಸಂಪುಟಗಳ ಪೂರ್ತಿ ಸೆಟ್‌ನ ವಿಶೇಷ ಬೆಲೆ ₹ 1750 ಮಾತ್ರ)

ಮುಖಚಿತ್ರ : ಎಂ. ಜೆ. ಕಮಲಾಕ್ಷಿ

ಪ್ರಕಾಶಕರು
ನವಕರ್ನಾಟಕ ಪಬ್ಲಿಕೇಷನ್ಸ್ ಪ್ರೈವೆಟ್ ಲಿಮಿಟೆಡ್
ಎಂಬೆಸಿ ಸೆಂಟರ್, ಕ್ರೆಸೆಂಟ್ ರಸ್ತೆ, ಬೆಂಗಳೂರು - 560 001
ದೂರವಾಣಿ: 080-30578020/22 ಫ್ಯಾಕ್ಸ್ : 080-30578023
Email : navakarnataka@gmail.com

ಶಾಖೆಗಳು/ಮಳಿಗೆಗಳು
ನವಕರ್ನಾಟಕ, ಕ್ರೆಸೆಂಟ್ ರಸ್ತೆ, ಬೆಂಗಳೂರು - 1, ✆ 080-30578028/35, Email : nkpsales@gmail.com
ನವಕರ್ನಾಟಕ, ಗಾಂಧಿನಗರ, ಬೆಂಗಳೂರು - 9, ✆ 080-22251382, Email : nkpgnr@gmail.com
ನವಕರ್ನಾಟಕ, ಕೆ.ಎಸ್.ರಾವ್ ರಸ್ತೆ, ಮಂಗಳೂರು - 1, ✆ 0824-2441016, Email : nkpmng@gmail.com
ನವಕರ್ನಾಟಕ, ಬಲ್ಮಠ, ಮಂಗಳೂರು - 1, ✆ 0824-2425161, Email : nkpbalmatta@gmail.com
ನವಕರ್ನಾಟಕ, ರಾಮಸ್ವಾಮಿ ವೃತ್ತ, ಮೈಸೂರು - 24, ✆ 0821-2424094, Email : nkpmys@yahoo.co.in
ನವಕರ್ನಾಟಕ, ಸ್ಟೇಷನ್ ರಸ್ತೆ, ಗುಲಬರ್ಗಾ - 2, ✆ 08472-224302, Email : nkpglb@gmail.com

0305123432 **ISBN 978-81-8467-219-0**

Printed by R. S. Rajaram at Navakarnataka Printers, No. 167 & 168 10th Main, III Phase, Peenya Industrial Area, Bangalore - 560 058 and published by him for Navakarnataka Publications Private Limited 101, Embassy Centre, Crescent Road, P B 5159, Bangalore - 560 001 (INDIA)

ಅರ್ಪಣೆ

ನಿರಂಜನ
(1924–1991)

ಇವರ ನೆನಪಿಗೆ

ಪರಿವಿಡಿ

ಪ್ರಕಾಶಕರ ನುಡಿ

ಕನ್ನಡ ನಾಡು ನುಡಿಗಳಿಗೆ ನಮ್ಮ ಹೆಮ್ಮೆಯ ಕೊಡುಗೆ ವಿಶ್ವಕಥಾಕೋಶ. ಶ್ರೀ ನಿರಂಜನರ ಪ್ರಧಾನ ಸಂಪಾದಕತ್ವದಲ್ಲಿ ಹೊರ ಬರುತ್ತಿರುವ ಈ ಬೃಹತ್ ಸಂಕಲನ ಜಗತ್ತಿನ ಸಾರಸ್ವತ ಭಂಡಾರದ ಒಂದು ಭಾಗವನ್ನು ಕನ್ನಡ ಓದುಗರ ಮುಂದೆ ತಂದಿಡುತ್ತದೆ. ಇದು ಕನ್ನಡದ ಇತ್ತೀಚಿನ ಮಹತ್ವದ ಪ್ರಕಟನೆಗಳಲ್ಲೊಂದೆಂದು ಸಹೃದಯರಾದ ಕನ್ನಡ ಓದುಗರೂ ವಿಮರ್ಶಕರೂ ಈಗಾಗಲೇ ಹೇಳಿರುವುದು ನಮಗೊಂದು ಸಂತಸದ ವಿಷಯ.

ವಿಶ್ವಕಥಾಕೋಶದ 25 ಸಂಪುಟಗಳನ್ನು 1980ರ ಯುಗಾದಿಯಿಂದ ಮೊದಲ್ಗೊಂಡು ಒಟ್ಟು ಆರು ಕಂತುಗಳಲ್ಲಿ ಪ್ರಕಟಿಸಲಾಗುವುದೆಂದು ನಾವು ಹಿಂದೆ ಹೇಳಿದ್ದೆವು. ಅದರಂತೆ ಕಳೆದ ಎರಡು ವರ್ಷಗಳಲ್ಲಿ 16 ಸಂಪುಟಗಳನ್ನು ನಾವು ಬಿಡುಗಡೆ ಮಾಡಿದ್ದೇವೆ.

ಈಗ ಮತ್ತೆ ನಾಲ್ಕು ಸಂಪುಟಗಳನ್ನು ಓದುಗರ ಕೈಗಿಡಲು ನಮಗೆ ಹರ್ಷವೆನಿಸುತ್ತದೆ. ಇವು ಈ ವರ್ಷದ – 1982ರ – ಯುಗಾದಿಯ ಕಾಣಿಕೆ.

ಈ ನಾಲ್ಕರಲ್ಲೊಂದು 'ಅಬಿಂದಾ–ಸಯೀದ್'. ಇದರಲ್ಲಿ ಇಂಡೊನೇಷ್ಯ, ಫಿಲಿಪ್ಪೀನ್ಸ್, ಮಲಯ, ಸಿಂಗಾಪುರ ಮತ್ತು ಥಾಯ್‌ಲೆಂಡ್‌ಗಳ ಕಥಾ ಸಾಹಿತ್ಯದಿಂದ ಆಯ್ದ ಹೃದಯಂಗಮವಾದ ಹತ್ತು ಕಥೆಗಳಿವೆ. ಇದು ಕಥಾಕೋಶದ ಇಪ್ಪತ್ತನೆಯ ಸಂಪುಟ. ಈ ಸಂಪುಟವನ್ನು ಕನ್ನಡಕ್ಕೆ ಅನುವಾದಿಸಿದವರು ಶ್ರೀ 'ಎಸ್ಸಾರ್ಕೆ' ಅವರು.

ಈ ಸಂಪುಟಕ್ಕೆ ಸೊಗಸಾದ ಮುಖಚಿತ್ರವನ್ನು ಬರೆದು ಕೊಟ್ಟವರು ಕಲಾವಿದೆ ಶ್ರೀಮತಿ ಎಂ. ಜೆ. ಕಮಲಾಕ್ಷಿ. ಹಿಮ್ಮೈವಿನ್ಯಾಸ ಶ್ರೀ ಕಮಲೇಶ್ ಅವರದು. ಇದನ್ನು ಉತ್ತಮವಾಗಿ ಮುದ್ರಿಸಿದ ಶ್ರೇಯಸ್ಸು ಜನಶಕ್ತಿ ಮುದ್ರಣಾಲಯದ ನಮ್ಮ ಬಂಧುಗಳಿಗೆ ಸಲ್ಲಬೇಕು. ಇದರ ರಕ್ಷಾಕವಚದ ಮುದ್ರಣ ಕಾರ್ಯವನ್ನು ನಿರ್ವಹಿಸಿದವರು ಶಿವಕಾಶಿಯ ಜೇಯೆಮ್ ಆಫ್‌ಸೆಟ್ ಪ್ರಿಂಟರ್ಸ್ ಅವರು. ಇವರಿಗೆಲ್ಲ ಈ ಸಂದರ್ಭದಲ್ಲಿ ನಮ್ಮ ಹೃತ್ಪೂರ್ವಕ ಕೃತಜ್ಞತೆಗಳು ಸಲ್ಲುತ್ತವೆ.

ಇವರಲ್ಲದೆ ಈ ಸಂಪುಟವನ್ನು ಹೊರತರಲು ಇನ್ನೂ ಅನೇಕ ಮಂದಿ ಮಿತ್ರರು ನಮಗೆ ನೆರವಾಗಿದ್ದಾರೆ. ಸಂಪುಟದ ಕೊನೆಯಲ್ಲಿ

ಅವರಿಗೆ ನಮ್ಮ ವಿಶೇಷ ಕೃತಜ್ಞತೆಗಳನ್ನು ಸಮರ್ಪಿಸಲಾಗಿದೆ.

ಈ ಸಂಪುಟದಲ್ಲಿ ಬಳಸಲಾದ, ಕೃತಿಸ್ವಾಮ್ಯವನ್ನು ಹೊಂದಿರುವ ಎಲ್ಲ ಕಥೆಗಳ ಕರ್ತೃಗಳಿಂದ ಅಥವಾ ಅವರ ವಾರಸುದಾರರಿಂದ ಅವುಗಳ ಪ್ರಕಟನೆಗೆ ಅನುಮತಿ ಪಡೆಯಲು ನಾವು ಆದಷ್ಟು ಪ್ರಯತ್ನಿಸಿದ್ದೇವೆ. ಅವರೆಲ್ಲರಿಗೂ ನಾವು ಋಣಿಗಳು. ಆದರೆ ಒಂದು ವೇಳೆ ಯಾರದಾದರೂ ಅನುಮತಿ ಬಿಟ್ಟುಹೋಗಿದ್ದರೆ, ಈ ಯೋಜನೆಯ ಮಹತ್ವವನ್ನು ಮನಗಂಡು ಅವರು ನಮ್ಮನ್ನು ಕ್ಷಮಿಸುವರೆಂದು ನಂಬಿದ್ದೇವೆ.

ಈ ಸಲದ ಬಿಡುಗಡೆಯ ನಾಲ್ಕು ಸಂಪುಟಗಳೂ ಸೇರಿ ಕಥಾಕೋಶದ 20 ಸಂಪುಟಗಳನ್ನು ವಾಚಕ ವೃಂದದ ಕೈಗಿತ್ತಂತಾಯಿತು. ಇನ್ನು ಉಳಿದಿರುವುದು ಐದು ಸಂಪುಟಗಳು ಮಾತ್ರ. ಅವುಗಳನ್ನು ಮುಂದಿನ ದೀಪಾವಳಿಯಂದು ಪ್ರಕಟಿಸಲಾಗುವುದು.

ಬೆಲೆ ಏರಿಕೆಯ ಇಂದಿನ ದಿನಗಳಲ್ಲಿ ವಿಶ್ವಕಥಾಕೋಶದಂಥ ಬೃಹತ್ ಯೋಜನೆಯ ಪ್ರಕಟನೆ ಬಹಳ ಕಷ್ಟಸಾಧ್ಯವಾದ ಕಾರ್ಯ. ಆದರೂ ಓದುಗರ ಹಿತವನ್ನು ಗಮನದಲ್ಲಿರಿಸಿಕೊಂಡು ಕಥಾಕೋಶದ ಬೆಲೆಯನ್ನು ನಾವು ಹೆಚ್ಚಿಸಿಲ್ಲ. ಬಿಡಿ ಸಂಪುಟಗಳ ಬೆಲೆ ಹಿಂದಿನಂತೆಯೇ ರೂ. 10–00. 25 ಸಂಪುಟಗಳಿಗೆ ರೂ. 250. ಅದೇ ರೀತಿಯಲ್ಲಿ ಇಡೀ ಕೋಶವನ್ನು ಕೊಳ್ಳಬಯಸುವವರಿಗೆ ರೂ. 50/–ರ ರಿಯಾಯಿತಿಯೂ ಇದೆ. **'ನವಕರ್ನಾಟಕ ಪಬ್ಲಿಕೇಷನ್ಸ್ (ಪ್ರೈ) ಲಿಮಿಟೆಡ್'** – ಈ ಹೆಸರಿಗೆ 200/– ರೂ.ಗಳನ್ನು ಡ್ರಾಫ್ಟ್ ಮೂಲಕ ಇಂದೇ ಕಳುಹಿಸಿಕೊಡಿ. ಈಗ ಪ್ರಕಟವಾಗಿರುವ ಸಂಪುಟಗಳನ್ನು ನಮ್ಮ ವೆಚ್ಚದಲ್ಲಿ ನಿಮ್ಮ ಮನೆ ಬಾಗಿಲಿಗೆ ತಕ್ಷಣ ತಲಪಿಸಲಾಗುವುದು. ಮುಂದಿನ ಐದು ಸಂಪುಟಗಳನ್ನು ಅವು ಪ್ರಕಟವಾದೊಡನೆ ಕಳುಹಿಸಲಾಗುವುದು.

ಕೊನೆಯದಾಗಿ ಕಥಾಕೋಶದ ಹಿಂದಿನ ಸಂಪುಟಗಳಿಗೆ ಓದುಗರು ನೀಡಿದ ಆದರದ ಸ್ವಾಗತ ಈ ಸಂಪುಟಗಳಿಗೂ ದೊರೆಯುವುದೆಂದು ನಾವು ನಂಬಿದ್ದೇವೆ.

ಯುಗಾದಿ, 1982
ಬೆಂಗಳೂರು

ಆರ್. ಎಸ್. ರಾಜಾರಾಮ್
ವ್ಯವಸ್ಥಾಪಕ ನಿರ್ದೇಶಕ
ನವಕರ್ನಾಟಕ ಪಬ್ಲಿಕೇಷನ್ಸ್ (ಪ್ರೈ) ಲಿಮಿಟೆಡ್

ಪ್ರಕಾಶಕರ ನುಡಿ

(ಎರಡನೇ ಮುದ್ರಣ)

ನವಕರ್ನಾಟಕ ಪ್ರಕಾಶನದ 50ರ ಸಂಭ್ರಮದಲ್ಲಿ, 'ವಿಶ್ವಕಥಾಕೋಶ'ದ ಇಪ್ಪತ್ತೈದು ಸಂಪುಟಗಳನ್ನು ಪುನರ್ಮುದ್ರಿಸಿ ಓದುಗರ ಕೈಗಿಡುತ್ತಿದ್ದೇವೆ. ಮೂವತ್ತು ವರ್ಷಗಳ ಕಾಲ ಅಲಭ್ಯವಾಗಿದ್ದ ಜಗತ್ತಿನ ಸಾಹಿತ್ಯ ಕಥಾ ಕಣಜ ಬೆಳಕು ಕಾಣುವ ಈ ಸಮಯದಲ್ಲಿ ಈ ಯೋಜನೆಯ ಹೊಣೆ ಹೊತ್ತ ಶ್ರೇಷ್ಠ ಕಥೆಗಾರ, ಸಾಹಿತಿ ನಿರಂಜನರು ನಮ್ಮೊಂದಿಗೆ ಇದ್ದಿದ್ದರೆ, ನವಕರ್ನಾಟಕದ ಚಿನ್ನದ ಹಬ್ಬ ಹೆಚ್ಚು ಅರ್ಥಪೂರ್ಣವಾಗುತ್ತಿತ್ತು. ಈ ಸಂಪುಟಗಳನ್ನು ಅವರಿಗೆ ಅರ್ಪಿಸಿ, ಅವರನ್ನು ನೆನೆಯುತ್ತೇವೆ.

ಸಂಪುಟಗಳನ್ನು ಅನುವಾದಿಸಿ ನೆರವಾದ ಅನೇಕ ಲೇಖಕ ಮಿತ್ರರು ಈ ಮೂರು ದಶಕಗಳಲ್ಲಿ ನಮ್ಮನ್ನು ಅಗಲಿದ್ದಾರೆ. 'ವಿಶ್ವಕಥಾಕೋಶ'ದ ಎಲ್ಲಾ ಅನುವಾದಗಳನ್ನು ಓದಿ, ಪರಿಷ್ಕರಿಸಿ, ಮುದ್ರಣಕ್ಕೆ ಸಿದ್ಧಗೊಳಿಸಿದ ಸಂಪಾದಕರಲ್ಲಿ ಒಬ್ಬರಾದ ಶ್ರೀ ಎಸ್. ಆರ್. ಭಟ್ಟರ ಅಗಲಿಕೆಯ ನೆನಪು ಈ ಸಂದರ್ಭದಲ್ಲಿ ನಮ್ಮನ್ನು ಕಾಡುತ್ತಿದೆ.

ಮೂವತ್ತು ವರ್ಷಗಳ ಹಿಂದೆ 25 ಸಂಪುಟಗಳನ್ನು ರೂ. 250ಕ್ಕೆ ನೀಡಿದ್ದೆವು. ಬೆಲೆಯೇರಿಕೆಯ ಇಂದಿನ ದಿನಗಳಲ್ಲಿ ಮರುಮುದ್ರಿಸಿದಲ್ಲಿ, ಅದರ ಬೆಲೆಯನ್ನು ಎಂಟು-ಹತ್ತು ಪಟ್ಟು ಏರಿಸಬೇಕಾಗಬಹುದು ಎನ್ನುವ ಭೀತಿಯೂ ವಿಳಂಬಕ್ಕೆ ಕಾರಣವಾಯಿತು. ಈ ಸಂದರ್ಭದಲ್ಲಿ ಈ ಸಂಪುಟಗಳನ್ನು ಸುಲಭ ಬೆಲೆಗೆ ನೀಡಲು ನೆರವಾದವರು ಇನ್ಫೋಸಿಸ್ ಫೌಂಡೇಷನ್‌ನ ಅಧ್ಯಕ್ಷೆ ಶ್ರೀಮತಿ ಸುಧಾ ಮೂರ್ತಿಯವರು. ಅವರಿಗೆ ನಾವು ಕೃತಜ್ಞರಾಗಿದ್ದೇವೆ.

ಈ ಯೋಜನೆಯ ಲೇಖಕರು ಈ ಅವಧಿಯಲ್ಲಿ ಸಾಕಷ್ಟು ಹೊಸ ಬರೆಹಗಳನ್ನು ಮಾಡಿದ್ದಾರೆ, ಗೌರವ ಪುರಸ್ಕಾರಗಳಿಗೆ ಪಾತ್ರರಾಗಿದ್ದಾರೆ. ಕೆಲವರು ನಮ್ಮೊಂದಿಗಿಲ್ಲ. ಈ ಎಲ್ಲ ಲೇಖಕರ ಪರಿಚಯಗಳಿಗೆ ಹೊಸ ಸೇರ್ಪಡೆಗಳನ್ನು ಮಾಡಿಕೊಟ್ಟ ಡಾ|| • ಆರ್. ಪೂರ್ಣಿಮಾ ಮತ್ತು ಶ್ರೀಮತಿ ರೋಸಿ ಡಿ'ಸೋಜಾ ಅವರ ನೆರವನ್ನು ಸ್ಮರಿಸುತ್ತೇವೆ.

ಮರುಮುದ್ರಣದ ಈ ಕಾರ್ಯದಲ್ಲಿ ನೆರವಾದ ಎಲ್ಲರನ್ನೂ ನೆನೆಯುತ್ತೇವೆ.

ಯುಗಾದಿ, 2011
ಬೆಂಗಳೂರು

ಆರ್. ಎಸ್. ರಾಜಾರಾಮ್
ವ್ಯವಸ್ಥಾಪಕ ನಿರ್ದೇಶಕ, ನವಕರ್ನಾಟಕ ಪ್ರಕಾಶನ

ಪ್ರಸ್ತಾವನೆ

1

ಇಂಡೊನೇಷ್ಯ, ಫಿಲಿಪ್ಪೀನ್ಸ್, ಮಲಯ, ಸಿಂಗಾಪುರ, ಥಾಯ್‌ಲೆಂಡ್...

– ಲೋಕದ ಸಾಮ್ರಾಜ್ಯಶಾಹಿಗಳೆಲ್ಲ ಮೈಸುಖ ಉಣ್ಣುತ್ತ ಬಂದಿರುವ ಕೇರಿಗಳು; ಅವರು ಬಿಟ್ಟುದನ್ನು ಕೂಡಿಡುವ ಕಸದ ತೊಟ್ಟಿಗಳು; ಬೂದಿಯ ಪದರದಡಿಯಿಂದ ಕೆಂಪಡರುತ್ತಿರುವ ಜ್ವಾಲಾಮುಖಿಗಳು...

*　　　*　　　*

ಆಗ್ನೇಯ ಏಷ್ಯದಲ್ಲಿ ಭೂಮಧ್ಯರೇಖೆಯುದ್ದಕ್ಕೂ ಮೂರು ಸಾವಿರ ಮೈಲುಗಳ ಅರ್ಧ ಚಂದ್ರಾಕೃತಿಯನ್ನು ರಚಿಸಿ ನೋಡಿ. 1949ರಿಂದ ಇಂಡೊನೇಷ್ಯ ಎಂದು ಕರೆಯಲ್ಪಡುವ 13,667 ದ್ವೀಪಗಳ ಸರಮಾಲೆಯನ್ನು ಕಾಣುವಿರಿ. ಇಷ್ಟು ದ್ವೀಪಗಳಲ್ಲಿ 7,600ಕ್ಕೆ ನಾಮಕರಣವಾಗಿಲ್ಲ. 12,700 ದ್ವೀಪಗಳು ನಿರ್ಜನ. ಉಳಿದವುಗಳಲ್ಲಿ ಪ್ರಮುಖವಾದವು : ಜಾವಾ, ಸುಮಾತ್ರ, ಬಾಲಿ, ಕಾಲಿಮಂತನ್ (ಬೋರ್ನಿಯೊ – ಅದರ ಒಂದು ಭಾಗ) ಇರಿಯನ್ ಜಯ, ಸುಲವೇಸಿ (ಸಿಲೆಬೆಸ್), ಮದುರ, ಮಲುಕು, ಮೆಲಕು, 16ನೆಯ ಶತಮಾನದಲ್ಲಿ ಈ ದ್ವೀಪರಾಶಿಗೆ ಡಚ್ ಈಸ್ಟ್ ಇಂಡೀಸ್ ಎಂಬ ಹೆಸರು ಬಂತು. ರಾಜಧಾನಿ ಜಾವಾ ದ್ವೀಪದಲ್ಲಿರುವ ಜಕಾರ್ತ. ಹಿಂದೆ ಇದನ್ನು ಬಟಾವಿಯ ಎಂದು ಕರೆಯುತ್ತಿದ್ದರು. (ಬಟಾವಿಯ, ಡಚ್ಚರ ದೇಶವಾದ ಹಾಲೆಂಡ್‌ಗೆ ಇದ್ದ ಬೇರೊಂದು ನಾಮಧೇಯ.) ಇಂಡೊನೇಷ್ಯದ ವಿಸ್ತೀರ್ಣ 7,80,000 ಚದರ ಮೈಲು; ಜನಸಂಖ್ಯೆ ಸುಮಾರು 15 ಕೋಟಿ. ಜಗತ್ತಿನಲ್ಲಿ ಜನಸಂಖ್ಯೆಯ ಮಟ್ಟಿಗೆ ಐದನೆಯ ಸ್ಥಾನ ಇಂಡೊನೇಷ್ಯಕ್ಕೆ. (ಚೀನ, ಭಾರತ, ಸೋವಿಯೆತ್ ಒಕ್ಕೂಟ, ಅಮೆರಿಕ ಸಂಯುಕ್ತ ಸಂಸ್ಥಾನ, ಬಳಿಕ ಇಂಡೊನೇಷ್ಯ) ಮೂಲತಃ ಈ ದ್ವೀಪಸ್ತೋಮದಲ್ಲಿ 300 ಮಾನವಕುಲ ಬಣಗಳಿದ್ದುವು. ಈಗ ಶೇಕಡಾ 90ರಷ್ಟು ಜನ ಇಸ್ಲಾಂ ಧರ್ಮಾನುಯಾಯಿಗಳು.

ಐದು ಲಕ್ಷ ವರ್ಷ ಹಿಂದೆ ಈ ದ್ವೀಪಗಳಲ್ಲಿ ಮನುಷ್ಯರಿದ್ದರು. 1891ರಲ್ಲಿ ಯೂಜಿನ್ ದುಬೋಯ್ ಜಾವಾದಲ್ಲಿ ಅಗೆದು ತೆಗೆದ

ಎಲುಬುಗೂಡು ಮೇಲಿನ ಮಾತಿಗೆ ಆಧಾರ. ಆ ಮನುಷ್ಯನ ಸಮಕಾಲೀನರು ಏಷ್ಯ ಖಂಡದ ಕ್ರಿಮಿಯ, ಉಜ್‌ಬೆಕಿಸ್ತಾನ, ಚೀನೀ ರಾಜಧಾನಿ ಬೀಜಿಂಗ್‌ನ ಸಮೀಪ, ಭಾರತದ ಶಿವಪರ್ವತ ಪ್ರದೇಶ – ಇಲ್ಲೂ ಇದ್ದರು. ಕೊಲ್ಲಲು, ಕುಟ್ಟಲು, ತಟ್ಟಲು ಇವರೆಲ್ಲ ಕಲ್ಲಿನ ಒರಟು ಉಪಕರಣಗಳನ್ನು ಬಳಸಿರಬೇಕೆಂದು ತಜ್ಞರ ತರ್ಕ.

ಪ್ರಾಚೀನ ದ್ವೀಪವಾಸಿಗಳ ಚಿರನಿದ್ರೆಗೆ ಭಂಗ ಉಂಟುಮಾಡದೆ, ಕಾಲದ ಜಾರುಬಂಡೆಯಲ್ಲಿ ಇಳಿದು ಬರೋಣ. ಕ್ರಿಸ್ತ ಪೂರ್ವ 6000ದಲ್ಲಿ ನಾರು ಬೇರು ಗಡ್ಡೆಗಳನ್ನು ಅಲ್ಲಿನ ಜನ ತಿನ್ನುತ್ತಿದ್ದರು. ಹಸಿಮಾಂಸದ ಜತೆಗೆ ಹಸಿಸಸ್ಯ. ಬಳಿಕ ಬೆಂಕಿಯ ಬಳಕೆ. ಇಂದಿಗೆ 4500 ವರ್ಷ ಹಿಂದೆ ಏಷ್ಯದ ಆಗ್ನೇಯ ಭಾಗದಿಂದ ನವ ಶಿಲಾಯುಗದ ಜನ ಬರತೊಡಗಿದರು. ಈ ವಲಸೆ 1500 ವರ್ಷ ನಡೆಯಿತು. ಹಳಬರೊಡನೆ ಹೊಸಬರು ಬೆರೆತ ಅನಂತರ ನೂತನ ತಳಿ. ಕಂದು ಕಂಚು ಯುಗದಲ್ಲಿ ಅವರು ಉಪಯೋಗಿಸುತ್ತಿದ್ದ ಕೊಡಲಿ ದೊರೆತಿದೆ. ಇಪ್ಪತ್ತೆಂಟು ಅಂಗುಲ ಉದ್ದದ್ದು. ಕ್ರಿಸ್ತ ಶಕ 200ರಿಂದ ಬರಲು ಆರಂಭಿಸಿದವರು ವೈದಿಕ ಧರ್ಮಾವಲಂಬಿಗಳು ಮತ್ತು ಬೌದ್ಧ ಸನ್ಯಾಸಿಗಳು. ಈ ಎರಡೂ ಧರ್ಮಗಳ ವರ್ತಕರು. ಇದಕ್ಕೂ ಒಂದು ಶತಮಾನ ಮೊದಲೇ – ಅಥವಾ ಅದಕ್ಕೂ ಹಿಂದೆಯೇ – 'ಇಂಡೊನೇಷ್ಯ'ದ ನಿಷ್ಣಾತ ಅಂಬಿಗರ ದೋಣಿಗಳು ಭಾರತದ ಕರಾವಳಿಯನ್ನೂ ಆಫ್ರಿಕದ ಪೂರ್ವ ತೀರವನ್ನೂ ತಲಪಿದ್ದುವು. ಈ ನಿಷ್ಣಾತರು 5ನೆಯ ಶತಮಾನದಲ್ಲಿ ಚೀನದೊಡನೆ ವಾಣಿಜ್ಯ ಬೆಳೆಸಿದರು.

ಹಿಂದೂ ಬೌದ್ಧ ಧರ್ಮಗಳು ಬಲವಾಗಿ ಬೇರೂರಿದ್ದು ಜಾವಾ, ಬಾಲಿ ದ್ವೀಪಗಳಲ್ಲಿ. 7ನೆಯ ಶತಮಾನದಲ್ಲಿ ಶ್ರೀವಿಜಯ ಸಾಮ್ರಾಜ್ಯ ತಲೆ ಎತ್ತಿತು. ಸಾಗರೋತ್ತರ ವಾಣಿಜ್ಯ ಇದರ ಆರ್ಥಿಕ ನೆಲೆಗಟ್ಟು. ದಕ್ಷಿಣ ಸುಮಾತ್ರ, ಮಲಯದ ಸ್ವಲ್ಪ ಭಾಗ ಮತ್ತು ಪಶ್ಚಿಮ ಜಾವಾ ಈ ಸಾಮ್ರಾಜ್ಯದಲ್ಲಿ ಅಡಕವಾಗಿದ್ದುವು. ಇದು ಬೆಳಗಿದ್ದು 600 ವರ್ಷ. ಕ್ರಿ. ಶ. 800ರಲ್ಲಿ ಬೊರೊ ಬುದೂರ್ (ದೊಡ್ಡ ಬುದ್ಧ) ದೇವಾಲಯ ಜಾವಾದಲ್ಲಿ ನಿರ್ಮಾಣಗೊಂಡಿತು. 1293–1513ರಲ್ಲಿ ಮೆರೆದದ್ದು ಮಜಾಪಹಿತ ಹಿಂದೂ ಸಾಮ್ರಾಜ್ಯ. ಈಗಿನ ಇಂಡೊನೇಷ್ಯದ ಹೆಚ್ಚಿನ ಭಾಗವನ್ನೆಲ್ಲ ಇದು ಆವರಿಸಿತ್ತು.

ಅರಬರು ವ್ಯಾಪಾರಕ್ಕಾಗಿ 13ನೆಯ ಶತಮಾನದಲ್ಲಿ ಬಂದರು; ಇಸ್ಲಾಂ ಧರ್ಮವನ್ನೂ ತಂದರು. ಬಾಲಿ ದ್ವೀಪದ ಹೊರತಾಗಿ ಬೇರೆಲ್ಲ ಕಡೆ ಇಸ್ಲಾಂ ಬೀಡು ಬಿಟ್ಟಿತು. ಹಿಂದೂ, ಬೌದ್ಧ ಧರ್ಮಗಳು ಮರೆಯಾದುವು. ಮಜಾಪಹಿತ ಸಾಮ್ರಾಜ್ಯದ ದೊಡ್ಡ

ಅರಸ ಶೈಲೇಂದ್ರ. ಬಳಿಕ, ಪರಮೇಶ್ವರ. ಈತನ ಮೊಮ್ಮಗ ಮಹಮ್ಮದೀಯನಾದ; ಮುಜಫರ್ ಷಾ ಎಂಬ ಹೆಸರು ಸ್ವೀಕರಿಸಿದ.

ಯೂರೋಪಿನಿಂದ ಮೊದಲು ಆಗಮಿಸಿದವರು ಪೋರ್ತುಗೀಸರು. ಬಳಿಕ ಡಚ್ಚರು, ಇಂಗ್ಲಿಷರು. ಈ ಸೆಣಸಾಟದಲ್ಲಿ ಡಚ್ಚರು ಗೆದ್ದರು. ಇಸ್ಲಾಂ ಧರ್ಮ ಉಳಿಯಿತು; ಆದರೆ ಅರಬ್ ವರ್ತಕರೂ ದೇಶವನ್ನು ಆಳಬಯಸಿದವರೂ ಹೊರಡುವುದು ಅನಿವಾರ್ಯವಾಯಿತು; ಸಮುದ್ರ ನೌಕೆಗಳೆದುರು ಅರಬರ ನಾವೆಗಳು ಸೋಲೊಪ್ಪಿದುವು. 17 ಮತ್ತು 18ನೇ ಶತಮಾನಗಳಲ್ಲಿ ಡಚ್ಚರು ಮತ್ತಷ್ಟು ಪ್ರಬಲರಾದರು. ಆ ಶತಮಾನದ ಅಂತ್ಯದಲ್ಲಿ ಡಚ್ ಈಸ್ಟ್ ಇಂಡೀಸ್ ಕಂಪನಿಯ ಬದಲು ಡಚ್ ಸರಕಾರವೇ ನೇರ ಆಡಳಿತ ಆರಂಭಿಸಿತು. ನೆಪೋಲಿಯನ್ ಯೂರೋಪಿನಲ್ಲಿ ಅಪಜಯದ ಕಹಿ ಉಂಡಾಗ ಈಸ್ಟ್ ಇಂಡೀಸ್‌ನಲ್ಲಿ ಬ್ರಿಟಿಷರ ಅಬ್ಬರ ಕೇಳಿಸಿತು. ತೀರಾ ಸ್ವಲ್ಪ ಕಾಲ. ಡಚ್ಚರ ಕುಣಿಕೆಯೇ ಮತ್ತೆ ಬಲವಾಯಿತು. ಐದು ವರ್ಷ ಡಚ್ಚರ ವಿರುದ್ಧ ಹೋರಾಡಿದವನು ರಾಜಕುಮಾರ ದಿಪೊ ನೆಗರೊ. 1830ರಲ್ಲಿ ಅವನು ಹತನಾದ. ಹೇಗೆ ? ಸಂಧಾನ ಮಾತುಕತೆ ನಡೆಯುತ್ತಿದ್ದಾಗ ಹಠಾತ್ತನೆ ಹಿಡಿದರು. ಸುಲವೇಸಿ ದ್ವೀಪಕ್ಕೆ ದಿಪೊನನ್ನು ಒಯ್ದು, ಅಲ್ಲಿ ಮುಗಿಸಿದರು. ಇನ್ನೂ ಶರಣಾಗದೆ ಉಳಿದಿದ್ದ ಏಕಮಾತ್ರ ಸುಲ್ತಾನೀ ರಾಜ್ಯವನ್ನು ಡಚ್ಚರು 1904ರಲ್ಲಿ ಗೆದ್ದರು.

ಮೊದಲು ನಡೆದದ್ದು ಪ್ರತ್ಯಕ್ಷ ಸುಲಿಗೆ. ಲವಂಗ, ಕರಿಮೆಣಸು ಮತ್ತಿತರ ಮಸಾಲೆ ಪದಾರ್ಥಗಳು ಯೂರೋಪಿನ ದಾರಿ ಹಿಡಿದುವು. ಡಚ್ ವರ್ತಕರ ತಿಜೋರಿಗಳನ್ನು ಹಣ ತುಂಬಿತು. ಸಹಸ್ರ ಸಹಸ್ರ ದ್ವೀಪಗಳ ನೈಸರ್ಗಿಕ ಐಸಿರಿಯೂ ಪರತಂತ್ರರ ದುಡಿಮೆಯೂ ಹಾಲೆಂಡಿನಲ್ಲಿ ಧನಕನಕಗಳಾಗಿ ಮಾರ್ಪಟ್ಟುವು. ಇಲ್ಲಿನ ನಿಸರ್ಗ ಬಡವಾದಾಗ, ಇತರ ಸಂಪನ್ಮೂಲಗಳತ್ತ ಡಚ್ಚರ ದೃಷ್ಟಿ ಹರಿಯಿತು. ಸ್ವಂತದ ಕೃಷಿಯ ಜತೆಗೆ ಸರಕಾರಕ್ಕಾಗಿ ರೈತರು ಕಾಫಿ, ಹೊಗೆಸೊಪ್ಪು, ಹತ್ತಿ ಬೆಳೆಸಿಕೊಡಬೇಕೆಂಬ ಕಟ್ಟಾಜ್ಞೆ ಹೊರಟಿತು. ಇದು ಲಂಗು ಲಗಾಮಿಲ್ಲದ ಪರೋಕ್ಷ ಶೋಷಣೆ. 19ನೆಯ ಶತಮಾನದಲ್ಲಿ ಇಂಡೊನೇಷ್ಯದಲ್ಲಿ ನಡೆಯುತ್ತಿದ್ದ ಲೂಟಿ ಮತ್ತು ದಬ್ಬಾಳಿಕೆ ಮನಸಾಕ್ಷಿಯಿದ್ದ ಹಲವಾರು ಡಚ್ ಅಧಿಕಾರಿಗಳಿಗೂ ಹೇಸಿಕೆ ಉಂಟುಮಾಡಿದುವು.

ಇಪ್ಪತ್ತನೆಯ ಶತಮಾನದಲ್ಲಿ ರಾಷ್ಟ್ರೀಯತೆ ಹೊಗೆಯಾಡಿತು. ಡಚ್ಚರ ಹಸ್ತಕರಾಗಿದ್ದ ಪಟ್ಟಭದ್ರರೂ ತಿದಿಯೂದಿದರು. "ಸುಲಿಯಲು, ಹಣ ಗಳಿಸಲು, ಆಳಲು ನಮಗೆ ತಿಳಿಯದೆ? ಅವರು ಯಾಕಿನ್ನು?"

ವಿದೇಶಗಳಲ್ಲಿ ಸುಶಿಕ್ಷಿತರಾಗಿ ಬಂದವರೆಲ್ಲ ನಿಗಿನಿಗಿ ಕೆಂಡಗಳೇ. ಅಕ್ಟೋಬರ್ ಕ್ರಾಂತಿಯ ಒಸಗೆಯನ್ನು ಕೇಳಿ ಅರ್ಥಮಾಡಿ ಕೊಂಡವರಿದ್ದರು. ರಾಷ್ಟ್ರೀಯ ಬಣ ಸಿದ್ಧವಾಯಿತು. 1919 – ಇಂಡೊನೇಷ್ಯ ಕಮ್ಯೂನಿಸ್ಟ್ ಪಕ್ಷದ ಸ್ಥಾಪನೆಯ ವರ್ಷ. 1926ರಲ್ಲಿ ಕಮ್ಯೂನಿಸ್ಟರು ಬಂಡಾಯದ ಕಹಳೆಯೂದಿದರು. ತಡಮಾಡದೆ ಡಚ್ಚರು ಆ ದಂಗೆಯನ್ನು ಹತ್ತಿಕ್ಕಿದರು. ಮರುವರ್ಷವೇ ಅಹ್ಮದ್ ಸುಕರ್ನೊ, ಮಹಮ್ಮದ್ ಹಟ್ಟಾ, ಷರೀರ್ ಮತ್ತಿತರರು ಇಂಡೊನೇಷ್ಯ ರಾಷ್ಟ್ರೀಯ ಪಕ್ಷವನ್ನು ಕಟ್ಟಿದರು. ವಾಗ್ಯುದ್ಧಗಳು. ಸುಕರ್ನೊ 11 ವರ್ಷಗಳನ್ನು ಸೆರೆಮನೆಯಲ್ಲೋ ದ್ವೀಪಾಂತರ ವಾಸದಲ್ಲೋ ಕಳೆಯಬೇಕಾಯಿತು.

ಏಷ್ಯದ್ದೇ ಆದ ಸಾಮ್ರಾಜ್ಯಶಾಹಿ ಜಪಾನು ದಿಗ್ವಿಜಯಕ್ಕೆ ಹೊರಟಾಗ ಡಚ್ಚರು ಪರಾಜಿತರಾದರು. 1942–45ರ ಅವಧಿಯಲ್ಲಿ ರಾಷ್ಟ್ರೀಯ ಮುಖಂಡತ್ವ ಹೊಸ ಆಕ್ರಮಣಕಾರರೊಡನೆ ಸಹಕರಿಸಿತು ; ಅವರ ಉಸ್ತುವಾರಿಯಲ್ಲಿ ಆಳ್ವಿಕೆಗೆ ತೊಡಗಿತು. 'ಜಪಾನು–ಏಷ್ಯದ ನಾಯಕ', 'ಜಪಾನು–ಏಷ್ಯದ ರಕ್ಷಕ', 'ಜಪಾನು–ಏಷ್ಯದ ಬೆಳಕು'. ಈ ಘೋಷಗಳು ವಿಚಾರಿಗಳನ್ನು ವಿವಂಚನೆಗೆ ಗುರಿಮಾಡಿದುವು. 1945ರಲ್ಲಿ ಜಪಾನಿನ ಪತನ ಸನ್ನಿಹಿತವಾದರೂ ಇಂಡೊನೇಷ್ಯದ ಮುಖಂಡರು ಸ್ವಾತಂತ್ರ್ಯ ಘೋಷಿಸಲಿಲ್ಲ. ಸಿಟ್ಟಾದ ಯುವಕರು ಸುಕರ್ನೊ – ಹಟ್ಟಾರನ್ನು ಒಂದು ದಿನದ ಮಟ್ಟಿಗೆ ಬಂಧಿಸಿದರು. ಜಪಾನಿನ ಶರಣಾಗತಿಯಾದ ಮೂರನೆಯ ದಿವಸ ಇಂಡೊನೇಷ್ಯದ ಸ್ವಾತಂತ್ರ್ಯ ಘೋಷಿತವಾಯಿತು. ಧಾವಿಸಿಬಂದ ಡಚ್ ಸೇನೆಗಳು ಕುಂಟುತ್ತ ಮರಳಿದುವು.

1948ರಲ್ಲಿ ಸ್ವದೇಶೀ ಶೋಷಕರ ವಿರುದ್ಧ ಕಮ್ಯೂನಿಸ್ಟರು ಹೋರಾಡಿದರು. (ನಾಯಕ : ತನ್ ಮಲಕ) ಇದು ಅಂತರ್ಯುದ್ಧ. ಕಮ್ಯೂನಿಸ್ಟ್ ಪಕ್ಷ ನಿಷೇಧಿಸಲ್ಪಟ್ಟಿತು. 'ಮರ್ದೇಕಾ' (ಸ್ವಾತಂತ್ರ್ಯ) ಸುಕರ್ನೊನ ಸೊತ್ತಾಯಿತು. 1955ರಲ್ಲಿ ಸುಕರ್ನೊ ಬಾಂಡುಂಗ್‌ನಲ್ಲಿ ಏಷ್ಯದ ರಾಷ್ಟ್ರಗಳ ಸಮ್ಮೇಳನ ಏರ್ಪಡಿಸಿದ. (ಜವಾಹರಲಾಲ ನೆಹರೂ, ನಾಸೆರ್, ಚೌ ಎನ್–ಲೆ ಭಾಗವಹಿಸಿದವರಲ್ಲಿ ಮುಖ್ಯರು.) ಆಫ್ರಿಕ ಏಷ್ಯಗಳಿಗೆ ತಾನೇ ಹಿರಿ ಹುದ್ದರಿ ಎನ್ನುವಂತೆ ಸುಕರ್ನೊ ಮೆರೆದ. 1957ರಲ್ಲಿ ಅವನಿಗೆ ಅನಿಸಿತು : ತನ್ನ ದೇಶಕ್ಕೆ ಬೇಕಾದ್ದು ನಿರ್ದೇಶಿತ ಪ್ರಜಾಪ್ರಭುತ್ವ. ತನ್ನ ಜನರನ್ನು ತಾನು ಕೈ ಹಿಡಿದು ಕರೆದೊಯ್ಯಬೇಕು ಬೆಡಗಿನ ಬೀಡಿಗೆ, ಸುಖದ ನಾಳೆಗೆ. ರಾಜ್ಯಾಂಗದಲ್ಲಿ ತಿದ್ದುಪಾಟು ಮಾಡಿ, ಸುಕರ್ನೊ ಆಜೀವ ಅಧ್ಯಕ್ಷನಾದ.

ಒಂದೆಡೆ ರಾಜಕೀಯ ಬೋಧೆ ಹೊಂದಿದ್ದ ಸೇನೆ. ಇನ್ನೊಂದೆಡೆ ಪುನಶ್ಚೇತನಗೊಂಡಿದ್ದ ಕಮ್ಯೂನಿಸ್ಟ್ ಪಕ್ಷ. ಸುಕರ್ನೊನ ಸರ್ವಾಧಿಕಾರಕ್ಕಿದಿರು ವಿದ್ಯಾರ್ಥಿಗಳು ಬೀದಿಗಿಳಿದರು. 1965ರಲ್ಲಿ ಸುಕರ್ನೊ ಪದಚ್ಯುತನಾದ. ಸೇನಾನಿ ಸುಹರ್ತೊ ಕೈಗೆ ಅಧಿಕಾರ ಬಂತು. ತನ್ನ ವೈರಿಗಳು ಯಾರು ಎಂಬುದನ್ನು ಅವನು ಅರಿತಿದ್ದ. ಕಮ್ಯೂನಿಸ್ಟರು ಗೆರಿಲಾ ಯುದ್ಧ ನಡೆಸಿದರು. ವಧೆಯಾದ ಕಮ್ಯೂನಿಸ್ಟರ ಸಂಖ್ಯೆ ಸುಮಾರು 4 ಲಕ್ಷ. 1 ಲಕ್ಷ ಇಂಡೊನೇಷ್ಯರು, ಮೂರೂವರೆ ಲಕ್ಷ ಚೀನೀ ಪ್ರಜೆಗಳು ವಿಚಾರಣೆ ಇಲ್ಲದೆ ಕೂಟ ಶಿಬಿರಗಳಲ್ಲಿ ಬಂಧಿತರಾದರು.

ಇಂಡೊನೇಷ್ಯದ ಜನಸಂಖ್ಯೆಯ ಅರ್ಧ ಜಾವಾ ದ್ವೀಪದಲ್ಲೇ ಇದೆ. ಐದು ವರ್ಷಗಳಿಗೊಮ್ಮೆ ಉರಿಕಾರುವ ಜ್ವಾಲಾಮುಖಿಗಳೂ ಈ ದ್ವೀಪದಲ್ಲಿವೆ. ಹೊರ ಹರಿದ ಲಾವಾದಿಂದ ನೆಲ ಫಲವತ್ತಾಗುತ್ತದೆ. ಕೆಲವರು ಸತ್ತರೂ ಉಳಿದವರು ಕೃಷಿನಿರತರಾಗುತ್ತಾರೆ. ಶ್ರಮಶಕ್ತಿಯ ಹತ್ತರಲ್ಲಿ ಏಳು ಭಾಗ ವ್ಯಯವಾಗುವುದು ಕೃಷಿಕ್ಷೇತ್ರದಲ್ಲೇ. ದ್ವೀಪಗಳ ಬಸಿರಲ್ಲಿ ಪೆಟ್ರೋಲಿಯಂ, ಇದ್ದಿಲು, ಟಿನ್ ಇದೆ. ತೈಲ ಶುದ್ಧೀಕರಣ ಸ್ಥಾವರಗಳೆಲ್ಲ ಅನ್ಯ ರಾಷ್ಟ್ರೀಯರ ವಶದಲ್ಲಿವೆ. ಸ್ವದೇಶೀ ವಿದೇಶೀ ಸುಲಿಗೆಗಾರರದೆಲ್ಲ ಈಗ ಸಹಬಾಳ್ವೆ.

ಗೊಂಡಾರಣ್ಯಗಳಲ್ಲಿ ಘೇಂಡಾಮೃಗಗಳಿವೆ, ಹುಲಿಗಳಿವೆ. ಅತ್ಯಂತ ಪ್ರಾಚೀನರಿಗಿಂತ ಭಿನ್ನರಲ್ಲದ 'ಕಾಡುಮನುಷ್ಯ'ರಿದ್ದಾರೆ; ತಲೆಮರೆಸಿ ಕೊಂಡಿರುವ ಕಮ್ಯೂನಿಸ್ಟರಿದ್ದಾರೆ.

ಹಣದುಬ್ಬರ, ಗಗನಕ್ಕೇರಿದ ಬೆಲೆ, ಭ್ರಷ್ಟಾಚಾರ – ಸಾಮಾನ್ಯ ವಿಷಯ.

ಜ್ವಲಂತ ಜ್ವಾಲಾಮುಖಿಗಳು ನೂರಮೂವತ್ತು. ಸತ್ತಿವೆ ಎಂದು ಪರಿಗಣಿತವಾಗಿರುವ ಅಥವಾ ನಿದ್ರಾವಸ್ಥೆಯಲ್ಲಿರುವ ಜ್ವಾಲಾಮುಖಿಗಳು ಹಲವು ನೂರು.

* * *

7,100 ದ್ವೀಪಗಳ ಸಮೂಹ. (ಸಾವಿರಾರು ದ್ವೀಪಗಳಲ್ಲಿ ಜನ ವಸತಿ ಇಲ್ಲ.) ದೊಡ್ಡ ದ್ವೀಪಗಳು ಹನ್ನೊಂದು. ಹೆಸರಿಟ್ಟು ಗುರುತಿಸಿರುವುದು 2,773 ನಡುಗಡ್ಡೆಗಳನ್ನು. ಒಂದು ಚದರ ಮೈಲಿಗಿಂತ ಹೆಚ್ಚು ವಿಸ್ತಾರವಿರುವ ದ್ವೀಪಗಳು ಕೇವಲ 357. ಇಂಥ ದ್ವೀಪರಾಶಿಗೆ ಫಿಲಿಪ್ಪೀನ್ಸ್ (ಅಥವಾ ಫಿಲಿಪ್ಪೈನ್ಸ್) ಎಂದು ನಾಮಕರಣವಾದದ್ದು ಹೇಗೇ ? ಯಾವಾಗ ?

ಪೋರ್ತುಗಲಿನ ಫೆರ್ಡಿನೆಂಡ್ ಮೆಗಲನ್ ದಕ್ಷಿಣ ಆಫ್ರಿಕವನ್ನು ಬಳಸಿ ಈಸ್ಟ್ ಇಂಡೀಸ್ ದ್ವೀಪಗಳಿಗೆ ಬಂದ ಐರೋಪ್ಯ ಮೊದಲಿಗರಲ್ಲಿ ಒಬ್ಬ. ಆದರೆ ಇಂಡೀಸ್‌ನಲ್ಲಿ ಮೇಲಣ ಅಧಿಕಾರಿಯೊಡನೆ

ಜಗಳವಾಯಿತು. ಮೆಗಲನ್ ಸ್ವದೇಶಕ್ಕೆ ಮರಳಿದ. ರಾಜಾಸ್ಥಾನದಲ್ಲಿ ಅನಾದರಕ್ಕೆ ಗುರಿಯಾದ. ಪರಿಣಾಮವಾಗಿ ನೆರೆ ರಾಷ್ಟ್ರವಾದ ಸ್ಪೇನಿನ ಅರಸೊತ್ತಿಗೆಯನ್ನು ಆಶ್ರಯಿಸಿದ. ಜಗತ್ತು ದುಂಡಗಿದೆ; ಪಶ್ಚಿಮದತ್ತ ಸಾಗಿದರೂ ಪೂರ್ವವನ್ನು ತಲಪಬಹುದು – ಎಂಬ ನಂಬುಗೆಗೆ ಬಲ ಬಂದಿದ್ದ ಕಾಲ. ಮೆಗಲನ್ ಅಂಥದೊಂದು ಸಾಗರಯಾನದ ಯೋಜನೆ ಸಿದ್ಧಪಡಿಸಿದ. ಸ್ಪೇನಿನ ಅರಸ ಕೊಟ್ಟುದು 5 ಹಳೆಯ ಹಡಗುಗಳನ್ನು. 1519ರಲ್ಲಿ ಸ್ಪೇನಿನಿಂದ ಯಾನ. ದಕ್ಷಿಣ ಅಮೆರಿಕದ ದಕ್ಷಿಣ ತುದಿ ತಲಪುವ ಹೊತ್ತಿಗೆ ಒಂದು ಹಡಗು ಮುಳುಗಿತು. ಎಷ್ಟು ದಿನ ತಗಲೀತು ? ದೂರವೆಷ್ಟು ? ಎಂಬುದೊಂದೂ ತಿಳಿಯದ ಪಯಣ. (ವಾಸ್ತವವಾಗಿ ಮುಂದಿದ್ದುದು 38 ದಿನಗಳ ಯಾನ.) ಪ್ರತಿಭಟಿಸಿದ ನಾವಿಕರ ಕಾಲುಗಳಿಗೆ ಸಂಕೋಲೆ ಬಿತ್ತು. ಅಂಥ ನಲ್ವತ್ತು ಬಂದಿಗಳ ಕಣ್ಣೆದುರಲ್ಲೇ, ಮೆಗಲನ್ ಒಬ್ಬ ಬಂಡುಕೋರ ಕಪ್ತಾನನ ತಲೆ ಕಡಿಸಿದ. ಪಶ್ಚಿಮಕ್ಕೆ ಹೋಗುತ್ತ ಹೋಗುತ್ತ ಕಡಲಿನ ಭೋರ್ಗರೆತ ಕಡಿಮೆಯಾಯಿತು. 'ಶಾಂತಸಾಗರ' ಎಂದು ಆ ಸಮುದ್ರವನ್ನು ಮೆಗಲನ್ ಹೆಸರಿಸಿದ. ಮಧ್ಯೆ ಎಲ್ಲೋ ಒಂದು ಹಡಗು ಪರಾರಿಯಾಯಿತು. ಉಳಿದ ಮೂರು ಮಲುಕು ದ್ವೀಪವನ್ನು ತಲಪಿದುವು. ಅಲ್ಲಿ ಒಂದು ಬುಡಕಟ್ಟಿನ ಅರಸ ಲುಪಲುಪನ ಈಟಿಗೆ ಮೆಗಲನ್ ಬಲಿಯಾದ.

ಅಂತೂ ಒಂದು ಹಡಗು ಲವಂಗ ತುಂಬಿಕೊಂಡು ಯಾನ ಮುಂದುವರಿಸಿ ಜಗತ್ತಿನ ಪ್ರದಕ್ಷಿಣೆ ಪೂರ್ತಿಗೊಳಿಸಿತು. ಹೊರಟ ತಾಣವನ್ನು ಮತ್ತೆ ಸೇರಿದ್ದು ಮೂರು ವರ್ಷಗಳ ಬಳಿಕ. ಹೊರಟಾಗ ಇದ್ದವರು 280 ಜನ. ಅವರಲ್ಲಿ ಬದುಕಿ ಉಳಿದವರು 38 ಮಂದಿ ಮಾತ್ರ. ಅಂತೂ ಲವಂಗ ಮಾರಿಬಂದ ಹಣ ಯಾನದ ವೆಚ್ಚಕ್ಕೆ ಸಮನಾಯಿತು.

42 ವರ್ಷ ಬಳಿಕ ಸ್ಪೇನಿನ ನಾವಿಕ ಮಿಗ್ಯಾಲ್ ಲಾಪೆಜ್ ಸೈನಿಕರೊಂದಿಗೆ ಬಂದು ತಲಪಿದ, ಮೆಗಲನ್ ಹಿಂದೆ ಮುಟ್ಟಿದ್ದ ಸ್ಥಳಕ್ಕೆ. ಎರಡನೆಯ ಫಿಲಿಪ್ ಆಗ ಸ್ಪೇನಿನ ದೊರೆ. "ಈ ದ್ವೀಪ ಸಮುಚ್ಚಯ ನನ್ನ ಸಮ್ರಾಟನ ಸೊತ್ತು. ಇದು ಫಿಲಿಪ್ಪೀನ್ಸ್," ಎಂದು ಸಾರಿದ ಮಿಗ್ಯಾಲ್. ಅವನ ಸೈನಿಕರ ಬಂದೂಕುಗಳು ಹೊಗೆಯುಗುಳಿ "ಉಘೇ" ಎಂದುವು. ಅಲ್ಲಿಂದ 333 ವರ್ಷ ಫಿಲಿಪ್ಪೀನ್ಸನ್ನು ಸ್ಪೇನು ನಿರಾತಂಕವಾಗಿ ಸುಲಿಯಿತು.

ಫಿಲಿಪ್ಪೀನಿನಿಂದ ವರ್ಷಕ್ಕೆ ಎರಡು ಹಡಗುಗಳು ಲವಂಗ ಇತ್ಯಾದಿ ತುಂಬಿಕೊಂಡು ಸ್ಪೇನಿನ ವಸಾಹತು ಮೆಕ್ಸಿಕೊಗೆ ತೆರಳುತ್ತಿದ್ದವು; ಬೆಳ್ಳಿಯೊಡನೆ ಮರಳುತ್ತಿದ್ದುವು. ಸ್ಪೇನಿನ ಅಧಿಕಾರಿಗಳ ವೇತನಕ್ಕಾಗಿ ಆ ಬೆಳ್ಳಿ ವ್ಯಯವಾಗುತ್ತಿತ್ತು.

ಮುಂದಿನದನ್ನು ಹೇಳುವುದಕ್ಕೆ ಮುನ್ನ ಈ ದ್ವೀಪಗಳ ನತದೃಷ್ಟ ಜನತೆಯ ಮೂಲದ ಬಗೆಗೆ ಎರಡು ಮಾತು.

ಅತ್ಯಂತ ಪ್ರಾಚೀನರು ಇಲ್ಲಿದ್ದರು. ಕೃಷಿ ತಿಳಿಯದವರು, ಬೇಟೆಯಾಡಿಯೋ ಹಣ್ಣು ಹಂಪಲು ಆಯ್ದುಕೊಂಡೋ ದಿನ ಕಳೆದವರು. ಮಲಯ ಪರ್ಯಾಯ ದ್ವೀಪಕ್ಕೂ ಇಲ್ಲಿಗೂ ನಡುವೆ 500 ಮೈಲು ಅಗಲದ ಜಲರಾಶಿ. ತೆಪ್ಪಗಳಲ್ಲೋ ಕೊರೆದು ಮಾಡಿದ ದಿಮ್ಮಿದೋಣಿಗಳಲ್ಲೋ ಇಂದಿಗೆ ಐದು ಸಾವಿರ ವರ್ಷ ಆಚೆ ಮಲಯ ಬುಡಕಟ್ಟಿನ ಜನ ಇತ್ತ ಬಂದರು. ಮುಂದೆ, ಈಗಿನ 'ಇಂಡೊನೇಷ್ಯ'ದ ದ್ವೀಪಗಳಿಂದ ಇಲ್ಲಿಗೆ ಕೆಲ ಜನರ ವಲಸೆ. ಇವರು ಕೃಷೀವಲರು, ಹೊಸ ಭೂಮಿಯಲ್ಲಿ ರೂಪುಗೊಂಡದ್ದು ಗ್ರಾಮಜೀವನ, ಬರಂಗಯ್ ಎಂದು ಕರೆಯಲ್ಪಡುವ ಬುಡಕಟ್ಟು ವ್ಯವಸ್ಥೆ. 'ದಾಟು' – ಆ ಬರಂಗಯ್‌ಯ ಮುಖ್ಯಸ್ಥ. ಕ್ರಿ.ಶ. 1000ರಲ್ಲಿ ದುಡಿದು ಬದುಕಲು ಚೀನೀಯರ ಆಗಮನ. 13ನೇ ಶತಮಾನದಲ್ಲಿ ಬಂದವರು ಅರಬರು. 16ರಲ್ಲಿ ಐರೋಪ್ಯರು. ಧರ್ಮಗಳ ಯುದ್ಧದಲ್ಲಿ ಮಾತ್ರ ಸ್ಪೇನಿನ ರೋಮನ್ ಕ್ಯಾಥಲಿಕರದೇ ಮೇಲ್ಮೆ.

ದುಡ್ಡಿನ ತಾಪತ್ರಯ ಬಹಳವಾದಾಗ, ಮಲುಕು ಫಿಲಿಪ್ಪೀನ್‌ಗಳ ಮೇಲಿನ ಹಕ್ಕನ್ನು 350,000 ಡ್ಯೂಕೆಟ್‌ಗಳಿಗೆ ಪೋರ್ತುಗೀಸರಿಗೆ ಮಾರಲು ಸ್ಪೇನಿನ ಅರಸ ಮುಂದಾದದ್ದೂ ಉಂಟು. ದ್ವೀಪಗಳಲ್ಲಿ ದರಿದ್ರರಾಗುತ್ತ ಸಾಗಿದ್ದ ಜನರ ತಲೆಯಲ್ಲಿ ದಂಗೆಯ ವಿಚಾರ ಸುಳಿಯಿತು. 1896ರಲ್ಲಿ ಒಬ್ಬ ಫಿಲಿಪ್ಪಿನೊ ದೇಶಪ್ರೇಮಿ – ಲೇಖಕ ಜೋಸ್ ರಿಜಾಲ್ ಖಡ್ಗವೆತ್ತಿಕೊಂಡ. ಅವನನ್ನು ದ್ವೀಪಾಂತರ ವಾಸಕ್ಕೆ ಗುರಿ ಮಾಡಿ ಆ ದಂಗೆಯನ್ನೇನೊ ಸ್ಪೇನ್ ಹತ್ತಿಕ್ಕಿತು. ಆದರೆ ಹೋರಾಟ ಎಮಿಲಿಯೊನ ಮುಖಂಡತ್ವದಲ್ಲಿ ಮುಂದುವರಿಯಿತು. 1898ರಲ್ಲಿ ಅಮೆರಿಕ ಸಂಯುಕ್ತ ಸಂಸ್ಥಾನ ಮತ್ತು ಸ್ಪೇನ್ ನಡುವೆ ಯುದ್ಧ ನಡೆಯಿತು. ಕ್ಯೂಬಾದಲ್ಲಿ ಸ್ಪೇನಿನ ದುರಾಡಳಿತ ನಿಲ್ಲಿಸ ಬೇಕೆನ್ನುವುದು ಅಮೆರಿಕ ವ್ಯಕ್ತಪಡಿಸಿದ ಬಹಿರಂಗ ಇಚ್ಛೆ. ಅದನ್ನು ಈಡೇರಿಸಲು ದೂರದ ಮನಿಲಾ ಕೊಲ್ಲಿಯಲ್ಲಿದ್ದ ಸ್ಪಾನಿಶ್ ನೌಕಾ ಪಡೆಯನ್ನು ಅಮೆರಿಕ ನಾಶ ಪಡಿಸಿತು. ಸ್ಪೇನ್ ರಾಜಿಗೆ ಒಪ್ಪಿ ಎರಡು ಕೋಟಿ ಡಾಲರ್ ಹಣಕ್ಕೆ ಫಿಲಿಪ್ಪೀನನ್ನು ಅಮೆರಿಕಕ್ಕೆ ಮಾರಿಯೇ ಬಿಟ್ಟಿತು. ಮುಂದೆ ಮೂರು ವರ್ಷ ಅಮೆರಿಕನರ ವಿರುದ್ಧ ಜನತೆ ಗೆರಿಲಾ ಯುದ್ಧ ನಡೆಸಿತು.

1922ರಲ್ಲಿ ಫಿಲಿಪ್ಪೀನ್ಸ್‌ನಲ್ಲಿ ಮಾರ್ಕ್ಸ್‌ವಾದಿ ಪಕ್ಷ ಸ್ಥಾಪಿತವಾಯಿತು.

ಬ್ರಿಟಿಷ್ ಸಾಮ್ರಾಜ್ಯಶಾಹಿಯೊಡನೆ ಹೋರಾಡಿ ಸ್ವಾತಂತ್ರ್ಯ ಗಳಿಸಿದವರಲ್ಲವೆ ಅಮೆರಿಕನರು? ಈ ಒಳ್ಳೆಯ ಜನ ತಮಗೂ

ಸ್ವಾತಂತ್ರ್ಯವನ್ನೀಯುತ್ತಾರೆ ಎಂಬ ಭ್ರಮೆ ಇತ್ತು, ಫಿಲಿಪ್ಪೀನಿನಲ್ಲಿ. ಭ್ರಮೆ ಬೇಗನೆ ನಿರಸವಾಯಿತು. ಜಾಲ ಭದ್ರವಾದ ಮೇಲೆ 1935ರಲ್ಲಿ ಅಮೆರಿಕ ಆಂತರಿಕ ಸ್ವಯಮಾಡಳಿತ ನೀಡಿತು. ಆಗಿನ ಅಧ್ಯಕ್ಷ ಕ್ವಿಜೊನ್.

ಎರಡನೆಯ ಜಾಗತಿಕ ಮಹಾಯುದ್ಧದ ಕಣಕ್ಕೆ ಇಳಿದ ಜಪಾನು ಫಿಲಿಪ್ಪೀನನ್ನು ವಶಪಡಿಸಿಕೊಂಡಿತು. ಹಿಂತೆಗೆದ ಅಮೆರಿಕದ ಸ್ಥಾನದಲ್ಲೀಗ ಜಪಾನು. 1942–45 ಅವರ ಆಡಳಿತದ ಅವಧಿ. ಜಪಾನು ಸೋತೊಡನೆ 1946ರಲ್ಲಿ, ಫಿಲಿಪ್ಪೀನ್ಸ್ ಸ್ವತಂತ್ರ ಗಣರಾಜ್ಯವಾಯಿತು. ಆದರೆ ಸೂತ್ರ ಹಿಡಿದವರು, ಅಮೆರಿಕನರಿಗೆ ಜೋತುಬಿದ್ದು ರೂಢಿಯಾಗಿದ್ದವರು. ಕಮ್ಯೂನಿಸ್ಟರು ಜನತಾ ವಿಮೋಚನಾ ಸೇನೆ ಕಟ್ಟಿದ್ದರು. ಫಿಲಿಪ್ಪಿನೊ ಭಾಷೆಯಲ್ಲಿ 'ಹುಕ್‌ಬಲ ಹಾಪ್'. ಸ್ವಾತಂತ್ರ್ಯವನ್ನು ಅರ್ಥಪೂರ್ಣಗೊಳಿಸುವ ಉದ್ದೇಶದಿಂದ ಈ ಸೇನೆ ಹೋರಾಡಿತು. ಪರಿಸ್ಥಿತಿ ಹದಗೆಡದಂತೆ ನೋಡಲು ಅಮೆರಿಕದ ಸೇನಾನಿ ಮೆಕಾರ್ಥರ್ ಸ್ವತಃ ಬಂದ. ದ್ವೀಪಗಳಲ್ಲಿ ಅಮೆರಿಕದ ಮಿಲಿಟರಿ ನೆಲೆಗಳನ್ನು ಸ್ಥಾಪಿಸಿದ. ಕರಾರಿನಂತೆ 99 ವರ್ಷ ಕಾಲ ಅಮೆರಿಕ ಈ ನೆಲೆಗಳಲ್ಲಿರಬಹುದು.

ಗಣರಾಜ್ಯದ ಮೊದಲ ಅಧ್ಯಕ್ಷ ರಾಮೊನ್ ಮಾಗ್‌ಸೇಸೇ. ಅವನ ಹೆಸರಲ್ಲಿ ಪ್ರತಿ ವರ್ಷವೂ ಅವಾರ್ಡುಗಳು ವಿತರಣೆಯಾಗುತ್ತವೆ. ಅನಂತರದ ಅಧ್ಯಕ್ಷ ಮಾರ್ಕೊಸ್‌ಗೆ ಈಗ ಆಜೀವ ಅಧ್ಯಕ್ಷ ಪಟ್ಟ. ಅಮೆರಿಕದ ನಾಮಗಳ ಬಲವೊಂದಿದ್ದರೆ ಸಾಕು, ಆಳ್ವಿಕೆ ಅಬಾಧಿತ ಎಂದು ಅಂಥವರ ನಂಬಿಕೆ.

ಕ್ವಿಜೊನ್ ರಾಜಧಾನಿ; ಗಗನಚುಂಬಿಗಳಿರುವ ಮನಿಲಾ ಕೇಂದ್ರಾಡಳಿತ ನಗರ. 1,15,830 ಚದರ ಮೈಲು ವಿಸ್ತೀರ್ಣದಲ್ಲಿ 5 ಕೋಟಿ ಜನರ ವಾಸ. ಫಿಲಿಪ್ಪಿನೊ; ಸ್ಪಾನಿಶ್ – ಫಿಲಿಪ್ಪಿನೊ; ಅಮೆರಿಕನ್–ಫಿಲಿಪ್ಪಿನೊ; ಫಿಲಿಪ್ಪಿನೊ–ಚೀನೀ ಹೀಗೆ ಬೇರೆ ಬೇರೆ ಬೆರಕೆ ಗುಂಪುಗಳಿವೆ. 20,000 ನೀಗ್ರೋ ಮೂಲದ ಪಿಗ್ಮಿಗಳು (ಕುಳ್ಳರು) ಇದ್ದಾರೆ. (ಇವರ ಪೂರ್ವಜರೂ ಮೂರು ನಾಲ್ಕು ಸಹಸ್ರ ವರ್ಷ ಹಿಂದೆ ವಲಸೆ ಬಂದವರೇ.)

ಇಸ್ಲಾಂ ಬೇರೂರಿದ್ದ ಮಿಂಡನಾವೊ, ಸುಲು ದ್ವೀಪಗಳು ಸ್ಪೇನಿಗೆ ತಲೆಬಾಗಿರಲಿಲ್ಲ. ಅಮೆರಿಕನರು ತಮ್ಮ ನಾಜೂಕು ಅಸ್ತ್ರಗಳನ್ನು ತೋರಿಸಿ ಅವನ್ನು ಮಣಿಸಿದರು.

ಐವತ್ತು ಜ್ವಾಲಾಮುಖಿಗಳಿವೆ; ಅವುಗಳಲ್ಲಿ ಹತ್ತು ಜೀವಂತ. ಒಂದು ಕಾಲದಲ್ಲಿ ಆನೆಗಳೂ ಇದ್ದವು. ರೈತರು ಅಕ್ಕಿ, ಜೋಳ ಬೆಳೆಯುತ್ತಾರೆ. ಮೀನು ಹಿಡಿಯುತ್ತಾರೆ. ಎರಡು ಸಾವಿರ ಬಗೆಯ ಮೀನುಗಳಿವೆ ಇಲ್ಲಿ. ಖನಿಜ ಸಂಪತ್ತು ಸಮೃದ್ಧವಾಗಿದೆ; ಬಂಗಾರ,

ಕಬ್ಬಿಣ, ಬೆಳ್ಳಿ, ಪಾದರಸ, ಮ್ಯಾಂಗನೀಸ್, ರಂಜಕ, ಅಭ್ರಕ, ಇದ್ದಿಲು, ಹವಳಹಾಸುಗಳಿವೆ. ಹೇರಳ ತೆಂಗಿನ ಬೆಳೆ. ಸಕ್ಕರೆಯ ಅಭಾವವಿಲ್ಲ. ಈ ದೇಶದ ಸೆಣಬಿಗೆ ಎಲ್ಲೆಲ್ಲೂ ಬೇಡಿಕೆ. ಅಗ್ಗದ ಆಲ್ಕೊಹಾಲನ್ನು ಗ್ಯಾಸೊಲಿನ್‌ಗೆ ಬೆರೆಸಿ ಮೋಟಾರು ಇಂಧನವಾಗಿ ಬಳಸುತ್ತಾರೆ.

ನಿಬಿಡಾರಣ್ಯಗಳಲ್ಲಿ ಎಷ್ಟು ಕಡಿದರೂ ಸದ್ಯಕ್ಕೆ ಮುಗಿಯದ ಶ್ರೇಷ್ಠ ಮರಗಳಿವೆ. ಇನ್ನು ಭ್ರಷ್ಟಾಚಾರ, ತೆರಿಗೆ ಮೋಸ, ಕಳ್ಳಸಾಗಣೆ. ಮಾನ್ಯ ಅಧ್ಯಕ್ಷ ಮಾರ್ಕೊಸ್ ಹೇಳಬಹುದು:

"ಎಲ್ಲ ಕಡೆ ಇರುವಂಥದು. ನಾವೇನು ಇವುಗಳ ಗುತ್ತಿಗೆ ಹಿಡಿದಿದ್ದೇವಾ ?"

* * *

ಪಶ್ಚಿಮಾಭಿಮುಖವಾಗಿ ತೇಲುತ್ತ, ದುಂಡಗಿರುವ ಭೂಮಿಯ ಆ ಮಗ್ಗುಲಲ್ಲಿರುವ ಇಂಡೀಸನ್ನು ತಲಪಲು ಯತ್ನಿಸಿದ ಮೊದಲ ಭೂಶೋಧಕ ಕೊಲಂಬಸ್. 1492ರಲ್ಲಿ ಹೊರಟ ಅವನು ಮುಟ್ಟಿದ್ದು 'ನವಜಗತ್ತ'ನ್ನು, 1502ರಲ್ಲಿ ನಾಲ್ಕನೆಯ ಯಾನ ಕೈಗೊಂಡವನು ಈಗಿನ ಹೊಂಡುರಾಸ್ ತಲಪಿದ. "ಇದೇ ಮಲಯ!" ಎಂದ.

ಅದು ಮಲಯವಾಗಿರಲಿಲ್ಲ. ಆಫ್ರಿಕವನ್ನು ಬಳಸಿ ಮಲಯ ಮಾರುತದ ನೆರವಿನಿಂದ ಪೋರ್ತುಗೀಸರು ಈ ಪರ್ಯಾಯ ದ್ವೀಪಕ್ಕೆ ಬಂದರು. 1511ರಲ್ಲಿ, ಅದರ ದಂಡೆಯಲ್ಲಿದ್ದ ಮೆಲಕು ಬಂದರನ್ನು ಹಿಡಿದರು. (ಬಹಳ ಹಿಂದೆ ಇದು ಬೆಸ್ತರಷ್ಟೇ ವಾಸವಾಗಿದ್ದ ಪುಟ್ಟ ಗ್ರಾಮವಾಗಿತ್ತು.) 1595ರಲ್ಲಿ ಡಚ್ಚರು ಬಂದರು. ಅವರ ದೃಷ್ಟಿ ಇದ್ದುದೂ ಮಲಯದ ಮೇಲೆಯೇ. ಇಬ್ಬರೂ ಕಳ್ಳರೇ. ಅನಿವಾರ್ಯವಾಗಿದ್ದರೆ ಯಾಕೆ ಘರ್ಷಣೆ ? ಡಚ್ಚರು ಪಶ್ಚಿಮ ಜಾವಾದಲ್ಲಿ ಬೀಡುಬಿಟ್ಟರು.

ಅತ್ತ ಬಂದವರು ಇವರು ಮಾತ್ರ ಎಂದಲ್ಲ. ಸ್ವತಃ ಮಲಯ ಜನರ ಮೂಲದತ್ತ ನೋಡೋಣ. ಅವರ ಪೂರ್ವಜರು ಬಂದದ್ದು, ದಕ್ಷಿಣ ಚೀನದ ಯುನಾನ್‌ನಿಂದ. ಕ್ರಿ.ಪೂ. 2000ದಲ್ಲಿ. ಇವರು ಕಂಚಿನ ಉಪಕರಣ ಬೆಳೆಸಿದವರು. ಬೆರೆತದ್ದು, ಮೊದಲೇ ಇದ್ದ ಶಿಲಾಯುಗದಲ್ಲಿ ಅರಣ್ಯವಾಸಿಗಳೊಡನೆ, ತೀರನಿವಾಸಿಗಳೊಡನೆ, ಆಗ ನಿರ್ದಿಷ್ಟ ಮಲಯ ಜನಾಂಗ ರೂಪು ತಳೆಯಿತು. ಒಟ್ಟು ಮೂರು ನಾಲ್ಕು ಸಹಸ್ರ ವರ್ಷ ಬೆಟ್ಟ ತಪ್ಪಲುಗಳಲ್ಲಿ ಸಾಗುವಳಿ ಮಾಡಿ ಉಂಡು ಉಟ್ಟು ಬೆಳೆದ ಜನಸಮುದಾಯ ಮಲಯದ್ದು.

ಅದಾಗಿ ಎರಡು ಸಾವಿರ ವರ್ಷಗಳಾದ ಮೇಲೆ, ಭಾರತೀಯ ವರ್ತಕರೂ ಬೌದ್ಧ ಸನ್ಯಾಸಿಗಳೂ ಅಲ್ಲಿಗೂ ಆಗ್ನೇಯ ಏಷ್ಯದ ಇತರ ಭಾಗಗಳಿಗೂ ಬಂದರು.

ಸುಮಾತ್ರ ದ್ವೀಪದಲ್ಲಿ ಅಂಬೆಗಾಲಿಕ್ಕಿ ಬೆಳೆದ (8–13ನೇ ಶತಮಾನ) ಶ್ರೀವಿಜಯ ಬೌದ್ಧ ಸಾಮ್ರಾಜ್ಯದಲ್ಲಿ, ಮಲಯದ ಭಾಗವೂ ಸೇರಿತ್ತು. ಮುಂದೆ 200 ವರ್ಷಗಳ ಬಳಿಕ ಮೆಲುಕು ರಾಜ್ಯದ ಜನ ಮಹಮ್ಮದೀಯರಾದರು. ಪೋರ್ತುಗೀಸರು ಪೇರತೊಡಗಿದ ಸಾಂಬಾರ ಸಾಮಗ್ರಿಗಳ ವಾಸನೆಹಿಡಿದು, ಬ್ರಿಟಿಷರು ಬಂದರು. ಮಲಯ ಪರ್ಯಾಯದ್ವೀಪವನ್ನೂ ಕಾಲಿಮಂತನ್ (ಬೋರ್ನಿಯಾ) ದ್ವೀಪವನ್ನೂ ಗೆದ್ದು, ಕ್ರಮಬದ್ಧ ಸುಲಿಗೆಗಾಗಿ ಅವರು ವ್ಯವಸ್ಥೆ ಏರ್ಪಡಿಸಿದರು.

ಬುನೆಯ್‌ಯ ಸುಲ್ತಾನನ ವಿರುದ್ಧ 1841ರಲ್ಲಿ ಜನ ದಂಗೆ ಎದ್ದಾಗ, ಯುವಕ ಜೇಮ್ಸ್ ಬ್ರೂಕ್ ಆ ದಂಗೆಯನ್ನು ಹತ್ತಿಕ್ಕಿದ. ಸಂಪ್ರೀತನಾದ ಸುಲ್ತಾನ ಕಾಲಿಮಂತನ್‌ನ ಸಾರವಾಕ್ ಭಾಗಕ್ಕೆ ಜೇಮ್ಸ್ ಬ್ರೂಕನನ್ನು ರಾಜನನ್ನಾಗಿ ಮಾಡಿದ. ಬ್ರೂಕನ 'ಬಿಳಿಯ ಅರಸುಮನೆತನ' 100 ವರ್ಷ ರಾಜ್ಯವಾಳಿತು ! ಆ ಅವಧಿಯಲ್ಲಿ, ತಮಗೆ ಪಟ್ಟ ಕಟ್ಟಿದ ಸುಲ್ತಾನನ ಪ್ರದೇಶವನ್ನೂ ಈ ಮನೆತನ 'ಸ್ವಾಹಾ' ಮಾಡದಿರಲಿಲ್ಲ! ಬಡಪಾಯಿಗಳನ್ನು ದುಡಿಸುವುದರಲ್ಲಿ, ತೋಟಗಳನ್ನು ಬೆಳೆಸುವುದರಲ್ಲಿ, ಬ್ರಿಟಿಷರನ್ನು ಬಿಟ್ಟರಿಲ್ಲ. ಹೆನ್ರಿ ವಿಕ್ಹಾಮ್ ಎಂಬವನೊಬ್ಬ ಬ್ರೆಜೀಲಿನಿಂದ ರಬ್ಬರ್ ಮರದ 22 ಬೀಜಗಳನ್ನು ಕದ್ದು ತಂದ. ಫಲಶ್ರುತಿ – ಮಲಯ ತುಂಬ ರಬ್ಬರ್ ತೋಟಗಳು. ಈ ಶತಮಾನದಲ್ಲಿ ಮೋಟರ್ ವಾಹನಗಳು ಬೀದಿಗಿಳಿದಂತೆಲ್ಲ , ರಬ್ಬರ್ ಟಯರುಗಳಿಗೆ ಅಲ್ಪವಿರಾಮವೂ ಇಲ್ಲದ ಬೇಡಿಕೆ. ದುಡಿಮೆಯ ಸಾಗರಕ್ಕೆ ತೊರೆ–ನದಿಗಳಾಗಿ ಬಂದವರು 'ಇಂಡೊನೇಷ್ಯ' ದ್ವೀಪಗಳ ಜನ, ಚೀನೀಯರು, ಭಾರತೀಯರು.

ಎರಡನೇ ಮಹಾಯುದ್ಧದ ವೇಳೆ ಮಲಯ ನೆಲದಲ್ಲಿ ಜಪಾನೀಯರು ಓಡಾಡಿದರು. ಜಯ ತಮ್ಮದಾದ ಬಳಿಕ, ತಮ್ಮ ಸಾಮ್ರಾಜ್ಯ ಸೂರ್ಯ ಮೊದಲಿನಂತೆ ಬೆಳಗುತ್ತಾನೆ ಎಂದು ಬ್ರಿಟಿಷ್ ಸಾಮ್ರಾಜ್ಯವಾದಿಗಳು ಭಾವಿಸಿದ್ದರು. ಆದರೆ, 1948ರಲ್ಲಿ ಶುರುವಾದ ಕಮ್ಯೂನಿಸ್ಟ್ ಬಂಡಾಯದೆದುರು ಅವರು ಹಣ್ಣಾದರು. ಮತ್ತು ಬಿರಿಸಿದ ರಾಷ್ಟ್ರೀಯತೆಯ ಎದುರಲ್ಲಂತೂ ಕಂಗಾಲಾದರು. ಮಲಯ, ಕಾಲಿಮಂತನ್‌ನ ಸಬಾ, ಸಾರವಾಕ್ – ಇವುಗಳ ಒಕ್ಕೂಟ ಬ್ರಿಟಿಷರ ಏರ್ಪಾಟು. ಇದು ಸ್ವತಂತ್ರ ಮಲೇಷ್ಯ . ಪರ್ಯಾಯ ದ್ವೀಪದಲ್ಲಿರುವುದು ಪಶ್ಚಿಮ ಮಲೇಷ್ಯ ; ಕಾಲಿಮಂತನ್ ದ್ವೀಪದ ಭಾಗ ಪೂರ್ವ ಮಲೇಷ್ಯ . ಸಿಂಗಾಪುರವೂ ಈ ಒಕ್ಕೂಟದಲ್ಲಿ ಸ್ವಲ್ಪ ದಿನವಿತ್ತು. ಇಂಡೊನೇಷ್ಯದ ಸುಕರ್ನೊಗೆ ಮಲೇಷ್ಯ ರಚನೆ ಇಷ್ಟವಿರಲಿಲ್ಲ . ಇದು ನವವಸಾಹತುವಾದ, ಎಂದು ಕಣ್ಣು ಕೆಂಪುಮಾಡಿದ. ಮಲೇಷ್ಯದ

ಟುಂಕು ಅಬ್ದುಲ್ ರಹಮಾನ್ ತನ್ನಷ್ಟಕ್ಕೆ ತಾನಿದ್ದು, ಸ್ಥಾನಭದ್ರನಾದ.

ಮಲಯನರನ್ನು ಭೂಮಿ ಪುತ್ರರು ಎಂದು ಕರೆಯುವುದುಂಟು, ಕರಾವಳಿಯುದ್ದಕ್ಕೂ ಕೃಷಿ ಕುಟುಂಬಗಳು, (ನೆಟ್ಟಗೂಟಗಳ ಮೇಲೆ ಮನೆಗಳು) ಪಟ್ಟಣಗಳು. ದಟ್ಟ ಅಡವಿಗಳಲ್ಲಿ ಹುಲಿ ಆನೆಗಳ ವಾಸ. ಸೂರ್ಯಕಿರಣಕ್ಕೂ ಅಲ್ಲಿ ಪ್ರವೇಶವಿಲ್ಲ. 2000 ಬಗೆಯ ಮರಗಳಿವೆ. ದೇಶದಲ್ಲಿ 800 ಬಗೆಯ ಹೂ ಗಿಡಗಳಿವೆ. ಜಗತ್ತಿನ ನೈಸರ್ಗಿಕ ರಬ್ಬರಿನ ಅರ್ಧದಷ್ಟು ದೊರೆಯುವುದು ಮಲಯದಿಂದ. ಇತರ ಉತ್ಪನ್ನಗಳು: ಮರದ ದಿಮ್ಮಿಗಳು, ಅಕ್ಕಿ, ತೆಂಗಿನಕಾಯಿ, ಎಣ್ಣೆ. ಟಿನ್ ಉತ್ಪಾದನೆಯಲ್ಲಿ ಪಶ್ಚಿಮ ಮಲೇಷ್ಯದ್ದು ಗಣನೀಯ ಸಾಧನೆ. ಪಶ್ಚಿಮ–ಪೂರ್ವ ಮಲೇಷ್ಯಗಳ ಮಧ್ಯೆ 400 ಮೈಲು ಅಗಲದ ಚೀನೀ ಸಮುದ್ರವಿದೆ. ಥಾಯ್‌ಲೆಂಡ್‌ನೊಂದಿಗೆ 300 ಮೈಲುಗಳ ಗಡಿ ಇರುವ ಮಲೇಷ್ಯದ ವಿಸ್ತಾರ: 1,28,429 ಚ. ಮೈಲು: ಜನಸಂಖ್ಯೆ 1 ಕೋಟಿ ಮೂವತ್ತು ಲಕ್ಷ. ಕ್ವಾಲಾಲಂಪುರ ರಾಜಧಾನಿ.

* * *

'ಮಿನುಗುವೆ ವಜ್ರಾಕಾರದಲಿ'...

ಮಿನುಗುತ್ತಿರುವುದು ಸಿಂಹಪುರ–ಸಿಂಗಪುರ–ಸಿಂಗಾಪುರ. ಇರುವುದು ಮಲಯ ಪರ್ಯಾಯ ದ್ವೀಪದ ಕೊಟ್ಟಕೊನೆಯಲ್ಲಿ. ಮಲಯ ಭೂಮಿಗೆ ಅರ್ಧ ಮೈಲು ಉದ್ದದ ಸೇತುವೆಯಿಂದ ಈ ನಡುಗಡ್ಡೆ ಬಂಧಿತ. ಸೇತುವೆಯ ಮೇಲೆ ಮೀಟರ್‌ಗೇಜ್ ರೈಲು ದಾರಿ ಇದೆ. ಸಾದಾ ರಸ್ತೆಯೂ ಇದೆ. 'ಬಂಧಿತ' ಎನ್ನುವುದು ಸರಿಯಲ್ಲ. ಯಾಕೆಂದರೆ ಇಲ್ಲಿ ಯಾರೂ ಯಾರ ಮುಲಾಜಿಗೂ ಒಳಗಾಗಿಲ್ಲ. ಮಲೇಷ್ಯವೂ ಸ್ವತಂತ್ರ; ಸಿಂಗಾಪುರವೂ ಸ್ವತಂತ್ರ. ಮಲಯ–ಸುಮಾತ್ರಗಳನ್ನು ಬೇರ್ಪಡಿಸಿರುವ 600 ಮೈಲು ಉದ್ದದ ಮಲಕು ಜಲಸಂಧಿಗೆ ವಜ್ರಾಕೃತಿಯಲ್ಲಿರುವ ಸಿಂಗಾಪುರದ್ದೇ ಕಣ್ಗಾಪು, ಜಲ ಸೇವೆ. ವರ್ಷಕ್ಕೆ 50,000 ಸಾರಿಗೆ ಹಡಗುಗಳು ಈ ಜಲಸಂಧಿಯ ಮೂಲಕ ಹಾದುಹೋಗುತ್ತವೆ: ಪೂರ್ವಕ್ಕೆ ಅಥವಾ ಪಶ್ಚಿಮಕ್ಕೆ. ಸಿಂಗಾಪುರ ವಿಮಾನ ನಿಲ್ದಾಣದ್ದೂ ಅಂತರರಾಷ್ಟ್ರೀಯ ವ್ಯಾಪ್ತಿ. ವಿಶ್ವದ 20 ವಿಮಾನ ಸಂಸ್ಥೆಗಳು ಇದನ್ನು ಬಳಸುತ್ತವೆ.

ಈ ವಿಶಿಷ್ಟ ನಗರ ರಾಜ್ಯದ ವಿಸ್ತಾರ 225 ಚದರ ಮೈಲು ಮಾತ್ರ. ಇಷ್ಟರೊಳಗೇ ಕಾಡೂ ಇದೆ, ಮೇಡೂ ಇದೆ. ಹಳ್ಳಿ ಪಟ್ಟಣ ಎಲ್ಲ ಇವೆ.

ಮೊದಲು ಇಲ್ಲಿಗೆ ಬಂದವರು ಸುಮಾತ್ರದ ದ್ವೀಪವಾಸಿಗಳು. ಅದು ಶ್ರೀ ವಿಜಯ ಸಾಮ್ರಾಜ್ಯದ ಉತ್ಕರ್ಷ ಕಾಲ – 11ನೆಯ ಶತಮಾನ. ಸಿಂಹಗಳು ನಡುಗಡ್ಡೆಯಲ್ಲಿದ್ದುವೋ ವಿಜಯಸಿಂಹ ಎಂಬ

ರಾಜಕುಮಾರನಿದ್ದನೋ ಅಂತೂ ದ್ವೀಪಕ್ಕೆ ಸಿಂಹಪುರ ಎಂಬ ಹೆಸರು ಬಂತು. (ಈಗ ಮಾತ್ರ ಅಲ್ಲಿ ಮನುಷ್ಯರ ಜತೆ ಸಹಬಾಳ್ವೆ ನಡೆಸುತ್ತಿರುವ ಇತರ ಜೀವರಾಶಿ: ಕೋತಿ, ಮೈನಾ, ಬಾವಲಿ, ನಾಗರ ಹಾವು.) ಸುಮಾತ್ರದವರು ಬಂದ ಮೇಲೆ ಜಾವಾದವರು ಹೇಗೆ ಸುಮ್ಮನಿದ್ದಾರು ? ಅವರಿಬ್ಬರನ್ನೂ ಚೀನೀಯರು ಹಿಂಬಾಲಿಸಿದರು. ಪುಟ್ಟ ವರ್ತಕ ರಾಜ್ಯ ಸ್ಥಾಪಿತವಾಯಿತು. 14ನೇ ಶತಮಾನದಲ್ಲಿ ಸ್ವಲ್ಪಕಾಲ ಪ್ರೌಢಾವಸ್ಥೆ. ಬಳಿಕ ಸಿಂಹಪುರ ಮೆಲಕುವಿನ ವಶವಾಯಿತು. ದ್ವೀಪ ಮತ್ತೆ ನಿರ್ಜನವಾಯಿತು ಎನ್ನುತ್ತಾರೆ. ಸರಕು ಸಾಗಣೆಯ ದಾರಿಯಲ್ಲಿ ಪ್ರತಿಸ್ಪರ್ಧಿಯನ್ನು ಸಹಿಸೀತೆ ಮೆಲಕು ? ಪಾದಸ್ಪರ್ಶದಿಂದ ಶಾಪವಿಮೋಚನೆಯಾಗುವುದಿದ್ದರೆ ಆ ಕೀರ್ತಿ ಆಂಗ್ಲ ಸಾಹಸಿ, ಯೋಧ–ಆಡಳಿತಾಧಿಕಾರಿ ಸ್ಟಾಫರ್ಡ್ ರ್‍ಯಾಫ್ಲ್ಸ್‌ಗೆ ಸಲ್ಲುತ್ತದೆ. 1819ರಲ್ಲಿ ಆತ ಸಿಂಹಪುರಕ್ಕೆ ಬಂದಾಗ, ದೊರೆತದ್ದು ಗರ್ಜನೆಯಿಲ್ಲದ ಸ್ವಾಗತ. ದ್ವೀಪ ಕಾಡಿನಿಂದ ಮುಚ್ಚಿಹೋಗಿತ್ತು. ಕಡಲ ತಡಿಯಲ್ಲೂ ಒಳ ತಗ್ಗುಗಳಲ್ಲೂ ಜವುಗುಮರಗಳು. ಜಾವಾದಲ್ಲಿ ಕಾಡಿನ ಒಳ ಹೊಕ್ಕು ಬೊರೊಬುದೂರ್ ದೇವಾಲಯವನ್ನು ಕಂಡುಹಿಡಿದ ಖ್ಯಾತಿಯವನು ರ್‍ಯಾಫ್ಲ್ಸ್. ಸಿಂಹಪುರ ಹೆಸರೂ ಆತನಿಗೆ ಹಿಡಿಸಿತು. ಸಿಂಹಶಕ್ತಿ ಉಳ್ಳುದಲ್ಲವೆ ಬ್ರಿಟಿಷ್ ಸಾಮ್ರಾಜ್ಯ? ಆತ ಕಟ್ಟಿದ್ದು ಮೂರು ನೌಕಾ ನೆಲೆಗಳನ್ನು, ಹಡಗು ಕಟ್ಟೆಗಳನ್ನು. ಜನ ನಾನಾ ಕಡೆಗಳಿಂದ ಬಂದರು, ದುಡಿದರು. (ಹೆಂಗಸಿಗೆ ವೇತನ ಗಂಡಸಿನ ಅರ್ಧದಷ್ಟು!) 'ಸಿಂಗಪೂರ್'ನ ಮಹತ್ವ ಬೆಳೆಯಿತು. 1823ರಲ್ಲಿ 10,000ವಿದ್ದ ಜನಸಂಖ್ಯೆ 1931ರಲ್ಲಿ 5,60,000 ವಾಯಿತು. (ಈಗ ಅದು 22 ಲಕ್ಷ. ಇದರಲ್ಲಿ ಚೀನೀಯರೇ 16 ಲಕ್ಷ; ಮಲಯರು ಇಂಡೊನೇಷ್ಯನರು ನಾಲ್ಕು ಲಕ್ಷ; ಭಾರತೀಯರು, ಪಾಕಿಸ್ತಾನಿಯರು ಮತ್ತು ಸಿಂಹಳೀಯರು–ಎರಡು ಲಕ್ಷ.)

ಬ್ರಿಟಿಷರ ಆಡಳಿತಕ್ಕೆ ಇಲ್ಲಿ ಅಡ್ಡಿ ಉಂಟಾದ್ದು ಎರಡನೆಯ ಜಾಗತಿಕ ಮಹಾಯುದ್ಧದ ವೇಳೆ, ನಾಲ್ಕು ವರ್ಷ. 70,000ದಷ್ಟಿದ್ದ ಬ್ರಿಟಿಷ್ ದಂಡು ಜಪಾನೀ ಸೇನೆಗಳನ್ನು ಇದಿರಿಸಲು ಅಶಕ್ತವಾಯಿತು.

ಮುಂದೆ 1963ರಲ್ಲಿ ಮಲೇಷ್ಯ ಒಕ್ಕೂಟವನ್ನು ಸಿಂಗಾಪುರ ಸೇರಿದ್ದು ನಿಜ. ಆದರೆ ಸಿಂಗಾಪುರದ ಹತ್ತಾರು ಲಕ್ಷ ಚೀನೀಯರು ತಮ್ಮ ಕಿಬ್ಬದಿಯ ಕೀಲು ಮುರಿದಾರು ಎಂಬ ಅಂಜಿಕೆ ಮಲಯಾಧೀಶರಿಗೆ. ಆ ಹಿರಿಯಣ್ಣನ ಬಗೆಗೆ ಪುಟ್ಟ ಸಿಂಗಾಪುರಕ್ಕೂ ಆತಂಕ. ('ಈಗೇನೋ ಬ್ರಿಟಿಷರಿದ್ದಾರೆ. ಮುಂದೆ ಹ್ಯಾಗೊ?') 1965ರಲ್ಲಿ ಸಿಂಗಾಪುರ ಒಕ್ಕೂಟದಿಂದ ಹೊರಬಿದ್ದು, ತಾನು ಸ್ವತಂತ್ರ ಗಣರಾಜ್ಯ ಎಂದು ಸಾರಿತು. ಕಮ್ಯೂನಿಸ್ಟರ ಕಣಜ ನಿಜ. ಆದರೆ

ಆಳುವವರು ಅದಕ್ಕೆ ಪದೇ ಪದೇ ಬೆಂಕಿ ಉಗ್ಗುತ್ತ ಬಂದಿದ್ದಾರೆ. 58 ಜನರ ಪಾರ್ಲಿಮೆಂಟು. ಅಲಂಕಾರಕ್ಕೆ ಒಬ್ಬ ಅಧ್ಯಕ್ಷ. ಲೀ ಕುವಾನ್ ಯೂ ಬಲಿಷ್ಠ ಪ್ರಧಾನಿ* ಆಜೀವ ಅಧ್ಯಕ್ಷನಾಗುವ 'ಅರ್ಹತೆ' ಉಳ್ಳ ವ್ಯಕ್ತಿ! ಮತದಾನ ಇಲ್ಲಿ ಕಡ್ಡಾಯ.

ಸಿಂಗಾಪುರದ ವರಮಾನ ಮೂಲ: ಅಬಕಾರಿ ಸುಂಕ ಮತ್ತು ಕಂಪನಿಗಳು ತೆರುವ ಆದಾಯ ತೆರಿಗೆ. ತೈಲ ಶುದ್ಧೀಕರಣ ಹಾಗೂ ಟಿನ್ ದ್ರವೀಕರಣ ಸ್ಥಾವರಗಳಿವೆ. ಆದರೆ ಇವುಗಳ ಒಡೆಯರು ವಿದೇಶೀ ಗುತ್ತಿಗೆದಾರರು.

*   *   *

ಥಾಯ್‌ಲೆಂಡಿಗೆ 'ಏಷ್ಯದ ಅನ್ನದ ಬಟ್ಟಲು' ಎನ್ನುತ್ತಾರೆ.

ಸಾವಿರಾರು ವರ್ಷಗಳಿಂದ ಇಲ್ಲಿ ನಡೆದು ಬಂದಿರುವ ಉಳುಮೆಯ ಉತ್ಸವದ ವೈಖರಿ ಹೀಗೆ: ಜಾತ್ರೆಯ ಗದ್ದಲ. ಹೊಲದ ಏರಿಯಲ್ಲಿ ರಾಜ ಮತ್ತು ರಾಣಿ ಆಸೀನರು. ಭೇರಿ ತಮಟೆ ವಾದ್ಯಗಳ ಸದ್ದು. ಬ್ರಾಹ್ಮಣ ಶ್ಲೋಕ ಪಠಿಸುತ್ತಾನೆ. ಬೌದ್ಧ ಸನ್ಯಾಸಿಗಳು ಮಂತ್ರೋಚ್ಚಾರ ಮಾಡುತ್ತಾರೆ. ಮೊದಲ ಸಾಲನ್ನು ಬ್ರಾಹ್ಮಣ ಉಳುತ್ತಾನೆ. ಹೀಗೆ ಮಾಡುವುದರಿಂದ ಫಸಲು ಚೆನ್ನಾಗಿ ಆಗುತ್ತದೆಂದು ಅಲ್ಲಿನ ನಂಬಿಕೆ.

ನಾಲ್ಕು ಸಾವಿರ ಬ್ರಾಹ್ಮಣ ಕುಟುಂಬಗಳಿವೆ. ಬೌದ್ಧರ ಜತೆ ಬಂದವರು. ಕಸಬು: 'ಮುಂದಾಗುವುದನ್ನು ಹೇಳುವುದು.' ದೇಶದ ಜನಸಂಖ್ಯೆ 4 ಕೋಟಿ. ವಿಸ್ತಾರ 1,98,455 ಚ. ಮೈಲು. ವಾರ್ಷಿಕ ಅಕ್ಕಿ ಉತ್ಪನ್ನ: ಹತ್ತು ಲಕ್ಷ ಟನ್.

ಭತ್ತದ ಕೃಷಿ ಭಾರತಕ್ಕೆ ಬಂದದ್ದೇ ಈ ದೇಶದಿಂದ, ಬಹಳ ಹಿಂದೆ, ಇತಿಹಾಸಪೂರ್ವ ಕಾಲದಲ್ಲಿ. ಅಕ್ಕಿಯೊಂದೇ ಅಲ್ಲ – ಬಗೆಬಗೆಯ ಹಣ್ಣುಗಳು, ಕಾಯಿಗಳು, ದಪ್ಪ ಅವರೇ, ಬಾದಾಮಿ, ಸೌತೆ, ತರಹೇವಾರಿ ಆಹಾರ ಸಸ್ಯಗಳು ಇವೆಲ್ಲವೂ ಈ ದೇಶಕ್ಕೆ ಥಾಯ್‌ಲೆಂಡಿನ ಕೊಡುಗೆಯೇ. ಅಲ್ಲಿ ನೆಲಕ್ಕೆ ನೀರುಣಿಸುವ ಗಡಿ–ನದಿ ಮೆ ಕಾಂಗ್. ಅಲ್ಲಿಂದ ವಲಸೆಬಂದ ಆದಿವಾಸಿಗಳು ಇಲ್ಲಿನದನ್ನೂ ಅದೇ ಹೆಸರಿನಿಂದ ಕರೆದರು: ಮಾ ಗಂಗಾ.

ಬೆಟ್ಟ ತಪ್ಪಲು ಕೃಷಿಯ ಮೂಲನಿವಾಸಿಗಳು ಅಲೆಮಾರಿಗಳು. ಬಯಲು ಕೃಷಿ ಆರಂಭವಾದಾಗ ಗುಡಿಸಲು ಕಟ್ಟಿಕೊಂಡು ನೆಲೆಸುವುದೂ ಸಾಧ್ಯವಾಯಿತು. ಹೊರಗಿನಿಂದ ಅತ್ತ ಸಾಗಿ ಅವರೊಡನೆ ಬೆರೆತವರು ಯಾರು? ಮೊದಲು ಬಂದವರು

---

* ಸಿಂಗಾಪುರ ಸಚಿವಸಂಪುಟದ ಒಬ್ಬರು ರಾಜರತ್ನಂ. ರಾಜಕಾರಣಿಯಾಗಿರುವ ಕಥೆಗಾರ. ಅವರ ಒಂದು ಕಥೆ ಈ ಸಂಪುಟದಲ್ಲಿದೆ.

ಮಂಗೋಲ್ ಮೂಲದವರು ಎಂಬ ವಾದವಿದೆ. ಇದ್ದೀತು. ತಾಯ್ (ಥಾಯ್) ಮಂಗೋಲ್ ಭಾಷೆಯಲ್ಲೂ ಇರುವ ಪದ. ಅವರು ಚೀನದ ಒಳನುಗ್ಗಿ ಆ ದೇಶವನ್ನೂ ಆಳಿದ ಬಲಿಷ್ಠರು. ಥಾಯ್ ಬುಡಕಟ್ಟಿನ ಜನ ದಕ್ಷಿಣ ಚೀನದ ತಮ್ಮ ನೆಲೆಗಳಿಂದ, 11ನೇ ಶತಮಾನದಲ್ಲಿ, ಇತ್ತ ಬರತೊಡಗಿದರು. ಮೆನಮ್ ನದೀ ಪಾತ್ರದಲ್ಲಿ ಬೀಡುಬಿಟ್ಟರು. ವಲಸೆ ಪೂರ್ತಿಯಾಗಲು 200 ವರ್ಷ ಹಿಡಿಯಿತು. ಚೀನೀ ವಂಶಜನಾದ ಘನ ವಿದ್ವಾಂಸನೊಬ್ಬ ಹೇಳಿದ್ದಾನೆ: "ಥಾಯ್ ಜನರ ಮೂಲ ಎಲ್ಲಿ ಎಂದು ಹುಡುಕಬಾರದು. ಥಾಯ್ ಎನ್ನುವುದು ಬರಿಯ ಜನರಲ್ಲ, ಅವರು ಒಂದು ಸಂಸ್ಥೆ-ವ್ಯವಸ್ಥೆ."

ಸ್ಥಾಪಿತವಾದ ಮೊದಲ ಥಾಯ್ ರಾಜ್ಯ ಸುಖೊಥಾಯ್ (13ನೇ ಶತಮಾನ) ಇನ್ನೊಂದು ಥಾಯ್ ರಾಜ್ಯ ಅಯುತ್ಯ (ಅಯೋಧ್ಯಾ?) ಸುಖೊಥಾಯ್‌ಯನ್ನು 1438ರಲ್ಲಿ ಗೆದ್ದಿತು. 18ನೇ ಶತಮಾನದಲ್ಲಿ ಭುಜ ಅದುರಿತು. (ಶುಭವೊ? ಅಶುಭವೊ?) ಬರ್ಮೀಯರೊಡನೆ ಯುದ್ಧ. ಅಯುತ್ಯ ನಗರ ನಾಶವಾಯಿತು. ಆ ಬಳಿಕ ಇಂದಿನವರೆಗೂ ಆಳುತ್ತ ಬಂದಿರುವ ಚಕ್ರೈ ರಾಜ ಮನೆತನ ಬ್ಯಾಂಗ್‌ಕಾಕ್*ನಲ್ಲಿ ರಾಜಧಾನಿ ನಿರ್ಮಿಸಿತು, 1782ರಲ್ಲಿ. ಸುತ್ತುಮುತ್ತಲಿನ ಬರ್ಮ, ಲಾವೋಸ್‌ಗಳ ಭೂ ಭಾಗಗಳನ್ನು ವಶಪಡಿಸಿಕೊಳ್ಳುವ ಪ್ರಯತ್ನವೂ ನಡೆಯಿತು. ಬಲಪ್ರದರ್ಶನ ಸುಲಭವಾಗಿರಲಿಲ್ಲ. 19ನೇ ಶತಮಾನದ ಒಂದು ದಿನ ಫ್ರೆಂಚ್ ಫಿರಂಗಿ ದೋಣಿಗಳು ಬ್ಯಾಂಗ್‌ಕಾಕ್‌ನತ್ತ, ಅರಮನೆಯತ್ತ, ಮುಖಮಾಡಿ ನಿಂತುವು. ಕಂಪೂಚಿಯ, ಲಾವೋಸ್ ಫ್ರೆಂಚರಿಗೆ ಸೇರಿದ್ದು ಎಂದು ಥಾಯ್‌ಲೆಂಡ್ ಒಪ್ಪಿಕೊಳ್ಳಬೇಕಾಯಿತು. (ಆಗ ಅದರ ಹೆಸರು ಸಯಾಮ್.) ಆ ಕಾಲದ ಅಸಾಧಾರಣ ಘಟನೆ: ಅರಸು ಮೊಂಗ್‌ಕುಟ್ ತನ್ನ ಮಕ್ಕಳ ವಿದ್ಯಾಭ್ಯಾಸಕ್ಕಾಗಿ ಆನ್ನಾ ಲಿಯೊನೊವೆನ್ಸ್ ಎಂಬ ವೆಲ್ಶ್ ಶಿಕ್ಷಕಿಯನ್ನು ಕರೆತಂದದ್ದು.

ಇಪ್ಪತ್ತನೆಯ ಶತಮಾನ: ಹೊಸ ವಿಚಾರಗಳ ಅಲೆ – ಡೆಮಾಕ್ರಸಿ, ಕಮ್ಯೂನಿಸಂ. 1932ರಲ್ಲಿ ಯುವಕ ಮಿಲಿಟರಿ ಅಧಿಕಾರಿಗಳು ದಂಗೆ ಎದ್ದರು. ವಿದ್ಯಾರ್ಥಿಗಳಲ್ಲಂತೂ ಅಶಾಂತಿ. ಅರಸೊತ್ತಿಗೆಯ ಹಲ್ಲು ಕಿತ್ತರು. ರಾಜ್ಯಾಂಗಕ್ಕೆ ಬದ್ಧವಾಗಿ ಆಳಲು ರಾಜ ಒಪ್ಪಬೇಕಾಯಿತು. ರಾಷ್ಟ್ರೀಯ ಐಕ್ಯ, ರಾಷ್ಟ್ರದ ಕಲ್ಯಾಣ ಹಾಗೂ ಪರಂಪರೆಗಳ ರಕ್ಷಣೆ – ಇವಕ್ಕೆಲ್ಲ ಅರಸನೊಂದು ಪ್ರತೀಕವಾಗಿದ್ದ. ಅದಿನ್ನೂ ಇದೆ. ಆದರೆ ಸವಕಲಾಗಿದೆ, ಅಷ್ಟೆ.

ಇಲ್ಲಿನ ಹೃಷ್ಟಪುಷ್ಟ ಸಯಾಮೀ ಬೆಕ್ಕು ವಿದೇಶಿಯರಿಗೆ ಅಚ್ಚು

---

* ಥಾಯ್‌ಲೆಂಡಿನ ರಾಜಧಾನಿ. ನೆಲಜಲ ಆಕಾಶ ಸಾರಿಗೆ ಎಲ್ಲಕ್ಕೂ ಈಗ ಕೇಂದ್ರ.

ಮೆಚ್ಚು. ಈಗ ಇಂಥ ಬೆಕ್ಕುಗಳ ಸಂಖ್ಯೆ ಕಮ್ಮಿಯಾಗಿದೆ. ಹಿಂದೆ ಘೇಂಡಾಮೃಗಗಳು ಹೇರಳವಾಗಿದ್ದುವು. ಬೇಟೆಯ ಕ್ರೂರ ವಿನೋದಕ್ಕೆ ತುತ್ತಾಗಿ ಆ ಪ್ರಾಣಿವಂಶವೀಗ ಅಳಿದಿದೆ.

ಜನರು ಬೌದ್ಧಾನುಯಾಯಿಗಳು. ಮುಸಲ್ಮಾನರೂ ಇದ್ದಾರೆ; ಕನ್‌ಫ್ಯೂಷಿಯಸ್‌ನ ಹಿಂಬಾಲಕರಿದ್ದಾರೆ; ಕ್ರೈಸ್ತರು, ಹಿಂದೂಗಳು, ಸಿಕ್ಖರು ಕೂಡ.

ಏಷ್ಯದಲ್ಲಿ ಐರೋಪ್ಯ ಸಂಕೋಲೆಗೆ ಸಿಗದೆ ಉಳಿದಿದ್ದ ಒಂದೇ ದೇಶ – ಸಯಾಮ್. 1939ರಲ್ಲಿ ಹೆಸರನ್ನು ಪ್ರಥೆಟ್ ಥಾಯ್ (ಥಾಯ್‌ಲೆಂಡ್) ಎಂದು ಸಾರಿದರು. 'ಸ್ವತಂತ್ರರ ನಾಡು' ಎಂದು ಅರ್ಥ.

2

ಐದು ಲಕ್ಷ ವರ್ಷ ಹಿಂದೆ 'ಇಂಡೊನೇಷ್ಯ'ದ ದ್ವೀಪಗಳಲ್ಲಿ ಮನುಷ್ಯ ಜೀವಿಸಿದ್ದ ಎಂದು ಸಾಬೀತು ಮಾಡಿದವರು, ಆತ ಉಪಕರಣಗಳನ್ನು ಬಳಸುತ್ತಿದ್ದ ಎಂದರಷ್ಟೆ? ಮುಂದುವರಿಸಿದ ತರ್ಕದಂತೆ, ತನ್ನ ಪೂರ್ವಜರು ಹಾಗೂ ತಾನು ಮಾಡುತ್ತಿದ್ದ ಸದ್ದುಗಳಿಗೆ, ಮಾತಿನ – ಭಾಷೆಯ – ರೂಪವನ್ನೂ ಆತ ಕೊಟ್ಟಿರಬೇಕು.

ಕಂದು ಕಂಚು ಯುಗದ ಕೊಡಲಿ ಸಿಕ್ಕಿತಲ್ಲ? ಅದರ ಮೇಲೊಂದು ಚಿತ್ರ ಕೊರೆದಿತ್ತು. ಏನು ಚಿತ್ರ ಗೊತ್ತೆ? ಒಂದು ಹಕ್ಕಿ; ಅದೂ ಒಂದು ಪುಟ್ಟ ಕೊಡಲಿ ಎತ್ತಿಕೊಂಡಿದೆ! ಇದು ಕಲಾಭಿವ್ಯಕ್ತಿಯೇ? ಅಥವಾ, ಹಕ್ಕಿಯಂತೆ ಹಾರಬೇಕು, ಮರಗಳನ್ನು, ರೆಂಬೆಕೊಂಬೆ ಕಾಂಡಗಳನ್ನು ಕಡಿಯಬೇಕು–ಎಂಬ ಬಯಕೆಯ ಚಿತ್ರರೂಪವೇ? ಆಶಯ ಕೈಗೂಡಲೆಂದು ಮೋಡಿಮಾಟವೆ?

ಹೊಸ ಕಟ್ಟಡಕ್ಕೆ ಹೋರಿಯನ್ನು ಬಲಿಕೊಡುವುದು ರೂಢಿಯಲ್ಲಿದೆ ಈಗಲೂ. ಮಧ್ಯೆ, ಬೌದ್ಧ ಮತ ಬಂದಿತು, ಹೋಯಿತು – ಆ ಮಾತು ಬೇರೆ. 'ಬಿನ್ನೆರ ತುಂಗ್ಗಲ್ ಈಕ'– ಇದು ಇಂಡೊನೇಷ್ಯದೊಂದು ಧ್ಯೇಯವಾಕ್ಯ: 'ಭಿನ್ನತೆಯಲ್ಲಿ ಏಕತೆ.' 250 ಭಾಷೆಗಳು ಭಾಷಾ ಪ್ರಭೇದಗಳು ಬಳಕೆಯಲ್ಲಿವೆ. ಆದರೆ ರಾಷ್ಟ್ರೀಯ ಭಾಷೆ ಇಂಡೊನೇಷೀಯ.

ಪಾರಂಪರಿಕ ನಾಟಕ ಸಂಗೀತ ಹೇಳಿಕೊಡುವ ಕಲಾಶಾಲೆಗಳಿವೆ, ಆಧುನಿಕ ವಿಶ್ವವಿದ್ಯಾಲಯಗಳ ಜತೆಗೆ. ವಸ್ತುಗಳ ಆಯ್ಕೆಗೆ 'ರಾಮಾಯಣ', 'ಮಹಾಭಾರತ'ಗಳು, ಜಾವಾ, ಬಾಲಿ ದ್ವೀಪಗಳ ಮೋಹಕ ನೃತ್ಯಗಳಿಗೂ ಕಥೆ ಭಾರತ ಮೂಲದ್ದು; ನರ್ತನದ ವೈಖರಿ ಮಾತ್ರ ಅವರದೇ. ನೆರಳು ನಾಟಕ ತೊಗಲುಗೊಂಬೆಯಾಟ ಜನಸಮುದಾಯಕ್ಕೆ ಅಚ್ಚು ಮೆಚ್ಚು. (ಒಂದೇ ಪ್ರದರ್ಶನದಲ್ಲಿ

ಇಬ್ಬಗೆಯ ರಸಾನುಭವವೂ ಸಾಧ್ಯ. ಪರದೆಯ ಮುಂದೆ ಕುಳಿತರೆ ಗೊಂಬೆಗಳ ಕುಣಿತ–ಹಾರಾಟ. ಪರದೆಯ ಹಿಂದೆ ಕುಳಿತರೆ ಆ ಗೊಂಬೆಗಳ ಕುಣಿತ ಹಾರಾಟಗಳ ನೆರಳಿನಾಟ!)

ಬಟ್ಟೆಯ ಮೇಲೆ ಬಾಟಿಕ್ ಚಿತ್ರರಚನೆ ಸಂಪೂರ್ಣವಾಗಿ ಜಾವಾದ ಕಲೆ. ಆಗ್ನೇಯ ಏಷ್ಯ ನೋಡಲು ಹೋದ ರವೀಂದ್ರನಾಥ ಠಾಕೂರರು ಅದನ್ನು ಕಲಿತು ಬಂದು, ಬಾಟಿಕ್ ಸೀರೆಯನ್ನು ಭಾರತಿಗೆ ಉಡಿಸಿದರು.

10–16ನೇ ಶತಮಾನಗಳಲ್ಲಿ ಸಾಹಿತ್ಯ ರಚನೆಗೆ 'ಇಂಡೊನೇಷ್ಯ' ದವರು ಬಳಸಿದ್ದು ಪ್ರಾಚೀನ ಜಾವಾನಿ ಭಾಷೆಯನ್ನು. 'ಕವಿಭಾಷೆ' ಎನ್ನುತ್ತಾರೆ ಅದಕ್ಕೆ.

ಪ್ರಪಂಕ ಎಂಬಾತ 14ನೇ ಶತಮಾನದಲ್ಲಿ ಆ ಭಾಷೆಯಲ್ಲಿ ರಚಿಸಿದ ಕಾವ್ಯ 'ನಾಗರಕೆರ್ತಾಗಮ'. ಇದನ್ನು ಇಂಡೊನೇಷ್ಯದ ರಾಷ್ಟ್ರೀಯ ಕಾವ್ಯ ಎನ್ನಬಹುದು. ಇದು ಆಳಿದ ಅರಸರಿಗೂ ಆಳಲ್ಪಟ್ಟ ಜನತೆಗೂ ಸಂಬಂಧಿಸಿದ್ದು.

ಬೊರೊಬುದೂರನ್ನು ಬೆಳಕಿಗೆ ತಂದ ಆಂಗ್ಲ ಪ್ರಭೃತಿ ರ್‍ಯಾಫ್ಲ್ಸ್ ಸ್ವದೇಶಕ್ಕೆ ಮರಳಿದ ಮರುವರ್ಷ, 1817ರಲ್ಲಿ, 'ಜಾವಾದ ಇತಿಹಾಸ'ವನ್ನು ಬರೆದ.

ಆಂಗ್ಲ ಸಂಪರ್ಕ ಸೂಜಿ ಮೊನೆಯಷ್ಟು; ಡಚ್ಚರದು ಒನಕೆ ಗಾತ್ರದ್ದು. ಲೋಕಸಾಹಿತ್ಯ ಇಂಡೊನೇಷ್ಯದ ಶಿಷ್ಟ ಜನತೆಗೆ ಹತ್ತಿರವಾದದ್ದು ಡಚ್ ಭಾಷೆಯ ಮೂಲಕ. ಇಂಡೊನೇಷ್ಯ ಬಾಹ್ಯ ಲೋಕದ ಬೌದ್ಧಿಕ ವಲಯಕ್ಕೆ ಪರಿಚಿತವಾದದ್ದೂ ಡಚ್ ಭಾಷೆಯ ಮೂಲಕವೇ. ಎಡ್ವರ್ಡ್‌ಡವ್ಸ್ ಡೆಕರ್ ಇಂಡೊನೇಷ್ಯದಲ್ಲಿ ಅಧಿಕಾರಿಯಾಗಿ ದುಡಿಯಲು ಬಂದವನು. ತನ್ನ ದೇಶ ಬಾಂಧವರು ನಡೆಸುತ್ತಿದ್ದ ಅತ್ಯಾಚಾರ ಕಂಡು ಹೇಸಿದ, ರೋಸಿದ. ಹುದ್ದೆಗೆ ರಾಜೀನಾಮೆ ಇತ್ತು ಸ್ವದೇಶಕ್ಕೆ ಮರಳಿ, ಬರೆಹಗಾರನಾಗಿ ಹೊಸ ಅಧ್ಯಾಯ ಆರಂಭಿಸಿದ. (19ನೆಯ ಶತಮಾನದ ಮಧ್ಯಭಾಗದಲ್ಲಿ ಲೇಖನಿ ಝಳಪಿಸುತ್ತ ತನ್ನ ಅಳಲನ್ನು ತೋಡಿಕೊಂಡ.) 'ಮುಲ್ತಾತುಲಿ' ಅವನ ಕಾವ್ಯನಾಮ. ಅರ್ಥ: 'ಬಹಳ ಯಾತನೆ ಅನುಭವಿಸಿದವನು.'

ಆಧುನಿಕ ಇಂಡೊನೇಷ್ಯದ ರಾಜಧಾನಿ ಜಕಾರ್ತದಲ್ಲಿ 85 ದಿನಪತ್ರಿಕೆಗಳು ಪ್ರಕಟವಾಗುತ್ತವೆ. ದೋಣಿ, ಬಸ್ಸು, ವಿಮಾನಗಳ ಮೂಲಕ ದೇಶದ ನಾನಾ ಭಾಗಗಳನ್ನು ತಲಪುತ್ತವೆ. ಅಚ್ಚು ಹಾಕುವ ಸುದ್ದಿ ಲೇಖನಗಳ ವಿಷಯದಲ್ಲಿ ನಿಷ್ಠುರ ನಿರ್ಬಂಧವಿದೆ. ರೇಡಿಯೋ ದೂರದರ್ಶನಗಳಂತೂ ಸರಕಾರದ ಸೊತ್ತು.

"ನನ್ನ ಕೃತಿಗಳ ಬಗ್ಗೆ ಇತರರು ಮಾಡುವ ಆರೋಪಗಳಿಗೂ

ವ್ಯಕ್ತ ಪಡಿಸುವ ಅಭಿಪ್ರಾಯಗಳಿಗೂ ನಾನು ಹೊಣೆಯಲ್ಲ. ನಾನು ವ್ಯಕ್ತಪಡಿಸುವುದು ನನ್ನ ಅಂತರಾಳದ ಭಾವನೆಗಳನ್ನು... ನಾನು ಬರೆಹಗಾರ. ಬರೆಯುವುದನ್ನೆಂದೂ ನಿಲ್ಲಿಸಲಾರೆ."

ಇದು ಡಚ್ಚರ ಆಳ್ವಿಕೆಯ ಅವಧಿಯಲ್ಲಿ ಹೊಮ್ಮಿದ ಮಾತಲ್ಲ. ಇಂಡೊನೇಷ್ಯದ ಪ್ರಮುಖ ಸಾಹಿತಿ ಪ್ರಮೊಯೆದ್ಯಾ ಅನಂತ ತೊಯೆರ್ – 1965ರಿಂದ ವಿಚಾರಣೆಯಿಲ್ಲದೆ ಸೆರೆಮನೆಯಲ್ಲಿರುವ ಕಾದಂಬರಿಕಾರ – ಆಡಿದ ನುಡಿ ಇದು. ಸಂದರ್ಭ: ಸೆರೆಮನೆಯಲ್ಲಿ ಆತ ಬರೆದ ಎರಡು ಐತಿಹಾಸಿಕ ಕಾದಂಬರಿಗಳ ಮೇಲೆ ಇಂಡೊನೇಷ್ಯದ ಸರಕಾರ ವಿಧಿಸಿದ ನಿಷೇಧಾಜ್ಞೆ. ಆ ಕಾದಂಬರಿಗಳು: 'ಜನಕುಲದ ಈ ಲೋಕ' ಮತ್ತು 'ಎಲ್ಲ ರಾಷ್ಟ್ರಗಳ ಶಿಶು'. ಇವು ಜನರನ್ನು ವರ್ಗಸಮರಕ್ಕೆ ಪ್ರಚೋದಿಸುತ್ತವೆ – ಎಂಬುದು ಮಿಲಿಟರಿ ಆಡಳಿತಗಾರರ ಸಂಶೋಧನೆ.

(ಈ ಕೃತಿಗಳೀಗ ಡಚ್ ಭಾಷೆಗೆ ಅನುವಾದಿತವಾಗಿ ಲೋಕ ಸಂಚಾರಕ್ಕೆ ಅಣಿಯಾಗುತ್ತಿವೆ.)

'ನಿಷಿದ್ಧ ವಸ್ತು ಹೆಚ್ಚು ಜನಪ್ರಿಯವಾಗುತ್ತದೆ' ಎಂಬ ಸೂಕ್ಷ್ಮ ಅಧಿಕಾರೋನ್ಮತ್ತರಿಗೆ ಹೊಳೆಯುವುದಿಲ್ಲ!

*　　　*　　　*

ಫಿಲಿಪ್ಪಿನೊ ಜನರ ಆಡುಭಾಷೆ ಪಿಲಿಪಿನೊ ('ಫಿ'ಯ ಬದಲಿ 'ಪಿ' ; 'ಪ್ಪಿ'ಯ ಸ್ಥಾನದಲ್ಲೂ 'ಪಿ'). ಮೂರು ಶತಮಾನಗಳಿಗೂ ಹೆಚ್ಚು ಕಾಲ ಆಳಿದರೂ ಸಮ್ರಾಟ ಫಿಲಿಪನ ಸ್ಪಾನಿಶ್ ಭಾಷೆ ಫಿಲಿಪ್ಪೀನ್ಸ್‌ನಲ್ಲಿ ಆಳವಾಗಿ ಬೇರೂರಲಿಲ್ಲ. ಜನ ಆ ದ್ವೀಪಗಳಲ್ಲಿ 70 ಭಾಷೆಗಳನ್ನು ಆಡುತ್ತಿದ್ದರು. ಅವುಗಳಲ್ಲಿ ಹೆಚ್ಚು ಬಳಕೆಯಲ್ಲಿದ್ದುದು 'ಪಿಲಿಪಿನೊ' ಎಂಬ ಹೆಸರು ಹೊಂದಿತು. ಅದನ್ನು ಆಧರಿಸಿ, ಬರೆವಣಿಗೆಗೆಂದು – ಸಾಹಿತ್ಯ ಸೃಷ್ಟಿಗೆಂದು – ತಗಲೊಗ್ ಭಾಷೆ ಸಿದ್ಧವಾಯಿತು. ಇದರ ಅಧ್ಯಯನ ಶಾಲೆಗಳಲ್ಲಿ ಕಡ್ಡಾಯ. ಫಿಲಿಪ್ಪೀನಿನ ವ್ಯಾಪಕ ಸಾಹಿತ್ಯ ದೊರೆಯುವುದು ಈ ಭಾಷೆಯಲ್ಲಿಯೇ.

ಜಾನಪದ ಕಥೆಗಳು – ಹಳೆಯವು – ಜನಪದದ ಬದುಕು ಚಿಂತನೆಗಳ ಪಡಿನೆಳಲು. ಈ ಜಗತ್ತು ಹೇಗೆ ಸೃಷ್ಟಿಯಾಯಿತು? ನೆಲದ ಮೇಲೆ ಓಡಾಡಿದ ಮೊದಲ ಗಂಡು ಹೆಣ್ಣು ಯಾರು? ಆಕಾಶ ಯಾಕೆ ಎತ್ತರಕ್ಕಿದೆ? ಸಮುದ್ರದ ನೀರು ಯಾಕೆ ಉಪ್ಪುಪ್ಪು? ವಿಜ್ಞಾನಸಮ್ಮತ ಉತ್ತರಗಳಲ್ಲ. ಆಗಿನ ನಂಬುಗೆಗಳಿಂದ ಹುಟ್ಟಿದ ಮನೋರಂಜಕ ಕಲ್ಪನೆಗಳು, ಈ ಜಾನಪದ ಕಥೆಗಳು. ಇವನ್ನು ಕೆದಕಿ, ಕುಲಸ್ಮೃತಿಯಲ್ಲಿ ಹರಿದು ಬಂದಿರಬಹುದಾದ 'ಯೋಚನೆ'ಗಳಿಗೆ ಅರ್ಥ ಕಟ್ಟಬಹುದು. ಆದರೆ ಇವು ಎಷ್ಟು ಹಳೆಯವು?

ಆದಿಮಾನವ ಮಾತಿನ ನೆರವಿನಿಂದ ಅದನ್ನು ಇದನ್ನು ಹೇಳಲು ಶಕ್ತನಾದ ಕಾಲದಿಂದಲೇ ಈ 'ಕಥೆ'ಗಳಿಗೆ ಚಾಲನೆ ದೊರೆಯಿತು ಎನ್ನಬಹುದೆ ? ಒಪ್ಪುವುದು ತಪ್ಪಾಗದು.

ಜಾವಾ ಸುಮಾತ್ರಗಳಲ್ಲಿ ಶ್ರೀ ವಿಜಯ – ಮಜಾಪಹಿತ ಸಾಮ್ರಾಜ್ಯಗಳು ಪ್ರಬಲವಾಗಿದ್ದಾಗ, ಫಿಲಿಪ್ಪೀನಿನ ಪ್ರಾಚೀನ ದ್ವೀಪವಾಸಿಗಳ ಮೇಲೆ ಯಾವ ಬಗೆಯ ಧಾರ್ಮಿಕ ಪ್ರಭಾವವೂ ಉಂಟಾಗಲಿಲ್ಲ. ಆದರೆ ಸಂಸ್ಕೃತ ಆಧಾರಿತ ಲಿಪಿ ಪದ್ಧತಿಯೊಂದನ್ನು ತಮಗೋಸ್ಕರ ಅವರು ರೂಪಿಸಿಕೊಂಡರು.

1564ರಲ್ಲಿ ಮಿಗ್ಯಾಲ್ ಈ ದ್ವೀಪ ಸಮುಚ್ಚಯಕ್ಕೆ ಫಿಲಿಪ್ಪೀನ್ಸ್ ಎಂದು ನಾಮಕರಣ ಮಾಡಿ ಶತಮಾನಗಳು ಕಳೆದಿವೆ. ಸ್ವಾಭಿಮಾನದ ದ್ಯೋತಕವಾಗಿ ಹೆಸರನ್ನು ಬದಲಿಸುವ ಗೊಡವೆಗೆ ಫಿಲಿಪ್ಪಿನೋ ಜನ ಹೋಗಿಲ್ಲ. ಆದರೆ ಸ್ಪಾನಿಶ್ ಭಾಷೆಯನ್ನು ಬಳುವಳಿಯಾಗಿ ಅವರು ಸ್ವೀಕರಿಸಲೂ ಇಲ್ಲ. ಸ್ಪಾನಿಶರ ದುರಾಡಳಿತದ ಮೊದಲ ದಿನಗಳಲ್ಲೇ ತಗಲೊಗ್ ಭಾಷೆ ಪ್ರಬುದ್ಧವಾದದ್ದರಿಂದ, ಹೆಚ್ಚಿನ ಪ್ರಭಾವ ಬೀರಲು ಸ್ಪಾನಿಶ್ ಭಾಷೆ ಅಸಮರ್ಥವಾಗಿರ ಬಹುದು. ಆದರೆ ಸ್ಪೇನಿನ ಬಳಿಕ ಕೇವಲ 48 ವರ್ಷ ಆಳಿದ ಅಮೆರಿಕನರ ಇಂಗ್ಲಿಷ್ ಭಾಷೆ ಹಾಗಲ್ಲ. ಫಿಲಿಪ್ಪಿನೊ ಜನರಿಗೆ ಅದು ಬೇಕು. ಆಧುನಿಕ ನಾಗರಿಕತೆ ಹೆಚ್ಚು ಆಕರ್ಷಕವಾಗಿದ್ದುದೇ ಕಾರಣವಿರ ಬಹುದು. ಪರಿಣಾಮ ಅಲ್ಲಿ ಈಗ ಎರಡು ರಾಷ್ಟ್ರೀಯ ಭಾಷೆಗಳು: ಪಿಲಿಪಿನೊ ಮತ್ತು ಇಂಗ್ಲಿಷ್. ಶಿಕ್ಷಣ ಮಾಧ್ಯಮವೂ ಈ ಎರಡು ಭಾಷೆಗಳಲ್ಲಿ. ತಗಲೊಗ್ ಭಾಷೆಯ ಕಲಿಕೆ ಕಡ್ಡಾಯವಾದ್ದರಿಂದ ಶೇಕಡಾ 83ರಷ್ಟು ಜನ ಈ ದ್ವೀಪಗಳಲ್ಲಿ ಸಾಕ್ಷರರು.

ಸಾಹಿತ್ಯ ತನ್ನದೊಂದು ಉಜ್ವಲ ಅಧ್ಯಾಯವನ್ನು ಅಲ್ಲಿ ಬರೆದದ್ದು ಸ್ಪಾನಿಶ್ ಆಳ್ವಿಕೆಯ ಅವಸಾನ ಕಾಲದಲ್ಲಿ, 19ನೇ ಶತಮಾನದ 9ನೆಯ ದಶಕದಲ್ಲಿ. ಪಾಶ್ಚಾತ್ಯ ಶಿಕ್ಷಣದಲ್ಲಿ ತೊಯ್ದು ಬಂದವರು ಮ್ಯಾಗಜೀನ್ ಪ್ರಕಟಿಸಿದರು; ಕವಿತೆ ಕಥೆ ರಚಿಸಿದರು; ವಿಚಾರ ಗಳನ್ನು ಪ್ರತಿಪಾದಿಸುವ ಪುಸ್ತಿಕೆಗಳನ್ನು ಹೊರತಂದರು. ಆಗಿನ ಹಿರಿಯ ಹೆಸರು ಜೋಸೆ ರಿಜಾಲ್. ಯೂರೋಪಿನಲ್ಲಿದ್ದಾಗಲೇ ಆತ 'ಸಾಮಾಜಿಕ ಕ್ಯಾನ್ಸರ್' ಎಂಬ ರಾಜಕೀಯ ಕಾದಂಬರಿ ಬರೆದ. ಸ್ಪಾನಿಶ್ ಆಡಳಿತಗಾರರ ಹುಬ್ಬುಗಳು ಗಂಟಿಕ್ಕಿದುವು. ಕ್ರಾಂತಿಕಾರಿ ಸಾಹಿತಿ ರಿಜಾಲ್ ಫಿಲಿಪ್ಪೀನ್ಸ್‌ಗೆ – ತಾಯ್ನಾಡಿಗೆ – 1892ರಲ್ಲಿ ವಾಪಸಾದ; 'ಸಾಹಿತ್ಯೇತರ ಚಟುವಟಿಕೆ' ಆರಂಭಿಸಿದ. ಪ್ರತಿಫಲ: ದೂರದ ಪುಟ್ಟ ದ್ವೀಪಕ್ಕೆ ಗಡಿಪಾರು, ಅಲ್ಲಿ ವಧೆ. ಸತ್ತರೇನು ? ಸಾಹಿತ್ಯ ಬದುಕಿಗೆ ಸ್ಪಂದಿಸಬೇಕೆನ್ನುವ ಫಿಲಿಪ್ಪೀನಿನ ಬರೆಹಗಾರರು

ಕಲಾವಿದರ ನೆನಪಿನಲ್ಲಿ ರಿಜಾಲ್ ಇಂದಿಗೂ ಜೀವಂತ.

ಪ್ರಾಚೀನ ಶಿಲ್ಪಿಗಳು ದೇವರು ದೇವಿಯರನ್ನು ಸೃಷ್ಟಿಸುತ್ತಿದ್ದರು. ಕೆತ್ತುತ್ತಿದ್ದುದು ಆ ದ್ವೀಪಗಳಲ್ಲೇ ಬೆಳೆಯುತ್ತಿದ್ದ ಸೊಗಸಾದ ಮರಗಳಲ್ಲಿ. ಅವರ ವಂಶಜ ಶಿಲ್ಪಿಗಳು ತಮ್ಮ ಕಲಾನೈಪುಣ್ಯಗಳನ್ನು ಈಗಲೂ ಮೆರೆಯುತ್ತಾರೆ. ಕೊರೆಯಲು ಹಳೆಯ ದೇವರ ರೂಪವೇ ಬೇಕು ಎಂದಿಲ್ಲವಲ್ಲ.

ಜಾನಪದ ಶೈಲಿಯನ್ನೇ ಹಿಡಿದು ಸಾಗಿವೆ ಫಿಲಿಪ್ಪೀನ್ ಚಿತ್ರಕಲೆ, ಸಂಗೀತ ಕಲೆ. ಕೊಳಲು, ಮೂಗಿನಿಂದ ಬಾರಿಸುವ ಕೊಳಲು ಹಿಂದೆಯೂ ಇದ್ದುವು. ಗಿಟಾರ್ ಬಳಿಕ ಬಂತು. ಈಗ ಎಲ್ಲವೂ ಪಕ್ಕವಾದ್ಯ ಒದಗಿಸುತ್ತವೆ ಹಾಡು, ಕುಣಿತಗಳಿಗೆ.

40ಕ್ಕೂ ಹೆಚ್ಚು ವಿಶ್ವವಿದ್ಯಾನಿಲಯಗಳು. 15ರಷ್ಟು ಮನಿಲಾದಲ್ಲಿವೆ. ಶಿಕ್ಷಣಕ್ಕಾಗಿ ಇಂಗ್ಲೆಂಡಿನಿಂದ, ಥಾಯ್‌ಲೆಂಡಿನಿಂದ, ಅಮೆರಿಕ ಸಂಯುಕ್ತ ಸಂಸ್ಥಾನದಿಂದ, ಇರಾನ್‌ನಿಂದ ವಿದ್ಯಾರ್ಥಿಗಳು ಇಲ್ಲಿಗೆ ಬರುತ್ತಾರೆ. ಸ್ಫೂರ್ತಿಗಾಗಿ ಚಿತ್ರಕಾರರು ಸಂಗೀತಗಾರರು ಬರೆಹಗಾರರು ಸ್ಪೇನಿನ ಆಳ್ವಿಕೆಗೂ ಹಿಂದಿನ ಕಾಲದತ್ತ ದೃಷ್ಟಿ ಹರಿಸುತ್ತಿದ್ದಾರೆ; ಇಂದಿಗೂ ಸಾಂದರ್ಭಿಕವಾಗುವ ವಸ್ತುಗಳನ್ನು ಅಲ್ಲಿಂದ ಆಯುತ್ತಿದ್ದಾರೆ.

ಫಿಲಿಪ್ಪೀನ್ಸ್‌ನ ಸಣ್ಣ ಕಥೆಯ ಕ್ಷೇತ್ರದಲ್ಲಿ ಪ್ರಸಿದ್ಧರು:
ಗಿಲ್ಡಾ ಕಾರ್ಡೆರೊ–ಫೆರ್ನಾಂಡೊ, ನಿಕ್ ಜೋಕಿನ್, ಇಬ್ರಾಹಿಂ ಚುಬೇಯ್‌ರಾ...

*　　　*　　　*

ಮಲಯದ ಕಾಡುಮನುಷ್ಯರಲ್ಲಿ ಕೆಲ ವಿಶಿಷ್ಟ ನಂಬಿಕೆಗಳಿವೆ:

– ಸರಿಯಾದ ರಾಗವನ್ನು ಹೊರಡಿಸು; ಸ್ನೇಹಪರ ಚೇತನಗಳು ನಿನ್ನ ಬಳಿಗೆ ಬರುತ್ತವೆ, ನೆರವಾಗುತ್ತವೆ. ರಾಗ ಇಲ್ಲವಾದರೆ, ತಲೆ ಗೂದಲು ತುಂಬ ಹೂವು ಮುಡಿದರೂ ಸಾಕು; ಅಥವಾ, ಎದೆ ತುಂಬ ಫಳ ಫಳ ಎನಿಸುವ ಕವಡೆ ಸರಗಳನ್ನು ಧರಿಸಿದರೂ ಸರಿ.

– ಮುಖಕ್ಕೆ ಕೆಂಪು ಬಳಿದುಕೋ, ಅವಿತಿರುವ ದುಷ್ಟ ಚೇತನಗಳು ನಿನ್ನ ದಾರಿಯಿಂದ ತೊಲಗುತ್ತವೆ.

– ನಿನ್ನ ಅತ್ತೆಯ ಜತೆ ಎಂದೂ ಮಾತನಾಡಬೇಡ. ವಿಷಪೂರಿತ ಬಾಣಗಳನ್ನು ಮನುಷ್ಯರತ್ತ ಎಸೆಯಬೇಡ. ಬಣ್ಣದ ಚಿಟ್ಟೆಗಳನ್ನು ನೋಡಿ ಪರಿಹಾಸ್ಯ ಮಾಡಬೇಡ.

ಈ ಭಾವನೆಗಳೆಲ್ಲ ಎಂಥ ಕಲಾತ್ಮಕ ಮೂಸೆಯಲ್ಲಿ ಸ್ಫುಟ ಗೊಂಡಿರಬೇಡ !

ಮಲಯದ – ಮಲೇಷ್ಯದ – ಜನರಿಗೆ ಸಂಗೀತ ನೃತ್ಯ ಈಗಲೂ ಉಣಿಸು ಉಸಿರುಗಳಷ್ಟೇ ಮುಖ್ಯ. ಹಾಗೆಯೇ ಸಾಹಿತ್ಯ. ಇವೆಲ್ಲ ಅಲ್ಲಿನ ನೆಲದಲ್ಲೇ ಮೊಳಕೆಯೊಡೆದಂಥವು. ಆ ಪರಿಸರದ್ದೇ

ಪ್ರಭಾವ. ಹೊರಗಿನದಲ್ಲ. ಕುಶಲಕಲೆಗಳು ಕಣ್ಸೆಳೆಯುತ್ತವೆ. ಪುಟ್ಟ ಖಡ್ಗ–ಕಠಾರಿಗಳಲ್ಲಿನ ಕಲಾವಂತಿಕೆ ಅಸಾಮಾನ್ಯ. ಬಟ್ಟೆಯ ಮೇಲಿನ ಬಾಟಿಕ್ ಚಿತ್ರಣ, ಬೆಳ್ಳಿ ಸಾಮಗ್ರಿಗಳ ತಯಾರಿಯಲ್ಲಿ ಕೌಶಲ– ನೋಡುವವರ, ಕೊಳ್ಳುವವರ ಪ್ರಶಂಸೆ ಗಳಿಸುತ್ತವೆ. ಚಿತ್ರಕಲೆಯಲ್ಲಿ ಮಲೇಷ್ಯದ ವಿಶಿಷ್ಟ ಶೈಲಿ ಇದೆ. ಗೊಂಬೆಯಾಟದಲ್ಲೂ ಈ ದೇಶ ಪ್ರಸಿದ್ಧಿ ಪಡೆದಿದೆ.

4ರಿಂದ 14ನೆಯ ಶತಮಾನ ತನಕ ಹಿಂದೂ ಬೌದ್ಧ ಸಂಪರ್ಕವಿದ್ದರೂ ತಮ್ಮ ಸ್ವಂತಿಕೆಯನ್ನು ಉಳಿಸಿಕೊಂಡವರು, ಮಲಯ–ಸುಲವೇಸಿಗಳ ಜನ. ಈಗಲೂ ಅಷ್ಟೆ. ಬೇರೆ ಬೇರೆ ದೇಶಗಳ ಜನರು ನೆಲೆಸಿದ್ದರೂ ಒಳತಿರುಳು ಅಪ್ಪಟ ಮಲೇಷ್ಯದ್ದೇ.

ಇಲ್ಲಿನ ರಾಷ್ಟ್ರೀಯ ಭಾಷೆ: 'ಬಾಹಸ ಮಲೇಷ್ಯ'. ಮೂರು ವಿಶ್ವವಿದ್ಯಾಲಯಗಳಿವೆ. ಮಲಯ್, ಚೀನೀ, ಇಂಗ್ಲಿಷ್, ತಮಿಳು, ಪಂಜಾಬಿ, ಕಡಜನ್ ಭಾಷೆಗಳಲ್ಲಿ ಒಟ್ಟು 48 ವೃತ್ತಪತ್ರಿಕೆಗಳು ಪ್ರಕಟವಾಗುತ್ತವೆ. ರೇಡಿಯೊ 16 ಭಾಷೆ ಮತ್ತು ಭಾಷಾ ಪ್ರಭೇದಗಳಲ್ಲಿ ಕಾರ್ಯಕ್ರಮಗಳನ್ನು ಬಿತ್ತರಿಸುತ್ತದೆ. ಭಾರತೀಯ ಚಲನಚಿತ್ರಗಳು ಇಲ್ಲಿನವರಿಗೆ ಇಷ್ಟ.

ನಲ್ಲತನ್ ಮಲೇಷ್ಯದ ಖ್ಯಾತ ಕವಯಿತ್ರಿ. ಗೊಹ್ ಸಿನ್ ತಬ್, ಲೀ ಕೊಕ್ ಲಿಯಾಂಗ್, ಕ್ಯಾಥರೀನ್ ಲಿಮ್, ಲಿಮ್ ಥೀಯನ್ ಸೂ, ಮಣಿಯನ್ ಹೆಸರಾಂತ ಕಥೆಗಾರ ಕಥೆಗಾರ್ತಿಯರು. ಮಣಿಯನ್ ಈ ದೇಶದಿಂದ ವಲಸೆ ಹೋದವರ ವಂಶಜ.

* * *

ಸಿಂಗಾಪುರದ ಕಲೆ ಸಾಹಿತ್ಯಗಳ ಇತಿಹಾಸ ಇತ್ತೀಚಿನದು. ಅದೂ ಎಷ್ಟೊಂದು ಶೀಘ್ರ ಬೆಳವಣಿಗೆ! ಈ ಪುಟ್ಟ ಜಗತ್ತಿನಲ್ಲಿ ಎಷ್ಟೊಂದು ವೈವಿಧ್ಯ!

ಇಲ್ಲಿನ ಚೀನೀ ಸಮುದಾಯವೆಲ್ಲ ಒಂದೇ ರೀತಿಯ ಚೀನೀ ಭಾಷೆಯನ್ನಾಡುವುದಿಲ್ಲ. ಹೊರಟುಬಂದಿರುವ ಪ್ರದೇಶಗಳಿಗೆ ಅನುಗುಣವಾಗಿ ಆಯಾ ಗುಂಪುಗಳು ತಮ್ಮ ತಮ್ಮ ಆಡುಭಾಷೆ ಗಳನ್ನು (ಚೀನೀ ಭಾಷೆಯ ಪ್ರಭೇದಗಳನ್ನು) ಬಳಸುತ್ತಾರೆ. ಮಲಯ್ ಜವಾನೀಸ್ ಬೊಯಾನೀಸ್ ಭಾಷೆಗಳೂ ಇವೆ. ಭಾರತೀಯರಲ್ಲಂತೂ ಶೇಕಡಾ 60ರಷ್ಟು ತಮಿಳರು, ಉಳಿದವರು ಸಿಕ್ಖರು, ಮಲಯಾಳಿಗಳು. ಇವರಲ್ಲದೆ ಪಾಕಿಸ್ತಾನಿಯರು ಮತ್ತು ಸಿಂಹಳೀಯರು. ಈ ಜನ ತಮ್ಮ ತಮ್ಮ ಭಾಷೆಗಳನ್ನು ಆಡುತ್ತಾರೆ. ಇಂಗ್ಲಿಷ್ ಬಹಳ ಜನರಿಗೆ ಅರ್ಥವಾಗುತ್ತದೆ.

ಸಿಂಗಾಪುರದ ಅಧಿಕೃತ ಭಾಷೆಗಳು ನಾಲ್ಕು. ಒಂದು ಭಾಷೆಯ ಕಲಿಕೆ ಉಚಿತ; ಇನ್ನೊಂದು ಕಡ್ಡಾಯ. (ಕಡ್ಡಾಯವಾದುದರ

ಕಲಿಕೆಗಾಗಿ ಶುಲ್ಕ ತೆರಬೇಕು.) ಎರಡು ವಿಶ್ವವಿದ್ಯಾನಿಲಯಗಳಿವೆ. ಬುದ್ಧಿಜೀವಿಗಳು ಎಲ್ಲ ಬಗೆಯ ವೈಚಾರಿಕತೆಗೆ ಸ್ಪಂದಿಸುತ್ತಾರೆ.

ಚೀನೀಯ ಭಾರತೀಯ ಸಂಗೀತ, ನಾಟಕ, ಚಿತ್ರಕಲೆ ಇಲ್ಲಿನವರ ಮೆಚ್ಚುಗೆಗೆ ಪಾತ್ರವಾಗಿವೆ. ಹಾಡುಗಳಿಂದ ತುಂಬಿದ ಹಿಂದಿ, ತಮಿಳು ಚಲಚ್ಚಿತ್ರಗಳು (ಆಮದು ಭಾರತದಿಂದ) ಇಲ್ಲಿ ಚಪ್ಪಾಳೆ ಗಿಟ್ಟಿಸುತ್ತವೆ. ಇತರ ದೇಶಗಳ ಚಿತ್ರಗಳೂ ಇಲ್ಲಿಗೆ ಬರುತ್ತವೆ.

ಪ್ರತಿದಿನ ವೃತ್ತಪತ್ರಿಕೆಗಳ ಒಟ್ಟು 400,000 ಪ್ರತಿಗಳು ಅಚ್ಚಾಗುತ್ತವೆ. ಲೇಖನ ಸ್ವಾತಂತ್ರ್ಯಕ್ಕೆ ನಿರ್ಬಂಧಗಳುಂಟು. ಕೆಲ ಪತ್ರಕರ್ತರು ಸೆರೆಮನೆಯಲ್ಲಿದ್ದಾರೆ. ರೇಡಿಯೋ, ದೂರದರ್ಶನ ಸರಕಾರದ ಅಧೀನ.

ವಾಂಗ್ ಗುಂಗ್ವು ಪ್ರಸಿದ್ಧ ಕವಿ. ರಾಜರತ್ನಂ ನಾಲ್ವತ್ತರ ವರ್ಷಗಳಲ್ಲಿ ಮುಂಬಯಿಯಲ್ಲಿ ಪತ್ರಿಕೋದ್ಯೋಗಿಯಾಗಿದ್ದರು, ಸ್ವಲ್ಪ ಕಾಲ. ಇವರು ಸಿಂಗಾಪುರದ ಮೊದಲ ಸಣ್ಣ ಕಥೆಗಾರ. ಚಂದ್ರನ್ ನಾಯರ್ ಮತ್ತು ಓಂಗ್ ಛೂಸ್ವಾಟ್ – ಇನ್ನಿಬ್ಬರು ಖ್ಯಾತ ಕಥೆಗಾರರು.

* * *

ಸ್ವತಂತ್ರ ಭೂಮಿಯಲ್ಲಿ – ಥಾಯ್‌ಲೆಂಡಿನಲ್ಲಿ – ಕಲಾಭಿವ್ಯಕ್ತಿ ಸಾಹಿತ್ಯಾಭಿವ್ಯಕ್ತಿ ಎಷ್ಟು ಸ್ವತಂತ್ರ? ಪ್ರತ್ಯಕ್ಷ ಪರೋಕ್ಷ ನಿರ್ಬಂಧಗಳೆಲ್ಲ ಈಗ ಸಾಕಷ್ಟಿವೆ.

'ಈಗ.' ಪ್ರಾಚೀನ ಕಾಲದಲ್ಲಿ ಇಂಥ ಸಮಸ್ಯೆ ಬಹುಮಟ್ಟಿಗೆ ಇರಲಿಲ್ಲ ಎಂದರ್ಥ. ಆರೆಂಟು ಸಾವಿರ ವರ್ಷ ಹಿಂದೆ ಕೃಷಿ ಆರಂಭಿಸಿದಾಗ, ಅದಕ್ಕೂ ಮೊದಲು ಬೇಟೆಯ ಪರಿಸ್ಥಿತಿಯಲ್ಲಿದ್ದಾಗ, ಸಮಸ್ಯೆಯೊಂದೇ: ಉಳಿವಿಗಾಗಿ ಹೋರಾಟ. ಅದು ಸಾಂಘಿಕ. ಆ ಮನುಷ್ಯ ಖಂಡಿತ ಹಾಡಿರುತ್ತಾನೆ, ಸಂತೋಷದಿಂದ. ಅಳಲನ್ನೂ ತೋಡಿಕೊಂಡಿರುತ್ತಾನೆ, ಹಾಡಿನ ಮೂಲಕ.

ರಾಜರಾಣಿಯರ ದೇಶ. ಆಸ್ಥಾನ ಸಾಹಿತಿಗಳಿಗೂ ವಿದ್ವಾಂಸರಿಗೂ ಅವರ ಆಶ್ರಯ ಖಚಿತ. ಆದರೆ ಅಂಥ ಆಶ್ರಯ ಹೊಗಳು ಕವಿಗಳಿಗೆ; ರಾಜನು ದೇವರ ಪ್ರತಿನಿಧಿ ಎಂದು ಸಾರಿ ಹೇಳುವ ವಿದ್ವಾಂಸರಿಗೆ.

ಥಾಯ್‌ಲೆಂಡಿನ ಆರಂಭದ ಮೋಹಕ ಚಿತ್ರಕಲೆಗೆ ದೃಷ್ಟಾಂತ ಆಗಿನ ಪಿಂಗಾಣಿ ಪಾತ್ರೆಗಳ, ಮಡಿಕೆ ಕುಡಿಕೆಗಳ ಚಿತ್ತಾರಗಳು.

ಭಾರತದಿಂದ ಬಂದ ಧರ್ಮಗಳು ಪುರಾತನ ರೀತಿನೀತಿಗಳ ಮೇಲೆ ಪ್ರಭಾವ ಬೀರಿದುವು. ಭಾರತೀಯ ಮಹಾಕಾವ್ಯಗಳ ಪರಿಚಯವೂ ಅಲ್ಲಿನ ಜನರಿಗಾಯಿತು. ಕ್ರಮೇಣ ಆ ದೇಶದಲ್ಲಿ ಚಿತ್ರಕಲೆ, ಸಂಗೀತ, ನಾಟಕ, ಇನ್ನೂ ನಿಧಾನವಾಗಿ ಇತರ ಸಾಹಿತ್ಯ ಸ್ಫುಟರೂಪ ತಾಳಿದುವು.

1825ರಲ್ಲಿ ಬ್ರಿಟಿಷ್ ಕಪ್ತಾನನೊಬ್ಬ ಥಾಯ್ ಅಕ್ಷರಗಳಿಗೆ

ಆಧುನಿಕ ರೂಪ ನೀಡಿದ. ಅಮೆರಿಕದ ಒಬ್ಬ ಮತ ಪ್ರಸಾರಕ ಮುದ್ರಣಯಂತ್ರವನ್ನು (ಅಚ್ಚಿನ ಮೊಳೆಗಳನ್ನೂ?) ತಂದ, 1839ರಲ್ಲಿ. ಆ ಯಂತ್ರದಲ್ಲಿ ಮುದ್ರಿತವಾದ ಮೊದಲ ಸಾಹಿತ್ಯ ಒಂದು ರಾಜಾಜ್ಞೆ :

'ಇಂಥಿಂಥವರಾದ ನಾವು ನಮ್ಮ ಸ್ವಾಮಿನಿಷ್ಠ . ಪ್ರಜೆಗಳಿಗೆ ತಿಳಿಯಪಡಿಸುವುದೇನೆಂದರೆ, ನಮ್ಮ ದೇಶದಲ್ಲಿ ಇನ್ನು ಯಾರೂ ಅಫೀಮು ಸೇವಿಸಬಾರದು; ಅಫೀಮು ಮಾರಾಟದಲ್ಲಿ ನಿರತರಾಗ ಬಾರದು. ಈ ಆಜ್ಞೆಯನ್ನು ಉಲ್ಲಂಘಿಸಿದವರು ಕಠಿಣ ದಂಡನೆಗೆ ಗುರಿಯಾಗುವರು...'

'ಆನ್ನಾ ಮತ್ತು ಸಯಾಮಿನ ಅರಸ' – ಇದು ಬೇರೆಡೆ ಇಂಗ್ಲಿಷಿನಲ್ಲಿ ಪ್ರಕಟವಾದ ಒಂದು ಕೃತಿ, ಐತಿಹಾಸಿಕ ಅಂಶಗಳಿಂದ ಕೂಡಿದ್ದು. ಅರಸ ತನ್ನ ಮಕ್ಕಳ ವಿದ್ಯಾಭ್ಯಾಸಕ್ಕೆಂದು ವಿದೇಶದಿಂದ ಕರೆತಂದ ಶಿಕ್ಷಕಿಯೇ, ಈ ಆನ್ನಾ.

ಪ್ರಥಮ ವಿಶ್ವವಿದ್ಯಾಲಯ 1917ರಲ್ಲಿ ಸ್ಥಾಪಿತವಾಯಿತು. ಈಗ ಥಾಯ್‌ಲೆಂಡಿನಲ್ಲಿರುವ ವಿಶಿಷ್ಟ ಶಿಕ್ಷಣ ಮಂದಿರ ಲಲಿತ ಕಲೆಗಳ ವಿಶ್ವವಿದ್ಯಾಲಯ. ರಾಷ್ಟ್ರೀಯ ವಸ್ತುಸಂಗ್ರಹಾಲಯ ಥಾಯ್‌ಲೆಂಡಿನ ಹೆಮ್ಮೆಯ ಸಂಸ್ಥೆ. 1921ರಲ್ಲಿ ಪ್ರಾಥಮಿಕ ಶಿಕ್ಷಣ ಕಡ್ಡಾಯವಾಯಿತು.

ಆಧುನಿಕ ಮುದ್ರಣ ಯಂತ್ರಗಳು ರಾಜಧಾನಿ ಬ್ಯಾಂಗ್‌ಕಾಕ್‌ನಲ್ಲಿ ದಿನವೂ 15ಕ್ಕೂ ಹೆಚ್ಚು ವೃತ್ತಪತ್ರಿಕೆಗಳನ್ನು ಅಚ್ಚುಹಾಕುತ್ತಿವೆ. ಚೀನೀ ಮತ್ತು ಇಂಗ್ಲಿಷ್ ಭಾಷೆಗಳಲ್ಲೂ ಪತ್ರಿಕೆಗಳು ಪ್ರಕಟವಾಗುತ್ತವೆ. ಪ್ರಾಂತಗಳಲ್ಲಿ 50 ಪತ್ರಿಕೆಗಳು ಅಚ್ಚಾಗಿ ಜನಸಂಪರ್ಕವನ್ನು ಸುಲಭಗೊಳಿಸುತ್ತಿವೆ. 1955ರಲ್ಲೇ ಆರಂಭವಾದ ಟಿ.ವಿ. ಕೇಂದ್ರ ರೇಡಿಯೊ ಜಾಲವನ್ನು ಬದಿಗೊತ್ತಿದೆ. (ಏಷ್ಯದಲ್ಲೇ ಟೆಲಿವಿಷನ್ ಬಳಸಿದ ಮೊದಲ ರಾಷ್ಟ್ರ ಥಾಯ್‌ಲೆಂಡ್) ಪ್ರಾಂತಗಳಲ್ಲೂ ಮೂರು ಟಿ.ವಿ. ಕೇಂದ್ರಗಳಿವೆ. ವಿದೇಶಗಳ ಟಿವಿ ಕಾರ್ಯಕ್ರಮಗಳು ತಮ್ಮಲ್ಲಿಯೂ ಕಾಣಿಸ(ಕೇಳಿಸ)ಬೇಕೆಂದು, ಎರಡು ಭೂಗ್ರಹ ನಿಲ್ದಾಣಗಳನ್ನು ರಚಿಸಲಾಗಿದೆ.

ಸಣ್ಣ ಕಥೆ ಥಾಯ್‌ಲೆಂಡಿನಲ್ಲಿ ಜನಪ್ರಿಯವಾಗಿರುವ ಸಾಹಿತ್ಯ ಪ್ರಕಾರ. ಅಲ್ಲಿನ ಪ್ರಮುಖ ಕಥೆಗಾರ – ಪ್ರತೂಮ್ರಥ ಜೆಂಗ್...

3

ಪ್ರತೂಮ್ರಥ ಜೆಂಗ್ ಬರೆದಿರುವ 'ನನ್ನ ಥಾಯ್ ಬೆಕ್ಕು' ಎಂಬ ಕಥೆಯೊಡನೆ ಮುಕ್ತಾಯವಾಗುವ ('ಮುಲ್ತಾತುಲಿ'ಯ 'ಅಬಿಂದಾ–ಸಯೀದ್' ಕಥೆಯೊಂದಿಗೆ ಆರಂಭವಾಗುವ) ಈ ಸಂಪುಟ ಇಂಡೊನೇಷ್ಯ, ಫಿಲಿಪ್ಪೀನ್ಸ್, ಮಲಯ, ಸಿಂಗಾಪುರ,

ಥಾಯ್‌ಲೆಂಡ್‌ಗಳ ಹತ್ತು ಸಣ್ಣ ಕಥೆಗಳನ್ನು ಒಳಗೊಂಡಿದೆ.

ಪ್ರಸ್ತಾವನೆ ಚರ್ಚಿಸಿರುವುದು ಆ ದೇಶಗಳಲ್ಲಿ ಅಲ್ಲಲ್ಲಿನ ಜನ ಪಟ್ಟ ಪಾಡನ್ನು, ಅವರ ಹಾಡನ್ನು, ಏಳು–ಬೀಳುಗಳನ್ನು, ಆರ್ಥಿಕ, ರಾಜಕೀಯ ನೆಲೆಗಟ್ಟಿನ ಮೇಲೆ ನಿಂತಿರುವ ಭಾಷೆ ಕಲೆ ಸಾಹಿತ್ಯಗಳ ಮಂಟಪವನ್ನು. ಈ ನೆಲೆಗಟ್ಟು ಮತ್ತು ಮಂಟಪಗಳ ದರ್ಶನದಿಂದ ಸಂಪುಟದ ಕಥೆಗಳು ರಸಪುಷ್ಟವಾಗಿ ಕಾಣಿಸುವುವೆಂಬ ವಿಶ್ವಾಸ ನನಗಿದೆ.

ಯುಗಾದಿ, 1982   ನಿರಂಜನ
ಬೆಂಗಳೂರು   ಪ್ರಧಾನ ಸಂಪಾದಕ

ಇಂಡೊನೇಷ್ಯ

○ ಎಡ್ವರ್ಡ್ ಡವ್ಸ್ ಡೆಕರ್ 'ಮುಲ್ತಾತುಲಿ'

ಅಬಿಂದಾ – ಸಯೀದ್

ಸಯೀದನ ತಂದೆಯ ಬಳಿ ಒಂದು ಕೋಣವಿತ್ತು. ತನ್ನ ಜಮೀನು ಉಳಲು ಅವನು ಅದನ್ನು ಉಪಯೋಗಿಸುತ್ತಿದ್ದ. ಪರಾಂಗ್-ಕೂಡ್ಯಂಗ್ ಜಿಲ್ಲೆಯ ಮುಖ್ಯಾಧಿಕಾರಿ ಅವನ ಈ ಕೋಣವನ್ನು ವಶಪಡಿಸಿಕೊಂಡಾಗ ಆತ ತುಂಬಾ ದುಃಖಪಟ್ಟು, ಅನೇಕ ದಿನ ಮಾತೇ ಆಡದೆ ಮೌನವಾಗಿದ್ದ. ಉಳುಮೆಯ ಕಾಲ ಅದು. ಸಕಾಲದಲ್ಲಿ ಉಳದಿದ್ದರೆ ಬತ್ತದ ಬೆಳೆ ಕೈ ಹತ್ತುವುದಿಲ್ಲ, ಹಗೇವಿನಲ್ಲಿ ಸಂಗ್ರಹಿಸಿಡಲು ಧಾನ್ಯವೇ ಇರುವುದಿಲ್ಲ. ಇಲ್ಲಿ ಒಂದು ವಿಷಯ ತಿಳಿಸಬೇಕು. ಜಾವಾ ಬಗ್ಗೆ ನಿಮಗೆ ಗೊತ್ತಿರಬಹುದಾದರೂ ಬಾಂಟಮ್ ಬಗ್ಗೆ ಎರಡು ಮಾತು ಹೇಳಬೇಕು. ಆ ಆಡಳಿತ ವಿಭಾಗದಲ್ಲಿ ಒಬ್ಬ ವ್ಯಕ್ತಿಗೆ ಸ್ವಂತ ಜಮೀನು ಇಟ್ಟುಕೊಳ್ಳುವ ಹಕ್ಕು ಇದೆ. ಬೇರೆಡೆ ಅಂಥ ಹಕ್ಕಿಲ್ಲ. ಆದ್ದರಿಂದ ಸಯೀದನ ತಂದೆಗೆ ಚಿಂತೆ. ತನ್ನ ಹೆಂಡತಿಗೆ, ಇನ್ನೂ ಮಗುವಾಗಿದ್ದ ಸಯೀದನಿಗೆ ಹಾಗೂ ಅವನ ಪುಟ್ಟ ಸೋದರ – ಸೋದರಿಯರಿಗೆ ಮುಂದೆ ಅನ್ನ ಸಿಗಲಾರದೆಂಬ ಭೀತಿ. ಸಾಲದುದಕ್ಕೆ ತೆರಿಗೆ ಕೊಡುವುದರಲ್ಲಿ ಹಿಂದೆಬಿದ್ದರೆ ಜಿಲ್ಲಾಧಿಕಾರಿ ಸಹಾಯಕ ವಿಭಾಗಾಧಿಕಾರಿಗೆ ದೂರು ಸಲ್ಲಿಸುತ್ತಾನೆ; ತನ್ನನ್ನು ಕಾಯಿದೆ ಪ್ರಕಾರ ಶಿಕ್ಷಿಸಬಹುದು. ಹೀಗಾಗಿ ಸಯೀದನ ತಂದೆ ಒಂದು ಕಠಾರಿಯನ್ನು ಹೊರತೆಗೆದ. ಅದು ತಂದೆಯಿಂದ ಅವನಿಗೆ ಬಂದದ್ದು. ನೋಡಲು ಅದು ಅಷ್ಟು ಚೆಂದವಾಗಿರಲಿಲ್ಲ; ಆದರೂ ಅದರ ಒರೆಗೆ ಬೆಳ್ಳಿಯ ಬಳೆಗಳಿದ್ದವು, ತುದಿಯಲ್ಲಿ ಬೆಳ್ಳಿಯ ತಗಡು. ರಾಜಧಾನಿಯಲ್ಲಿ ಅವನು ಅದನ್ನು ಚೀನೀಯನೊಬ್ಬನಿಗೆ ಮಾರಿ ಇಪ್ಪತ್ತನಾಲ್ಕು ಗಿಲ್ಡರ್‌ಗಳನ್ನು ತಂದು ಇನ್ನೊಂದು ಕೋಣವನ್ನು ಕೊಂಡುಕೊಂಡ.

ಹುಡುಗ ಸಯೀದ್‌ಗೆ ಆಗ ಏಳು ವರ್ಷ. ಆತ ಬೇಗನೆ ಹೊಸ ಕೋಣದೊಂದಿಗೆ ಸ್ನೇಹ ಬೆಳೆಸಿದ. ಅದೆಂಥ ಸ್ನೇಹ! ತನಗೆ ಮೇವು ಹಾಕಿ ಪೋಷಿಸುತ್ತಿದ್ದ ಆ ಹುಡುಗನನ್ನು ಕಂಡರೆ ಅದು ತೋರುತ್ತಿದ್ದ ವಿಶ್ವಾಸ ನೋಡಿದವರ ಕರುಳು ಮಿಡಿಸುವಂತಿತ್ತು. ಇವರಿಬ್ಬರ ಈ ಗಾಢವಾದ ಸ್ನೇಹವನ್ನು

ಎತ್ತಿತೋರಿಸುವ ಒಂದು ಪ್ರಸಂಗವನ್ನು ನಿಮಗೆ ತಿಳಿಸುತ್ತೇನೆ. ಅದು ಬಲಿಷ್ಠವಾದ ಸುಪುಷ್ಟ ಪ್ರಾಣಿ. ಆದರೂ ಹುಡುಗನ ಪುಟ್ಟ ಬೆರಳುಗಳು ತೋರಿಸಿದಂತೆಲ್ಲ ಅದು ತನ್ನ ದಪ್ಪ ತಲೆಯನ್ನು ಎಡಕ್ಕೆ, ಬಲಕ್ಕೆ ಅಥವಾ ಕೆಳಕ್ಕೆ ಬಾಗಿಸುತ್ತಿತ್ತು. ಹೊಸ ಕೋಣದೊಡನೆ ಸಯೀದ್‌ಗೆ ಬಲುಬೇಗ ಇಷ್ಟೊಂದು ಸ್ನೇಹ ಕುದುರಿತ್ತು. ಗಟ್ಟಿ ನೆಲದಲ್ಲಿ ಆಳವಾಗಿ ಮಣ್ಣನ್ನಗೆಯುತ್ತ ಉಳುಮೆಯ ಕಾರ್ಯದಲ್ಲಿ ಕೋಣ ನಿರತವಾಗಿದ್ದಾಗ, ಪುಟ್ಟ ಸಯೀದ್ ಅದನ್ನು ಹುರಿದುಂಬಿಸುತ್ತಿದ್ದ. ಅವನ ದನಿ ಅದರ ಬಲಿಷ್ಠ ಭುಜಗಳಿಗೆ ಇನ್ನಷ್ಟು ಬಲ ನೀಡುವಂತೆ ತೋರುತ್ತಿತ್ತು. ನೆಲದಲ್ಲಿ ನೇರ ರೇಖೆಗಳನ್ನು ಕೆತ್ತುತ್ತ ಅದು ಸಾಗುತ್ತಿತ್ತು. ಒಂದು ಕೊನೆಯಿಂದ ಇನ್ನೊಂದು ಕೊನೆ ಮುಟ್ಟಿದ ಮೇಲೆ, ಒಂದಂಗುಲ ನೆಲವನ್ನೂ ಬಿಡದೆ, ಹೊಸ ಸಾಲನ್ನೂ ಹಾಗೇ ತಪ್ಪಿಲ್ಲದೆ ಎಳೆಯುತ್ತ ಹಿಂದಿರುಗುತ್ತಿತ್ತು. ಹೊಸ ಸಾಲು ಹಳೆಯದರ ಪಕ್ಕದಲ್ಲೇ ಇರುತ್ತಿದ್ದು, ಇಡೀ ಹೊಲವೇ ದೈತ್ಯನೊಬ್ಬ ಕೆತ್ತಿದ ನೆಲದಂತೆ ಕಾಣಿಸುತ್ತಿತ್ತು. ಸಯೀದ್‌ನನ್ನು ಮದುವೆಯಾಗಬೇಕಾಗಿದ್ದ ಅಬಿಂದಾಳ ತಂದೆಯ ಜಮೀನೂ ಪಕ್ಕದಲ್ಲೇ ಇತ್ತು. ಅಬಿಂದಾಳ ಸೋದರರು ತಮ್ಮ ಜಮೀನಿನ ಕೊನೆಗೆ ಬಂದಾಗ, ಅಲ್ಲಿ ನೇಗಿಲು ಹಿಡಿದು ನಿಂತ ಸಯೀದನ ತಂದೆ ಅವರ ಕಣ್ಣಿಗೆ ಬೀಳುತ್ತಿದ್ದ. ಆಗ ಮಕ್ಕಳು ಒಬ್ಬರನ್ನೊಬ್ಬರು ಉಲ್ಲಾಸದಿಂದ ಕರೆಯುತ್ತ ತಮ್ಮ ತಮ್ಮ ಕೋಣಗಳ ಸಾಮರ್ಥ್ಯ – ನಮ್ರತೆಗಳನ್ನು ಹೊಗಳುತ್ತಿದ್ದರು. ಆದರೆ ಎಲ್ಲ ಕೋಣಗಳಿಗಿಂತ ಸಯೀದನ ಕೋಣವೇ ಉತ್ತಮವಾಗಿತ್ತೆಂದು ಅನ್ನಿಸುತ್ತದೆ. ಯಾಕೆಂದರೆ ಆ ಪ್ರಾಣಿಯೊಡನೆ ಮಾತಾಡುವ ಪರಿ ಅದರ ಯಜಮಾನನಿಗೆ ಬಹಳ ಚೆನ್ನಾಗಿ ಗೊತ್ತಿತ್ತು.

ಸಯೀದ್‌ಗೆ ಒಂಬತ್ತು ವರ್ಷವಾದಾಗ ಅಬಿಂದಾಗೆ ಆರು. ಜಿಲ್ಲಾಧಿಕಾರಿ ಸಯೀದನ ತಂದೆಯಿಂದ ಈ ಕೋಣವನ್ನೂ ವಶಪಡಿಸಿ ಒಯ್ದದ್ದು ಆಗಲೇ. ತೀರಾ ಬಡವನಾಗಿದ್ದ ಸಯೀದನ ತಂದೆ ಈಗೇನು ಮಾಡಬೇಕು? ಬೇರೆ ಉಪಾಯವಿಲ್ಲದೆ ಆತ ತನ್ನ ಅತ್ತೆ ಮಾವಂದಿರಿಂದ ಬಳುವಳಿಯಾಗಿ ಬಂದಿದ್ದ ಬೆಳ್ಳಿಯ ಎರಡು ಪರದೆ ಕೊಕ್ಕೆಗಳನ್ನು ಮೇಲೆ ಹೇಳಿದ ಚೀನೀಯನಿಗೇ 18 ಗಿಲ್ಡರ್‌ಗಳಿಗೆ ಮಾರಿ, ಆ ಹಣದಿಂದ ಮತ್ತೊಮ್ಮೆ ಹೊಸ ಕೋಣವೊಂದನ್ನು ಕೊಂಡ. ಅವರ ಹಿಂದಿನ ಕೋಣವನ್ನು ರಾಜಧಾನಿಗೆ ಎಳೆದೊಯ್ಯಲಾಯಿತೆಂದು ಅಬಿಂದಾಳ ಸೋದರರಿಂದ ತಿಳಿದು ಸಯೀದ್‌ಗೆ ಬಹಳ ಖೇದ ವಾಯಿತು. ಪರದೆ ಕೊಕ್ಕೆಗಳನ್ನು ಮಾರಲು ಪೇಟೆಗೆ ಹೋಗಿದ್ದಾಗ ಅದು ಕಾಣಸಿಗಲಿಲ್ಲವೆ ಎಂದು ಆತ ತಂದೆಯನ್ನು ಕೇಳಿದ; ಅವನಿಂದ ಏನೂ ಉತ್ತರ ಬರಲಿಲ್ಲ. ಜಿಲ್ಲಾಧಿಕಾರಿ ಜನರಿಂದ ಒಯ್ಯುತ್ತಿದ್ದ ಇತರ ಪ್ರಾಣಿಗಳಂತೆಯೇ ಅದೂ ಕಸಾಯಿಖಾನೆ ಸೇರಿರಬೇಕೆಂದು ಹುಡುಗ ಚಿಂತಿಸಿದ. ಆ ಕೋಣವನ್ನು ನೆನಸಿಕೊಂಡಾಗೆಲ್ಲ ಅವನಿಗೆ ಅಳು ಬರುತ್ತಿತ್ತು; ಅವನು ಅನೇಕ ದಿನ ಊಟ ಮಾಡಲಿಲ್ಲ. ಎಷ್ಟಾದರೂ ಅವನಿನ್ನೂ ಮಗು.

ಹೊಸದಾಗಿ ಬಂದ ಕೋಣವೂ ಅವನಿಗೆ ಬೇಗನೆಯೇ ಬಳಕೆಯಾಯಿತು. ಅವನ ಹೃದಯದಲ್ಲಿ ಹಳೆ ಕೋಣವು ಪಡೆದಿದ್ದ ಸ್ಥಾನವನ್ನು ಈ ಹೊಸ ಕೋಣ ಆಕ್ರಮಿಸಿತು. ಅದೂ ಎಷ್ಟೊಂದು ಬೇಗ! ಯಾಕೆಂದರೆ ಮಾನವ ಹೃದಯದ ಕೆಲವು ಭಾವನೆಗಳು ಮಯಣದ ಮೇಲಿನ ಬರಹದಂತೆ. ಅವುಗಳನ್ನು ಕ್ಷಿಪ್ರವಾಗಿ ಅಳಿಸಿ ಅಲ್ಲಿ ಹೊಸ ಬರಹಕ್ಕೆ ಎಡೆಮಾಡಿ ಕೊಡಲು ಸಾಧ್ಯ. ಅದೇನೇ ಇರಲಿ, ಬಿಡಿ. ಹೊಸ ಕೋಣ ಹಿಂದಿನದರಷ್ಟು ಬಲಿಷ್ಠವಾಗಿರಲಿಲ್ಲ. ಹಳೆ ನೇಗಿಲು ಅದರ ಕತ್ತಿಗೆ ತುಂಬಾ ದೊಡ್ಡದು, ಆದರೂ ಗಲಾಟೆ

ಮಾಡದೆ ಆ ಬಡಪ್ರಾಣಿ ದುಡಿಯುತ್ತಿತ್ತು. ಆದ್ದರಿಂದ ಈಗ ಜಮೀನಿನ ಅಂಚಿನಲ್ಲಿ ಅಬಿಂದಾಳ ತಮ್ಮಂದಿರನ್ನು ಕಂಡಾಗ ತನ್ನ ಕೋಣದ ಶಕ್ತಿಯ ಬಗ್ಗೆ ಬಡಾಯಿ ಕೊಚ್ಚಿಕೊಳ್ಳಲು ಸಯೀದನಿಗೆ ಸಾಧ್ಯವಿಲ್ಲದಿದ್ದರೂ ಅದರ ನಿಷ್ಠೆಯನ್ನು ಆತ ಕೊಂಡಾಡಿ ಅದು ಇನ್ನಾವ ಕೋಣಕ್ಕೂ ಕಡಿಮೆಯಿಲ್ಲ ಎಂದೇನೋ ಹೇಳಿಕೊಳ್ಳುತ್ತಿದ್ದ. ತನ್ನ ಕೋಣ ಉಳುಮೆ ಮಾಡಿದ ರೇಖೆ ಅಷ್ಟೊಂದು ನೇರವಾಗಿರದಿದ್ದರೆ ಅಥವಾ ಉಳುವಾಗ ಹೆಂಟೆಗಳನ್ನು ಸರಿಯಾಗಿ ಒಡೆಯದೆ ಹಾಗೇ ಎತ್ತಿಹಾಕಿದ್ದರೆ ಏನಾಯಿತು? ತಾನೇ ಸನಿಕೆಯಿಂದ ಅದನ್ನೆಲ್ಲ ಆತ ಸರಿಪಡಿಸುತ್ತಿದ್ದ. ಇನ್ನೊಂದು ವಿಷಯ, ಈ ಕೋಣದ ಹಣೆಯ ಮೇಲಿದ್ದಂಥ ನಕ್ಷತ್ರ ಇನ್ನಾವ ಪ್ರಾಣಿಗೂ ಇರಲಿಲ್ಲ; ಅಲ್ಲದೆ ಅದರ ಭುಜದ ಮೇಲೆ ಕೂದಲ ಕುಚ್ಚುಗಳು ಬೆಳೆದಿದ್ದ ರೀತಿಯೂ ಅದೃಷ್ಟದಾಯಕವೆಂದು ಸ್ವತಃ ಹಳ್ಳಿಯ ಧರ್ಮಗುರುವೇ ಹೇಳಿದ್ದ.

ಒಂದು ದಿನ ಅವರು ಹೊಲದಲ್ಲಿದ್ದಾಗ ಸಯೀದ್ ಈ ಕೋಣವನ್ನು ಚುರುಕುಗೊಳಿಸಲು ಪ್ರಯತ್ನಿಸಿದ, ಬೇಗ ಸಾಗುವಂತೆ ಅದಕ್ಕೆ ಪದೇ ಪದೇ ಹೇಳಿದ. ಉಹೂಂ! ಅವನ ಪ್ರಯತ್ನ ವ್ಯರ್ಥ. ಪ್ರಾಣಿ ಅಲ್ಲಾಡಲಿಲ್ಲ, ಹಠ ಮಾಡಿತು. ಸಯೀದನಿಗೆ ಕೋಪ ಬಂದು ಅದನ್ನು ಜೋರಾಗಿ ಬಯ್ದು, ಬೋ... ಮಗನೇ ಎಂದು ಮೂದಲಿಸಿದ. ಈಸ್ಟ್ ಇಂಡೀಸ್‌ನಲ್ಲಿ ಸ್ವಲ್ಪ ದಿನ ಇದ್ದ ಯಾರಿಗಾದರೂ ಈ ಬಯ್ಗುಳದ ಶಬ್ದ ಅರ್ಥವಾದೀತು. ಇಲ್ಲವೆಂದಾದಲ್ಲಿ ನಾನದನ್ನು ವಿವರಿಸದಿರುವುದೇ ಒಳ್ಳೆಯದು.

ಹಾಗೆಂದು ಸಯೀದ್ ಕೋಣದ ಬಗ್ಗೆ ಕೆಟ್ಟದಾಗೇನೂ ಯೋಚಿಸಿರಲಿಲ್ಲ. ಕೋಣಗಳು ಸರಿಯಾಗಿ ಕೆಲಸ ಮಾಡದಿದ್ದಾಗ ಬೇರೆಯವರು ಕೋಪದಿಂದ ಬಳಸುತ್ತಿದ್ದ ಪದವನ್ನೇ ಅವನೂ ಪ್ರಯೋಗಿಸಿದ್ದ. ಆದರೆ ಅದೂ ನಿಷ್ಪ್ರಯೋಜಕವಾಗಿತ್ತು. ಕೋಣ ಮುಂದಕ್ಕಡಿಯಿಡಲೇ ಇಲ್ಲ. ನೇಗಿಲನ್ನು ಕೆಳಕ್ಕೆ ಝಾಡಿಸುವಂತೆ ಅದು ಜೋರಾಗಿ ತಲೆಯಾಡಿಸುತ್ತ ವೇಗವಾಗಿ ಉಸಿರಾಡಿಸುತ್ತ, ನಡುಗುತ್ತ ನಿಂತಿತ್ತು. ಅದರ ಕಣ್ಣುಗಳಲ್ಲಿ ಕಾತರವಿತ್ತು. ಅದರ ಮೇಲ್ತುಟಿ ತಿರುಚಿಕೊಂಡು ಹಲ್ಲಿನ ಒಸಡುಗಳು ಕಾಣಿಸುತ್ತಿದ್ದುವು.

"ಓಡು, ಓಡು! ಓಡೋ, ಸಯೀದ್! ಅಲ್ಲೊಂದು ಹುಲಿ ಬರ್ತಿದೆ!" ಎಂದು ಅಬಿಂದಾಳ ಸೋದರರು ಕೂಗಿಕೊಂಡರು. ಅವರೆಲ್ಲ ತಮ್ಮ ಕೋಣಗಳನ್ನು ನೇಗಿಲುಗಳಿಂದ ಬಿಚ್ಚಿ, ಅವುಗಳ ಹರವಾದ ಬೆನ್ನುಗಳ ಮೇಲೇರಿ, ಹುಲ್ಲುಗಾವಲು, ತರೀ ಜಮೀನು, ಕಾಡು ಮೇಡುಗಳು ಮತ್ತು ರಸ್ತೆಯಂಚುಗಳ ಮೂಲಕ ಧಾವಿಸುತ್ತ, ಬೆವರಿಡುತ್ತ, ಬಾಡೊಯೆರ್ ಗ್ರಾಮ ತಲಪಿದರು. ಆದರೆ ಸಯೀದ್ ಮಾತ್ರ ಅವರೊಂದಿಗಿರಲಿಲ್ಲ. ತನ್ನ ಕೋಣವನ್ನು ನೇಗಿಲಿನಿಂದ ಬಿಚ್ಚಿ ಅದರ ಬೆನ್ನೇರಿ ತಪ್ಪಿಸಿಕೊಳ್ಳಲು ಪ್ರಯತ್ನಿಸುತ್ತಿದ್ದಂತೆ ಕೋಣ ಅನಿರೀಕ್ಷಿತವಾಗಿ ನೆಗೆದು, ಆತ ಕೆಳಕ್ಕೆ ಬಿದ್ದುಬಿಟ್ಟ. ಅಷ್ಟು ಹೊತ್ತಿಗೆ ಹುಲಿ ತೀರಾ ಹತ್ತಿರಕ್ಕೆ ಬಂದಿತ್ತು... ಕೋಣ ಸಯೀದನಿಗಿಂತ ಮುಂದೆ ಸಾಗಿ ಹೋಗಿತ್ತು – ಉದ್ದೇಶಪೂರ್ವಕವಾಗಿ ಅಲ್ಲ; ಅದರ ವೇಗದ ಪರಿಣಾಮವಾಗಿ. ಆದರೆ ಅದು ತಕ್ಷಣ ತನ್ನ ವೇಗವನ್ನು ತಡೆಹಿಡಿದು ಹಿಂದೆ ತಿರುಗಿನೋಡಿ ವಾಪಸು ಬಂತು. ಬಳಿಕ ತನ್ನ ಧಡೂತಿಯಾದ ದೇಹವನ್ನು ಹುಡುಗನ ಮುಂದೆ ಅಡ್ಡಗಟ್ಟಿ ನಿಂತು, ಮುನ್ನುಗ್ಗಿ ಬರುತ್ತಿದ್ದ ಹುಲಿಯತ್ತ ತನ್ನ ಕೊಂಬುಗಳನ್ನು ಚಾಚಿತು. ಹುಲಿ ಮುಂದೆ ನೆಗೆಯಿತು. ಆದರೆ ಅದೇ ಅದರ ಕೊನೆಯಾಯಿತು. ಕೋಣದ ಕೊಂಬುಗಳು ರಭಸದಿಂದ ಹುಲಿಯನ್ನು ಇರಿದವು. ಹುಲಿ ಕಚ್ಚಿದ ಜಾಗದಲ್ಲಿ ಕೋಣದ ಕತ್ತಿನಿಂದ ಸ್ವಲ್ಪ ಮಾಂಸವಷ್ಟೇ ಕಿತ್ತು ಬಂದಿತು. ಆದರೆ ಕೋಣದ ಬಗೆತದಿಂದ ಹುಲಿಯ

ಹೊಟ್ಟೆ ಹರಿದುಹೋಗಿ ಅದು ಜೀವ ಕಳೆದುಕೊಂಡು ಬಿದ್ದಿತು. ಸಯೀದನ ಪ್ರಾಣ ಉಳಿಯಿತು. ಕೋಣದ ಹಣೆಯ ಮೇಲಿದ್ದ ನಕ್ಷತ್ರದ ಚಿಹ್ನೆ ನಿಜವಾಗಿ ಅದೃಷ್ಟಕರವಾಗಿರಲಿಲ್ಲವೆ ?

ಅಂಥ ಕೋಣವನ್ನು ಸಯೀದನ ತಂದೆಯಿಂದ ಒಯ್ದು ಕಸಾಯಿಖಾನೆಗೆ ಅಟ್ಟಿದಾಗ ಹುಡುಗನಿಗೆ ಹನ್ನೆರಡು ವರ್ಷ ವಯಸ್ಸು. ಅಬಿಂದಾ ಈಗ 'ಸರಾಂಗ್'* ಧರಿಸುತ್ತಿದ್ದಳು; ಅದರ ಮೇಲೆ ವಿವಿಧ ಆಕೃತಿಗಳನ್ನು ಚಿತ್ರಿಸುತ್ತಿದ್ದಳು. ತನ್ನ ಭಾವನೆಗಳನ್ನು ದುಗುಡಪೂರಿತ ಚಿತ್ರಗಳಲ್ಲಿ ವ್ಯಕ್ತಪಡಿಸಲು ಅವಳು ಈಗಾಗಲೇ ಕಲಿತಿದ್ದಳು. ಯಾಕೆಂದರೆ ಸಯೀದನ ಮನದ ಅಳಲನ್ನು ಅರಿತಿದ್ದಳಾಕೆ. ಸಯೀದನ ತಂದೆತಾಯಿಗಳಿಗೂ ಉಮ್ಮಳ. ತನ್ನ ಎಳೆಯ ಮಗನನ್ನು ರಕ್ಷಿಸಿ ಮನೆಗೆ ಕರೆತಂದ ನಿಷ್ಠಾವಂತ ಕೋಣದ ಕತ್ತಿನ ಗಾಯಕ್ಕೆ ತಾಯಿ ಚಿಕಿತ್ಸೆ ಮಾಡಿ ವಾಸಿ ಮಾಡಿದ್ದಳು. ಕೋಣ ಹುಲಿಯನ್ನು ತಡೆಯದೆ ಇರುತ್ತಿದ್ದರೆ, ತನ್ನ ಪುಟ್ಟ ಕಂದನ ಎಳೆಯ ದೇಹವನ್ನು ಇದಕ್ಕಿಂತಲೂ ಆಳವಾಗಿ ಅದು ಸೀಳುತ್ತಿತ್ತೆಂದು ಆ ಗಾಯವನ್ನು ನೋಡಿದಾಗೆಲ್ಲ ಅವಳು ಯೋಚಿಸುತ್ತಿದ್ದಳು. ಆದುದರಿಂದ ಒಂದೊಂದು ಬಾರಿ ಕೋಣದ ಗಾಯವನ್ನು ಒರೆಸಿ ಔಷಧಿ ಹಚ್ಚಿ ಬಟ್ಟೆ ಕಟ್ಟುವಾಗಲೂ ಆಕೆ ತುಂಬು ದಯೆಯಿಂದ ಅದನ್ನು ಮಾತಾಡಿಸುತ್ತಿದ್ದಳು; ಮಾತೃವಾತ್ಸಲ್ಯ ಅದಕ್ಕೆ ದೊರೆತಿತ್ತು. ಆ ಸ್ವಾಮಿನಿಷ್ಠ ಪ್ರಾಣಿಗೆ ತಾಯಿಯೊಬ್ಬಳ ಕೃತಜ್ಞತೆಯನ್ನು ಅವಳು ಈ ರೀತಿ ವ್ಯಕ್ತಪಡಿಸುತ್ತಿದ್ದಳು. ಆಮೇಲೆ ಕಸಾಯಿಖಾನೆಗೆ ಬಲಿ ಕೊಡಲು ಅದನ್ನು ಒಯ್ದಾಗ ಆಕೆ ಅತ್ತದ್ದು ಏಕೆಂದು ಅರಿತು, ತನ್ನ ದುರದೃಷ್ಟವನ್ನು ತಪ್ಪಿಸುವುದು ಆಕೆಯ ಕೈಯಲ್ಲಿರಲಿಲ್ಲವೆಂದು ಆ ಕೋಣವೂ ಯೋಚಿಸಿರಬೇಕು. ಇದಾದ ಕೆಲದಿನಗಳ ಮೇಲೆ ಸಯೀದನ ತಂದೆ ಊರನ್ನೇ ಬಿಟ್ಟು ಓಡಿಹೋದ. ತೆರಿಗೆ ಕೊಡದೆ ದಂಡನೆಗೆ ಗುರಿಯಾಗುವೆನೆಂದು ಅವನಿಗೆ ಹೆದರಿಕೆಯಾಗಿತ್ತು; ವಂಶಪಾರಂಪರ್ಯವಾಗಿ ಬಂದ ಒಡವೆ ವಸ್ತುಗಳನ್ನೇನಾದರೂ ಮಾರಿ, ಮತ್ತೊಂದು ಕೋಣವನ್ನು ಕೊಳ್ಳೋಣವೆಂದರೆ, ಅವನಲ್ಲಿ ಅಂಥವೇನೂ ಇನ್ನು ಉಳಿದಿರಲಿಲ್ಲ. ಅವನ ತಂದೆ ತಾಯಿಯರು ಅವನಿಗೆ ಹೆಚ್ಚೇನನ್ನೂ ಬಿಟ್ಟುಹೋಗಿರಲಿಲ್ಲ. ಆದರೂ ತನ್ನ ಕೊನೆಯ ಕೋಣವನ್ನು ಕಳೆದುಕೊಂಡ ಬಳಿಕ ಆತ ಕೆಲವು ವರ್ಷ ಕಾಲ ಬಾಡಿಗೆಯ ಕೋಣಗಳೊಂದಿಗೆ ದುಡಿದ. ಆದರೆ ಆ ದುಡಿತದಿಂದ ಸಾಕಷ್ಟು ಪ್ರತಿಫಲ ದೊರೆಯುತ್ತಿರಲಿಲ್ಲ. ಅಲ್ಲದೆ, ಹಿಂದೆ ಸ್ವಂತ ಕೋಣಗಳಿದ್ದ ಒಬ್ಬ ವ್ಯಕ್ತಿಗೆ ಹಾಗೆ ದುಡಿಯುವುದು ಕ್ಲೇಶದಾಯಕವೂ ಆಗಿತ್ತು.

ಇದನ್ನೆಲ್ಲ ಯೋಚಿಸುತ್ತ ದುಃಖದಲ್ಲೇ ಸಯೀದನ ತಾಯಿ ಮೃತಪಟ್ಟಳು. ತಂದೆ ಹತಾಶನಾಗಿ ಬಾಂಟಮ್ ಪ್ರಾಂತ್ಯವನ್ನೇ ಬಿಟ್ಟು ಬ್ಯೂಟೆನ್‌ಜೋರ್ಗ್ ಜಿಲ್ಲೆಯಲ್ಲಿ ಕೆಲಸ ಹುಡುಕಲು ಹೋದ. ಆದರೆ ಅಧಿಕೃತ ಪರವಾನಗಿ ಇಲ್ಲದೆ ಲೆಬಾಕ್ ಪಟ್ಟಣವನ್ನು ತೊರೆದು ಬಂದಿದ್ದ ಅವನಿಗೆ ಪೊಲೀಸರು ಚಾಟಿಯೇಟು ಬಾರಿಸಿ ಬಾಡೊಯೆರ್‌ಗೆ ವಾಪಸು ಕರೆತಂದಿದ್ದರು. ಅಲ್ಲಿ ಅವನು ಹುಚ್ಚನೆಂದು ಬಂಧನಕ್ಕೊಳಗಾಗಬೇಕಾಯಿತು. ಹುಚ್ಚು ಉಲ್ಬಣಿಸಿದ ಕ್ಷಣದಲ್ಲಿ ಆತ ಏನಾದರೂ ಗಲಾಟೆ ಮಾಡಬಹುದೆಂಬ ಆತಂಕ ಅಧಿಕಾರಿಗಳಿಗೆ. ಆದರೆ ಅವನು ಜೈಲಿನಲ್ಲಿ ಬಹುದಿನ ಕಳೆಯಲಿಲ್ಲ; ಕೆಲದಿನಗಳಲ್ಲೇ ಸತ್ತುಹೋದ. ಸಯೀದನ ಸೋದರ ಸೋದರಿಯರು ಏನಾದರೋ ತಿಳಿಯಲಿಲ್ಲ. ಅವರೆಲ್ಲ ವಾಸಿಸುತ್ತಿದ್ದ ಮನೆ ಸ್ವಲ್ಪ

---

* ಪಂಚೆಯಂತೆ ಸೊಂಟಕ್ಕೆ ಸುತ್ತಿಕೊಳ್ಳುವ ತುಂಡುಸೀರೆ. ಇಂಡೊನೇಷ್ಯ, ಮಲಯಗಳಲ್ಲಿ ಇದೇ ಹೆಂಗಸರ ರಾಷ್ಟ್ರೀಯ ಉಡುಪು.

ದಿನ ಖಾಲಿಯಿದ್ದು ಆಮೇಲೆ ಕುಸಿದುಬಿದ್ದಿತು. ಬಿದಿರಿನ ಗಳುಗಳಿಂದ ಕಟ್ಟಿದ್ದ ಜೋಪಡಿ ಅದು. ಅಷ್ಟೊಂದು ನೋವು ಕಂಡಿದ್ದ ಆ ಜಾಗವನ್ನು ಈಗ ಧೂಳು, ಕಸ ಆಕ್ರಮಿಸಿತು. ಲೆಬಾಕ್‌ನಲ್ಲಿ ಇಂಥ ಹಳೆಯ ಮನೆಗಳು ಅನೇಕವಿವೆ.

ದುಃಖತಪ್ತಳಾದ ತಾಯಿ ಮೃತಳಾದ ಮೇಲೆ ಸಯೀದನ ತಂದೆ ಬ್ಯೂಟೆನ್‌ಜೋರ್ಗ್‌ನಲ್ಲಿ ನೆಲೆಸಲು ಹೊರಟಾಗ ಹುಡುಗನಿಗೆ ಹದಿನೈದು ವರ್ಷ. ಅವನ ತಲೆಯಲ್ಲಿ ಬೇರೇನೋ ಯೋಚನೆಗಳಿದ್ದವು ; ಆದುದರಿಂದ ಆತ ತಂದೆಯ ಜತೆ ಹೋಗಲಿಲ್ಲ. ಬಟೇವಿಯಾದಲ್ಲಿ* ಶ್ರೀಮಂತರು ಸಾರೋಟುಗಳಲ್ಲಿ ಓಡಾಡುತ್ತಾರೆ; ಅಲ್ಲಿಗೆ ಹೋದರೆ ಸಾರೋಟಿನ ಸೇವಕನಾಗಿ ಕೆಲಸ ಸಿಗುವುದು ಸುಲಭ ಎಂದು ಅವನಿಗೆ ಕೆಲವರು ಹೇಳಿದ್ದರು. ಎರಡು ಚಕ್ರಗಳುಳ್ಳ ಆ ವಾಹನಗಳ ಸಮತೋಲ ತಪ್ಪದಿರಲೆಂದು ಈ ಕೆಲಸಕ್ಕೆ ಚಿಕ್ಕ ಹುಡುಗರನ್ನೇ ನೇಮಿಸಿಕೊಳ್ಳುತ್ತಾರೆ; ಆದುದರಿಂದ ಆತ ಸಭ್ಯನಾಗಿ ಕೆಲಸಮಾಡಿದರೆ ಬೇಗನೆ ಸಾಕಷ್ಟು ಹಣಗಳಿಸಬಹುದು – ಪ್ರಾಯಶಃ ಮೂರು ವರ್ಷಗಳಲ್ಲಿ ಎರಡು ಕೋಣಗಳನ್ನು ಕೊಳ್ಳುವಷ್ಟು – ಎಂದೂ ಅವರು ಹೇಳಿದ್ದರು. ಹಾಗಿದ್ದರೆ ಅದೇ ಒಳ್ಳೆಯದಲ್ಲವೆ ? ಹೀಗೆ ವಿಚಾರಮಾಡಿ, ತಂದೆ ಹೊರಟು ಹೋದ ಕೆಲದಿನಗಳ ಮೇಲೆ ಅವನು ಒಂದು ದಿನ ಅಬಿಂದಾಳ ಮನೆಗೆ ಹೋಗಿ ತನ್ನ ವಿಚಾರವನ್ನು ಅವಳಿಗೆ ತಿಳಿಸಿದ.

ಅವನೆಂದ: "ಯೋಚನೆ ಮಾಡಿ ನೋಡು. ನಾನು ವಾಪಸು ಇಲ್ಲಿಗೆ ಬರುವಾಗ ನನಗೆ ಮದುವೆಯಾಗೋ ವಯಸ್ಸಾಗಿರ್ತದೆ. ಎರಡು ಕೋಣ ಖರೀದಿ ಮಾಡುವಷ್ಟು ದುಡ್ಡಿರ್ತದೆ."

"ನೀನು ವಾಪಸು ಬಂದ ಮೇಲೆ ನಿನ್ನನ್ನೇ ಮದುವೆಯಾಗೋದಕ್ಕೆ ನಂಗೂ ತುಂಬಾ ಇಷ್ಟ ಸಯೀದ್. ಅಲ್ಲಿಯವರೆಗೆ ನಾನು ಸೆರಾಂಗ್‌ಗಳು, ಸ್ಲೆಂಡಾಂಗ್‌ಗಳು** ಮೊದಲಾದ ಉಡುಪುಗಳನ್ನೆಲ್ಲ ಹೆಣೆದುಕೊಂಡು ಕೈತುಂಬ ಕೆಲಸ ಹಚ್ಚಿಕೊಂಡಿರ್ತೇನೆ."

"ನಿನ್ನನ್ನು ನಾನು ನಂಬ್ತೇನೆ ಅಬಿಂದಾ. ಆದರೆ... ಅಷ್ಟರಲ್ಲಿ ನೀನು ಮದುವೆಯಾಗಿ ಬಿಟ್ಟರೆ?"

"ಇಲ್ಲ ಸಯೀದ್, ನಿನ್ನನ್ನು ಬಿಟ್ಟು ಬೇರ‍್ಯಾರನ್ನೂ ನಾನು ಮದುವೆಯಾಗೋದಿಲ್ಲ ಅಂತ ನಿನಗೇ ಗೊತ್ತಿದೆ. ಹಾಗಂತ ನಮ್ಮಪ್ಪ ನಿಮ್ಮ ತಂದೆಗೆ ಮಾತು ಕೊಟ್ಟಿದ್ದಾನೆ ಕೂಡ."

"ಅದು ನಿನ್ನ ತಂದೆಯ ಮಾತಾಯಿತು. ಸ್ವತಃ ನೀನು...?"

"ಖಂಡಿತ ನಿನ್ನನ್ನೇ ಮದುವೆಯಾಗ್ತೇನೆ."

"ನಾನು ವಾಪಸು ಬರುವಾಗ ದೂರದಿಂದಲೇ ನಿನ್ನನ್ನು ಕೂಗ್ತೇನೆ."

"ಅದು ಸರಿ. ಆದರೆ ಹಳ್ಳೀಲಿ ನಾವು ಬತ್ತ ತುಳೀತಿದ್ರೆ ನಿನ್ನ ಕೂಗು ಯಾರಿಗೆ ಕೇಳಿಸ್ತದೆ ?"

"ಅದೂ ನಿಜಾ ಅನ್ನು. ಒಂದು ಕೆಲಸಮಾಡು. ಕೆಟಪಾನ್ ಮರದ*** ಕೆಳಗಡೆ ತೇಗದ

---

* ಒಂದು ಕಾಲದಲ್ಲಿ ಹಾಲೆಂಡ್ 'ಬಟೇವಿಯಾದ ಗಣರಾಜ್ಯ' ಎಂಬ ಹೆಸರು ಪಡೆದಿತ್ತು. ಅದರ ಸ್ಮರಣಾರ್ಥ ಡಚ್ಚರು ಇಂಡೊನೇಷ್ಯವನ್ನು ಗೆದ್ದಾಗ ಮುಖ್ಯ ನಗರವನ್ನು ಬಟೇವಿಯಾ ಎಂದು ಕರೆದರು. ಈಗ ಅದು ಜಕಾರ್ತ.

** ಸ್ಲೆಂಡಾಂಗ್ : ಹೆಗಲ ಮೇಲೆ ಹೊದ್ದುಕೊಳ್ಳುವ ಒಂದು ವಿಧದ ಶಾಲು, ಅಂಗವಸ್ತ್ರ ಅಥವಾ ಉತ್ತರೀಯ.

*** ಕೆಟಪಾನ್ : ಒಂದು ವಿಧದ ಅಂಟು ದ್ರವವನ್ನು ಸ್ರವಿಸುವ ಮರ, ಗಟಪರ್ಚ ಮರ.

ಕಾಡಿನಲ್ಲಿ ನನಗಾಗಿ ಕಾದಿರು. ನೀನು ನನಗೆ ಮೇಲತ್ತಿ ಹೂಗಳನ್ನು* ಕೊಟ್ಟಿದ್ದು ಅಲ್ಲೇ ಅಲ್ವಾ?"

"ಆದರೆ ನಾನು ಅಲ್ಲಿಗೆ ಯಾವಾಗ ಬರಬೇಕು?"

ಸಯೀದ್ ಕ್ಷಣಕಾಲ ಯೋಚಿಸಿ ಹೇಳಿದ :

"ಶುಕ್ಲಪಕ್ಷದ ಪಾಡ್ಯಮಿಯ ರಾತ್ರಿಗಳನ್ನು ಎಣಿಸು. ಈಸಲದ್ದು ಬಿಟ್ಟು ಮೂವತ್ತಾರು ಶುಕ್ಲ ಪಾಡ್ಯಮಿಗಳಷ್ಟು ಕಾಲ ನಾನು ನಿನ್ನಿಂದ ದೂರವಿರ್ತೇನೆ. ನೋಡು ಅಬಿಂದಾ, ಒಂದೊಂದು ಶುಕ್ಲ ಪಾಡ್ಯಮಿಯ ರಾತ್ರಿ ಬಂದಾಗಲೂ ನೀನು ಭತ್ತ ಕುಟ್ಟುವ ಹಲಗೆಯ ಮೇಲೆ ಗುರುತು ಹಾಕು. ಮೂವತ್ತಾರು ಸಲ ನೀನು ಹಾಗೆ ಗುರುತುಮಾಡಿದ ಮಾರನೆಯ ದಿನವೇ ನಾನು ಕೆಟಪಾನ್ ಮರದ ಅಡಿಯಲ್ಲಿ ಇರ್ತೇನೆ. ನೀನು ಅಲ್ಲಿಗೆ ತಪ್ಪದೆ ಬರ್ತೀತಾನೇ?"

"ಖಂಡಿತ ಬರ್ತೇನೆ. ತೇಗದ ಕಾಡಿನ ಬಳಿ ಕೆಟಪಾನ್‌ನ ಅಡಿಯಲ್ಲೇ ಕಾದಿರ್ತೇನೆ – ನಿನ್ನನ್ನ ಎದುರು ನೋಡುತ್ತ."

ತಮ್ಮ ಪ್ರತಿಜ್ಞೆಯ ಸಂಕೇತವಾಗಿ ಸಯೀದ್ ತನ್ನ ರುಮಾಲಿನಿಂದ ಒಂದು ತುಣುಕನ್ನು ಕತ್ತರಿಸಿ ಅಬಿಂದಾಳ ಕೈಗಿತ್ತು ಅವಳಿಂದ ಬೀಳ್ಕೊಂಡು ಬಾಡೊಯೆರ್‌ನಿಂದ ನಿರ್ಗಮಿಸಿದ. ಅನೇಕ ದಿನ ನಡೆದು ರಾಂಕಾಸ್–ಬೆಲಾಂಗ್ ಮೂಲಕ (ಅದು ಆಗಿನ್ನೂ ಲೆಬಾಕ್‌ನ ರಾಜಧಾನಿಯಾಗಿರಲಿಲ್ಲ) ಸಾಗಿ ಸಹಾಯಕ ವಿಭಾಗಾಧಿಕಾರಿಯ ನೆಲೆಯಾದ ವರಾಂಗ್ – ಗೂನೂಂಗ್ ಪಟ್ಟಣ ತಲಪಿ ಅಲ್ಲಿಂದ ಮರು ದಿನ ಪಾಮರಂಗಂಡ್‌ಗೆ ಬಂದ; ಅದು ಒಂದು ತೋಟದ ನಡುವೆ ಇತ್ತು. ಅಲ್ಲಿಂದ ಇನ್ನೊಂದು ದಿನ ಮುಂದೆ ಸಾಗಿ ಆತ ಸೆರಾಂಗ್ ನಗರವನ್ನು ತಲಪಿದ; ಆ ಊರಿನ ಭವ್ಯತೆ, ಕಲ್ಲಿನಲ್ಲಿ ಕಟ್ಟಿದ ಅನೇಕ ಮನೆಗಳು ಅವನನ್ನು ಬೆರಗಾಗಿಸಿದವು. ಅಂಥ ಊರನ್ನು ಅವನು ನೋಡಿಯೇ ಇರಲಿಲ್ಲ. ಪ್ರಯಾಣದಿಂದ ಬಳಲಿದ್ದುದರಿಂದ ಆತ ಒಂದು ದಿನ ಅಲ್ಲಿ ತಂಗಿದ್ದು ರಾತ್ರಿ ತಣ್ಣಗಿನ ಹವೆಯಲ್ಲಿ ಮುಂದೆ ನಡೆದು ಮಾರನೆಯ ದಿನ ಟಾಂಗೆರಾಂಗ್ ಪಟ್ಟಣಕ್ಕೆ ಬಂದು ಸೇರಿದ. ಅಲ್ಲಿ ಹೊಳೆಯಲ್ಲಿ ಸ್ನಾನ ಮಾಡಿ ತನ್ನ ತಂದೆಯ ಸ್ನೇಹಿತನೊಬ್ಬನ ಮನೆಯಲ್ಲಿ ಬಿಡಾರಮಾಡಿದ. ಈ ಸ್ನೇಹಿತ ಮನಿಲಾದಲ್ಲಿ ಮಾಡುವಂಥ ಹುಲ್ಲಿನ ಟೊಪ್ಪಿಗೆಗಳ ತಯಾರಕ. ಪ್ರಾಯಶಃ ನಾಳೆ ಬಟೇವಿಯಾದಲ್ಲಿ ಬೇರೇನೂ ಕೆಲಸ ಸಿಗದಿದ್ದರೆ ಇದಾದರೂ ಪ್ರಯೋಜನಕ್ಕೆ ಬರಬಹುದು ಎಂದು ಭಾವಿಸಿ, ಅಲ್ಲಿದ್ದ ಒಂದು ದಿನದಲ್ಲಿ ಇವನೂ ಅಂಥ ಟೊಪ್ಪಿಗೆ ತಯಾರಿಸುವುದನ್ನು ಕಲಿತ. ಮಾರನೆಯ ದಿನ ಆತ ತನ್ನ ಆತಿಥೇಯನಿಗೆ ವಂದನೆ ಸಲ್ಲಿಸಿ ಬೀಳ್ಕೊಂಡ. ಸಂಜೆಗತ್ತಲು ಕವಿಯುತ್ತಿದ್ದಂತೆ ಅವನು ಒಂದೆಡೆ ನಿಂತು ಅಬಿಂದಾ ತನಗೆ ಕೊಟ್ಟಿದ್ದ 'ಮೇಲತ್ತಿ' ಎಲೆಗಳನ್ನು ಹೊರತೆಗೆದ; ಎಷ್ಟು ದಿನ ಅವಳನ್ನು ನೋಡದಿರಬೇಕು ಎಂದು ಚಿಂತಿಸಿದ. ತಾನೆಷ್ಟು ಒಬ್ಬಂಟಿಗನಾಗಿದ್ದೇನೆಂದು ಮೊದಲೆರಡು ದಿನ ಅವನ ಗಮನಕ್ಕೆ ಬಂದಿರಲಿಲ್ಲ; ಎರಡು ಕೋಣಗಳನ್ನು ಕೊಳ್ಳಲು ಸಾಕಷ್ಟು ಹಣ ಸಿಗುವುದೆಂಬ ಗುಂಗಿನಲ್ಲೇ ಇದ್ದ. ಅವನ ತಂದೆಗೆ ಒಂದಕ್ಕಿಂತ ಹೆಚ್ಚಿಗೆ ಕೋಣಗಳನ್ನು ಕೊಳ್ಳಲು, ಸಾಕಲು ಅನುಕೂಲವಾಗಿರಲಿಲ್ಲ. ಅಲ್ಲದೆ ಅವನ ಹೃದಯದಲ್ಲಿ ಅಬಿಂದಾಳನ್ನು ಮತ್ತೆ ಯಾವಾಗ ನೋಡುವೆನೋ ಎಂಬ ಕಾತರ. ತಾನು ಅವಳಿಂದ ಬೀಳ್ಕೊಂಡಾಗ ಅವಳಲ್ಲೂ ಇದೇ ಚಿಂತೆ. ಈ ಯೋಚನೆಯಲ್ಲೇ

---

* ಮೇಲತ್ತಿ : ನೇರಳೆ ಬಣ್ಣದ ದೊಡ್ಡ ಜಾತಿಯ ಒಂದು ಹೂವು, ಅದರ ಗಿಡ.

ಆತ ಬಾಡೊಯೆರ್‌ನಿಂದ ಹೊರಬಿದ್ದಿದ್ದ. ಊರಿನ ಆ ದೊಡ್ಡ ಮರದ ಪಕ್ಕದಲ್ಲಿ ಹಾದುಹೋಗುವಾಗ ಹಿಂದಿರುಗಿ ನೋಡಿದ್ದ; ಅಬಿಂದಾ ತನಗಾಗಿ ಕಾಯುತ್ತಿರುತ್ತಾಳೆಂಬುದನ್ನು ಕಲ್ಪಿಸಿಕೊಂಡೇ ಅವನು 36 ಶುಕ್ಲ ಪಾಡ್ಯಮಿಗಳು ಕಳೆದೇ ಹೋದವೇನೋ ಎಂಬಷ್ಟು ಖುಷಿಪಟ್ಟಿದ್ದ. ಈಗ ದೂರ ಸರಿದಂತೆ ತಮ್ಮಿಬ್ಬರ ನಡುವೆ ಬೆಳೆದಿದ್ದ ಅಂತರ ಅವನಿಗೆ ಅರ್ಥವಾಗಿತ್ತು; ಅಲ್ಲದೆ ಇನ್ನೂ ದೂರ ಸಾಗಬೇಕಾಗಿದೆ. ಈ ಚಿಂತೆಯಿಂದ ಅವನ ನಡಿಗೆ ನಿಧಾನವಾಯಿತು; ಮೊಣಕಾಲುಗಳು ಕುಸಿಯುವಂತಾದವು. ಹಾಗೆ ನೋಡಿದರೆ ಅವನಲ್ಲಿ ಹತಾಶೆಗಿಂತ ದುಃಖ ಮೂಡಿತ್ತು. ವಾಪಸು ಹೋಗಿಬಿಡಲೇ ಅಂದುಕೊಂಡ. ಆದರೆ ತಾನು ಧೈರ್ಯಗುಂದಿದರೆ ಅಬಿಂದಾ ಏನಂದುಕೊಂಡಾಳು?

ಆದುದರಿಂದ ಆತ ಹಾಗೇ ನಿಧಾನವಾಗಿ ಮುಂದಕ್ಕೆ ಸಾಗಿದ. ಕೈಯಲ್ಲಿ ಮೇಲತ್ತಿ ಎಲೆಗಳನ್ನು ಹಿಡಿದೇ ಇದ್ದ; ಆಗಾಗ್ಗೆ ಅವನ್ನು ತನ್ನ ಹೃದಯಕ್ಕೊತ್ತಿಕೊಳ್ಳುತ್ತಿದ್ದ. ಇದುವರೆಗೆ ಅಬಿಂದಾಳನ್ನು ಯಾವಾಗ ಬೇಕಾದರೂ ನೋಡುವ ಅವಕಾಶವಿದ್ದಾಗ ತಾನು ಅದೆಷ್ಟು ಶಾಂತಚಿತ್ತನಾಗಿದ್ದೆ ಎಂದು ಅವನು ಯೋಚಿಸತೊಡಗಿದ; ಈಗ ಈ ಶಾಂತಿ ಕದಡಿತ್ತು. ಆದರೆ ಊರು ಬಿಟ್ಟ ಮೇಲೆ ಅವಳನ್ನು ನೋಡಲು ತಾನೇಕೆ ಒಮ್ಮೆಯೂ ಹಿಂದಿರುಗಲಿಲ್ಲ ಎಂಬುದು ಅವನಿಗೇ ಅರ್ಥವಾಗಲಿಲ್ಲ. ಅದೊಂದು ದಿನ ತನ್ನ ತಮ್ಮನ ಗಾಳಿಪಟಕ್ಕೆ ಅವಳು ಕಟ್ಟಿದ್ದ ದಾರದ ಬಗ್ಗೆ ಟೀಕಿಸಿದ್ದ ಪ್ರಸಂಗ ಈಗ ಅವನ ಜ್ಞಾಪಕಕ್ಕೆ ಬಂದಿತು. ಆಗ ಇಬ್ಬರೂ ಜಗಳವಾಡಿದ್ದರು. ದಾರಕಟ್ಟುವುದರಲ್ಲಿ ಅವಳು ತಪ್ಪುಮಾಡಿ ಅದು ಕಿತ್ತುಬಂದಿತ್ತು. ಇದರಿಂದಾಗಿ ಜಿಪೋರೋಯೆತ್‌ನ ಮಕ್ಕಳೊಡನೆ ತಾನು ಕಟ್ಟಿದ್ದ ಪಣದಲ್ಲಿ ಆತ ಸೋತುಹೋಗಿದ್ದ. ಇಂಥ ವಿಷಯಕ್ಕೆಲ್ಲ ಅಬಿಂದಾಳ ಮೇಲೆ ಕೋಪ ಮಾಡಿಕೊಳ್ಳಲು ಹೇಗೆ ಸಾಧ್ಯವಾಯಿತಪ್ಪ ಎಂದು ತನಗೆ ತಾನೇ ಈಗವನು ಪ್ರಶ್ನಿಸಿಕೊಂಡ. ದಾರದಲ್ಲಿ ಏನೋ ದೋಷವಿದ್ದು ಒಂದು ವೇಳೆ ತಾನು ಪಣದಲ್ಲಿ ಸೋತಿದ್ದರೂ ಅಷ್ಟು ಒರಟಾಗಿ ವರ್ತಿಸಿ ಅವಳನ್ನು ಬಯ್ಯಬೇಕಿತ್ತೆ? ಅವಳ ಕ್ಷಮೆ ಕೇಳದೆಯೇ ತಾನೇನಾದರೂ ಬಟೇವಿಯಾದಲ್ಲೇ ಸತ್ತುಹೋದರೆ? ಹಾಗಾದಲ್ಲಿ ತಾನೊಬ್ಬ ದುಷ್ಟ ಎಂದಾಗುವುದಿಲ್ಲವೆ? ದೂರದ ಊರಿನಲ್ಲೆಲ್ಲೋ ತಾನು ಸತ್ತರೆ ಬಾಡೊಯೆರ್‌ನ ಜನ 'ಅವನು ಸತ್ತದ್ದು ಒಳ್ಳೆಯದೇ ಆಯಿತು ಬಿಡಿ. ಅಬಿಂದಾಳೊಡನೆ ಎಷ್ಟು ತಲೆಹರಟೆ ಮಾತಾಡಿದ್ದ' ಎಂದೆಲ್ಲ ಆಡಿಕೊಳ್ಳಲಾರರೆ?

ಹೀಗೇ ಯೋಚಿಸುತ್ತ ಆತ ಮುಂದೆ ಸಾಗಿದ್ದ. ಯೋಚನೆಗಳು ಮೊದಲು ಸ್ವಗತವಾಗಿ ವ್ಯಕ್ತಪಟ್ಟು, ಕೊನೆಗೆ ಒಂದು ದುಃಖಪೂರ್ಣ ಗೀತೆಯಾದುವು.

ಬಟೇವಿಯಾಗೆ ಬಂದೊಡನೆ ಸಯೀದ್ ಅಲ್ಲಿನ ಒಬ್ಬ ಗಣ್ಯನಲ್ಲಿಗೆ ಹೋಗಿ ಕೆಲಸ ಕೇಳಿದ. ಕೆಲಸವೂ ಕೂಡಲೆ ಸಿಕ್ಕಿತು. ಸಯೀದ್‌ಗೆ ಮಲೆಯ್ ಭಾಷೆ ಬಾರದಿದ್ದುದು ಒಂದು ರೀತಿ ಒಳ್ಳೆಯದೇ ಆಯಿತು. ಆ ಭಾಷೆ ಗೊತ್ತಿಲ್ಲದ ಸೇವಕರು ಐರೋಪ್ಯರ ಸಂಪರ್ಕ ಹೆಚ್ಚಿಗಿದ್ದ ಮಂದಿಯಷ್ಟು ಭ್ರಷ್ಟರಾಗಿರುವುದಿಲ್ಲ. ಆದರೆ ಸಯೀದ್ ಮಲೆಯ್ ಭಾಷೆಯನ್ನು ಬೇಗನೆ ಕಲಿತುಕೊಂಡರೂ ಅವನ ವರ್ತನೆ ಚೆನ್ನಾಗಿಯೇ ಇತ್ತು. ಯಾಕೆಂದರೆ ತಾನು ಎರಡು ಕೋಣಗಳನ್ನು ಕೊಳ್ಳಬೇಕೆಂಬುದು ಯಾವಾಗಲೂ ಅವನ ನೆನಪಿನಲ್ಲಿರುತ್ತಿತ್ತು. ಇದರೊಂದಿಗೆ ಅವನು ದಷ್ಟಪುಷ್ಟನಾಗಿ ಬೆಳೆದ. ಬಾಡೊಯೆರ್‌ನಲ್ಲಿದ್ದಂತೆ ಇಲ್ಲಿ ಹಸಿವಿನ ಪ್ರಶ್ನೆ ಇರಲಿಲ್ಲ. ದಿನವೂ ಊಟ ಸಿಗುತ್ತಿತ್ತು. ಯಜಮಾನನ ಲಾಯದಲ್ಲಿ ಎಲ್ಲರಿಗೂ ಅವನು ಬಹು ಮೆಚ್ಚುಗೆಯಾಗಿದ್ದ; ನಿನ್ನ ಮಗಳನ್ನು ಮದುವೆಯಾಗುವೆನೆಂದು ಸಾರೋಟಿನ ಚಾಲಕನನ್ನು

ಸಯೀದ್ ಕೇಳಿದ್ದರೆ ಆತ ಖಂಡಿತವಾಗಿ ಅದಕ್ಕೆ ಒಪ್ಪಿಬಿಡುತ್ತಿದ್ದ. ಯಜಮಾನನೂ ಅವನನ್ನು ಮೆಚ್ಚಿಕೊಂಡಿದ್ದ; ತನ್ನ ಮನೆಯ ಸೇವಕನಾಗಿ ಅವನಿಗೆ ಬಡ್ತಿ ಕೊಟ್ಟು ಪಗಾರವನ್ನು ಹೆಚ್ಚಿಸಿದನಷ್ಟೇ ಅಲ್ಲದೆ, ಆಗಾಗ್ಗೆ ಖುಷಿಪಟ್ಟು ಅವನಿಗೆ ಏನಾದರೂ ಉಡುಗೊರೆಗಳನ್ನೂ ಕೊಡುತ್ತಿದ್ದ. ಸಯೀದ್ ಕೆಲಸ ಮಾಡುತ್ತಿದ್ದ ಮನೆಯ ಯಜಮಾನಿ ಸ್ವಲ್ಪ ದಿನ ಬಹಳ ಜನಪ್ರಿಯವಾಗಿದ್ದ ಸ್ಕೂಳ ಕಾದಂಬರಿ ಓದಿದ್ದಳು; ಸಯೀದನನ್ನು ನೋಡಿದಾಗೆಲ್ಲ ಆಕೆಗೆ ಕಾದಂಬರಿಯಲ್ಲಿನ ರಾಜಕುಮಾರ ಜಾಲ್ಮಾನ ನೆನಪಾಗುತ್ತಿತ್ತು. ಆಕೆಯ ಪುತ್ರಿಯರೂ ಅಷ್ಟೆ; ಜಾವಾದ ಚಿತ್ರಕಾರ ರದೀನ್ ಸಾಲೇ ಪ್ಯಾರಿಸಿನಲ್ಲಿ ಅಷ್ಟು ಯಶಸ್ವಿಯಾದದ್ದು ಏಕೆಂದು ಈಗ ಅವರಿಗೆ ಮೊದಲಿಗಿಂತ ಚೆನ್ನಾಗಿ ತಿಳಿದಿತ್ತು. ಆದರೆ ಮೂರು ವರ್ಷ ಕಳೆದ ಮೇಲೆ ತನ್ನನ್ನು ಕೆಲಸದಿಂದ ಬಿಡುಗಡೆಮಾಡಿ ತನ್ನ ಒಳ್ಳೆಯ ನಡತೆ ಬಗ್ಗೆ ಒಂದು ಯೋಗ್ಯತಾಪತ್ರ ನೀಡಬೇಕೆಂದು ಆತ ಕೋರಿದಾಗ ಈ ಸಯೀದ್‌ನಲ್ಲಿ ಕೃತಜ್ಞತೆಯಿಲ್ಲ ಎಂದು ಅವರು ಆಡಿಕೊಂಡರು. ಆದರೂ ಅವನಿಗೆ ಇಲ್ಲವೆನ್ನಲಾಗದು. ಹರ್ಷಚಿತ್ತನಾಗಿ ಅವನು ಅಲ್ಲಿಂದ ಹೊರಟ.

ಹೋಗುತ್ತ ತಾನು ಮನೆಗೆ ಒಯ್ಯುತ್ತಿದ್ದ ಹಣವನ್ನು ಅವನು ಇನ್ನೊಮ್ಮೆ ಎಣಿಸಿ ನೋಡಿಕೊಂಡ. ಬೊಂಬಿನ ತುಂಡೊಂದರಲ್ಲಿ ಅವನ ಪಾಸ್‌ಪೋರ್ಟ್ ಮತ್ತು ಯೋಗ್ಯತಾ ಪತ್ರ ಇದ್ದವು. ಭುಜಕ್ಕೆ ತೂಗುಹಾಕಿಕೊಂಡಿದ್ದ ಚರ್ಮದ ಬೆಲ್ಟ್ ಬಿಗಿದಿದ್ದ ಚೀಲವೊಂದರ ಭಾರವನ್ನು ಇನ್ನೊಮ್ಮೆ ಮುಟ್ಟಿ ನೋಡಿದ. ಅದು ಸಂತೋಷದ ಅನುಭವ. ಅಬಿಂದಾ ಏನು ಹೇಳುವಳೋ? ಚೀಲದಲ್ಲಿ ಮೂವತ್ತು ಪಿಯಾಸ್ತ್ರೆ ಹಣವಿತ್ತು; ಮೂರು ಕೋಣಗಳನ್ನು ಕೊಳ್ಳಲು ಸಾಕು. ಇಷ್ಟು ಮಾತ್ರವಲ್ಲ. ಅವನ ಬೆನ್ನಿನ ಮೇಲೆ ಬೆಳ್ಳಿ ತಗಡು ಜೋಡಿಸಿದ ಒರೆಯೊಳಗೆ ಅವನ ಕಿರುಕಠಾರಿಯಿತ್ತು. ಅದರ ಹಿಡಿ ಬಹಳ ಸೊಗಸಾಗಿದ್ದು ಅದಕ್ಕೊಂದು ರೇಶ್ಮೆಯ ಕವಚವನ್ನು ಆತ ತೊಡಿಸಿದ್ದ. ಇವಲ್ಲದೆ ಅವನಲ್ಲಿ ಇನ್ನೂ ಒಂದು ನಿಧಿಯಿತ್ತು; ತನ್ನ ಚಡ್ಡಿಯ ಮಡಿಕೆಯಲ್ಲಿ ಚಿನ್ನದ ಕೊಂಡಿಗಳಿದ್ದ ಬೆಳ್ಳಿ ಉಂಗುರಗಳ ಒಂದು ಡಾಬನ್ನು ಆತ ಭದ್ರವಾಗಿಟ್ಟಿದ್ದ. ಆ ಡಾಬು ಸ್ವಲ್ಪ ಚಿಕ್ಕದು; ಆದರೇನು? ಅಬಿಂದಾಳೂ ತೆಳ್ಳನೆಯ ಹುಡುಗಿಯಾಗಿರಲಿಲ್ಲವೆ? ಕುತ್ತಿಗೆಗೆ ಒಂದು ಹುರಿ ಕಟ್ಟಿಕೊಂಡು ಅಂಗಿಯೊಳಗೆ ಇಳಿಬಿಟ್ಟಿದ್ದ ರೇಶ್ಮೆ ಚೀಲವೊಂದರಲ್ಲಿ ಮೂರು ವರ್ಷಗಳ ಹಿಂದೆ ಅಬಿಂದಾ ಕೊಟ್ಟಿದ್ದ, ಆದರೆ ಈಗ ಒಣಗಿ ಹೋಗಿದ್ದ ಮೇಲತ್ತಿ ಎಲೆಗಳಿದ್ದವು.

ಹೀಗಿರುವಾಗ, ಹುಲ್ಲಿನ ಟೊಪ್ಪಿಗೆ ತಯಾರಕ ಗೆಳೆಯರನ್ನು ನೋಡಲು ಟಾಂಗೆರಾಂಗ್‌ನಲ್ಲಿ ಅವನು ನಿಲ್ಲದೆ ಮುಂದೆ ಸಾಗಿದ್ದರಲ್ಲಿ ಏನಾಶ್ಚರ್ಯ? ನೀನೆಲ್ಲಿಂದ ಬಂದೆ, ಎಲ್ಲಿಗೆ ಹೋಗ್ತಿದೀಯ ಎಂದೆಲ್ಲ ದಾರಿಯಲ್ಲಿ ಕೇಳುತ್ತಿದ್ದ ಹುಡುಗಿಯರ ಬಳಿಯೂ ಆತ ಹೆಚ್ಚು ಸಮಯ ಕಳೆಯದೆ ಬರೇ ಸಾಂಪ್ರದಾಯಿಕ ನಮಸ್ಕಾರ ಹೇಳಿ ಮುಂದುವರಿಯುತ್ತಿದ್ದ. ಬಟೇವಿಯಾವನ್ನು ಸಾಕಷ್ಟು ಚೆನ್ನಾಗಿಯೇ ಪರಿಚಯ ಮಾಡಿಕೊಂಡಿದ್ದ ಅವನಿಗೆ ಸೆರಾಂಗ್ ಅಷ್ಟೊಂದು ಸುಂದರವಾದ ಸ್ಥಳ ಎಂದು ಈಗ ಅನ್ನಿಸಲಿಲ್ಲ. ಸೋಲೋದ ಸಮ್ರಾಟನ ತಾತನಾಗಿದ್ದ ಬ್ಯೂಟೆನ್‌ಜೋರ್ಗ್‌ನ ದೊಡ್ಡ ಪ್ರಭುವಿನ ವೈಭವವನ್ನು ನೋಡಿದ್ದ ಅವನೀಗ ಸ್ಥಳೀಯ ವಿಭಾಗಾಧಿಕಾರಿ ಸವಾರಿ ಹೋಗುವುದನ್ನು ದಾರಿಯಲ್ಲಿ ಕಂಡಾಗ, ಮೂರು ವರ್ಷ ಹಿಂದೆ ಮಾಡುತ್ತಿದ್ದಂತೆ ಯಾವುದಾದರೂ ಬೇಲಿಯ ಹಿಂದೆ ಅವಿತುಕೊಳ್ಳುತ್ತಿರಲಿಲ್ಲ. ದಾರಿಯಲ್ಲಿ ಪರಿಚಿತರಾಗಿ ಅಷ್ಟು ದೂರ ಅವನೊಡನೆ ನಡೆದು ಬಾಂಟಮ್ – ಕಿಡೂಲ್‌ನ ಸುದ್ದಿ ಸಮಾಚಾರಗಳನ್ನು ಬಣ್ಣಿಸುತ್ತಿದ್ದ ಸಹಪ್ರಯಾಣಿಕರ ಕಥೆಗಳನ್ನೂ ಅವನು ಗಮನವಿಟ್ಟು

ಕೇಳುತ್ತಿರಲಿಲ್ಲ. ಅವನ ಮನಃಪಟಲದಲ್ಲಿ ದಿವ್ಯವಾದ ಚಿತ್ರಗಳು ಮೂಡಿದ್ದವು. ಬಾಡೊಯೆರ್ ಇನ್ನೂ ಸಾಕಷ್ಟು ದೂರವಿದ್ದಾಗಲೇ ಗಗನದಲ್ಲಿನ ಮೋಡಗಳ ನಡುವೆ ಕಟಪಾನ್ ಮರಕ್ಕಾಗಿ ಆತ ಹುಡುಕಿದ. ಆ ಮರದಡಿ ತನ್ನನ್ನು ಭೇಟಿಯಾಗಲಿದ್ದ ವ್ಯಕ್ತಿಯನ್ನು ಜ್ಞಾಪಿಸಿಕೊಂಡಾಗ ಅವಳನ್ನು ಅಪ್ಪಿಕೊಳ್ಳಲೋ ಎಂಬಂತೆ ಆತ ಗಾಳಿಯಲ್ಲೇ ಕೈಚಾಚಿದ. ಅಬಿಂದಾಳ ಮುಖ, ತಲೆ, ಭುಜಗಳು, ದಟ್ಟವಾದ ಕಪ್ಪು ಕೂದಲಿನ ತುರುಬು, ಹೊಳೆಯುವ ಕಪ್ಪು ಕಣ್ಣುಗಳು, ಅವಳಿಗೆ ತಾನು ಗಿರುಕುಳ ಕೊಟ್ಟಾಗ (ಅದನ್ನು ಯೋಚಿಸುವುದು ಕೂಡ ಈಗ ಅಸಾಧ್ಯ!) ಹೆಮ್ಮೆಯಿಂದ ಎದ್ದು ನಿಲ್ಲುತ್ತಿದ್ದ ಅವಳ ಮೂಗಿನ ಹೊಳ್ಳೆಗಳು ಅವಳು ನಕ್ಕಾಗ ತುಟಿ ಅರಳುತ್ತಿದ್ದುದು, ಅವಳು ಹೊದೆದಿದ್ದ ಶಾಲಿನೊಳಗಿಂದ ಉಬ್ಬಿ ಕಾಣಿಸುತ್ತಿದ್ದ ಸ್ತನಗಳು ಎಲ್ಲಾ ನೆನಪಿಗೆ ಬಂದವು. "ಬಾ ಸಯೀದ್ ನಿನಗೆ ಸುಸ್ವಾಗತ. ನಾನು ನೂಲುವಾಗ, ನೇಯುವಾಗ, ಬತ್ತ ಕುಟ್ಟುವಾಗಲೆಲ್ಲ ನಿನ್ನ ಕುರಿತೇ ಯೋಚನೆ ಮಾಡ್ತಿದ್ದೆ. ಬತ್ತ ಕುಟ್ಟುವ ಹಲಗೆಯ ಮೇಲೆ ನನ್ನ ಕೈಯಿಂದಲೇ ಕೆತ್ತಿದ ಮೂವತ್ತಾರು ಗೆರೆಗಳನ್ನೂ ನೀನು ಕಾಣಬಹುದು. ಇದೋ ಈಗ ಪಾಡ್ಯಮಿ ರಾತ್ರಿಯ ಅನಂತರದ ಮೊದಲ ದಿನವೇ ಕೆಟಪಾನ್ ಹತ್ತಿರ ನಿಂತಿದ್ದೇನೆ. ಸಯೀದ್, ನಿನಗೆ ಸ್ವಾಗತ. ನಾನು ನಿನ್ನ ಮಡದಿಯಾಗ್ತೇನೆ," ಎಂದು ಅವಳು ಉಲಿದಂತೆ ಆತ ಕಲ್ಪಿಸಿಕೊಂಡ.

ಅವನ ಕಿವಿಗಳಲ್ಲಿ ಈ ಸಂಗೀತವೇ ಪ್ರತಿಧ್ವನಿಸುತ್ತಿದ್ದು, ದಾರಿಯುದ್ದಕ್ಕೂ ಬೇರೆಯವರು ಹೇಳಿದ ಯಾವ ಮಾತುಗಳಿಗೂ ಆತ ಸರಿಯಾಗಿ ಕಿವಿಗೊಡುತ್ತಿರಲಿಲ್ಲ.

ಕೊನೆಗೂ ಕೆಟಪಾನ್ ಮರ ಗೋಚರವಾಯಿತು. ಅಷ್ಟು ದೂರಕ್ಕೆ ಅದೊಂದು ಕಪ್ಪು ಮುಚ್ಚೆಯ ಹಾಗೆ ಕಂಡಿತು; ಮೇಲುಗಡೆ ನಕ್ಷತ್ರಗಳು. ತೇಗದ ಕಾಡು ಅದೇ ಇರಬೇಕು. ಮಾರನೆಯ ಬೆಳಿಗ್ಗೆ ಮರದ ಬಳಿ ಅಬಿಂದಾಳನ್ನು ಮತ್ತೆ ಸಂಧಿಸುವ ಜಾಗ. ಕತ್ತಲೆಯಲ್ಲೇ ಅವನು ಕೈಚಾಚಿ ತಡವರಿಸಿದ; ಮರದ ರೆಂಬೆಗಳ ಸ್ಪರ್ಶಾನುಭವ. ಒಂದು ರೆಂಬೆಯಲ್ಲಿ ಒಂದು ಸಣ್ಣ ತೂತು. ಸಿ – ಪಾಂಥೆ ತನಗೊಬ್ಬ ತಮ್ಮ ಹುಟ್ಟುವುದಕ್ಕೆ ಸ್ವಲ್ಪ ಮುಂಚೆ ತನ್ನ ತಾಯಿಗೆ ಹಲ್ಲುನೋವುಂಟುಮಾಡಿದ್ದ ಭೂತವನ್ನು ಓಡಿಸಲು ಮರದ ದಕ್ಷಿಣ ಭಾಗದ ತೊಗಟೆಯಲ್ಲಿ ಚಾಕುವಿನಿಂದ ಕೊರೆದಿದ್ದ ರಂಧ್ರ ಅದು. ನಿಜ, ಇದೇ ತಾನು ಅರಸಿಬಂದ ಕೆಟಪಾನ್.

ಹೌದು, ಮೊಟ್ಟಮೊದಲ ಬಾರಿಗೆ ತಾನು ಅಬಿಂದಾಳನ್ನು ಅದೊಂದು ಹೊಸ ದೃಷ್ಟಿಯಿಂದ ನೋಡಿದ್ದು ಇಲ್ಲೇ. ತನಗೆ ಪರಿಚಯವಿದ್ದ ಇತರರೊಡನೆ ಅವಳನ್ನು ಹೋಲಿಸುವಂತಿರಲಿಲ್ಲ. ಅವಳು ಆ ಎಲೆಗಳನ್ನು ತನಗೆ ಕೊಟ್ಟಿದ್ದು ಇಲ್ಲೇ. ಅವನು ಮರದ ಬುಡದಲ್ಲಿ ಕುಳಿತು ಆಕಾಶದಲ್ಲಿನ ನಕ್ಷತ್ರಗಳನ್ನು ವೀಕ್ಷಿಸುತ್ತ ಯೋಚಿಸತೊಡಗಿದ. ಉಲ್ಕೆಯನ್ನು ಕಂಡಾಗ ಅದು ಶುಭ ಶಕುನ, ಬಾಡೊಯೆರ್‌ಗೆ ಮರಳಿ ಬರುತ್ತಿದ್ದ ತನಗೆ ಸ್ವಾಗತ ಎಂದುಕೊಂಡ. ಅಬಿಂದಾ ಈಗ ಇನ್ನೂ ಮಲಗಿರಬಹುದೇ? ಶುಕ್ಲ ಪಾಡ್ಯಮಿಗಳನ್ನು ಎಣಿಸಲು ಹಲಗೆಯಲ್ಲಿ ಸರಿಯಾಗಿ ಕೆತ್ತಿ ಗುರುತುಮಾಡಿದ್ದಳೆ? ಒಂದು ತಪ್ಪಿದ್ದರೂ ಏನು ' ಮಾಡುವುದು? ಮೂವತ್ತಾರು ಶುಕ್ಲ ಪಾಡ್ಯಮಿಗಳೆಂದರೆ ಸಾಕಷ್ಟು ದಿನ ಅಲ್ಲವೆ? ತನಗಾಗಿ ಅವಳು ಕೆಲವು ಒಳ್ಳೆಯ ಸೆರಾಂಗ್‌ಗಳನ್ನೂ ಸ್ಲೆಂಡಾಂಗ್‌ಗಳನ್ನೂ ಹೊಲಿದಿಟ್ಟಿರಬಹುದು. ಅವಳ ತಂದೆಯ ಮನೆಯಲ್ಲಿ ಈಗ ಯಾರಿದ್ದಾರೋ? ಸಯೀದ್‌ಗೆ ತನ್ನ ಚಿಕ್ಕಂದಿನ ದಿನಗಳ ನೆನಪು ಬಂದಿತು. ತನ್ನ ತಾಯಿ, ಹುಲಿಯಿಂದ ತನ್ನನ್ನು ರಕ್ಷಿಸಿದ್ದ ಕೋಣ ಈಯೆಲ್ಲ ಸ್ಮರಣೆ. ನಕ್ಷತ್ರಗಳು ಒಂದೊಂದಾಗಿ ಮುಳುಗುತ್ತಿದ್ದಂತೆ ಅಷ್ಟಷ್ಟೂ ತಾನು ಅಬಿಂದಾಳಿಗೆ ಸಮೀಪವಾಗುತ್ತಿದ್ದೇನೆಂದು

ಆತ ಲೆಕ್ಕಾಚಾರಕ್ಕಿಳಿದ. ಬೆಳಗಾಗುತ್ತ ಬಂದಿತು. ಅವಳು ಬರಬೇಕಾಗಿತ್ತಲ್ಲ. ಬೆಳಗಾಗುವ ಮುನ್ನವೇ ಅವಳು ಏಕೆ ಬಂದಿರಲಿಲ್ಲ?

ಮೂರು ವರ್ಷದಿಂದ ತನ್ನ ಹೃದಯದಲ್ಲಿ ಬೆಳಗುತ್ತಿದ್ದ ಈ ಮಹಾಕ್ಷಣವನ್ನು ಅವಳು ಎದುರು ನೋಡುತ್ತಿರಲಿಲ್ಲವೆ? ಹಾಗೆ ಚಿಂತಿಸಿದಾಗ ಅವನ ಮನಸ್ಸಿಗೆ ನೋವಾಯಿತು. ತನ್ನ ನಿರೀಕ್ಷೆ ಸ್ವಾರ್ಥವೇ ಇರಬಹುದು; ಆದರೂ ಅವಳು ಬರಬೇಕಾಗಿತ್ತಲ್ಲ? ಇರಲಿ, ಈ ಚಿಂತೆ ಅವಸರದ್ದಿದ್ದೀತು. ಇನ್ನೂ ಸೂರ್ಯೋದಯ ಆಗಿಲ್ಲವಲ್ಲ. ನಕ್ಷತ್ರಗಳೇನೋ ಮಂಕಾಗುತ್ತಿದ್ದವು. ಬೆಟ್ಟಗಳ ಶಿಖರಗಳ ಮೇಲೆ ಚಿತ್ರವಿಚಿತ್ರ ಬಣ್ಣಗಳು ಹರಿದಾಡುತ್ತಿದ್ದವು. ಬೇರೆಡೆಗಳಲ್ಲಿ ಬೆಳಗಿನ ಪ್ರಕಾಶ ಮೂಡುತ್ತಿದ್ದಂತೆ ಬೆಟ್ಟ ಪ್ರದೇಶಗಳು ಕಪ್ಪಿಟ್ಟ ಹಾಗೆ ಕಾಣುತ್ತಿದ್ದವು. ಪೂರ್ವದಲ್ಲಿ ಅಲ್ಲಲ್ಲಿ ಹೊಂಬಿಸಿಲಿನ ಕಿರಣಗಳು ಬಾಣಗಳಂತೆ ಹಾಯ್ದುಹೋಗುತ್ತಿದ್ದವು. ಸುತ್ತಮುತ್ತ ಬೆಳಗು ಕ್ರಮೇಣ ಏರುತ್ತಿತ್ತು. ಬಿಸಿಲೇರುತ್ತಿದ್ದಂತೆ ಬಾಡೊಯೆರ್‌ನ ಈಚೆಗಿದ್ದ ಕಾಡು ಸ್ಪಷ್ಟವಾಗಿ ಕಾಣಲಾರಂಭಿಸಿತು. ಊರಿನಲ್ಲಿ ಅಬಿಂದಾ ಮಲಗಿದ್ದಾಳೆ.

ಇಲ್ಲ, ಅವಳೀಗ ಮಲಗಿರಲಾರಳು! ಹೇಗೆ ನಿದ್ರೆ ಬಂದೀತು? ಸಯೀದ್ ತನಗಾಗಿ ಕಾದಿರುತ್ತಾನೆಂದು ಅವಳಿಗೆ ಗೊತ್ತಿಲ್ಲವೆ? ನಿಜವಾಗಿ ಇಡೀ ರಾತ್ರಿ ಅವಳು ನಿದ್ರೆ ಮಾಡಿರಲಾರಳು. ರಾತ್ರಿ ಗಸ್ತು ತಿರುಗುವ ಪೊಲೀಸರು ಅತ್ತ ಬಂದಾಗ ಬಾಗಿಲು ತಟ್ಟಿ, ಇದೇನು ಇನ್ನೂ ದೀಪ ಉರಿಯುತ್ತಿದೆ ಎಂದು ಕೇಳಿರಬೇಕು. ಅವಳು ನಕ್ಕು ಶುಕ್ಲ ಪಾಡ್ಯಮಿ ಕಳೆದ ಮಾರನೆಯ ದಿನದೊಳಗೆ ಈ ಸ್ಲೆಂಡಾಂಗುಗಳನ್ನು ಹೆಣೆದು ಸಿದ್ಧಪಡಿಸಬೇಕು ಎಂದು ಉತ್ತರಿಸಿರಬೇಕು. ಅಥವಾ ಕತ್ತಲಲ್ಲೇ ಕುಳಿತು ನೆಲದ ಮೇಲೆ ಬೆರಳಾಡಿಸುತ್ತ ಮೂವತ್ತಾರು ರೇಖೆಗಳನ್ನು ಎಣಿಸುತ್ತ ಸಯೀದ್ ತನ್ನಿಂದ ಅಗಲಿ ಮೂವತ್ತಾರು ಶುಕ್ಲ ಪಾಡ್ಯಮಿಗಳು ಸದ್ಯ ಮುಗಿದವಲ್ಲ ಎಂದು ಮನದಲ್ಲೇ ಸಂತಸಗೊಂಡು ತಾನೇನಾದರೂ ತಪ್ಪೆಣಿಸಿದ್ದೇನೋ ಎಂದು ನಟಿಸಿ ಮತ್ತೆ ಮತ್ತೆ ಎಣಿಸುತ್ತ ವಿನೋದಪಡುತ್ತಿದ್ದಿರಬೇಕು.

ಇನ್ನೀಗ ಬೆಳಗಾಗುತ್ತ ಬಂತಲ್ಲ. ಅವಳು ಮನೆಯಲ್ಲಿ ನಿಷ್ಪ್ರಯೋಜಕವಾದ ಸಣ್ಣಪುಟ್ಟ ಕೆಲಸಗಳನ್ನು ಮಾಡುತ್ತ, ಸೋಮಾರಿ ಸೂರ್ಯನಿಗಾಗಿ ಅಡಿಗಡಿಗೆ ದಿಗಂತದತ್ತ ಕಣ್ಣು ಹಾಯಿಸುತ್ತಿರಬೇಕು.

ಗಗನದಲ್ಲಿ ಮೋಡಗಳ ಅಂಚುಗಳು ತುಸು ಹೊತ್ತಿನಲ್ಲಿ ನೀಲಿಗೆಂಪು ಬಣ್ಣಕ್ಕೆ ತಿರುಗಿದವು. ಕೆಂಬಿಸಿಲಿನ ಕಿರಣಗಳು ಮೇಲು ಮೇಲಕ್ಕೆ ಚಾಚಿ ಭೂಮಿಯನ್ನೆಲ್ಲ ಸಂಧಿಸಿ, ದಾಟಿ, ಧಾವಿಸಿ ಬೆಳಗಲಾರಂಭಿಸಿದುವು. ಈವರೆಗೆ ಮಂದಗಟ್ಟಿದ್ದ ನೆಲ ಈಗ ಚಿನ್ನದಂತೆ ಹೊಳೆಯತೊಡಗಿತು. ಕೆಂಪು, ನೀಲಿ, ಹಳದಿ – ನಾನಾ ಬಣ್ಣಗಳ ಸುವರ್ಣ ಪ್ರಕಾಶ. ದೇವರೇ, ಕೊನೆಗೂ ಉದಯವಾಯಿತಲ್ಲ – ಅಬಿಂದಾ!

ಸಯೀದನಿಗೆ ದೇವರ ಪ್ರಾರ್ಥನೆ ಮಾಡಿ ಅಭ್ಯಾಸವೇ ಇರಲಿಲ್ಲ. ಅದನ್ನು ಅವನಿಗೆ ಕಲಿಸುವಂತೆಯೂ ಇರಲಿಲ್ಲ. ಆದರೆ ಈಗ ಅವನು ಪೂರ್ಣ ಶರಣಾಗತಿಯಿಂದ, ನಿಷ್ಠೆಯಿಂದ ದೇವರಿಗೆ ಕೃತಜ್ಞತೆ ಸಲ್ಲಿಸಿದ. ತಾನು ಬಾಡೊಯೆರ್‌ಗೆ ಹೋಗುವುದಿಲ್ಲ; ತಾನು ಹೋಗಿ ಅವಳನ್ನು ನೋಡುವುದಕ್ಕಿಂತ ಅವಳು ಬರುವುದನ್ನು ಎದುರು ನೋಡುವುದೇ ಹೆಚ್ಚು ಸೊಗಸು ಎಂದು ಅವನು ನಿರ್ಧರಿಸಿದ. ಕೆಟಪಾನ್‌ನ ಬುಡದಲ್ಲಿ ಕುಳಿತು ಸುತ್ತಲೂ ಕಣ್ಣು ಹಾಯಿಸಿದ. ಪ್ರಕೃತಿ ಅವನನ್ನು ನೋಡಿ ಮಂದಸ್ಮಿತ ತಾಯಿಯಂತೆ ಸ್ವಾಗತಿಸುವಹಾಗಿತ್ತು. ತನ್ನ ಮುಂಚಿನ ವರ್ಷಗಳ ಬದುಕನ್ನು ನೆನಪಿಗೆ ತರುವ ನಾನಾ ಸ್ಥಳಗಳನ್ನು ಗುರುತಿಸುವಾಗ

ಆತ ಆನಂದಪಟ್ಟ. ಮನಸ್ಸಿನಲ್ಲಿ ಏನೇನೋ ಯೋಚನೆಗಳು. ಆದರೂ ಕೊನೆಗೆ ಅವನ ಆಸಕ್ತಿ ಕೇಂದ್ರೀಕೃತವಾಗುತ್ತಿದ್ದುದು ಬಾಡೊಯೆರ್‌ನಿಂದ ಕೆಟಪಾನ್ ಮರದವರೆಗಿನ ದಾರಿಯತ್ತಲೇ. ಅವನ ಯೋಚನೆಯೆಲ್ಲ ಅಬಿಂದಾಳ ಬಗ್ಗೆಯೇ. ಅಲ್ಲೇ ಒಂದು ಪಕ್ಕದಲ್ಲಿ ಆಳವಾದ ಒಂದು ಕೊರಕಲು. ಅಲ್ಲಿನ ಮಣ್ಣೆಲ್ಲ ಹಳದಿಗಟ್ಟಿ ಹೋಗಿತ್ತು. ಒಮ್ಮೆ ಒಂದು ಎಮ್ಮೆಕರು ಅದರಲ್ಲಿ ಜಾರಿ ಬಿದ್ದುಹೋಗಿತ್ತು; ಅದನ್ನು ರಕ್ಷಿಸಲು ಬಲವಾದ ಬೆತ್ತದ ಹುರಿಗಳನ್ನು ಹಿಡಿದು ಎಲ್ಲರೂ ಧಾವಿಸಿ ಕೆಳಗಿಳಿದಿದ್ದರು. ತನ್ನ ತಂದೆ ತುಂಬಾ ಶೌರ್ಯದಿಂದ ಹೆಣಗಾಡಿದ್ದ. ಅಬಿಂದಾ ಅದನ್ನು ಕಂಡು ಮೆಚ್ಚಿ ಚಪ್ಪಾಳೆ ತಟ್ಟಿದ್ದಳು. ಅಲ್ಲಿಂದ ಮುಂದಕ್ಕೆ ಕೋಕೊ ಮರಗಳ ತೋಟ; ಆ ಮರಗಳ ಎಲೆಗಳಿಂದ ಗಾಳಿ ಹಳ್ಳಿಯ ಕಡೆಗೇ ಬೀಸುತ್ತಿತ್ತು, ಸಿ–ಪೆನ್ನಾ ಇಂಥ ಒಂದು ಮರದಿಂದ ಬಿದ್ದೇ ಪ್ರಾಣ ಕಳೆದುಕೊಂಡಿದ್ದ. ತನ್ನ ಕಂದ ಇಷ್ಟು ಪುಟ್ಟವನಾಗಿದ್ದಾಗಲೇ ಹೋಗಿಬಿಟ್ಟನಲ್ಲ ಎಂದು ಅವನ ತಾಯಿ ಅದೆಷ್ಟು ಗೋಳಾಡಿದ್ದಳು. ಅವನೇನಾದರೂ ಇನ್ನಷ್ಟು ದೊಡ್ಡವನಾಗಿದ್ದಿದ್ದರೆ ಅವಳ ದುಃಖ ಕಡಿಮೆಯಾಗುತ್ತಿತ್ತೆ? ನಿಜ, ಅವನೇನೋ ಸಣ್ಣ ಆಕೃತಿಯ ವ್ಯಕ್ತಿಯೇ, ಅಬಿಂದಾಗಿಂತ ತೆಳ್ಳಗಿದ್ದ.

ಬಾಡೊಯೆರ್‌ನಿಂದ ಮರದ ಬಳಿಗೆ ಹೋಗುವ ಸಣ್ಣ ದಾರಿಯಲ್ಲಿ ಆಗ ಯಾರೂ ಓಡಾಡುತ್ತಿರಲಿಲ್ಲ. ಇರಲಿ, ಇನ್ನೇನು ಅವಳು ಬರಬಹುದು. ಇನ್ನೂ ಈಗ ಮುಂಜಾನೆಯಷ್ಟೆ.

ಹತ್ತಿರದ ತೆಂಗಿನ ಮರವೊಂದರ ಮೇಲೆ ಒಂದು ಅಳಿಲು ಚಟುವಟಿಕೆಯಿಂದ ಸರಿದಾಡುತ್ತಿತ್ತು. ಸಯೀದ್ ಸೆಟೆದು ನಿಂತು ಅದನ್ನು ದಿಟ್ಟಿಸಿ ನೋಡಿದ. ಅದರ ಚಟುವಟಿಕೆ ನೋಡಿ ಕಕ್ಕುಲತೆಯಿಂದಿದ್ದ ಅವನ ಮನಸ್ಸಿಗೆ ಸ್ವಲ್ಪ ಶಾಂತಿ ದೊರೆತು ಅವನು ಹಾಡಹತ್ತಿದ!

ಇಷ್ಟು ಹೊತ್ತಾದರೂ ಆ ರಸ್ತೆಯಲ್ಲಿ ಇನ್ನೂ ಯಾರೂ ಕಾಣಿಸಲಿಲ್ಲ.

ಏರುತ್ತಿದ್ದ ಬಿಸಿಲಿನ ಬೆಚ್ಚನೆ ವಾತಾವರಣದಲ್ಲಿ ಚಿಟ್ಟೆಯೊಂದು ಖುಷಿಯಾಗಿ ಹಾರಾಡುತ್ತಿದ್ದುದನ್ನು ಅವನು ಕಂಡ...

ಇಲ್ಲ, ರಸ್ತೆಯಲ್ಲಿ ಯಾರೂ ಕಾಣುತ್ತಿಲ್ಲ. ಬಿಸಿಲು ಜೋರಾಗುತ್ತಿತ್ತು. ಯಾರೂ ಬರುತ್ತಿಲ್ಲ...

ರಾತ್ರಿಯೆಲ್ಲ ಕಾದಿದ್ದು ಅವಳೇನಾದರೂ ನಿದ್ರೆ ಮಾಡಿಬಿಟ್ಟಿದ್ದಳೋ? ಎಷ್ಟು ರಾತ್ರಿಗಳು ನಿದ್ರೆಗೆಟ್ಟಿದ್ದಳೋ! ಎಷ್ಟೋ ವಾರಗಳಿಂದಲೇ ನಿದ್ರೆ ಮಾಡಿಲ್ಲವೇನೋ. ತಾನೇ ಎದ್ದು ಬಾಡೊಯೆರ್‌ಗೆ ಹೋಗಬೇಕೆ? ಹೋದರೆ ಅವಳು ಬರುವ ಬಗ್ಗೆ ತನ್ನಲ್ಲಿ ಅನುಮಾನವಿತ್ತೆಂಬ ಭಾವನೆ ಬಂದರೆ?... ಅದೋ, ದೂರದಲ್ಲಿ ಅದಾರೋ ಒಬ್ಬ ಕಾಣಿಸುತ್ತಿದ್ದಾನೆ – ಆದರೆ ಅಬಿಂದಾ ಬಗ್ಗೆ ಇನ್ನು ಯಾರೊಡನೆಯೂ ಮಾತಾಡಲು ಅವನಿಗೆ ಇಷ್ಟವಿರಲಿಲ್ಲ. ಅವಳೊಬ್ಬಳನ್ನೇ ತಾನು ನೋಡಬೇಕು. ಅವಳು ಖಂಡಿತ ಬರ್ತಾಳೆ, ಬೇಗ ಬಂದೇ ಬರ್ತಾಳೆ!

ತಾನು ಕಾಯುವುದೇ ಸರಿ ಎಂದುಕೊಂಡ ಅವನು...

ಆದರೆ ಅವಳಿಗೇನಾದರೂ ಕಾಯಿಲೆಯಾಗಿಬಿಟ್ಟಿದ್ದರೆ... ಅಥವಾ ಒಂದು ವೇಳೆ ಸತ್ತೇಹೋಗಿದ್ದರೆ?...

ಗಾಯಗೊಂಡ ಗೂಳಿಯ ಹಾಗೆ ಅವನು ಹಳ್ಳಿಯತ್ತ ಧಾವಿಸಿದ. ಹಳ್ಳಿಯನ್ನು ಪ್ರವೇಶಿಸುವ ಸ್ಥಳದಲ್ಲಿ ಜನ ನಿಂತಿದ್ದು 'ಸಯೀದ್', ಸಯೀದ್!' ಎಂದು ಅವನನ್ನು ಕಂಡೊಡನೆ ಉದ್ಗರಿಸಿದರೂ, ಅದೊಂದನ್ನೂ ಗಮನಿಸದೆ ಆತ ಓಡಿದ.

ಅಬಿಂದಾಳ ಮನೆಯ ಗುರುತು ತನಗೆ ಸಿಕ್ಕಲಿಲ್ಲವೇಕೆ? ಅಷ್ಟೊಂದು ಆತುರವೇ? ಅವನೀಗಾಗಲೇ ಹಳ್ಳಿಯ ಆಚೆ ಕೊನೆಯವರೆಗೂ ಓಡಿದ್ದ. ಅಯ್ಯೋ, ಅವಸರದಲ್ಲಿ ಅವಳ

ಮನೆ ದಾಟಿ ಮುಂದೆ ಹೋಗಿಬಿಟ್ಟೆನಲ್ಲ ಎಂದು ಆತ ಕೂಡಲೇ ತಲೆ ಚಚ್ಚಿಕೊಂಡು ಅಲ್ಲಿಂದ ವಾಪಸು ಹೊರಟವನು ಕೆಲ ನಿಮಿಷಗಳಲ್ಲೇ ಪುನಃ ಹಳ್ಳಿಯ ಹೆಬ್ಬಾಗಿಲನ್ನು ಮುಟ್ಟಿದ. ಅರೆ! ಇದೇನು ಕನಸೋ? ವಾಪಸು ಬರುವಾಗಲೂ ಅವಳ ಮನೆಯನ್ನು ಗುರುತಿಸ ಲಾಗಲಿಲ್ಲವಲ್ಲ ಎಂದುಕೊಂಡು ಅವನು ಮತ್ತೆ ಹಿಂದಕ್ಕೋಡಿದ. ಆದರೆ ನಡುದಾರಿಯಲ್ಲಿ ಥಟ್ಟನೆ ನಿಂತು ಎರಡೂ ಕೈಗಳಿಂದ ತಲೆಯನ್ನು ಅದುಮಿಕೊಂಡು ಮನಸ್ಸಿನ ತೊಯ್ದಾಟವನ್ನು ಹೊರದೂಡಲು ಪ್ರಯತ್ನಿಸುತ್ತ ಆತ ಉದ್ಗರಿಸಿದ.

"ಕುಡಿದುಬಿಟ್ಟಿದ್ದೇನೆ! ಪೂರಾ ಕುಡಿದು ಮತ್ತನಾಗಿಬಿಟ್ಟಿದ್ದೇನೆ!"

ಬಾಡೊಯೆರ್‌ನ ಗೃಹಿಣಿಯರು ಮನೆಗಳಿಂದ ಹೊರಬಂದು ರಸ್ತೆಯಲ್ಲಿ ವಿಹ್ವಲನಾಗಿ ನಿಂತಿದ್ದ ಸಯೀದನನ್ನು ಮರುಕದಿಂದ ನೋಡುತ್ತಿದ್ದರು. ಅವನು ಅಬಿಂದಾಳ ಮನೆ ಹುಡುಕುತ್ತಿದ್ದಾನೆಂದು ಅವರಿಗೆ ಗೊತ್ತಿತ್ತು. ಆದರೆ ಆ ಮನೆ ಈಗ ಅದರ ಜಾಗದಲ್ಲಿರಲೇ ಇಲ್ಲ...

ಪರಾಂಗ್-ಕೂಡ್ಯಂಗ್‌ನ ಜಿಲ್ಲಾಧಿಕಾರಿ ಅಬಿಂದಾಳ ತಂದೆಯ ಕೋಣಗಳನ್ನು ವಶಪಡಿಸಿಕೊಂಡಾಗ ಆ ದುಃಖದಲ್ಲಿ ಅವಳ ತಾಯಿ ಸತ್ತುಹೋಗಿದ್ದಳು. ಅದಾದ ಕೆಲದಿನಗಳಲ್ಲೇ ಅವರ ಪುಟ್ಟ ಶಿಶು ಸರಿಯಾದ ಆರೈಕೆಯಿಲ್ಲದೆ ಪ್ರಾಣಬಿಟ್ಟಿತ್ತು. ಭೂಕಂದಾಯ ತೆರದಿದ್ದುದರಿಂದ ದಂಡನೆ ಅನುಭವಿಸಬೇಕಾಗಬಹುದೆಂದು ಹೆದರಿ ಅಬಿಂದಾಳ ತಂದೆ ಜಿಲ್ಲೆಯಿಂದಲೇ ತಲೆತಪ್ಪಿಸಿಕೊಂಡು ಹೋಗಿಬಿಟ್ಟಿದ್ದ; ಅವನ ಜತೆ ಅಬಿಂದಾ ಮತ್ತು ಅವಳ ಸೋದರರೂ ಹೋಗಿದ್ದರು. ಪಾಸ್‌ಪೋರ್ಟ್ ಇಲ್ಲದೆ ಬಾಡೊಯೆರ್ ಬಿಟ್ಟು ಹೋದುದಕ್ಕಾಗಿ ಸಯೀದನ ತಂದೆಗೆ ಬ್ಯೂಟೆನ್‌ಜೋರ್ಗ್‌ನಲ್ಲಿ ಛಡಿಯೇಟುಗಳ ಶಿಕ್ಷೆಯಾದುದು ಅವನಿಗೆ ಗೊತ್ತಿತ್ತು. ಆದ್ದರಿಂದ ಅವನು ಬ್ಯೂಟೆನ್‌ಜೋರ್ಗ್, ಪ್ರಿಯಾಂಗನ್, ಬಾಂಟಮ್ - ಈ ಯಾವ ಊರುಗಳಿಗೂ ಹೋಗದೆ ಸಮುದ್ರ ತೀರದಲ್ಲಿನ ಜಿಲಾಂಗ್‌ಕಹಾನ್ ಪಟ್ಟಣಕ್ಕೆ ತೆರಳಿದ್ದ. ಅಲ್ಲಿ ಕಾಡುಗಳಲ್ಲಿ ತಲೆಮರೆಸಿಕೊಂಡಿದ್ದು, ತೆರಿಗೆ ಕೊಡದಿದ್ದುದಕ್ಕಾಗಿ ದಂಡನೆಯಾದೀತೆಂದು ಹೆದರಿದ್ದ ಪಾ - ಎಂಟೊ, ಪಾ - ಲೋಂಟಾ, ಸಿ - ಪೆನ್ನಾ, ಪಾ - ಆನ್ಸಿವೆ, ಅಬ್ದುಲ್ - ಇಸ್ಮಾ ಮತ್ತಿತರರು ಬರಲು ಕಾದಿದ್ದ. ಇವರೆಲ್ಲರ ಕೋಣಗಳನ್ನು ಸಹ ಪರಾಂಗ್ - ಕೂಡ್ಯಂಗ್‌ನ ಮುಖ್ಯಾಧಿಕಾರಿ ತೆಗೆದುಕೊಂಡುಹೋಗಿದ್ದ. ಅವರೆಲ್ಲ ರಾತ್ರಿಯಲ್ಲಿ ಒಂದು ಮೀನು ಹಿಡಿಯುವ ದೋಣಿಯನ್ನು ಪಡೆದು ಸಮುದ್ರಕ್ಕಿಳಿದು ಪಶ್ಚಿಮದತ್ತ ಪ್ರಯಾಣ ಮಾಡಿ ಜಾವಾ ಮುಖಜ ಭೂಮಿಯವರೆಗೂ ಸಾಗಿದ್ದರು. ಅಲ್ಲಿಂದ ಉತ್ತರಕ್ಕೆ ಹೊರಟು 'ಪ್ರಿನ್ಸಸ್ ಐಲೆಂಡ್' ದ್ವೀಪದವರೆಗೂ ಹೋಗಿ ಅಲ್ಲಿ ಪೂರ್ವ ತೀರಕ್ಕೆ ತಿರುಗಿ ಲ್ಯಾಂಪೂನ್ಸ್ ದ್ವೀಪಸ್ತೋಮವನ್ನು ತಲಪಿದ್ದರು. ಕೋಣಗಳು ಅಥವಾ ಭೂಕಂದಾಯದ ವಿಚಾರ ಬಂದಾಗೆಲ್ಲ ಲೆಬಾಕ್‌ನ ಜನ ಈ ಯಾನದ ವಿಷಯ ಮಾತಾಡುತ್ತಿದ್ದರು.

ಆದರೆ ಈ ಜನರ ಮಾತುಗಳೆಲ್ಲ ಸಯೀದನಿಗೆ ಅರ್ಥವಾಗಲೇ ಇಲ್ಲ. ತಲೆಯಲ್ಲಿ ಜಾಗಟೆ ಬಡಿದಂತೆ ಅವನ ಕಿವಿ ಗುಂಯ್‌ಗುಟ್ಟುತ್ತಿತ್ತು; ರಕ್ತದ ಒತ್ತಡ ಅಧಿಕವಾಗಿ ತಲೆ ಸಿಡಿದು ಹೋಗುವುದೋ ಎಂದು ಅವನಿಗೆ ಅನ್ನಿಸಿತು. ಅವನು ಮೂಕನಾಗಿ ಸುತ್ತಲೂ ನೋಡಿದ, ಅವನಿಂದ ಒಂದು ವಿಕಟಾಟ್ಟಹಾಸ ಹೊರಬಿದ್ದಿತು. ಕೊನೆಗೆ ಮುದುಕಿಯೊಬ್ಬಳು ಅವನನ್ನು ತನ್ನ ಗುಡಿಸಲಿಗೆ ಕರೆದೊಯ್ದಳು. ಪಾಪ, ಮೂರ್ಖ! ಅವನನ್ನು ನೋಡಿಕೊಳ್ಳೋಣವೆಂದು ಅವಳಿಗನ್ನಿಸಿತು. ಅವನ ಆ ವಿಕಟ ನಗು ಕಮ್ಮಿಯಾಗುತ್ತ ಬಂದರೂ ಅವನೇನೂ ಮಾತಾಡಲಿಲ್ಲ. ಅಂದು ರಾತ್ರಿ ಆ ಮುದುಕಿಯ ಜೋಪಡಿಯಲ್ಲಿದ್ದ ಇತರ ಜನ ಅವನ

ದನಿಯನ್ನು ಕೇಳಿ ಭಯಪಟ್ಟರು. "ನಾನೆಲ್ಲಿ ಸಾಯುವೆನೋ ನನಗೆ ತಿಳಿಯದು!" ಎಂದು ಆತ ಪದೇ ಪದೇ ಹೇಳುತ್ತಿದ್ದ.

ಸಯೀದ್ ಹುಚ್ಚನೆಂದು ಜನ ಭಾವಿಸಿದರು. ಅವನಿಗೆ ವಾಸಿಯಾಗಲೆಂದು ಹರಸಿಕೊಂಡು ಜಿ – ಉಜ್ಯೂಂಗ್‌ನಲ್ಲಿನ ಮೊಸಳೆಗೆ ಬಲಿಕೊಡಲು ಸ್ವಲ್ಪ ಹಣವನ್ನೂ ಅವರು ಕೂಡಿಸಿದರು. ಆದರೆ ವಾಸ್ತವವಾಗಿ ಅವನಿಗೇನೂ ಬುದ್ಧಿಭ್ರಮಣೆಯಾಗಿರಲಿಲ್ಲ. ಒಂದು ರಾತ್ರಿ ಚಂದ್ರನ ಬೆಳಕು ಚೆನ್ನಾಗಿದ್ದಾಗ ಅವನು ಹೊರಬಿದ್ದು ಅಬಿಂದಾಳ ಮನೆಯಿದ್ದ ಜಾಗವನ್ನು ಹುಡುಕಲು ಪ್ರಯತ್ನಿಸಿದ. ಅದು ಸುಲಭವಿರಲಿಲ್ಲ; ಆ ಸ್ಥಳದಲ್ಲಿ ಅನೇಕ ಮನೆಗಳು ಬಿದ್ದುಹೋಗಿದ್ದವು – ಸಮುದ್ರ ತೀರದಲ್ಲಿನ ದೀಪಸ್ತಂಭಗಳ ಅಥವಾ ಪರ್ವತ ಶಿಖರಗಳ ಮೂಲಕ ನಾವಿಕರು ತಮ್ಮ ನೆಲೆಗಳನ್ನು ಗುರುತಿಸಿಕೊಳ್ಳುವಂತೆ, ಮರಗಳ ಮೂಲಕ ಕೆಳಗೆ ಚೆಲ್ಲಿದ್ದ ಚಂದ್ರನ ಬೆಳಕಿನಲ್ಲಿ ಅವಳ ಮನೆಯಿದ್ದ ಸ್ಥಳವನ್ನು ಆತ ಪತ್ತೆ ಮಾಡಿದ.

ಹೌದು, ಅದೇ ಅಬಿಂದಾ ಬಾಳಿದ್ದ ಜಾಗ!

ಅರ್ಧಂಬರ್ಧ ಕೆಟ್ಟು ಕೊಳೆತಿದ್ದ ಬೊಂಬುಗಳನ್ನೂ ಕುಸಿದು ಬಿದ್ದಿದ್ದ ಛಾವಣಿಯ ಅವಶೇಷಗಳನ್ನೂ ದಾಟಿಕೊಂಡು ಅವನು ಆ ಸ್ಥಳವನ್ನು ತಲಪಿದ. ಕಟ್ಟಡದ ಸ್ವಲ್ಪ ಭಾಗ ಇನ್ನೂ ಹಾಗೇ ಉಳಿದು ನಿಂತಿತ್ತು. ಅಬಿಂದಾ ಬಳಸುತ್ತಿದ್ದ ಕೋಣೆ ಕಾಣಿಸಿತು. ರಾತ್ರಿ ಮಲಗುವಾಗ ಅಲ್ಲಿದ್ದ ಬೊಂಬಿನ ಗೂಟಕ್ಕೇ ಅವಳು ತನ್ನ ಉಡುಪನ್ನು ತಗಲಿ ಹಾಕುತ್ತಿದ್ದುದು. ಗೋಡೆಗಳ ಮೇಲೆಲ್ಲ ಧೂಳು ಕವಿದಿತ್ತು. ಒಂದು ಹಿಡಿ ಧೂಳನ್ನು ಕೈಯಿಂದೆತ್ತಿ ಅದನ್ನು ತುಟಿಗೊತ್ತಿ ಸಯೀದ್ ನಿಟ್ಟುಸಿರಿಟ್ಟ.

ಅಬಿಂದಾಳ ಮನೆಯಲ್ಲಿದ್ದ ಭತ್ತ ಕುಟ್ಟುವ ಜಾಗ ತೋರಿಸುವಂತೆ ಮಾರನೆಯ ದಿನ ಸಯೀದ್ ತನಗೆ ಆಶ್ರಯಕೊಟ್ಟಿದ್ದ ಮುದುಕಿಯನ್ನು ಕೇಳಿದ. ಸದ್ಯ ಕೊನೆಗೂ ಇವನು ಮಾತನಾಡಿದನಲ್ಲ ಎಂದು ಆಕೆ ಸಂತೋಷಪಟ್ಟು ಭತ್ತ ಕುಟ್ಟುವ ಜಾಗದ ಅವಶೇಷವನ್ನು ಹುಡುಕಿ ತೋರಿಸಲು ಓಡಿದಳು. ಅವಳು ಸಯೀದನಿಗೆ ಆ ಸ್ಥಳದ ಹೊಸ ಮಾಲಿಕನ ಪರಿಚಯ ಮಾಡಿಕೊಟ್ಟಳು. ಸಯೀದ್ ಮಾತಿಲ್ಲದೆ ಅವಳನ್ನು ಹಿಂಬಾಲಿಸಿದ. ಭತ್ತ ಕುಟ್ಟುವ ನೆಲ ನೋಡಿದ. ಅದರ ಮೇಲಿದ್ದ ಮೂವತ್ತೆರಡು ರೇಖೆಗಳನ್ನು ಎಣಿಸಿದ...

ಒಂದು ಎಮ್ಮೆಯನ್ನು ಕೊಳ್ಳಲು ಸಾಕಾಗುವಷ್ಟು ನಾಣ್ಯಗಳನ್ನು ಮುದುಕಿಯ ಕೈಗಿಟ್ಟು ಅವನು ಬಾಡೊಯೆರ್‌ನಿಂದ ಹೊರಬಿದ್ದು ಜಿಲಾಂಗ್ ಕಹಾನ್‌ನಲ್ಲಿ ಬೆಸ್ತರ ದೋಣಿಯೊಂದನ್ನು ಖರೀದಿಮಾಡಿ ಎರಡು ದಿನಗಳ ಯಾನದ ಬಳಿಕ ಲ್ಯಾಂಪೂನ್ಸ್ ದ್ವೀಪಗಳನ್ನು ತಲಪಿದ. ಅಲ್ಲಿನ ಜನ ಡಚ್ಚರ ಆಡಳಿತದ ವಿರುದ್ಧ ದಂಗೆಯೆದ್ದಿದ್ದರು. ಆ ಹೋರಾಟದಲ್ಲಿ ಭಾಗವಹಿಸುವುದಕ್ಕಿಂತ ಹೆಚ್ಚಾಗಿ ಅಬಿಂದಾಳನ್ನು ಹುಡುಕುವ ಸಲುವಾಗಿ, ಆತ ಬಾಡೊಯೆರ್‌ನಿಂದ ಬಂದಿದ್ದ ಜನರ ತುಕಡಿಯೊಂದನ್ನು ಸೇರಿಕೊಂಡ. ಮೃದುಹೃದಯಿಯಾದ ಅವನಲ್ಲಿ ಆಗ್ಗೆ ಕಹಿ ಭಾವನೆಗಿಂತ ಹೆಚ್ಚಾಗಿ ಖೇದ ಮೂಡಿತ್ತು.

ಒಂದು ದಿನ ಬಂಡಾಯಗಾರರು ಒಂದು ಕದನದಲ್ಲಿ ಸೋತುಹೋದ ಮೇಲೆ ಡಚ್ ಸೇನೆ ವಶಪಡಿಸಿಕೊಂಡಿದ್ದ ಹಳ್ಳಿಯೊಂದರಲ್ಲಿ ಅವನು ಅಲೆದಾಡುತ್ತಿದ್ದ. ಡಚ್ಚರು ಹಳ್ಳಿಗೇ ಬೆಂಕಿಯಿಟ್ಟಿದ್ದರು. ಇಲ್ಲಿನ ಹೋರಾಟದಲ್ಲಿ ಸೋತ ತಂಡದಲ್ಲಿ ಬಹುಮಂದಿ ಬಾಡೊಯೆರ್‌ನವರೆಂದು ಅವನಿಗೆ ಗೊತ್ತಿತ್ತು. ಪೂರ್ತಿ ಉರಿದು ಭಸ್ಮವಾಗದೆ ಉಳಿದಿದ್ದ ಕೆಲ ಮನೆಗಳ ನಡುವೆ ಆತ ಪ್ರೇತದಂತೆ ಅಡ್ಡಾಡಿದ. ಅಂಥ ಒಂದು ಮನೆಯಲ್ಲಿ ಬಂದೂಕದ

ಸನೀನಿನಿಂದಾದ ತಿವಿತದಿಂದ ಗಾಯಗೊಂಡು ಸತ್ತಿದ್ದ ಅಬಿಂದಾಳ ತಂದೆಯ ಶವ ಬಿದ್ದಿತ್ತು. ಹತ್ತಿರದಲ್ಲೇ ಅವಳ ಚಿಕ್ಕ ವಯಸ್ಸಿನ ಮೂವರು ಸೋದರರೂ ಸತ್ತುಬಿದ್ದಿದ್ದರು.

ಅಲ್ಲಿಂದ ಸ್ವಲ್ಪ ದೂರದಲ್ಲಿ ಅಬಿಂದಾಳ ಶವವಿತ್ತು. ಅವಳ ನಗ್ನದೇಹದ ತುಂಬಾ ಘೋರ ಗಾಯಗಳು. ಅವಳ ಎದೆಯ ಮೇಲಾಗಿದ್ದ ಗಾಯದಲ್ಲಿ ಕೆಂಪು ಲಿನನ್ ಬಟ್ಟೆಯ ತುಂಡೊಂದು ಅಂಟಿಕೊಂಡಿತ್ತು. ದೀರ್ಘ ಹೋರಾಟದ ಅವಸಾನದ ಸಂಕೇತವಾಗಿ.

ಸಯೀದ್ ಅಲ್ಲಿಂದ ಹೊರಕ್ಕೆ ಬಂದ. ಕೆಲವರು ಡಚ್ ಸೈನಿಕರು ಬಂದೂಕಿನ ಸನೀನುಗಳನ್ನು ಹಿರಿದು ಅಳಿದುಳಿದ ಬಂಡುಕೋರರನ್ನು ಉರಿಯುತ್ತಿದ್ದ ಮನೆಗಳೊಳಕ್ಕೆ ದೂಡುತ್ತಿದ್ದರು. ಸಯೀದ್ ಅವರ ಬಳಿಗೆ ಹೋಗಿ ಸನೀನಿನ ಚೂಪಾದ ಉಕ್ಕಿನ ಅಲಗಿಗೆ ಎದೆಕೊಟ್ಟು ನುಗ್ಗಿದ; ಅಲಗು ಅವನ ಹೃದಯದಲ್ಲಿ ಆಳವಾಗಿ ನಾಟಿತು.

ಇದಾದ ಸ್ವಲ್ಪ ದಿನಗಳ ಮೇಲೆ ಬಟೇವಿಯಾದಲ್ಲಿ ಈ ವಿಜಯದ ಆಚರಣೆ. ಡಚ್ – ಇಂಡಿಯನ್ ಸೇನೆಗೆ ಇನ್ನಷ್ಟು ಕೀರ್ತಿ ತಂದ ಜಯ ಅದಾಗಿತ್ತು. ಲ್ಯಾಂಪೂನ್ಸ್ ದ್ವೀಪಗಳಲ್ಲಿ ಮತ್ತೆ ಶಾಂತಿ ನೆಲೆಸಿದೆಯೆಂದು ಸರ್ಕಾರ ವರದಿ ಬರೆಯಿತು. ತನ್ನ ಗಣ್ಯ ರಾಜಕಾರಣಿಗಳಿಂದ ವಿಷಯವನ್ನೆಲ್ಲ ತಿಳಿದ ಹಾಲೆಂಡಿನ ಅರಸ ಈ ಶೌರ್ಯವನ್ನು ಮೆಚ್ಚಿ ಅನೇಕರಿಗೆ ಬಿರುದು, ಪದವಿಗಳನ್ನು ನೀಡಿ ಸನ್ಮಾನಿಸಿದ. ❍

○ ಅಷ್ಟಿಯಾತ್ ಕೆ. ಮಿಹರ್‌ಜಾ

ತೆಂಗಿನ ಮರದ ತುದಿಯಲ್ಲಿ

ಯೂಸೀನ್ ಸದ್ದಿಲ್ಲದೆ ಗುಡಿಸಲ ಬಾಗಿಲು ತೆರೆದು ಒಳಗೆ ಹೋಗಿ ಅಷ್ಟೇ ಎಚ್ಚರಿಕೆಯಿಂದ ಬಾಗಿಲು ಮುಚ್ಚಿದ. ಅವನು ಷರಟು ಹಾಕಿಕೊಂಡಿರಲಿಲ್ಲ; ಧರಿಸಿದ್ದುದು ಬರೀ ಚಡ್ಡಿ ಮಾತ್ರ. ಮಳೆ ಬಿದ್ದ ಮೇಲೆ ರಾತ್ರಿ ಚಳಿಯಾಗುತ್ತಿದ್ದು ಅವನ ತೆಳ್ಳನೆಯ ಶರೀರ ಅದರ ಬಿರುಸಿಗೆ ಕಂಪಿಸಿತು. ಈಗ ನಿರ್ಮಲವಾಗಿದ್ದ ಆಕಾಶದಲ್ಲಿ ಸಾವಿರಾರು ನಕ್ಷತ್ರಗಳು ಮಿನುಗುತ್ತಿದ್ದವು; ಆ ಪ್ರಕಾಶದಲ್ಲಿ ಅವನೀಗ ತನ್ನ ಗುಡಿಸಲಿನ ಅಂಗಳದಲ್ಲಿ ದೊಡ್ಡದಾಗಿ ಕಂಡ ಎಲ್ಲ ವಸ್ತುಗಳನ್ನೂ ಗುರುತಿಸಲಾರಂಭಿಸಿದ. ಸುತ್ತಲೂ ನಿಶ್ಶಬ್ದ. ಮರಗಳ ಎಲೆಗಳೂ ಅಲ್ಲಾಡುತ್ತಿರಲಿಲ್ಲ; ಅಲ್ಲಲ್ಲಿ ಕುರುಚಲು ಪೊದೆಗಳಿಂದ ಆಗಲೋ ಈಗಲೋ ಕೇಳಿ ಬರುತ್ತಿದ್ದ ಜೀರುಂಡೆಗಳ ದನಿ ಎಲ್ಲೆಡೆ ಈ ನಿಶ್ಶಬ್ದತೆಯನ್ನು ಇನ್ನಷ್ಟು ಹೆಚ್ಚಿಸಿದಂತೆ ಭಾಸವಾಗುತ್ತಿತ್ತು.

ಯೂಸೀನ್ ನೇರವಾಗಿ ತನ್ನ ಗುಡಿಸಲಿನಿಂದ ಹದಿನೈದು ಗಜ ದೂರದಲ್ಲಿದ್ದ ತೆಂಗಿನ ಮರದ ಬಳಿಗೆ ನಡೆದು ಅದರ ಬುಡದಲ್ಲಿ ನಿಂತು ಕ್ಷಣಕಾಲ ಮೇಲೆ ನೋಡಿ ಪ್ರಾರ್ಥಿಸಿ ಮರ ಏರತೊಡಗಿದ; ಆದರೆ ಬೇಗ ಬೇಗನೆ ಹತ್ತಿ ಹೋಗಲಾಗಲಿಲ್ಲ. ಮರದ ಕಾಂಡ ನಯವಾಗಿತ್ತು. ಜತೆಗೆ ಕತ್ತಲೆ ಬೇರೆ. ಹಾಗೇ ಮರದ ತುದಿ ಮುಟ್ಟಿ ಅದರ ಸೋಗೆಗಳ ಮತ್ತು ತೆಂಗಿನ ಕಾಯಿಗಳ ಗೊಂಚಲುಗಳ ನಡುವೆ ಒಂದು ಜಾಗ ಮಾಡಿ ಕೊಂಡ. ಅದೃಷ್ಟವಶಾತ್ ಅಲ್ಲಿ ಸೋಗೆಗಳು ಹೆಚ್ಚು ಒತ್ತೊತ್ತಾಗಿ ಬೆಳೆದಿರಲಿಲ್ಲ. ಆದುದರಿಂದ ಕೆಲವು ಸೋಗೆಗಳ ಮೇಲೆ ಅರ್ಧ ಕುಳಿತ ಹಾಗೂ ಅರ್ಧ ಮಲಗಿದ ಭಂಗಿಯಲ್ಲಿ ಆತ ವಿರಮಿಸಿದ. ಈ ಭಂಗಿಯಲ್ಲಿ ಅವನಿಗೆ ತನ್ನ ಕಾಲುಗಳನ್ನು ಎಡಕ್ಕೆ ಅಥವಾ ಬಲಕ್ಕೆ ಸಲೀಸಾಗಿ ಚಾಚಲು ಸಾಧ್ಯವಾಗುತ್ತಿತ್ತು. ಹಾಗೆಯೇ ತನ್ನ ಮೊಣಕಾಲುಗಳನ್ನು ಮೂಗು ಮುಟ್ಟುವ ತನಕ ಬಾಗಿಸಲೂ ಸಾಧ್ಯವಾಗುತ್ತಿತ್ತು.

ಈಗ ಅವನಿದ್ದದ್ದು ನೆಲದ ಮೇಲಿನಿಂದ ನಲವತ್ತೈದು ಅಡಿ ಎತ್ತರದಲ್ಲಿ. ಅಲ್ಲಿ ಕುಳಿತು ಅವನು ಸುತ್ತಲೂ ದೃಷ್ಟಿಹಾಯಿಸಿದ. ದೂರದಲ್ಲಿ ಬಲಗಡೆಗೆ ನಗರದ ದೀಪಗಳು ಕಾಣಿಸಿದವು;

ವಿಶಾಲವಾದ ಪ್ರದೇಶದ ಮೇಲೆ ಮನಬಂದಂತೆ ಚೆಲ್ಲಿದ್ದೋ ಎಂಬ ಹಾಗೆ ಕಂಡ ಸಾವಿರಾರು ದೀಪಗಳು. ಎಡಗಡೆಯೂ ಹಾಗೆಯೇ. ಆತ ಹಿಂದಕ್ಕೆ ತಿರುಗಿ ನೋಡಿದ. ಕೊನೆಯೇ ಇಲ್ಲವೇನೋ ಅನ್ನುವಂಥ ವಿಸ್ತಾರವಾದ ಜಮೀನು. ಅವನಿಗೆ ಪರಿಚಯವಿದ್ದುದೇ. ಇಲ್ಲೆಲ್ಲ ತೆಂಗಿನ ಮರಗಳೂ, ಕುರುಚಲು ಗಿಡಗಂಟಿಗಳೂ ಬೆಳೆದಿದ್ದವು. ಅಲ್ಲಲ್ಲಿ ಎದ್ದುನಿಂತಿದ್ದ ಗುಡಿಸಲುಗಳಿಂದ ಸಣ್ಣ ಲಾಂದ್ರಗಳು ಮಿನುಗುತ್ತಿದ್ದವು. ತನ್ನ ಕಾಲಡಿ ಬಲಕ್ಕೆ ತನ್ನದೇ ಗುಡಿಸಲು, ಕಪ್ಪಗೆ ಮಸುಕಾಗಿ ಕಾಣುತ್ತಿತ್ತು.

"ದೇವರ ದಯೆ!" ಅಂದುಕೊಳ್ಳುತ್ತ ಆರಾಮವಾಗಿ ಕುಳಿತ ಯೂಸೀನ್ ಕಣ್ಮುಚ್ಚಿ ಯೋಚನಾಮಗ್ನನಾದ.

ನಿನ್ನೆ ಹೆಂಡತಿಯೊಡನೆ ಜಗಳವಾಡಿದಾಗ ಕ್ಷಣಕಾಲ ಅವನು ಸಂಯಮ ತಪ್ಪಿದವ ನಂತಾಗಿಬಿಟ್ಟಿದ್ದ. ಹತ್ತಿರದಲ್ಲೇ ಬಿದ್ದಿದ್ದ ಮಚ್ಚುಗತ್ತಿಯನ್ನು ಎತ್ತಿಕೊಂಡು ಹೊಡೆಯಲು ಅವನ ಕೈಗಳು ತವಕಿಸಿದ್ದವು.

"ನಿನ್ನ ಸಾಯಿಸಿ ಚೂರುಚೂರು ಮಾಡಿಬಿಡ್ತೀನಿ?" ಎಂದು ಕ್ರೂರವಾಗಿ ಹೆಂಡತಿಯತ್ತ ಆತ ಗುಡುಗಿದ್ದ.

ಬಡಕಲು ಮೈಯ, ಚೌಕಳಿ ಮುಖದ, ಗುಳಿಬಿದ್ದ ಕಣ್ಣುಗಳ 'ದೂಕನ್' (ವೈದ್ಯ) ರೂಸ್ದಿ ಅಷ್ಟು ಹೊತ್ತಿಗೆ ಸರಿಯಾಗಿ ಗುಡಿಸಲಿಗೆ ಬಾರದಿದ್ದಲ್ಲಿ ಏನಾದರೂ ಅನಾಹುತವಾಗಿ ಬಿಡುತ್ತಿತ್ತೋ ಏನೋ. ವೈದ್ಯ, ಯೂಸೀನನ್ನು ಸಮಾಧಾನಪಡಿಸಿ ಗುಡಿಸಲಿನೊಳಕ್ಕೆ ವಾಪಸು ಕರೆತಂದಿದ್ದ. ಅಲ್ಲಿ ಯೂಸೀನ್ ಜೀವನ ನಡೆಸುವುದು ಎಷ್ಟು ಕಷ್ಟವಾಗಿದೆಯೆಂಬುದನ್ನು ಆತನಿಗೆ ಬಣ್ಣಿಸಿದ್ದ. ಅವನಿಗೂ ಅವನ ಹೆಂಡತಿಗೂ ಜಗಳವಾಗುತ್ತಿದ್ದುದೇ ಈ ವಿಷಯವಾಗಿ. ವೈದ್ಯ ಅವನಿಗೆ ಹಿತನುಡಿ ಹೇಳಿ ಅವನೇನು ಮಾಡಬೇಕೆಂದು ಸಲಹೆಕೊಟ್ಟಿದ್ದ.

ಮರದ ಮೇಲೆ ಕುಳಿತು ಯೋಚಿಸುತ್ತಿದ್ದಂತೆ ಅವನಿಗೆ ಹಿಂದಿನ ದಿನದ ಘಟನೆಗಳೆಲ್ಲ ಕಣ್ಣಿಗೆ ಕಟ್ಟಿದುವು.

ಅಲ್ಲಿಯೇ ನಿದ್ರೆ ಹೋಗಿದ್ದ ಅವನು ದಿಢೀರನೆ ಎದ್ದು ಅಚ್ಚರಿಯಿಂದ ಎಡಕ್ಕೆ ತಿರುಗಿ ನೋಡಿದ. ಆಕಾಶ ಆಗಲೇ ಕೆಂಪಗಾಗಿತ್ತು. ಕೋಳಿಗಳು ಕೂಗುತ್ತಿದ್ದುವು. ಕೆಳಗಿನಿಂದ ನೀರು ಸೇದುತ್ತಿದ್ದ ಜನರ ದನಿಗಳು ಕೇಳಿಬಂದವು. ಆತ ತನಗೆ ತಾನೇ ರೋಸಿಕೊಂಡ. ತಾನು ನಿದ್ರೆ ಹೋಗಬಾರದಿತ್ತು, ನಿದ್ರೆ ಹೋಗುವುದೆಂದರೆ ಉದಾಸೀನವಾಗಿದ್ದ ಹಾಗೆ, ಉದಾಸೀನವಿದ್ದರೆ ಮರೆವು! ತಾನು ಹಾಗೆ ಅಸಡ್ಡೆಯಿಂದಿದ್ದು ಮರೆವಿಗೆ ಬಲಿಯಾಗಬಾರದು, ಎಚ್ಚರವಾಗಿರಬೇಕು. ಹೌದು, ಜಾಗ್ರತನಾಗಿದ್ದು ಹಿಂದಿನ ದಿನ ವೈದ್ಯ ರೂಸ್ದಿ ಹೇಳಿಕೊಟ್ಟಿದ್ದ ಮಂತ್ರಗಳನ್ನು ಜಪಿಸಬೇಕು. ಅವನಿಗೆ ಅರ್ಥವಾಗದಿದ್ದ ಆ ಮಂತ್ರ ಹೀಗೆ ಪ್ರಾರಂಭವಾಗುತ್ತಿತ್ತು: "ಓ ಮಹಾನ್ ಚೇತನವೇ, ಸರ್ವಶಕ್ತನೇ, ದಯಾಮಯನಾದ ದಾನಿಯೇ. ನನ್ನ ಮೊರೆಯನ್ನು ಆಲಿಸು"... ಹಾಗೆ ಎಚ್ಚರದಿಂದಿದ್ದು ಜಪಿಸುತ್ತಿದ್ದರೆ ತನ್ನೆಲ್ಲ ಕಷ್ಟಗಳ ನಿವಾರಣೆಗೆ ಹಾದಿ ತೋರುವ ಒಂದು ನಿಗೂಢವಾದ ದನಿ ಮುಂದೆ ಕೇಳಿಸುತ್ತದೆಂದು ವೈದ್ಯ ರೂಸ್ದಿ ಹೇಳಿದ್ದ. ಹೀಗೆ ಯೋಚಿಸುತ್ತ, ತನ್ನ ಕೆನ್ನೆಯ ಮೇಲೆ ಹರಿಯುತ್ತಿದ್ದ ಕೆಂಪು ಇರುವೆಯೊಂದನ್ನು ಆತ ಕೈಯಿಂದ ಚಚ್ಚಿದ. ಅಷ್ಟರಲ್ಲಿ ಕೆಳಗೆ ಬಾವಿಯ ಹತ್ತಿರ ಒಬ್ಬ ಮನುಷ್ಯ ಏನೋ ಹೇಳಿ ನಕ್ಕಾಗ ಅಲ್ಲಿದ್ದ ಹೆಂಗಸರೂ ಗೊಳ್ಳನೆ ನಕ್ಕ ಸದ್ದು ಅವನಿಗೆ ಕೇಳಿಸಿತು. ಈ ನಗು ಯಾರದೆಂದು ಯೂಸೀನ್‌ನಿಗೆ ಗೊತ್ತಿತ್ತು. ಅವರೆಲ್ಲಾ ಅವನ ನೆರೆಹೊರೆಯವರು. ಗಂಡಸು ಸಿಗಡಿ ಮೀನು

ಮಾರುವ ಬಾಂಗ್ ದೂಲ್. ನೀರು ಸೇದುತ್ತ ಅವನಾವುದೋ ಪೋಕರಿ ಕತೆ ಹೇಳಿರಬೇಕು.

'ಅವರು ಹಾಳಾಗಿ ಹೋಗಲಿ!' ಎಂದು, ಕೆಳಗೆ ಹೀಗೆ ನಗುತ್ತಿದ್ದವರನ್ನು ಯೂಸೀನ್ ಶಪಿಸಿದ. ಬಳಿಕ ತನ್ನ ಗಮನವನ್ನು ಅತ್ತ ಹೋಗಲು ಬಿಟ್ಟುದಕ್ಕಾಗಿ ತನಗೆ ತಾನೇ ಶಾಪವಿತ್ತು ಕಿವಿ ಮುಚ್ಚಿಕೊಳ್ಳಲು ಹೋದ.

ಆದರೆ ಬಾವಿಯ ಬಳಿಯಿದ್ದ ಮಂದಿ ಇನ್ನೂ ಜೋರಾಗಿ ಮಾತಾಡತೊಡಗಿದರು. ಕೊನೆಗೆ ವಿಧಿಯಿಲ್ಲದೆ ಆತ ಬಗ್ಗಿ ನೋಡಿದ.

ಎಲಾ ಇವರ! ಅದೇನು ಧೈರ್ಯ! ಹಳೆಯ ಅದ್ಭುತ ಕಥೆಗಳಲ್ಲಿ ಕೇಳುವ ದೇವ ಕನ್ನಿಕೆಯರೋ ಎಂಬ ಹಾಗೆ ಈ ಸಾಮಾನ್ಯ ಹೆಣ್ಣುಮಕ್ಕಳು ಸ್ನಾನಕ್ಕೆ ಬಂದಿದ್ದರು. ಅದೋ, ಅಲ್ಲಿರುವವಳೇ ರೋಗಜಾ. ತೂತುಬಿದ್ದ ಬೈಸಿಕಲ್ ಟೈರುಗಳಿಗೆ ತೇಪೆಹಾಕುವ ಮಾರ್ಟೋನ ಹೆಂಡತಿ. ಅವನು ಬಹು ಈರ್ಷ್ಯೆಯ ಮನುಷ್ಯ. ಅದನ್ನು ಯೋಚಿಸುತ್ತಿದ್ದ ಹಾಗೆ ಯೂಸೀನ್‌ಗೆ ನಗುಬಂತು. "ಮಾರ್ಟೋಗೆ ಏನಾದರೂ ಗೊತ್ತಿದ್ದಿದ್ದರೆ..." ಆದರೆ ಆತ ತಕ್ಷಣ "ಓ ಭಗವಂತ, ದಯಾಮಯ" ಎಂದು ಹಲವು ಬಾರಿ ಮಣಮಣಿಸಿ, ಕೆಲ ನಿಮಿಷ ತನ್ನನ್ನು ವಿಮುಖನಾಗಿಸಿದ್ದ ಕೆಳಗಿನ ದೃಶ್ಯದಿಂದ ಬಹಳ ಪ್ರಯಾಸಪಟ್ಟು ತನ್ನ ನೋಟವನ್ನು ತಿರುಗಿಸಿ ಮತ್ತೆ ಕಣ್ಮುಚ್ಚಿ ಧ್ಯಾನಮಗ್ನನಾದ. ಬಿಸಿಲು ಜೋರಾಗಿ ಅದರ ತಾಪ ಅವನ ಬೆನ್ನಿಗೆ, ಕತ್ತಿಗೆ ತಟ್ಟತೊಡಗಿತು.

"ಯಾರಾದರೂ ಯೂಸೀನನ್ನು ನೋಡಿದ್ದೀರ ?"

ಈ ಪ್ರಶ್ನೆಯನ್ನು ಕೇಳಿದ ಸ್ವರ ಯೂಸೀನನ ಕಿವಿಗಳಿಗೆ ಅತ್ಯಂತ ನಿಚ್ಚಳವಾಗಿ ಬಿತ್ತು. ನಿಸ್ಸಂದೇಹ. ಅದು ಅವನ ಹೆಂಡತಿ ಮಿನಾಳ ಕಂಠ.

ಅಲ್ಲಿದ್ದ ಹೆಂಗಸರಲ್ಲೊಬ್ಬಳು ಏನೋ ಉತ್ತರಿಸಿದಾಗ ಗಂಡಸು ಛೇಡಿಸುವ ಹಾಗೆ ನಕ್ಕ.

"ಬೆಳಿಗ್ಗೆ ಇಷ್ಟು ಬೇಗ ನಿನ್ನ ಗಂಡ ಕಳೆದುಹೋದನೇ ?"

ಉಳಿದವರೂ ನಕ್ಕರು. ತನ್ನ ಹೆಂಡತಿಯನ್ನು ನೋಡಿ ಅವರು ನಗುತ್ತಿದ್ದರು. ಅವಳು ಮಾತ್ರ ಆತಂಕದಿಂದ ಗಂಭೀರ ದನಿಯಲ್ಲಿ ವಿಚಾರಿಸುತ್ತಿದ್ದಳು.

"ಗಂಡಸರ ಬೈಠಕ್ ಖಾನೆಯಲ್ಲಿ ಅವನು ಕಾಣಿಸೋದಿಲ್ಲ."

ಅದು ತನ್ನ ಮಾವ ಪಾಕ್–ಬ್ರಾಹೀಮ್‌ನ ದನಿ. ಆಗ ಮಿನಾ "ಮತ್ತೆಲ್ಲಿಗೆ ಹೋಗಿದ್ದಾನು ?" ಅಂದಳು.

"ಗೊತ್ತಿಲ್ಲಾಮ್ಮ. ಬಿಡು, ನೀನೇಕೆ ಯೋಚಿಸ್ತೀಯ ? ಸುಮ್ಮನೆ ತಲೆಕೆಡಿಸಿಕೊಳ್ಳೋದ್ರಲ್ಲಿ ಅರ್ಥವಿಲ್ಲ. ಸ್ವಲ್ಪ ಹೊತ್ತಿನಲ್ಲಿ ಬಂದೇ ಬರ್ತಾನೆ. ತಪ್ಪಿಸಿಕೊಳ್ಳೋದಿಲ್ಲ !"

"ನನಗೇಕೋ ಭಯವಾಗ್ತಿದೆ ಅಪ್ಪ."

"ಏಕಮ್ಮಾ ಭಯ ?"

ಹೌದು. ಅವಳಿಗೇಕೆ ಭಯವಾಗಬೇಕು ? ಅವಳಿಂದ ಏನು ಉತ್ತರ ಬರುವುದೋ ಎಂದು ಯೂಸೀನ್ ಕಿವಿಗೊಟ್ಟು ಕೇಳಿದ. ಉತ್ತರವಿಲ್ಲ. ಭಯವೇಕೆಂದು ಬಹುಶಃ ಅವಳಿಗೂ ಗೊತ್ತಿರಲಿಲ್ಲವೆಂದು ತೋರುತ್ತದೆ. ಯೂಸೀನ್‌ಗೇನಾದರೂ ಅಪಘಾತ ಸಂಭವಿಸಿರ ಬಹುದೆಂದು ಅವಳಿಗೆ ಆತಂಕವೇ ? ಎಂಥ ಅಪಘಾತ ? ಕಾರು ಅಪಘಾತವೆ ? ಎಲ್ಲಿ ? ಈ ಬೆಳಗ್ಗೆಯಂತೂ ಇರಲಾರದು. ಹಾಗಿದ್ದರೆ ಯಾರಾದರೂ ಅವನ ಮೇಲೆ ಹಲ್ಲೆ ಮಾಡಿ ಅವನಲ್ಲಿದ್ದುದನ್ನು ಅಪಹರಿಸಿದ್ದಿರಬಹುದೆಂಬ ಭೀತಿಯೇ ? ಅವನನ್ನೊಯ್ದು

ಕೊಂದುಬಿಟ್ಟರಬಹುದೆಂಬ ಹೆದರಿಕೆಯೇ? ಖಂಡಿತ ಇಲ್ಲ. ಅವನಿಗೆ ಯಾರೂ ಶತ್ರುಗಳಿರಲಿಲ್ಲ. ಆತ ಯಾವ ತಂಟೆಗೂ ಹೋಗುತ್ತಿರಲಿಲ್ಲ. ಇದೆಲ್ಲ ಮಿನಾಳಿಗೆ ಗೊತ್ತು. ಆದರೂ ಅವಳಿಗೇನೋ ಆತಂಕ. ಸಾವಧಾನವಾಗಿ ಯೋಚಿಸಿದ್ದಿದ್ದರೆ ಅವಳಿಗೇ ತಿಳಿಯುತ್ತಿತ್ತು. ಇನ್ನೊಬ್ಬರಿಗೆ ಅನ್ಯಾಯ ಮಾಡಿದೆನೆಂದು ಮನದಲ್ಲಿ ಪಶ್ಚಾತ್ತಾಪವುಂಟಾಗಿ, ಈ ತಪ್ಪನ್ನು ಸರಿಪಡಿಸಿಕೊಳ್ಳಬೇಕೆಂಬ ಕಾತರ ಮೂಡಿದಾಗ ಇಂಥ ಭಾವನೆ ಸಾಮಾನ್ಯ.

"ಯಾತಕ್ಕೆ ಭಯ?" ಅವಳಪ್ಪ ಮತ್ತೆ ಕೇಳಿದ.

"ನನಗೆ ಗೊತ್ತಿಲ್ಲ ಅಪ್ಪ. ಆದರೂ ಅದೇಕೋ ಭಯ."

"ಸುಮ್ಮನೆ ಇಲ್ಲದ್ದನ್ನೆಲ್ಲ ಕಲ್ಪಿಸಿಕೋಬೇಡ ಮಗೂ."

"ನನಗೆ ನಿಜವಾಗಿ ಭಯವಾಗಿದೆ ಅಪ್ಪ. ನಿನ್ನೆ..."

ಆ ಮಾತು ಯೂಸೀನ್‌ಗೆ ಸರಿಯಾಗಿ ಕೇಳಿಸಲಿಲ್ಲ. ಅವಳು ಬಿಕ್ಕಿ ಅಳತೊಡಗಿದ್ದಳು. ಅವನು ತಿರುಗಿ ನೋಡಿದಾಗ ಅವಳು ಗುಡಿಸಲಿನೊಳಕ್ಕೆ ನಡೆದಿದ್ದಳು; ಹಿಂದೆಯೇ ಪಾಕ್ – ಬ್ರಾಹೀಮನೂ ಸಾಗಿದ್ದ.

ತನ್ನ ಬಗ್ಗೆ ಮಿನಾಳ ಅಂತರಂಗದಲ್ಲಿ ಏನು ಭಾವನೆಗಳು ಇದ್ದಿರಬಹುದೆಂದು ವಿಚಾರ ಮಾಡುವ ಗೋಜಿಗೇ ಅವನು ಹೋಗಿರಲಿಲ್ಲ. ಹೆಂಡತಿ ತನ್ನ ಬಗ್ಗೆ ಹೊಂದಿರಬಹುದಾದ ಪ್ರೀತಿ, ದ್ವೇಷ, ಕೋಪ ಮುಂತಾದ ಭಾವನೆಗಳ ಬಗ್ಗೆ ಅವನು ಚಿಂತಿಸುತ್ತಲೇ ಇರಲಿಲ್ಲ. ಆದರೆ ಅವಳ ಆತಂಕ, ಇದೇ ತಾನೆ ಕೇಳಿದ ಅಳು ಅವನ ಹೃದಯದಲ್ಲಿ ಒಂದು ಬಗೆಯ ಸಂತಸ ತಂದಿತ್ತು, ಆತ್ಮತೃಪ್ತಿ ಎಂತಲೂ ಅನ್ನಬಹುದು. ಅವಳ ಈ ಆತಂಕ ಮತ್ತು ಅಳುವಿನಿಂದ ಅವಳು ಹೃದಯದಾಳದಲ್ಲಿ ನಿಜವಾಗಿ ತನ್ನನ್ನು ಪ್ರೀತಿಸುತ್ತಾಳೆ, ತಾನಿಲ್ಲದೆ ಅವಳಿಗೆ ಸಂತೋಷವಿಲ್ಲ ಎಂಬ ತೀರ್ಮಾನಕ್ಕೆ ಆತ ಬಂದ. ನಿನ್ನೆಯಾದಂತೆ ತಮ್ಮ ಜಗಳಗಳಲ್ಲಿ ಅವಳು ಬಳಸುತ್ತಿದ್ದ ಕಠಿಣವಾದ ಪದಗಳು ತನ್ನನ್ನು ಇರಿಯುವಂತಿದ್ದರೂ ನಿಜವಾಗಿ ಹಾಗೆ ಕ್ರೂರತನ, ತ್ವೇಷಗಳಿಂದ ಕೂಡಿದವಲ್ಲ. ಈ ಜಗಳಗಳಲ್ಲಿ ಅವಳು ತಪ್ಪದೆ ಬೆದರಿಸಿ ಅಬ್ಬರಿಸುತ್ತಿದ್ದಳು:

"ನಿನ್ನಿಂದ ವಿವಾಹ ವಿಚ್ಛೇದನ ಪಡೀತೀನಿ! ಹೌದು, ಇನ್ನೊಂದು ಕ್ಷಣವೂ ನಾನು ನಿನ್ನ ಜತೆ ಇರೋದಕ್ಕೆ ಸಾಧ್ಯವಿಲ್ಲ! ನಿನ್ನಿಂದ ನಮಗೆಲ್ಲಾ ಅನಿಷ್ಟ ಬಂದುಹೋಯ್ತು, ನೀನು ಮಾಡೋದೆಲ್ಲ ಕೆಟ್ಟದ್ದೇ. ಶುದ್ಧ ಅಪ್ರಯೋಜಕ!"

ಹೀಗೆಲ್ಲ ಹಾರಾಡಿದ ಮೇಲೆ ಅವಳು ಕೊನೆಗೆ ಹಿಂದೆ ತನ್ನನ್ನು ಮದುವೆಯಾಗಲು ಕೇಳಿದ್ದ ಕಾರಿನ ಡ್ರೈವರ್ ಆತ್ಮಾನೊಡನೆ ಓಡಿಹೋಗುವೆನೆನ್ನುತ್ತಿದ್ದಳು. ಈಗಾಗಲೆ ಅವನು ಬೇರೊಬ್ಬಳನ್ನು ಮದುವೆಯಾಗಿರುವುದು ಅವಳಿಗೂ ಗೊತ್ತು. ಆದರೂ "ಪರವಾಗಿಲ್ಲ, ನಾನವನ ಹೆಂಡತಿಯಾಗಲಿಷ್ಟ. ಅವನ ಎರಡನೇ ಮೂರನೇ ಹೆಂಡತಿಯಾದರೂ ಪರವಾಗಿಲ್ಲ!" ಎಂದು ಅವಳು ಕಿರಿಚಿದ್ದಳು. ಅವಳ ಈ ಬೊಬ್ಬೆಯನ್ನು ಈಗ ಅವನು ನಿಜವಾದ ಬೆಳಕಿನಲ್ಲಿ ಗ್ರಹಿಸಲು ಶಕ್ತನಾದ.

ಈ ಬೆದರಿಕೆಗಳೆಲ್ಲ ಒಂದು ಅಮಾಯಕ ನಾಟಕವೆಂದು ಯೂಸೀನ್‌ಗೆ ಅನ್ನಿಸಿತು. ಮಿನಾ ತನ್ನನ್ನು ನಿಜವಾಗಿ ಪ್ರೀತಿಸುತ್ತಾಳೆಂದು ಈಗ ಅವನು ದೃಢ ತೀರ್ಮಾನಕ್ಕೆ ಬಂದ. ನಿನ್ನೆಯ ಜಗಳವಾದಾಗಿನಿಂದ ಆಗಾಗ್ಗೆ ಅವನಲ್ಲಿ ತಲೆದೋರುತ್ತಿದ್ದ ವೇದನೆ ಈ ಭಾವನೆಯಿಂದ ಶಮನವಾಯಿತು. ಒಂದು ಬಗೆಯ ಜಯಭೇರಿಯ ಆನಂದ, ನೈಜ ಪ್ರೀತಿಯಿರುವವರಲ್ಲಿ

ಕಂಡುಬರುವ ಆತ್ಮೀಯ ಭಾವನೆ ಅವನಲ್ಲೀಗ ಮೂಡಿಬಂದಿತು. ಜೋರಾಗಿ ಉಸಿರಾಡುತ್ತ ಅವನು ಮತ್ತೆ ಜಪಕ್ಕೆ ತೊಡಗಿದ. ಇನ್ನೊಂದು ಕೆಂಪು ಇರುವೆ ಅವನ ತೊಡೆಯನ್ನು ಕಚ್ಚುತ್ತಿತ್ತು; ಅದನ್ನು ತಟ್ಟಿ ಸಾಯಿಸುತ್ತ ಅವನು ಗೊಣಗಿದ:

"ಹಾಳಾದ ಹುಳಗಳು! ಬರಲಿ, ನೂರಲ್ಲ, ಸಾವಿರವಲ್ಲ, ಲಕ್ಷ ಬಂದರೂ ಸರಿ. ನಾನಿಲ್ಲೇ ಸದ್ದಿಲ್ಲದೆ ಕೂತಿರ್ತೇನೆ. ಮೌನದಿಂದ ಧ್ಯಾನ ಮಾಡಬೇಕು, ಓ ದೇವರೆ..."

ಮತ್ತೆ ಪಾಕ್-ಬ್ರಾಹೀಮನ ದನಿ ಕೇಳಿಬಂದಿತು – "ಅವರಾರಿಗೂ ಗೊತ್ತಿಲ್ಲ, ಮಿನಾ ಅವನ ಸ್ನೇಹಿತರಾರಿಗೂ ಗೊತ್ತಿಲ್ಲ." ಸೂರ್ಯ ಈಗ ನೆತ್ತಿಗೆ ಬಂದಿದ್ದ.

"ನಾನೇ ಹೋಗಿ ಹುಡುಕ್ತೇನಪ್ಪ. ಪ್ರಾಯಶಃ ಅವನು ಪೇಟೆಯಲ್ಲಿದ್ರೂ ಇರಬಹುದು. ಸ್ವಲ್ಪ ಮಗೂನ ನೋಡಿಕೊ."

ಮಧ್ಯಾಹ್ನದ ಹೊತ್ತಿಗೆ ಮಸೀದಿಯ ದೊಡ್ಡ ಡಮರುಗ ಶಬ್ದ ಮಾಡತೊಡಗಿತು. ಅದು ಶುಕ್ರವಾರದ ಪ್ರಾರ್ಥನೆಯ ಸೂಚನೆ. ಆಗ ಇದ್ದಕ್ಕಿದ್ದಂತೆ ಆಕಾಶದಲ್ಲಿ ಸಿಡಿಲಿನಂತೆ ಘುಡುಘುಡಿಸುವ ಸಪ್ಪಳ ಯೂಸೀನನಿಗೆ ಕೇಳಿಸಿತು. ಗುಡುಗು ಹತ್ತಿರ ಹತ್ತಿರ ಬರುತ್ತಿತ್ತು. ಆಮೇಲೆ ಇನ್ನಷ್ಟು ಹತ್ತಿರ ಹತ್ತಿರ. ಈ ಸಪ್ಪಳಕ್ಕೆ ಅವನಿದ್ದ ತೆಂಗಿನ ಮರ ಅತ್ತಿತ್ತ ಅಲುಗಾಡತೊಡಗಿತ್ತು. ಆ ಕಂಪನ ಅವನ ಇಡೀ ದೇಹ, ಮದಮಾಂಸಗಳು, ದೇಹದ ಮೂಳೆ ಮೂಳೆಗಳು, ಎಲ್ಲವನ್ನೂ ಪ್ರವೇಶಿಸುತ್ತಿರುವಂತಿದ್ದವು. ಅವನು ಥಟ್ಟನೆ ಗಟ್ಟಿಯಾಗಿ ಕಣ್ಣುಮುಚ್ಚಿಕೊಂಡ. ವಿಮಾನವೊಂದು ಕಿವಿ ಕಿವುಡಾಗಿಬಿಡುವಂತೆ ಭೋರಿಡುತ್ತ ಅವನ ತಲೆಯ ಮೇಲೆ ಹಾರಿಹೋಯಿತು. ಅದು ಎಷ್ಟು ಕೆಳಮಟ್ಟದಲ್ಲಿ ಹಾದುಹೋಯಿತೆಂದರೆ ಅದರ ಪ್ರೊಪೆಲರ್‌ಗಳು ಮರವನ್ನೂ ಅವನನ್ನೂ ತುಂಡರಿಸಿಬಿಡುವುವೇನೋ ಎಂದು ಅನ್ನಿಸಿತು. ಯೂಸೀನ್ ಪುನಃ ಕಣ್ಣು ತೆರೆಯುವಷ್ಟರಲ್ಲಿ ಅದು ಗಗನದಲ್ಲಿ ಅಷ್ಟೆತ್ತರಕ್ಕೆ ಹಾರಿ ಕಾಣದಾಯಿತು.

"ಸದ್ಯ, ದೇವರ ದಯೆ!" ಎಂದು ಆತ ದೀರ್ಘವಾಗಿ ಉಸಿರುಬಿಟ್ಟ.

"ಅದೋ, ಅಲ್ಲಿದ್ದಾನೆ!"

ಕೆಳಗಿನಿಂದ ಇದ್ದಕ್ಕಿದ್ದಂತೆ ಒಬ್ಬ ಗಂಡಸಿನ ದನಿ ಕೇಳಿಬಂದಿತು.

"ಪಾಕ್ – ಬ್ರಾಹೀಮ್! ಇಲ್ಲಿ ಬಾ. ನಿನ್ನ ಅಳಿಯ ಅಲ್ಲಿದ್ದಾನೆ ನೋಡು. ಮಿನಾ, ಮಿನಾ ನಿನ್ನ ಗಂಡ ಅಲ್ಲಿದ್ದಾನೆ ನೋಡು. ಯೂಸೀನ್!"

ಯೂಸೀನ್ ಕೆಳಕ್ಕೆ ಬಗ್ಗಿ ನೋಡಿದ. ಷರಟಿಲ್ಲದೆ ಒಂದು ಹರಿದುಹೋದ ಸೆರಾಂಗ್ ಧರಿಸಿದ್ದ ಬಾಂಗ್ ಅಮಾತ್ ಗುಡಿಸಲಿನೊಳಕ್ಕೋಡಿ ಪಾಕ್-ಬ್ರಾಹೀಮ್ ಮತ್ತು ಮಗುವನ್ನೆತ್ತಿ ಕೊಂಡಿದ್ದ ಮಿನಾ ಅವರುಗಳೊಡನೆ ಹೊರಬಂದು ಮರದತ್ತ ಕತ್ತೆತ್ತಿ ನೋಡಿದ.

"ಅದೋ ಅಲ್ಲಿ! ಎಳೆ ಸೋಗೆಗಳ ಮಧ್ಯೆ! ನೋಡಿ!"

"ಹೌದು ಅವನೇ!" ಎಂದು ತಲೆಯಲ್ಲಾಡಿಸಿದ ಪಾಕ್–ಬ್ರಾಹೀಮ್ ಮಿನಾಳೊಡನೆ ಹೇಳಿದ:

"ಅದೋ ಅಲ್ಲಿದ್ದಾನೆ ಆತ! ನೋಡು ಮಿನಾ. ಕಾಣಿಸ್ತಿದೆಯಾ? ತೆಂಗಿನ ಕಾಯಿಗಳ ಗೊಂಚಲಿನ ನಡುವೆ ಕಾಲು ಚಾಚಿ ಕೂತಿದ್ದಾನೆ."

ಎಲ್ಲರೂ ಹತ್ತಿರ ಬಂದರು. ನಂಬಿಯೂ ನಂಬದಂತೆ ಮಿನಾ ಮೇಲೆ ನೋಡಿ ಹರ್ಷಾತಿರೇಕದಿಂದ ಉದ್ಗರಿಸಿದಳು:

"ಹೌದು, ಯೂ – ಸೀ – ನ – ನೇ? ಓ, ಯೂ – ಸೀ – ನ್! ಯೂ – ಸೀ – ನ್!'

ಬಂದ ಮೂವರೂ ಸಂತಸದಿಂದ ಉಬ್ಬಿಹೋದರು. ತಾನು ಹುಡುಕುತ್ತಿದ್ದ ಗಂಡ

ಹಠಾತ್ತನೆ ಮತ್ತೆ ದೊರೆತನಲ್ಲ ಎಂದು ಅವಳಿಗೆ ಹಿಗ್ಗು. ತನ್ನ ಅಳಿಯ ವಾಪಸು ಬಂದೇ ಬರುವನೆಂದು ಹೇಳಿದ್ದ ಪಾಕ್ – ಬ್ರಾಹೀಮ್‌ಗೆ ತನ್ನ ಭವಿಷ್ಯನುಡಿ ಸರಿಯಾಯಿತೆಂಬ ತೃಪ್ತಿ. ಇವರೆಲ್ಲ ಹುಡುಕುತ್ತಿದ್ದ ಆಸಾಮಿಯನ್ನು ತಾನು ಮೊದಲು ಪತ್ತೆಮಾಡಿದೆನೆಂಬ ಶೋಧಕನ ಖುಷಿ ಬಾಂಗ್ ಅಮಾತ್‌ಗೆ.

ಆದರೆ ಅವರ ಈ ಹಿಗ್ಗೆಲ್ಲ ಒಂದ ಕ್ಷಣ ಅಷ್ಟೇ. ಒಡನೆಯೇ ಅವರೆಲ್ಲ ಗೊಂದಲಕ್ಕೆ ಬಿದ್ದರು. ಯೂಸೀನ್‌ಗೆ ಕೆಳಗಿಳಿದು ಬರಲು ಇಷ್ಟವಿರಲಿಲ್ಲ. ಅವನನ್ನು ಮಾತಾಡಿಸಿ ಕೆಳಕ್ಕೆ ಕರೆತರಲು ಪಾಕ್ – ಬ್ರಾಹೀಮ್ ಸ್ವಲ್ಪ ಮರವೇರಿದಾಗ "ಒತ್ತಾಯ ಮಾಡಿದರೆ ಇಲ್ಲಿಂದ ಧುಮುಕಿಬಿಡ್ತೇನೆ" ಎಂದು ಅವನು ಕೋಪದಿಂದ ನುಡಿದ, ಗಂಡ ಹಾಗೆ ಧುಮುಕಿ ಕಲ್ಲಿಗೆ ತಾಗಿ ತಲೆಯೊಡೆದರೆ ? ತಾನು ವಿಧವೆ ? ಮಗು ಅನಾಥ ? ಕಂದಿದ ಮುಖದಿಂದ ಮಿನಾ ಕಿರಿಚಿದಳು:

"ಬೇಡ ಅಪ್ಪ. ನೀನಿಳಿದು ಬಾ ! ಅವನ ತಂಟೆಗೆ ಹೋಗ್ಬೇಡ."

ಪಾಕ್–ಬ್ರಾಹೀಮ್ 'ಅವನಿಗ್ಯಾವ ದೆವ್ವ ಹಿಡಿದಿದ್ಯೋ ?' ಎಂದು ಗೊಣಗಿಕೊಳ್ಳುತ್ತ ಕೆಳಗಿಳಿದು ಬಂದ.

ಯೂಸೀನ್‌ನ ಸಂಗತಿ ಗುಡಿಸಲಿನಿಂದ ಗುಡಿಸಲಿಗೆ ಕಾಡ್ಗಿಚ್ಚಿನಂತೆ ಹಬ್ಬಿತು. ಹಳ್ಳಿಯ ಜನ ಕುತೂಹಲದಿಂದ ಮರದ ಬುಡದಲ್ಲಿ ನೆರೆದು ತಲೆಯಾಡಿಸುತ್ತ, ಕೂಗುತ್ತ ಮೇಲೆ ನೋಡಿದರು.

"ಏನಯ್ಯಾ ! ಅಲ್ಲೇನು ಮಾಡ್ತೀದಿಯಾ ?"

"ಸ್ವರ್ಗಕ್ಕೆ ದಾರಿ ನೋಡ್ತಿದೀಯಾ ?"

"ಅದೇಕೆ ಕಮಂಗಿ ಹಾಗೆ ಆಡ್ತಿದ್ದೀ ?"

"ಮನೆಗಿಂತ ಮರವೇ ಇಷ್ಟವಾ ?"

ರಾತ್ರಿಯಲ್ಲೂ ಜನ ಬಂದು ತಮ್ಮ ಲಾಂದ್ರಗಳ ಬೆಳಕನ್ನು ಮರದ ಮೇಲಕ್ಕೆ ಸರಿಸಿ ನೋಡಿದರು. ಚಕಿತಗೊಂಡ ಯಾವುದೋ ನಿಗೂಢ ಪ್ರಾಣಿಯಂತೆ ಯೂಸೀನ್ ಅತ್ತಿತ್ತ ಚಲಿಸಿದ. ಗುಡಿಸಲಿನಲ್ಲಿ ಮಿನಾ, ಮಗು ಇಬ್ಬರೂ ಅಳುತ್ತಿದ್ದುದು ಕೇಳಿಸಿತು.

ಮಧ್ಯರಾತ್ರಿಯ ಹೊತ್ತಿಗೆ ಮಳೆ ಶುರುವಾಯಿತು. ಮೊದಲು ತುಂತುರು ತುಂತುರಾಗಿದ್ದದ್ದು ಆಮೇಲೆ ಜೋರಾಯಿತು. ಯೂಸೀನ್‌ಗೆ ಉಸಿರು ಕಟ್ಟಿದಂತಾಯಿತು. ಚಡ್ಡಿ ತೊಯ್ದುಹೋಯಿತು. ಛಳಿಯಿಂದ ಮೈ ನಡುಗುತ್ತಿತ್ತು. ಹಸಿವು ಬೇರೆ.

"ಯೂಸೀನ್, ಯೂಸೀನ್ ! ದಯವಿಟ್ಟು ಇಳಿದು ಬಾ !"

ಗುಡಿಸಲು ಮತ್ತು ಮರದ ನಡುವಣ ಮಳೆಯ ಪರದೆಯನ್ನು ಭೇದಿಸಿಕೊಂಡು ಅವನ ಹೆಂಡತಿಯ ದೀನ ದನಿ ಕೇಳಿ ಬಂದಿತು. ತನ್ನ ಮಾವ ದೊಡ್ಡ ದನಿಯಲ್ಲಿ ಕೂಗುತ್ತಿದ್ದ. "ಯೂಸೀನ್ !" ಎಂದು ಇನ್ನೊಮ್ಮೆ ಮಿನಾಳ ಕರೆ ! ಅನಂತರ ನಿಶ್ಶಬ್ದ.

ಮಾರನೆಯ ಬೆಳಗ್ಗೆ ಅವನು ಎಚ್ಚರಗೊಂಡಾಗ ಬಿಸಿಲೇರಿತ್ತು. ಈ ಹೊತ್ತು ತುಂಬಾ ಮಲಗಿಬಿಟ್ಟೆ ಎಂದು ತನಗೆ ತಾನೇ ಬಯ್ದುಕೊಂಡು ಆತ ಸೀನುತ್ತ ಮೂಗೊರೆಸಿಕೊಂಡ.

ಕೆಳಗೆ ನೋಡಿದಾಗ ಅವನಿಗೆ ಆಶ್ಚರ್ಯ ಕಾದಿತ್ತು.

'ಏನದು ? ನಾನು ನಿದ್ರೆ ಮಾಡಿಬಿಟ್ಟೆ. ಇಲ್ದಿದ್ರೆ ಕೆಳಗಡೆ ಯಾರು ಆ ಬಲೆ ಬಿಗಿದಿರೋದು ಗೊತ್ತಾಗ್ತಿತ್ತು. ಬಲೆ ಯಾಕೆ ?' ಎಂದು ಆತ ಯೋಚಿಸಿದ.

"ಅವನೇ ತಾನೇ ?"

"ಹೌದು, ಅವನೇ."

"ಹ ಹ! ವರ್ಷದ ದೊಡ್ಡ ಸುದ್ದಿ! ಹಾ ಹಾ!"

ಯೂಸೀನ್ ಬಲಕ್ಕೆ ತಿರುಗಿ ನೋಡಿದ. ಮರದ ಹತ್ತಿರಕ್ಕೆ ಬಂದಿದ್ದ ಇಬ್ಬರು ಮನುಷ್ಯರು ಅವನಿಗೆ ಪರಿಚಿತರಲ್ಲ. ಅವರೊಂದಿಗೆ ಕುಳ್ಳನೆಯ ಇನ್ನೊಬ್ಬ ವ್ಯಕ್ತಿ ಇದ್ದ. ಆತ ತನ್ನ ಎಡದ ಕೈಯಲ್ಲಿ ಮಡಚುವ ಒಂದು ಸ್ಟೂಲನ್ನೂ ಬಲದ ಕೈಯಲ್ಲಿ ಚರ್ಮದ ಒಂದು ಸಣ್ಣ ಚೀಲವನ್ನೂ ಹಿಡಿದಿದ್ದ. ಯೂಸೀನನಿಗೆ ಅವನ ಪರಿಚಯವಿತ್ತು. ಆತ ಬಾಂಗ್ ರಾಯಿಸ್. ಒಬ್ಬ ಸಂಚಾರಿ ಕ್ಷೌರಿಕ. ಸ್ವಾರಸ್ಯವಾಗಿ ಕತೆ ಹೇಳುವುದರಲ್ಲಿ ನಿಪುಣ. ಇತ್ತೀಚಿನ ಹಾಗೂ ಅತ್ಯಂತ ಆಶ್ಚರ್ಯಕರವಾದ ಸಮಾಚಾರಗಳೆಲ್ಲ ಅವನಿಗೆ ಗೊತ್ತಿರುತ್ತಿದ್ದವು. ಉಳಿದ ಇಬ್ಬರಲ್ಲಿ ಒಬ್ಬ – ಉದ್ದನೆಯ ಮುಖದವನು – ಬಾಟಿಕ್ ಅಂಗಿಯೊಂದನ್ನು ತೊಟ್ಟಿದ್ದು, ಮಕ್ಕಳು ಹಾಕಿಕೊಳ್ಳುವಂಥ ಹಸುರು ಡ್ರಿಲ್‌ನ ಜಾಕಿ ಟೋಪಿ ಧರಿಸಿದ್ದ. ಅವನ ಜತೆಗಾರ ಕುಳ್ಳ; ಕಪ್ಪು ಕನ್ನಡಕ ಹಾಕಿಕೊಂಡಿದ್ದ ಅವನು ಒಂದು ಕ್ಯಾಮರಾ ತಂದಿದ್ದ. ಆತ ಮಗುವಿನಂಥ ದುಂಡನೆಯ ಮುಖದ ವ್ಯಕ್ತಿ.

"ಆತನ ಹೆಂಡತಿ ಎಲ್ಲಿ? ಕೆಲ ಪ್ರಶ್ನೆಗಳನ್ನು ಕೇಳಬೇಕು" ಎಂದ ಬಾಟಿಕ್ ಅಂಗಿಯ ಮನುಷ್ಯ.

"ಇಲ್ಲೇ ಇದ್ದಾಳೆ," ಎಂದು ಬಾಂಗ್ ರಾಯಿಸ್ ಮಿನಾಳನ್ನು ಕರೆದ. ಆಗಲೇ ಮನೆಬಾಗಿಲಿನಿಂದ ಹೊರಕ್ಕೆ ತಲೆಹಾಕಿ ನೋಡುತ್ತಿದ್ದ ಮಿನಾ ಮಗುವಿಗೆ ಹಾಲುಣಿಸುತ್ತಿದ್ದವಳು ಕುಪ್ಪಸದ ಗುಂಡಿ ಹಾಕಿಕೊಳ್ಳುತ್ತ ಸರಸರನೆ ಇವರಿದ್ದಲ್ಲಿಗೆ ಬಂದಳು.

"ನೀನು ಅವನ ಹೆಂಡತಿಯಾ?"

"ಹೌದು ಸ್ವಾಮಿ."

"ಅದೇಕೆ ನಿನ್ನ ಗಂಡ ಹೀಗೆ ವಿಚಿತ್ರವಾಗಿ ವರ್ತಿಸುತ್ತಿದ್ದಾನೆ?"

"ನನಗೆ ಗೊತ್ತಿಲ್ಲ ಸ್ವಾಮಿ."

"ಸಾಮಾನ್ಯವಾಗಿ ಅವನು ಹೀಗೇ ಮಾಡ್ತಾನಾ?"

ಈಗ ಯೂಸೀನ್‌ನ ಕಿವಿ ನೆಟ್ಟಗಾಯಿತು. ಧ್ಯಾನಮಗ್ನನಾದವನು ವಿಚಲಿತನಾಗಬಾರದು ನಿಜ. ಆದರೆ ಇದೊಂದು ಸಲ ಕೇಳಲೇಬೇಕೆನಿಸಿತು. ಹಾಗೂ ಈ ಜನರಿಗೆ ಏನು ಬೇಕಾಗಿತ್ತು?

ಈ ನಡುವೆ ಕುಳ್ಳ ಮನುಷ್ಯ ಮಿನಾಳ ಮೂರು ಚಿತ್ರಗಳನ್ನೂ ಮರದ ಎರಡು ಚಿತ್ರಗಳನ್ನೂ ತೆಗೆದುಕೊಂಡಿದ್ದವನು ಬಲೆಯನ್ನು ಎಳೆದು ಆಡಿಸುತ್ತ "ನಿನ್ನ ಗಂಡನ ತೂಕ ಎಷ್ಟು?" ಎಂದು ಕೇಳಿದ.

ಮಿನಾಗೆ ಅರ್ಥವಾಗಲಿಲ್ಲ.

ಬಾಟಿಕ್ ಅಂಗಿಯಾತ ಕೇಳಿದ: "ಅವನು ಅಲ್ಲಿ ಹತ್ತಿ ಕುಳಿತದ್ದು ಯಾವಾಗ?"

"ಮೊನ್ನೆ ದಿನ – ಗುರುವಾರ ಸಾಯಂಕಾಲ."

"ಅಂದರೆ ಎರಡು ದಿನ ಹಗಲೂ ರಾತ್ರಿ ಅಲ್ಲೇ ಇದ್ದಾನೆ ಅನ್ನು."

"ಹೌದು ಸ್ವಾಮಿ."

"ಬುಧವಾರ ರಾತ್ರಿ ಅಥವಾ ಗುರುವಾರ ನಿಮ್ಮಿಬ್ಬರ ನಡುವೆ ಏನಾದರೂ ನಡೀತಾ? ಅಥವಾ ಅವನಿಗೂ ನಿಮ್ಮ ಮನೇಲಿರಬಹುದಾದ ಇನ್ನಾರಿಗಾದರೂ ಏನಾದರೂ ಜರಗ್ತಾ? ಮನೇಲಿ ಇನ್ನಾರಾದರೂ ಇದ್ದಾರಾ?"

"ನನ್ನ ತಂದೆ ಇದ್ದಾರೆ ಅಷ್ಟೆ."

"ಸರಿ ಹಾಗಾದರೆ, ನಿನ್ನ ತಂದೆ ; ಆತ ಏನಾದರೂ ಗಲಾಟೇಲಿ ಸಿಕ್ಕಿದ್ನಾ? ಏನಾದರೂ ಜಗಳ ಆಯ್ತಾ?"

ಗುಡಿಸಲಿನ ಸೂರಿನ ತೂತೊಂದನ್ನು ಮುಚ್ಚುತ್ತಿದ್ದ ಪಾಕ್ – ಬ್ರಾಹೀಮ್ ನಗುತ್ತ ಹೇಳಿದ:

"ಅದೇನೂ ಇಲ್ಲ ಸ್ವಾಮಿ. ನಾವು ಯಾವತ್ತೂ ಜಗಳವಾಡಿಲ್ಲ. ಮೊನ್ನೆ ಇವಳಿಗೂ ಇವಳ ಗಂಡನಿಗೂ ಸ್ವಲ್ಪ ಜಗಳವಾಗಿತ್ತಷ್ಟೇ."

ಪಾಕ್ – ಬ್ರಾಹೀಮ್ ಮಾತನ್ನು ಅಲ್ಲಿಗೇ ನಿಲ್ಲಿಸಿದ. ಯಾರು ಈ ವ್ಯಕ್ತಿಗಳು ಎಂದು ಚಿಂತಿಸಿದ. ಅವರು ಯಾಕೆ ಹೀಗೆ ಪ್ರಶ್ನೆಗಳನ್ನು ಕೇಳುತ್ತಿದ್ದಾರೆ? ತಾನು ಇವರಿಗೆ ಎಲ್ಲ ವಿಷಯ ತಿಳಿಸಬೇಕೆ? ಅವರಿಗೆ ಅದ್ಯಾಕೆ ಬೇಕು? ಒಂದು ವೇಳೆ ತಾನು ವಿವರವಾಗಿ ಎಲ್ಲ ಹೇಳಿದರೂ ಅವರೇನು ತಾನೇ ಮಾಡಿಯಾರು? ಎಲ್ಲಕ್ಕಿಂತ ಮೊದಲು ಇವರು ಯಾರೆಂದು ಮುದುಕ ಪಾಕ್ – ಬ್ರಾಹೀಮ್‌ಗೆ ತಿಳಿಯಬೇಕಾಗಿತ್ತು.

ಆಗ ಬಾಟಿಕ್ ಅಂಗಿಯಾತ ಹೇಳಿದ:

"ನಾವು ವರದಿಗಾರರು. ಆದರೆ ಗಾಬರಿಯಾಗ್ಬೇಡಿ. ಕೆಲವೊಂದು ಸಂಗತಿಗಳ್ನ ನಾವು ತಿಳೀಬೇಕು ಅಷ್ಟೆ. ಮೊನ್ನೆ ಏನು ನಡೀತು ಹೇಳಿ."

ಹೀಗೆನ್ನುತ್ತ ಆತ ತನ್ನ ಜೇಬಿನಿಂದ ಒಂದು ಪುಟ್ಟ ಬರಹದ ಪುಸ್ತಕ ಹೊರತೆಗೆದ.

ವರದಿಗಾರರೆ? ಯೂಸೀನ್ ವ್ಯಗ್ರನಾದ. ಇವರಿಗೆ ವಿಷಯವೇನಾದರೂ ತಿಳಿಸಲು ತನ್ನ ಮಾವನಿಗೆ ಏನು ಹಕ್ಕು? ಇವರು ಪತ್ರಿಕೆಯವರು, ಎಲ್ಲವನ್ನೂ ಪತ್ರಿಕೆಯಲ್ಲಿ ಮುದ್ರಿಸಿಬಿಡ್ತಾರೆ – ಬಾಯಿ ಮುಚ್ಚಿಕೊಂಡಿರುವಂತೆ ಮಾವನಿಗೆ ಕೂಗಿ ಹೇಳಬೇಕು ಎಂದೆನಿಸಿತು ಅವನಿಗೆ.

ಪಾಕ್ – ಬ್ರಾಹೀಮ್ ಈಗ ಹೇಳತೊಡಗಿದ:

"ಗಂಡ ಹೆಂಡಿರ ವಿಷಯ ನಿಮಗೆ ಗೊತ್ತೇ ಇದೆಯಲ್ಲ, ಯಾವಾಗಲೂ ಏನಾದರೂ ಸ್ವಲ್ಪ ಜಗಳ – ಗಲಾಟೆ ಇದ್ದೇ ಇರ್ತದೆ."

"ಹಾಗಾದ್ರೆ ಜಗಳವಾಯ್ತೂನ್ನಿ."

ವರದಿಗಾರರ ಸ್ವಭಾವವೇ ಅದು. ತಮಗೆ ಸಂಬಂಧಿಸದ ವಿಷಯಗಳಿಗೆಲ್ಲ ತಲೆಹಾಕ್ತಾರೆ, ಅಂದುಕೊಂಡ ಯೂಸೀನ್.

"ಯಾಕೆ ಜಗಳ ಆಯ್ತು? ವಿವರವಾಗಿ ಹೇಳೀಪ್ಪ."

ಆ ಮನುಷ್ಯನಿಗೆ ಸ್ವಲ್ಪವೂ ಸಭ್ಯತೆಯಿಲ್ಲ!

"ನಿಮ್ಮ ಮಗಳು ಗಂಡನ ಜತೆ ಯಾಕೆ ಜಗಳವಾಡಿದ್ಳು?"

ಅದು ಒಬ್ಬನ ಸ್ವಂತ ವಿಚಾರ, ಗಂಡ ಹೆಂಡಿರಿಗೆ ಸಂಬಂಧಪಟ್ಟದ್ದು, ನನಗೆ ಮಿನಾಳಿಗೆ ಸೇರಿದ್ದು. ಅದನ್ನೆಲ್ಲ ಈತ ಪತ್ರಿಕೆಯಲ್ಲಿ ಪ್ರಕಟಿಸುವನೇ?

"ಅದೇ ಹಳೆ ಕಥೆ ಸ್ವಾಮೀ."

"ಏನದು? ಅಸೂಯೇನಾ? ನಿಮ್ಮ ಮಗಳು ಇನ್ನೂ ಚಿಕ್ಕ ವಯಸ್ಸಿನವಳು, ನೋಡೋದಕ್ಕೆ ಚೆನ್ನಾಗೂ ಇದ್ದಾಳೆ. ಯಾವಾಗ ಏನೋ..."

ಹಂದಿ ನನ್ಮಗ!

"ನಿಮ್ಮ ಅಳಿಯನಿಗೆ ಇವಳಿಗಿಂತ ಬಹಳ ವರ್ಷ ವಯಸ್ಸಾಗಿದ್ಯಾ?"

ಈ ಬಡ್ಡೀಮಗನನ್ನ ಒದ್ದು ಹಲ್ಲು ಮುರಿಯಬೇಕು ಆತನ ಮೂಗು ಚಚ್ಚಬೇಕು ಎನಿಸಿತು ಯೂಸೀನ್‌ಗೆ.

"ಅಂಥ ಅಸೂಯೆ ಗಿಸೂಯೆ ಏನೂ ಇಲ್ಲ ಸ್ವಾಮಿ."

ದೇವರೆ, ನನಗಿನ್ನು ಹುಚ್ಚು ಹಿಡೀತದೆ. ತನ್ನ ಮೂರ್ಖ ಮಾವ ಇವರು ಕೇಳಿದ್ದಕ್ಕೆಲ್ಲ ಹೀಗೇಕೆ ಉತ್ತರ ಕೊಡಬೇಕು ?

"ಇದೆಲ್ಲ ನಿಮಗೆ ಗೊತ್ತೇ ಇದೆಯಲ್ಲ ಸ್ವಾಮಿ. ನಾವು ಸಾಮಾನ್ಯ ಜನ. ನಮಗೆ ನಮ್ಮದೇ ಆದ ಕಷ್ಟಕಾರ್ಪಣ್ಯಗಳಿರ್‍ತವೆ. ನಾವು ಬಡವರು. ಜೀವನ ಅನುಕೂಲವಿಲ್ಲ."

ಇದನ್ನೆಲ್ಲ ಅವರಿಗೇಕೆ ಹೇಳಬೇಕು ? ನಮ್ಮ ಕಷ್ಟ ಪರಿಹಾರವಾಗಲು ಅವರೇನು ಮಾಡಬಲ್ಲರು ?

"ಅಲ್ದೆ ನಿಮಗೆ ತಿಳಿದೇ ಇದೆಯಲ್ಲ ಸ್ವಾಮಿ. ಒಬ್ಬ ಹೆಣ್ಣುಮಗಳು ತಾಪತ್ರಯಕ್ಕೀಡಾದರೆ ಗಂಡನನ್ನೂ ಇತರರನ್ನೂ ಮೂದಲಿಸಿ ಬಯ್ದಾಡೋದು ಸಾಮಾನ್ಯ. ನನ್ನ ಅಳಿಯ ಸರಿಯಾಗಿ ನಡೆದುಕೊಳ್ಳಿರ್‍ಲಿಲ್ಲ. ಅವನಿಗೆ ಮೊದಲಿಂದ್ಲೂ ದುರದೃಷ್ಟವೇ; ಮಾಡಿದ ಕೆಲಸವೆಲ್ಲ ಹಾಳು ! ಕೈಗೊಂಡ ಪ್ರಯತ್ನವೆಲ್ಲ ವಿಫಲ. ಸಹಜವಾಗಿಯೇ ನನ್ನ ಮಗಳು ಅವನನ್ನು ಬಯ್ಯುತ್ತಿರ್‍ತಾಳೆ. ದಿನವೂ ಹೀಗೇನೇ."

ಅವರಂತೆ ಇವನೂ ಬುದ್ಧಿಗೆಟ್ಟವನಾದನೇ !

"ಹೌದು, ನೀವು ಹೇಳೋದು ನಿಜಾನೇ. ಈ ದಿನಗಳಲ್ಲಿ ಬಡಪಾಯಿ ಜನರ ದುರ್ಲಾಭ ಪಡೆದು ತಾವು ಐಷಾರಾಮ ಜೀವನ ನಡೆಸೋ ಜನ ಬಹುಮಂದಿ. ಅದರಿಂದಲೇ ಸಾಮಾನ್ಯ ಜನರ ಜೀವನ ಬರಬರುತ್ತ ಹೆಚ್ಚು ದುರ್ಭರವಾಗ್ತಿದೆ. ಬೆಲೆಗಳು ಯದ್ವಾತದ್ವಾ ಏರ್‍ತಾ ಇವೆ. ಇಂಥ ಪರಿಸ್ಥಿತಿಯಲ್ಲಿ ಏನೂ ಅದೃಷ್ಟವಿಲ್ಲದ ತನ್ನ ಗಂಡನ ಬಗ್ಗೆ ನಿನ್ನ ಮಗಳು ಬೇಸರಗೊಂಡಿದ್ರೆ ಆಶ್ಚರ್ಯವೇನಿಲ್ಲ..."

ಯೂಸೀನ್‌ಗೆ ಇನ್ನು ಸಹಿಸಲಾಗಲಿಲ್ಲ. ಚಲನಚಿತ್ರಗಳಲ್ಲಿನ ದನಗಾಹಿಗಳ ಹಾಗೆ ಕೆಳಕ್ಕೆ ಜಿಗಿದು ಬಾಟಿಕ್ ಅಂಗಿ ಧರಿಸಿದ್ದವನ ಭುಜವೇರಿ ಕತ್ತು ಹಿಸುಕಿ ಮರಕ್ಕೆ ಬಡಿದು ಬಾವಿಗೆಸೆಯಬೇಕೆನಿಸಿತು. ಆದರೆ 'ದೇವರೇ !' ಎಂದಷ್ಟೇ ಹೇಳಿ ಅವನು ಮತ್ತೆ ಧ್ಯಾನಮಗ್ನನಾಗಲು ಪ್ರಯತ್ನಿಸಿದ. ಮೂರ್ಖರು, ಹಾಳಾಗಿಹೋಗಲಿ ! ಎಷ್ಟು ಬೇಕಾದರೂ ಮಾತಾಡಿಕೊಳ್ಳಲಿ. ಓ ದೇವರೇ...

"ಅವನ ಪಾಡಿಗೆ ಅವನನ್ನು ಬಿಡಿರಯ್ಯ ! ಬಿಡಿ ! ಅವನ ಬಗ್ಗೆ ಅದೇಕೆ ಇಷ್ಟೊಂದು ಗೊಂದಲ ಮಾಡ್ತಿದ್ದೀರಿ ? ಅಯ್ಯಾ ಇಬ್ರಾಹಿಂ ! ಇಲ್ಲೇನು ನಡೆದಿದೆ ! ಅಲ್ಲದೆ ಇದೇನು ? ಈ ಬಲೆ ತೆಗೆದುಹಾಕಿ."

ಅದು ಮುದುಕ ವೈದ್ಯ ರೂಸ್ದಿಯ ದನಿ. ನಡುನಡುವೆ ಕೆಮ್ಮುತ್ತ ಆತ ಗಟ್ಟಿದನಿಯಲ್ಲಿ ಮಾತಾಡುತ್ತಿದ್ದ. ಯೂಸೀನ್ ಬಗ್ಗೆ ನೋಡಿದಾಗ ರೂಸ್ದಿ ಈ ಮುಂಚೆ ಆ ಛಾಯಾಗ್ರಾಹಕ ಮಾಡಿದ್ದಂತೆ ಬಲೆಯನ್ನು ಎಳೆಯತೊಡಗಿದ್ದ.

"ಅವನು ಬಿದ್ದು ಬಿಡಬಹುದು ಅಂತ ನನಗನ್ನಿಸಿತ್ತು, ವೈದ್ಯರೇ."

"ಹೌದು, ವೈದ್ಯರೇ. ನೀವೇ ನೋಡಿ, ಅದು ಎಷ್ಟು ಎತ್ತರ ಇದೆ !"

"ಅದ್ಯಾಕೆ ಬೀಳ್ತಾನಮ್ಮ? ಮನಸ್ಸಿನಲ್ಲಿ ದೇವತಾರಾಧನೆಯ ಭಾವನೆ ಹೊಂದಿರುವವನಿಗೆ ತೊಂದರೆ ಬರ್‍ತದಾ ? ನಮ್ಮ ಪೂರ್ವಜರ ಚೇತನಗಳೇ ಅವನನ್ನು ರಕ್ಷಿಸ್ತವೆ. ಅವನಿಗೇನೂ

ಆಗೋದಿಲ್ಲ. ಅವನಿಗೆ ತೊಂದರೆಯೇನೂ ಆಗಬಾರದು ಅಂತ ದೇವರಲ್ಲಿ ಪ್ರಾರ್ಥಿಸಿ ಅಷ್ಟೇ. ಈ ಬಲೆ ಯಾಕೆ? ಅವನ ಉದ್ದೇಶ ಪೂರೈಸುವವರೆಗೂ ನಿನ್ನ ಗಂಡ ಕೆಳಗಿಳಿದು ಬರೋದಿಲ್ಲ, ಈಗಾಗಲೇ ಅವನು ಯಶಸ್ವಿಯಾಗಿದ್ದರೆ ಅವನೇ ಇಳಿದು ಬರ್‍ತಾನೆ."

"ನೀನು ವೈದ್ಯನಾ ?" ಎಂದು ಬಾಟಿಕ್ ಅಂಗಿಯವನು ಕೇಳಿದ.

"ಹೌದು, ನನ್ನ ಹೆಸರು ರೂಸ್ದಿ," ಎಂದು ಘೋಷಿಸಿ ಅವನು ತನ್ನ ಅಂತಸ್ತಿಗೆ ತಕ್ಕಂತೆ ಸೆಟೆದು ನಿಂತು ಟೊಪ್ಪಿಗೆಯನ್ನು ನೇರವಾಗಿಸಿಕೊಂಡು ಪಕ್ಕಕ್ಕೆ ಉಗುಳಿ ಗಂಟಲು ಸರಿಮಾಡಿಕೊಂಡ.

"ಮರದ ಮೇಲೆ ಅವನೇನು ಮಾಡ್ತಿದಾನೆ ಅಂತೀಯ ?"

ವೈದ್ಯ ರೂಸ್ದಿ ಉತ್ತರಕೊಡದೆ ನಕ್ಕು ಮಿನಾಳತ್ತ ನೋಡಿ ಹೇಳಿದ:

"ಸಹನೆಯಿರಲಮ್ಮ, ಮಿನಾ! ತನ್ನ ಉದ್ದೇಶ ಪೂರೈಸಿದ ಮೇಲೆ ಯೂಸೀನ್ ತಾನೇ ಇಳಿದುಬರ್‍ತಾನೆ, ಚಿಂತಿಸಬೇಡ. ಅಂಥ ದೈವಭಕ್ತನನ್ನ ಗಂಡನಾಗಿ ಪಡೆದಿರೋದಕ್ಕೆ ನೀನು ಸಂತೋಷಪಡ್ಬೇಕು. ಸಹನೆಯಿರಲಿ. ಅವನು ಬೇಗನೆ ಇಳಿದು ಬರ್‍ತಾನೆ. ಒಂದು ಕೆಲಸ ಮಾಡು, ಅವನಿಗೆ ಏನಾದರೂ ವಿಶೇಷ ಭೋಜನ ತಯಾರಿಸಿ ಕಳಿಸು – ಎಳನೀರಿನಲ್ಲಿ ತಯಾರಿಸಿದ ಅನ್ನ, ಏಳು ಬೇಯಿಸಿದ ಮೊಟ್ಟೆಗಳು, ಒಂದಿಷ್ಟು ಹಸಿ ಕಾಳುಮೆಣಸು, ಕೆಂಪು ಈರುಳ್ಳಿ, ಸಿಗಡಿ ಹಿಟ್ಟಿನ ಸಣ್ಣ ರೊಟ್ಟಿಗಳು – ಇವನ್ನೆಲ್ಲ ಮಾಡಿ ಕಳಿಸಿಕೊಡು. ಅನಂತರ ಗತಿಸಿದವರ ಚೇತನಗಳಿಗೆ ಶಾಂತಿ ಕೋರಿ ನಾನು ಪ್ರಾರ್ಥನೆ ಮಾಡ್ತೇನೆ. ಅಲ್ಲದೆ ನಿನಗಾಗಿಯೇ ಒಂದು ಮಂತ್ರ ಆರಿಸಿದ್ದೇನೆ. ಮಲಗೋ ಮೊದಲು ನೀನು ಅದನ್ನು ಒಂದು ಸಾವಿರ ಸಲ ಪಠಿಸಬೇಕು. ಸರಿ, ಈಗ ಹೋಗಿ ಎಲ್ಲಾ ಸಿದ್ಧಮಾಡು."

ವೈದ್ಯನ ಈ ಆದೇಶಗಳನ್ನೆಲ್ಲ ಹೇಗೆ ಪಾಲಿಸುವುದೆಂದು ಚಿಂತಿಸುತ್ತ ಮಿನಾ ಒಣನಗೆ ನಕ್ಕಳು.

ಬಾಟಿಕ್ ಅಂಗಿಯ ವ್ಯಕ್ತಿ ವೈದ್ಯನನ್ನು ನೋಡಿ ಇನ್ನೊಮ್ಮೆ ಕೇಳಿದ:

"ಅಯ್ಯಾ ವೈದ್ಯ, ಅವನು ಅಲ್ಲಿ ಏನು ಮಾಡ್ತಿದಾನೇಂತ ಸ್ವಲ್ಪ ಹೇಳ್ತೀಯಾ? ಜೀವನ ನಡೆಸೋದು ಕಷ್ಟವಾಗಿಬಿಟ್ಟಿದೆ ಅಂತ ಹೇಳ್ತಿದ್ದನಲ್ವಾ? ಅಲ್ಲಿ ಮರದ ಮೇಲೆ ಕೂತು ಆತ ಏನು ಸಂಪಾದಿಸ್ತಾನೆ ? ಏನಂತೀರಿ ?"

"ಮರದ ಮೇಲೆ ಅಕ್ಕಿ, ಒಂದು ಗ್ಯಾಬರ್ಡೀನ್ ಸೂಟು ಮತ್ತು ಕಾರು ಇದೇಂತ ಕಾಣ್ತದೆ!" ಎಂದ ಛಾಯಾಗ್ರಾಹಕ.

ಯೂಸೀನ್‌ಗೆ ವಿಪರೀತ ಕೋಪ ಬಂದಿತು. ಹಾಳಾದ ಜನರೇ! ಅವನ ಕಾಲುಗಳು ಕುಸಿಯತೊಡಗಿದವು. ಇದ್ದಕ್ಕಿದ್ದಂತೆ ಒಂದು ಕಾಲು ಪಕ್ಕದಲ್ಲಿದ್ದ ಕೆಂಪು ಇರುವೆಗಳ ಗೂಡಿಗೆ ಬಡಿದು ಅದರಲ್ಲಿದ್ದ ಇರುವೆಗಳೆಲ್ಲ ಸಿಟ್ಟಿನಿಂದ ಅವನನ್ನು ಮುತ್ತಿದವು. ಅವನ ಮೈಗೆಲ್ಲ ಅಂಟಿಕೊಂಡು ಅವು ಅವನನ್ನು ಕಚ್ಚಲಾರಂಭಿಸಿದವು; ಅವನ ಉಡುಪಿನೊಳಕ್ಕೆ ನುಗ್ಗಿದವು; ಕಾಲಿನಿಂದ ತಲೆಯವರೆಗೆ ಅವುಗಳ ಮುತ್ತಿಗೆ ಸಾಗಿತ್ತು! ಮುಖ, ಎದೆ, ಕಿವಿ, ಕಣ್ಣು ಎಲ್ಲಾ ಅವುಗಳ ದಾಳಿಗೆ ಬಲಿ. ಕಡಿತ ಹೆಚ್ಚುತ್ತ ಬಂದಿತು.

ಯೂಸೀನ್ ಹುಚ್ಚನಂತಾದ. ಇರುವೆಗಳ ಕಚ್ಚಾಟಕ್ಕೆ ಅವನ ಮೈಯೆಲ್ಲಾ ಉರಿಯುತ್ತಿತ್ತು. ಎರಡೂ ಕೈಗಳಿಂದ ಎಲ್ಲೆಂದರಲ್ಲಿ ತಟ್ಟುತ್ತ ಆತ ಅವನ್ನು ಸಾಯಿಸಹತ್ತಿದ. ಅವನ ಮೈಯ ಮೇಲಿಂದ ಸತ್ತ ಇರುವೆಗಳು ಕುಪ್ಪೆಕುಪ್ಪೆಯಾಗಿ ಬಿದ್ದವು. ಆದರೇನು ? ಹತ್ತು ಸತ್ತರೆ ನೂರು,

ನೂರು ಸತ್ತರೆ ಸಾವಿರ ಬಂದು ಅವನನ್ನು ಕಚ್ಚುತ್ತಿದ್ದವು. ಯೂಸೀನ್‌ಗೆ ಶಕ್ತಿಗುಂದಿದಂತಾಯಿತು. ಕೈಗಳು ದುರ್ಬಲಗೊಂಡವು. ಏನೂ ತೋಚದೆ ಅವನಿಗೆ ತಾನು ಬಿದ್ದುಹೋಗಬಹುದೆಂದು ಭಯವಾಯಿತು. ಅವಸರವಸರವಾಗಿ ಅವನು ಕೆಳಗಿಳಿಯಲಾರಂಭಿಸಿದ. ಕಾಲುಗಳು ಒಂದು ಆಸರೆಗಾಗಿ ತಡಕಾಡಿದವು. ಈಗ ಅವನು ಒಂದು ಉದ್ದನೆಯ ಸೋಗೆಯನ್ನು ಕೈಗಳಿಂದ ಹಿಡಿದುಕೊಂಡು ನೇತಾಡುತ್ತಿದ್ದ.

"ಅದೋ, ಇಳಿದು ಬರ್ತಿದಾನೆ!" ಎಂದು ಅವನನ್ನು ಮೊದಲು ನೋಡಿದ ರೂಸ್ತಿ ಕೂಗಿ ಹೇಳಿದ : "ದೇವರ ದಯೆ. ಅವನು ತನ್ನ ಉದ್ದೇಶದಲ್ಲಿ ಯಶಸ್ವಿಯಾದ!"

ಹರ್ಷದಿಂದ ಮಿನಾ "ಓ, ಯೂಸೀನ್!" ಎಂದು ಜೋರಾಗಿ ಅರಚಿದಳು.

ಎಲ್ಲರೂ ಮರದ ಬುಡಕ್ಕೆ ಧಾವಿಸಿದರು. ಛಾಯಾಗ್ರಾಹಕ ಸ್ವಲ್ಪ ಹಿಂದೆ ನಿಂತು ಚಿತ್ರ ತೆಗೆಯಲು ಸಿದ್ಧ ಮಾಡಿಕೊಳ್ಳುತ್ತಿದ್ದ.

ಯೂಸೀನ್‌ಗೆ ಇನ್ನೂ ಕಾಲಿಗೆ ಆಸರೆ ಸಿಕ್ಕಿರಲಿಲ್ಲ; ಹಾಗೆ ಜೋತಾಡುತ್ತಲೇ ಇದ್ದ. ಅವನು ಹಿಡಿದಿದ್ದ ಸೋಗೆ ನುಣುಪಾಗಿತ್ತು. ಎಡಗೈ ಹಿಡಿತ ತಪ್ಪಿ ಜಾರಿತು. ಈಗ ಬಲಗೈಯೊಂದರಿಂದಲೇ ಅವನು ಸೋಗೆಯನ್ನು ಹಿಡಿದು ನೇತಾಡುತ್ತಿದ್ದ. ಇನ್ನೂ ಕಾಲಿಡಲು ಜಾಗ ಸಿಕ್ಕಿರಲಿಲ್ಲ. ಆತ ಹಠಾತ್ತನೆ ಬಲಗೈಯನ್ನು ಎಳೆದುಕೊಂಡು ಎರಡೂ ಕೈಗಳಿಂದ ಮರವನ್ನು ಹಿಡಿದುಕೊಳ್ಳಲು ಪ್ರಯತ್ನಿಸಿದ. ಆದರೆ ದುರದೃಷ್ಟ! ಈಚೆಗೆ ಬಿದ್ದ ಮಳೆಯಿಂದ ಆ ಮರದ ಕಾಂಡ ಜಾರುತ್ತಿತ್ತು. ಅವನ ಕೈಕಾಲುಗಳೆಲ್ಲ ಆಯತಪ್ಪಿ ಹೋದವು...

"ಓ, ಯೂಸೀನ್!" ಎಂದು ರೋದಿಸುತ್ತ ಮಿನಾ ಎರಡೂ ಕೈಗಳಿಂದ ಮುಖ ಮುಚ್ಚಿಕೊಂಡಳು. ಯೂಸೀನ್‌ನ ದೇಹ ಕೆಳಗೆ ನೆಲದ ಮೇಲೆ ಧೊಪ್ಪನೆ ಬಿದ್ದಿತು. ನೋವಿನಿಂದ ಅವನು ಗೋಳಾಡುತ್ತಿದ್ದ.

ದಿಗ್ಭ್ರಾಂತರಾಗಿ ಇದನ್ನು ನೋಡುತ್ತಿದ್ದ ಮಂದಿ ಧಾವಿಸಿ ಬಂದು ಯೂಸೀನ್‌ನನ್ನು ಎತ್ತಿಕೊಂಡು ಹೋಗಿ ಗುಡಿಸಲಿನಲ್ಲಿ ಒಂದು ಬೆಂಚಿನ ಮೇಲೆ ಮಲಗಿಸಿದರು. ಇರುವೆಗಳು ಇನ್ನೂ ಕಚ್ಚುತ್ತಿದ್ದಂತೆಯೇ ಬೆಂಚಿನ ಮೇಲೆ ಮಲಗಿದ್ದ ಆ ಕೃಶದೇಹ ಕೊನೆಯುಸಿರೆಳೆಯಿತು; ಎಲ್ಲರೂ ಸ್ತಂಭೀಭೂತರಾಗಿ ನಿಂತುಬಿಟ್ಟಿದ್ದರು.

"ನಾವು ದೇವರ ಮಕ್ಕಳು, ಅವನ ಸನ್ನಿಧಿಗೇ ಹಿಂದಿರುಗುತ್ತೇವೆ," ಎಂದು ರೂಸ್ತಿ ಮೆಲುದನಿಯಲ್ಲಿ ನುಡಿದ.

ಯೂಸೀನ್ ಇನ್ನಿಲ್ಲ. ಈಗುಳಿದಿದ್ದುದು ಚಾಪೆಯ ಮೇಲೆ ಚಾಚಿ ಮಲಗಿದ್ದ ಶವ. ಇನ್ನೂ ದಾರುಣವಾದ ನೋವನ್ನು ಅನುಭವಿಸುತ್ತಿರುವನೇನೋ ಎಂಬಂತೆ ಮುಖ ತಿರುಚಿಕೊಂಡಿತ್ತು. ಶವದ ಸುತ್ತ ನಿಂತಿದ್ದ ಮಂದಿಯಲ್ಲಿ ಬಗೆಬಗೆಯ ಭಾವನೆಗಳು, ಯೋಚನೆಗಳು ಪ್ರಚೋದಿತವಾಗುತ್ತಿದ್ದವು.

ಬಾಟಿಕ್ ಷರಟಿನ ಮನುಷ್ಯ ಏನೂ ತೋಚದೆ ಪೆದ್ದುಪೆದ್ದಾಗಿ ಎಡಕ್ಕೂ ಬಲಕ್ಕೂ ನೋಡುತ್ತಿದ್ದ; ಧಾವಿಸಿ ಹೋಗಿ ತಾನು ಮಾಮೂಲಾಗಿ ಅಪಘಾತಗಳನ್ನು ವರದಿ ಮಾಡುವ ಹಾಗೆ ಈ ಪ್ರಕರಣದ ವರದಿಯನ್ನೂ ತನ್ನ ಪತ್ರಿಕೆಗೆ ಬರೆಯಬೇಕೆಂಬ ಕಾತರವನ್ನು ಅವನು ಅದುಮಿಕೊಂಡಂತಿತ್ತು. ವರದಿ ಕುತೂಹಲಕಾರಿಯಾಗಿದ್ದರೂ ಮನಸ್ಸಿನ ಗೊಂದಲ ಅದರಲ್ಲಿ ವ್ಯಕ್ತವಾಗದು. ತನ್ನ ಷರಟಿನ ಅಂಚಿನಿಂದ ಕಪ್ಪು ಕನ್ನಡಕದ ಗಾಜುಗಳನ್ನು ಉಜ್ಜುತ್ತ ನಿಂತಿದ್ದ ಛಾಯಾಗ್ರಾಹಕ ತಕ್ಷಣ ಪತ್ರಿಕೆಗಳಿಗೆ ಕಳಿಸಬೇಕೆಂದುಕೊಂಡ ಚಿತ್ರಗಳಿಗೆ ಏನು

ಶಿರೋನಾಮೆಗಳನ್ನು ಬರೆಯಬೇಕೆಂದು ಯೋಚಿಸುತ್ತಿದ್ದ. ಸಾವಿರ ಮಾತುಗಳು ತನ್ನ ಬಾಯೊಳಗೆ ಕಾದು ಕುಳಿತಿವೆಯೋ ಎಂಬಂತೆ ಬಾಂಗ್ ರಾಯಿಸ್‌ನ ತುಟಿಗಳು ಕಂಪಿಸುತ್ತಿದ್ದವು; ಹೊರಕ್ಕೋಡಿ ತನ್ನ ಪರಿಚಿತರಿಗೆಲ್ಲ ಈ ಆಕಸ್ಮಿಕದ ಸಮಾಚಾರ ತಿಳಿಸುವ ಕಾತರ ಅವನಿಗೆ. ತನ್ನ ಕಲ್ಪನೆಯಿಂದ ಅದಕ್ಕೆ ಬಣ್ಣಕಟ್ಟಿ ಎಷ್ಟು ಸ್ವಾರಸ್ಯವಾಗಿ ವಿವರಿಸಬಹುದು.

"ದೇವರ ಶಕ್ತಿಗಿಂತ ಮಿಗಿಲಾದುದು ಇನ್ನೊಂದಿಲ್ಲ," ಎಂದು ಗುಡಿಸಲಿನ ಒಂದು ಮೂಲೆಯಲ್ಲಿ ನಿಂತು ರೂಸ್ದಿ ತನ್ನಷ್ಟಕ್ಕೇ ಗೊಣಗಿಕೊಳ್ಳುತ್ತಿದ್ದ. ದೇವರು ಸರ್ವಶಕ್ತ, ಅವನೆದುರು ಮನುಷ್ಯ ನಿಸ್ಸಹಾಯಕ; ಮನುಷ್ಯ ಯೋಜಿಸಿ ಪ್ರಯತ್ನಿಸುತ್ತಾನೆ; ದೇವರು ತನ್ನಿಷ್ಟದಂತೆ ತೀರ್ಮಾನಿಸುತ್ತಾನೆ ಎಂಬ ತನ್ನ ನಂಬಿಕೆಗೂ ಈ ಅಪಘಾತಕ್ಕೂ ಆತ ಸಂಬಂಧ ಕಲ್ಪಿಸಿಕೊಳ್ಳುತ್ತಿದ್ದ.

ಇದ್ದಕ್ಕಿದ್ದಂತೆ ಪಾಕ್–ಥಬ್ರಾಹೀಮ್ "ನಾನು ತಪ್ಪು ಮಾಡಿಬಿಟ್ಟೆ! ಇನ್ನೂ ಬಲವಾದ ಬಲೆ ತಂದು ಅವನು ಬಿದ್ದ ಜಾಗದಲ್ಲಿ ಬಿಗಿಯಬೇಕಾಗಿತ್ತು," ಎಂದು ಉದ್ಗರಿಸಿ ತಪ್ಪು ಮಾಡಿದ ವೇದನೆಯಿಂದ ಹತ್ತಿರದ ಒಂದು ಹಳೆಯ ಕುರ್ಚಿಯಲ್ಲಿ ಕುಸಿದ.

ಮಿನಾ ಮಾತ್ರ ಏನೂ ಆಗಿಯೇ ಇಲ್ಲವೋ ಎಂಬಂತಿದ್ದಳು. ಗಂಡನ ಪಾದದ ಬಳಿ ನೆಟ್ಟಗೆ ಕುಳಿತಿದ್ದ ಅವಳ ಮುಖದಲ್ಲಿ ಯಾವ ಭಾವವೂ ವ್ಯಕ್ತವಾಗುತ್ತಿರಲಿಲ್ಲ. ಅವಳು ಶವವನ್ನೇ ದಿಟ್ಟಿಸುತ್ತ ಕುಳಿತಿದ್ದಳು. ಅಪಾರ ಸಂತಸ ಮತ್ತು ದಾರುಣ ವೇದನೆಗಳ ನಡುವಣ ದೊಡ್ಡ ಅಂತರವನ್ನು ಅವಳು ಗ್ರಹಿಸಲಾರದವಳಾಗಿ, ತನ್ನ ಭಾವನೆಗಳನ್ನು ಮತ್ತು ಯೋಚನೆಗಳನ್ನು ಕೂಡ ಅನುಭವಿಸಲಾರದಂಥ ಶೂನ್ಯದಲ್ಲಿದ್ದಂತೆ ಕುಳಿತಿದ್ದಳು.

ಮಾರನೆಯ ದಿನ ರೂಸ್ದಿ ಸಮಾಧಿಯ ಹಳ್ಳದೊಳಕ್ಕೆ ಧುಮುಕಿ ಯೂಸೀನ್‌ನ ಶವದ ಕಿವಿಯಲ್ಲಿ ಪ್ರಾರ್ಥನೆ ಹೇಳುತ್ತಿದ್ದಾಗ ಮತ್ತು ಮಣ್ಣು ಮುಚ್ಚಿದ ಮೇಲೆ ಅವನು ಅಲ್ಲೇ ಕುಳಿತು ಅಂತಿಮ ಪ್ರಾರ್ಥನೆ ಸಲ್ಲಿಸುತ್ತಿದ್ದಾಗ ಸಹ ಮಿನಾಳಲ್ಲಿ ಯಾವ ಭಾವನೆಗಳೂ ಕಂಡುಬರಲಿಲ್ಲ. ಅಂತ್ಯಕ್ರಿಯೆ ಮುಗಿಸಿಕೊಂಡು ಹಿಂದಿರುಗಿ ಬರುವಾಗ ಮಾತ್ರ ತಾನೀಗ ಒಂಟಿಯಾಗಿದ್ದೇನೆ ಎಂಬ ಭಾವನೆ ಅವಳನ್ನು ಕ್ರಮೇಣ ಮುಸುಕುತ್ತ ಬಂದಿತು. ಪುಟ್ಟ ಮಗುವಿನ ತಾಯಿಯಾದ ಹೆಂಡತಿ ಈಗ ವಿಧವೆ; ಮನೆಯಲ್ಲಿ ಹಾಸಿಗೆಯ ಮೇಲೆ ಬಿದ್ದುಕೊಂಡು ಅವಳು ವಿಹ್ವಲಳಾಗಿ ಗೊಳೋ ಎಂದು ಅತ್ತಳು.

ಮಾರನೇ ದಿನ ನಸುಕಿನಲ್ಲೇ ಪಾಕ್–ಬ್ರಾಹೀಮ್ ಒಂದು ಭಾರವಾದ ಕೊಡಲಿಯನ್ನೂ, ಒಂದು ಹಗ್ಗವನ್ನೂ ತೆಗೆದುಕೊಂಡು ಮರದ ಬಳಿಗೆ ನಡೆದ. ಮರವನ್ನು ನೋಡಿ ಅವನು ಗೊಣಗಿದ:

"ನಿನ್ನನ್ನು ಕತ್ತರಿಸಿಹಾಕ್ಬಿಡ್ತೇನೆ! ಮಂಗನಂತೆ ವರ್ತಿಸೋದಕ್ಕೆ ಇನ್ನು ಮುಂದೆ ಯಾರೂ ಯಾರಿಗೂ ಹೇಳದ ಹಾಗೆ ಮಾಡಿಬಿಡ್ತೇನೆ!" ○

ಫಿಲಿಪ್ಪೀನ್ಸ್

○ ಗಿಲ್ಡಾ ಕಾರ್ಡೆರೊ-ಫರ್ನಾಂಡೊ

ಸಮರ ಸಮಯದಲ್ಲಿ ಜನ

ನಗರದಲ್ಲಿನ ನಮ್ಮ ಮನೆಯ ಮುಂಬಾಗಿಲು ತೆರೆದರೆ ಎದುರಿಗೇ ರಸ್ತೆಯ ಅಂಚು. ರಸ್ತೆ ಇಳಿಜಾರಿನಲ್ಲಿ ಸಾಗಿ ನೈದಿಲೆ ಹೂಗಳಿಂದ ರಮಣೀಯವಾಗಿ ಕಾಣುತ್ತಿದ್ದ ನದಿಯಂಚಿನಲ್ಲಿ ಕೊನೆಯಾಗುತ್ತಿತ್ತು. ನದಿಯ ಆಚೆ ದಡದಲ್ಲಿ ದಿನವೂ ಒಂದು ನಾಟಕ! ಅಲ್ಲಿ ಮರದ ಕಾರ್ಖಾನೆ ಪಕ್ಕದಲ್ಲಿ ಬಣ್ಣವಿಲ್ಲದ ಮನೆಯೊಂದರಲ್ಲಿ ವಾಸಿಸುತ್ತಿದ್ದ ವ್ಯಕ್ತಿಗೆ ಇಬ್ಬರು ಹೆಂಡತಿಯರು. ಸಂಜೆಯಾಗುತ್ತಿದ್ದಂತೆ ಇಬ್ಬರೂ ಜಗಳಕ್ಕಿಳಿಯುವರು; ಮರದ ತುಂಡುಗಳನ್ನು ಪರಸ್ಪರರತ್ತ ಎಸೆದಾಡುತ್ತ, ಒಗೆದ ಬಟ್ಟೆಬರೆಗಳನ್ನು ಆಚೆಗೆಸೆಯುತ್ತ, ಮನೆಯಲ್ಲಿ ಒಬ್ಬರನ್ನೊಬ್ಬರು ಅಟ್ಟಿಸಿಕೊಂಡು ಹೋಗಿ ಪರಸ್ಪರರ ಉಡುಪುಗಳನ್ನು ಹರಿದು ನೆಲದ ಮೇಲೆ ಬಿದ್ದು ಅವರು ಕಾದಾಡುತ್ತ ಉರುಳಾಡುತ್ತ ನದಿಯ ದಂಡೆಯ ವರೆಗೂ ಬಂದು ಬೀಳುತ್ತಿದ್ದರು. ಅಕ್ಕಪಕ್ಕದ ನಾಯಿಗಳು ಬಂದು ಅವರನ್ನು ಸುತ್ತುವರಿದು ಭೋ ಎಂದು ಬೊಗಳುತ್ತಿದ್ದವು. ಮರದ ಕಾರ್ಖಾನೆಯಿಂದ ಅವರ ಗಂಡ ಕೈಲೊಂದು ಗರಗಸ ಹಿಡಿದು ಹೊರಬಂದಾಗಲೆ ಈ ಜಗಳ ನಿಲ್ಲುತ್ತಿದ್ದುದು.

ತಿಂಗಳಲ್ಲಿ ಒಂದು ದಿನವಾದರೂ ಈ ಮಂದಿ ನದಿಯ ದಡದಲ್ಲಿ ಒಂದು ಶವ ಜಾಗರಣೆ ನಡೆಸುತ್ತಿದ್ದರು. ಅಲ್ಲೊಂದು ಶವವನ್ನು ಬಾಡಿಗೆಗೆ ಪಡೆದು ಬಣ್ಣ ಬಣ್ಣದ ದೀಪಗಳನ್ನು ಹಚ್ಚಿ ಬೆಳಗಿನವರೆಗೂ ಜೂಜಾಡುತ್ತಿದ್ದರು. ಒಮ್ಮೊಮ್ಮೆ ಯಾವನಾದರೂ ಪೊಲೀಸರವನು ಏನಾದರೂ ವದಂತಿಗಳನ್ನು ಕೇಳಿ ಇವರಿದ್ದಲ್ಲಿಗೆ ಪರೀಕ್ಷೆಗಾಗಿ ಬರುತ್ತಿದ್ದ; ತನ್ನ ದೊಣ್ಣೆಯಿಂದ ತಡಕಾಡಿ ತನಿಖೆ ಮಾಡಿ ನೋಡುತ್ತಿದ್ದ. ಅಲ್ಲಿ ನಿಜವಾಗಿಯೂ ಒಂದು ಶವ ಇರುತ್ತಿತ್ತು. ಇಸ್ಪೀಟಾಟಗಳೂ ನಡೆಯುತ್ತಿದ್ದವು. ಆದರೆ ಪಣ ಒಡ್ಡಿ ಜೂಜು ನಡೆಯುತ್ತಿರುವುದರ ಸೂಚನೆಗಳೇನೂ ಕಾಣ ಬರುತ್ತಿರಲಿಲ್ಲ. (ಆಟಕ್ಕೆ ಬಳಸುತ್ತಿದ್ದ ಬಿಲ್ಲೆಗಳು ಮತ್ತು ಹಣದ ಚೀಲ ಎಲ್ಲೋ ಅಡಗಿ ಕುಳಿತಿರುತ್ತಿದ್ದವು.) ಸತ್ತವನಿಗಾಗಿ ಶೋಕಿಸುತ್ತಿದ್ದ ಬಡಪಾಯಿ ಬಂಧುಗಳನ್ನು ಅವರ ಪಾಡಿಗೆ ಬಿಟ್ಟು ಪೊಲೀಸಿನವನು ಹೊರಟುಹೋಗುತ್ತಿದ್ದ. ಜೂಜಾಟ ಮುಂದುವರಿಯುತ್ತಿತ್ತು.

ನಾವು ಇನ್ನಾವುದಾದರೂ ಬೇರೆ ಬಡಾವಣೆಯಲ್ಲಿ ಮನೆ ಮಾಡಬೇಕು ಎಂದು ನಮ್ಮ ತಂದೆ ದಿನವೂ ಹೇಳುತ್ತಿದ್ದರು. ಆ ಜನ ನಮ್ಮ ಕಣ್ಣಿಗೆ ಬೀಳದಂತೆ ಮಾಡಲು ಹಾಗೂ ನಮ್ಮ ಸಭ್ಯತನವನ್ನು ಉಳಿಸಿಕೊಳ್ಳಲು ನಾವು ಗಿಡಗಳನ್ನು ನೆಟ್ಟೆವು. ಒಂದು ಟ್ರಕ್‌ನಲ್ಲಿ ಎರಡು ಜಾಲಿಗಿಡಗಳು ಆಗಮಿಸಿದವು. ನನ್ನಷ್ಟೂ ಎತ್ತರವಿರದ ಗಿಡಗಳು. ಮನೆಯ ಕೆಲಸದ ಹುಡುಗ ಅವಕ್ಕೆ ಬೊಂಬಿನ ಗಳುಗಳ ಬೇಲಿ ಕಟ್ಟಿದ. ಮನೆಗೆಲಸದ ಹೆಣ್ಣಾಳುಗಳು ದಿನವೂ ಮಧ್ಯಾಹ್ನ ಅವಕ್ಕೆ ನೀರೆರೆಯುತ್ತಿದ್ದರು.

ಕೆಲ ಸಮಯದಲ್ಲಿ ಮರಗಳು ಎತ್ತರಕ್ಕೆ ಬೆಳೆದವು; ಸೊಂಪಾದ ಹಳದಿ ಹಸಿರು ಎಲೆಗಳು. ಜೀರುಂಡೆಗಳು ಮರಗಳಲ್ಲಿ ಕುಳಿತು ಜೀರೆಂದು ಧ್ವನಿಮಾಡುತ್ತಿದ್ದವು. ಬೀದಿಹೋಕ ಹುಡುಗರು ಕ್ರಿಮಿಕೀಟಗಳನ್ನು ಉದುರಿಸಲು ಮರಗಳನ್ನು ಅಲ್ಲಾಡಿಸುವುದು, ತೊಗಟೆಗಳನ್ನು ಕತ್ತರಿಸಿ ಕೀಳುವುದು ನಿತ್ಯವೂ ನಡೆಯತೊಡಗಿತು. ಕೆಲವೊಮ್ಮೆ ಮರಗಳ ರೆಂಬೆಗಳು ಮುರಿದು ಬೀಳುವವರೆಗೂ ಅವರು ಜೋಕಾಲಿ ಆಡುತ್ತಿದ್ದುದೂ ಉಂಟು. ನಮ್ಮಪ್ಪ ದಿನವೂ ಅವರನ್ನು ಬಯ್ದು ಓಡಿಸುತ್ತಿದ್ದ. ಸುಂದರವಾದ ವಸ್ತುಗಳನ್ನು ಈ ಬಡವರು ಏಕೆ ಹಾಳು ಮಾಡಬೇಕು? ಕವಣೆ ಬೀಸುವುದರಲ್ಲಿ ಆತ ಪ್ರವೀಣ; ಸಾಮಾನ್ಯವಾಗಿ ಗುರಿ ತಪ್ಪುತ್ತಲೇ ಇರಲಿಲ್ಲ. ಹುಡುಗರ ಮೇಲೆ ಬೀಸಲು ಆತ ಕಲ್ಲಿನ ಬದಲು ಜೇಡಿಮಣ್ಣಿನ ಗೋಲಿಗಳನ್ನು ಬಳಸುತ್ತಿದ್ದ. ಅದು ತಗಲಿದಲ್ಲಿ ಕೆಂಪು ಬಣ್ಣದ ಗುರುತು ಮೂಡಿ ಸಾಕಷ್ಟು ನೋವಾಗುತ್ತಿತ್ತು. ಇದನ್ನು ಕಂಡ ಹುಡುಗರು ಕೆಲ ಸಮಯದ ಅನಂತರ ಕಿಟಕಿಯಲ್ಲಿ ಅಪ್ಪನ ತಲೆ ಕಾಣಿಸಿದರೆ ಓಡಿಹೋಗುತ್ತಿದ್ದರು; ಕೊನೆಗೆ ಅವರು ಮರಗಳ ತಂಟೆಗೆ ಬರುವುದು ನಿಂತಿತು.

ಬಣ್ಣಬಣ್ಣದ ಮಚ್ಚೆಗಳ ಎಲೆಗಳಿಂದ ಕೂಡಿದ ಮರಗಳು, ಅವುಗಳ ನೆರಳು ಅನೇಕ ರೀತಿ ಪ್ರಯೋಜನಕ್ಕೆ ಬರುತ್ತಿದ್ದವು. ಗುಂಗುರು ಕೂದಲಿನ ಕೆಲವರು ನರ್ಸರಿ ಮಕ್ಕಳು ರೆಂಬೆಗಳನ್ನೇರಿ ಆಟವಾಡುತ್ತಿದ್ದರು. ಅವರ ಆಟದ ಮೈದಾನು ಆಕ್ರಮಣ ಕಾಲದಲ್ಲಿ ಸೈನಿಕರ ಬೀಡಾಗಿ ರೂಪಾಂತರಗೊಂಡಿತ್ತು. ಅಪರಾಹ್ನಗಳಲ್ಲಿ ಸಾಟೋ – ಸಾನ್ ಎಂಬ ಜಪಾನಿ ಹುಡುಗಿಯೊಬ್ಬಳು ತನ್ನ ಅಣ್ಣನ ಗಂಡು ಹೆಣ್ಣು ಮಕ್ಕಳಿಬ್ಬರನ್ನು ವಾಯುವಿಹಾರಕ್ಕೆ ಇಲ್ಲಿಗೆ ಕರೆದುಕೊಂಡು ಬಂದು ಮರಗಳಡಿ ಅಕ್ಕಿಯ ರೊಟ್ಟಿಗಳನ್ನು ಹರಡುತ್ತಿದ್ದಳು. ರಸ್ತೆಯ ಕೊನೆಯಲ್ಲಿದ್ದ ಜಪಾನಿ ಕ್ಷೌರದಂಗಡಿಯಲ್ಲಿ ಆ ಹುಡುಗಿ ಮೈನೀವುವ ಕೆಲಸದಲ್ಲಿದ್ದಳು. ವಿದ್ಯುದ್ದೀಪಗಳಿಂದ ಅಂಗಡಿ ಸದಾ ಬೆಳಗಿರುತ್ತಿತ್ತು. ನಿರ್ಗತಿಕರಾದ, ಚಿಂದಿಗಳನ್ನುಟ್ಟ, ದೊಂಬರಾಟದ ಯಾವುದಾದರೊಂದು ಕುಟುಂಬದವರು ಒಮ್ಮೊಮ್ಮೆ ಬಂದು ಈ ಮರಗಳ ನೆರಳಿನಲ್ಲಿ ಪ್ರದರ್ಶನ ನೀಡುತ್ತಿದ್ದರು. ಮಾಸಿದ ಜಮಖಾನೆಯೊಂದನ್ನು ಹಾಸಿ ಅದರ ಮೇಲೆ ಅವರು ನಾನಾ ಕಸರತ್ತುಗಳನ್ನು ಮಾಡುತ್ತಿದ್ದರು, ಮರದ ಚೆಂಡುಗಳು ಮತ್ತು ಬಾಟಲಿಗಳನ್ನು ಎಸೆದು ಹಿಡಿಯುವುದು, ತಿರುಗಿಸುವುದು ಮೊದಲಾದ ಚಮತ್ಕಾರಗಳನ್ನು ತೋರಿಸುತ್ತಿದ್ದರು. ಕೊನೆಯಲ್ಲಿ ತಂದೆ ಒಂದು ಸಣ್ಣ ಪೀಪಾಯಿಯ ಮೇಲೆ ತನ್ನಿಬ್ಬರು ಹೆಣ್ಣುಮಕ್ಕಳನ್ನು ಭುಜದ ಮೇಲಿರಿಸಿಕೊಂಡು ಆಯ ತಪ್ಪದೆ ನಿಲ್ಲುತ್ತಿದ್ದ. ಅಂಥ ಧೈರ್ಯದ ಕೊನೆಯಾಟವನ್ನು ನಾನು ಕಂಡಿದ್ದೇ ಇಲ್ಲ. ಆಟ ಮುಗಿದು ಕುಟುಂಬದವರು ಪ್ರೇಕ್ಷಕರಿಗೆ ನಮಸ್ಕರಿಸಿ, ಹಿರಿಯ ತನ್ನ ಹಳೆಯ ಹ್ಯಾಟನ್ನು ಹಿಡಿದು ಬಂದಾಗ ಕೆಲವರು ಅದರೊಳಕ್ಕೆ ಪುಡಿಗಾಸುಗಳನ್ನು ಎಸೆಯುತ್ತಿದ್ದರು. ಒಮ್ಮೆ ಒಂದು ಕೊಳೆತ ಮಾವಿನ ಹಣ್ಣನ್ನು ಒಬ್ಬ ಎಸೆದುದನ್ನೂ ನಾನು ಕಂಡೆ.

ನಮ್ಮ ಕಾರಿನ ಡ್ರೈವರು (ನಮ್ಮ ಪ್ಲಿಮತ್ ಕಾರನ್ನು ಸೇನೆ ಒಯ್ದಿತ್ತು; ಅವನೀಗ

ಮನೆಗೆಲಸ ಮಾಡಿಕೊಂಡಿದ್ದ) ಮಡಕೆಗಳನ್ನು ತಯಾರಿಸುವ ಒಂದು ಊರಿನಿಂದ ಬಂದವನು. ಒಂದೊಂದು ಸಲ ರಜೆಯ ಮೇಲೆ ಊರಿಗೆ ಹೋಗಿ ಹಿಂದಿರುಗುವಾಗಲೂ ಆತ ತಂದೆಯ ಕವಣೆಗೆಂದು ಒಳ್ಳೇ ಗಟ್ಟಿಯಾದ ಜೇಡಿಮಣ್ಣಿನ ಗೋಲಿಗಳನ್ನು ತರುತ್ತಿದ್ದ. ಒಂದು ಪೊಟ್ಟಣದಲ್ಲಿ ಅವನು ತರುತ್ತಿದ್ದ ಗೋಲಿಗಳು ಒಂದು ವರ್ಷಕ್ಕೆ – ಪುನಃ ಅವನು ರಜೆಹೋಗುವವರೆಗೂ – ಸಾಕಾಗುತ್ತಿದ್ದವು. ಜಪಾನೀ ಸೇನೆಯ ಬಗ್ಗೆ ತಂದೆಗೆ ಒಳ್ಳೆಯ ಅಭಿಪ್ರಾಯ ಇರಲಿಲ್ಲ. ನನ್ನ ಶಾಲಾ ಪ್ರಗತಿಯ ನಗಗಿಯನ್ನು ಆತನಿಗೆ ತೋರಿಸಿದಾಗ ಅವನು ಗುಡುಗಿದ್ದ:

"ಏನೇ ಇದು? ಬೀಜಗಣಿತದಲ್ಲಿ 75, ನಿಪ್ಪೋಂಗೊನಲ್ಲಿ (ಜಪಾನಿ ಭಾಷೆ) 95 ಅಂಕಗಳೇ? ನಾನೇನು ಗೇಷಾ* ಹುಡುಗೀನ ಬೆಳೆಸ್ತಿದ್ದೇನಾ?"

ಹೌದು, ತನ್ನ ಕವಣೆಯಿಂದ ತಂದೆ ಒಂದು ಸಲ ನಿಜವಾಗಿ ತೊಂದರೆಗೆ ಸಿಕ್ಕಿ ಹಾಕಿಕೊಳ್ಳುವುದರಲ್ಲಿದ್ದ. ಒಂದು ರಾತ್ರಿ ಕುಡಿದು ಮತ್ತನಾದ ಒಬ್ಬ ಜಪಾನಿ ಸೈನಿಕ ಇತ್ತ ಬಂದು ನಮ್ಮ ಮನೆಯ ಕೆಳ ಅಂತಸ್ತಿನಲ್ಲಿ ವಾಸಿಸುತ್ತಿದ್ದ ಕುಟುಂಬದವರ ಮನೆಯ ಬಾಗಿಲನ್ನು ಜೋರಾಗಿ ಬಡಿಯುತ್ತ, ಹೋ ಎಂದು ಒಳಗಿದ್ದ ಹುಡುಗಿಯನ್ನು ಕರೆಯುತ್ತ ಕಾಡು ಕೋತಿಯಂತೆ ರಂಪಾಟ ನಡೆಸಿದ್ದ. ತಂದೆಗೆ ಕೋಪ ಬಂದು ಹೊದಿಕೆಯನ್ನು ಅತ್ತ ತಳ್ಳಿ ಆತ ಎದ್ದ. ಕವಣೆ ಹಿಡಿದು ಕಿಟಕಿಯ ಬಳಿಗೆ ನುಗ್ಗಿದ. ಆತನನ್ನು ತಡೆಯಲು ನಮ್ಮ ತಾಯಿ ಪ್ರಯತ್ನಿಸುವಷ್ಟರಲ್ಲಿ ಆಗಲೆ ತಂದೆ ಗುರಿಯಿಟ್ಟು ಆ ಸೈನಿಕನತ್ತ ಕವಣೆ ಬೀಸಿದ್ದ. ಜೇಡಿ ಗೋಲಿ ಸರಿಯಾಗಿ ಸೈನಿಕನ ತಿಕಕ್ಕೆ ತಗಲಿತು. ಪೆಟ್ಟೂ ಆಯಿತು. ಆಗ್ಗೆ ಊರಿನಲ್ಲಿ ದೀಪ ಹೊತ್ತಿಸುವಂತಿರಲಿಲ್ಲ. ಆದ್ದರಿಂದ ಪರಿಸ್ಥಿತಿ ಸೈನಿಕನಿಗೆ ಪ್ರತಿಕೂಲವಾಗಿತ್ತು. ಅವನ ಇದಿರಾಳಿಯಾದರೋ ಕಿಟಕಿಯ ಹಿಂದೆ ನಿಂತು ಅವನತ್ತ ಒಂದೇ ಸಮನೆ ಗೋಲಿಗಳನ್ನು ಹೊಡೆಯುತ್ತಿದ್ದ. ಅಯ್ಯೋ ಎಂದು ಕಿರಿಚುತ್ತ ಅವನು ತನ್ನ ಖಡ್ಗವನ್ನು ಒರೆಯಿಂದ ಸೆಳೆದು ಸೇಡು ತೀರಿಸಹೊರಟ ಸಾಮುರೈ** ಯೋಧನಂತೆ ಅದನ್ನು ಝಳಪಿಸತೊಡಗಿದ. ಅಮ್ಮನೂ ನಾನೂ ಹೆದರಿ ಪರಸ್ಪರರನ್ನು ತಬ್ಬಿಕೊಂಡು ಮುದುಡಿ ಕುಳಿತೆವು. ಸೈನಿಕನ ಪಾನಮತ್ತ ದೃಷ್ಟಿ ನಮ್ಮತ್ತ ಹರಿದಾಗೆಲ್ಲ ಅಪ್ಪ ಬೇರೊಂದು ಕಿಟಕಿಯಿಂದ ಅವನ ಮೇಲೆ ಕವಣೆ ಬೀಸುತ್ತಿದ್ದ. ಕೊನೆಗೆ ಅವನು ಮುಗ್ಗರಿಸುವನೋ ಅನ್ನುವಂತೆ ತಪ್ಪು ಹೆಜ್ಜೆ ಇಡುತ್ತ ಅಲ್ಲಿಂದ ವಾಪಸು ಹೊರಟ. ರಾತ್ರಿಯ ಮೌನದಲ್ಲಿ ಅವನ ದಪ್ಪ ಬೂಟುಗಳ ಸಪ್ಪಳ ಮಾರ್ದನಿಗೊಂಡಿತು. ಬೆಳಗ್ಗೆ ಅಷ್ಟು ಹೊತ್ತಿಗೇ ಜಪಾನೀ ಸೇನೆ ಎಲ್ಲಿ ನಮ್ಮ ಮನೆಗೆ ದಾಳಿ ಮಾಡುವುದೋ ಎಂದು ನಮಗೆ ಭಯ. ಆದರೆ ಯಾರೂ ಬರಲಿಲ್ಲ. ಸೈನಿಕ ತೀರಾ ಕುಡಿದಿದ್ದು, ಆಮೇಲೆ ಎಲ್ಲವನ್ನು ಮರೆತು ಬಿಟ್ಟಿರಬೇಕು.

ಸ್ವಲ್ಪ ದಿನಗಳಲ್ಲೇ ನಮ್ಮ ಮರಗಳ ಪರದೆ ನಿಷ್ಪ್ರಯೋಜಕವಾಯಿತು. ನದಿಯ ಆಚೆ ದಡದಲ್ಲಿದ್ದ ಜನ ಹಣಕೂಡಿಸಿ ನದಿಗೆ ಒಂದು ಬೊಂಬಿನ ಸೇತುವೆ ಕಟ್ಟಿದರು. ದುಷ್ಟ ಜನ ಪಟ್ಟಣಕ್ಕೆ ಬರಲು ಆರಂಭವಾಯಿತು. ಅದೊಂದು ಸಣ್ಣ ಸೇತುವೆ; ಅತ್ತಿತ್ತ ಓಲಾಡುತ್ತಿತ್ತು. ಅದರ ಮೇಲೆ ನಡೆಯುವುದೆಂದರೆ ಜಪಾನಿ ಸೈನಿಕರಿಗೆ ಖುಷಿ.

---

* ಗೇಷಾ: ಗಂಡಸರ ಮನೋರಂಜನೆಗಾಗಿ ಗಾಯನ, ನರ್ತನ ಮತ್ತು ಕುಶಲ ಸಂಭಾಷಣೆಗಳಲ್ಲಿ ತರಬೇತಾದ ಜಪಾನಿ ಹುಡುಗಿಯರು.

* ಸಾಮುರೈ: ಪಾಳೆಯಗಾರಿ ಕಾಲದ ಜಪಾನಿನ ಕ್ಷತ್ರಿಯ ವರ್ಗ.

ಸೇತುವೆಯ ಪರಿಣಾಮವಾಗಿ ಕೈಯಲ್ಲಿ ತೆಂಗಿನ ಕರಟ ಹಿಡಿದು ಭಿಕ್ಷೆ ಬೇಡುತ್ತ ಬರುವವರ ಸಂಖ್ಯೆ ಹೆಚ್ಚುತ್ತ ಬಂದಂತೆ, ಪತ್ರಿಕೆಯ ಹಾಳೆ ಹೊದೆಸಿದ್ದ ಊದಿದ ಶವವೊಂದು ಅಲ್ಲಲ್ಲಿ ಪತ್ತೆಯಾಗುವುದು ಸಾಮಾನ್ಯವಾಯಿತು. ಇದ್ದಕ್ಕಿದ್ದಹಾಗೆ ಎಲ್ಲರಿಗೂ ಆಹಾರ ಬೆಳೆಯುವುದರಲ್ಲಿ ಆಸಕ್ತಿ ಮೂಡಿತು. ಗುಂಗುರು ಕೂದಲಿನ ಅವಳಿ ಯುವಕರಿಬ್ಬರು ಆಚೆ ದಡದಿಂದ ಬಂದು ಜಾಲಿ ಮರಗಳ ಸುತ್ತಲಿನ ಜಮೀನನ್ನು ಉಳಲಾರಂಭಿಸಿದರು. ಮಧ್ಯಾಹ್ನ ಎರಡು ಗಂಟೆಯಿಂದ ಸೂರ್ಯ ಮುಳುಗುವವರೆಗೆ ಅಚ್ಚುಕಟ್ಟಾದ ಜಮೀನುಗಳಲ್ಲಿ ಅಡ್ಡಾಡುತ್ತ ಗೆಣಸು ಮತ್ತು ಟಾಲಿನಮ್* ಕುಡಿಗಳ ಸುತ್ತ ಮಣ್ಣು ಕೆದಕುವುದು, ಡಬ್ಬಗಳಲ್ಲಿ ನೀರು ತಂದಿಡುವುದು, ರಸ್ತೆಯಿಂದ ಗೊಬ್ಬರಗಳನ್ನು ಶೇಖರಿಸಿ ತರುವುದು ಮುಂತಾದ ಕೆಲಸಗಳಲ್ಲಿ ನಿರತರಾಗಿರುತ್ತಿದ್ದರು. ಇಬ್ಬರಲ್ಲಿ ಅಕ್ವಿಲಿನೊ ತೆಳ್ಳನೆ ಹುಡುಗ, ಲಕ್ಷಣವಾಗಿದ್ದ. ಬನೀನು ಧರಿಸಿ ದುಡಿಯುತ್ತಿದ್ದ ಅವನ ಹತ್ತಿರ ಬೆವರು, ಗೊಬ್ಬರದ ವಾಸನೆ; ಇವನು ನನಗೆ ಮೆಚ್ಚುಗೆ ಯಾಗಿದ್ದ; ಅವನ ಅವಳಿ ಸೋದರ ಸಾಂಟೋಸ್ ಅಮ್ಮನಿಗೆ ಕೊಡಲೆಂದು ಒಂದು ಬುಟ್ಟಿ ಟಾಲಿನಮ್ ಹೂಗಳನ್ನು ತಂದು ಬಾಗಿಲು ತಟ್ಟಿದಾಗ ಅವನನ್ನು ನೋಡಿ ನನಗೆ ಇಬ್ಬರಲ್ಲಿ ಯಾರು ಹೆಚ್ಚು ಮೆಚ್ಚುಗೆ ಎಂದು ನಿರ್ಧರಿಸುವುದು ಕಷ್ಟವಾಯಿತು. ನಮ್ಮ ಕಿಟಕಿಯಾಚೆ ಬೆಳೆಯುತ್ತಿದ್ದ ಮಲ್ಲಿಗೆ ಬಳ್ಳಿ ತೆಗೆದು ಹಾಕಿ, ಅದಕ್ಕಿಂತ ಹೆಚ್ಚು ಪ್ರಯೋಜನಕರವಾದ ಅಂಪಾಲಯ** ಬೆಳೆಸಿದಾಗ ಅದರ ಹಣ್ಣಿನ ಮೇಲೆ ಅವರ ಹೆಸರುಗಳನ್ನು ಕೊರೆದೆ; ಹಣ್ಣು ದೊಡ್ಡದಾದಂತೆ ಆ ಹೆಸರುಗಳೂ ಬೆಳೆಯುತ್ತಿದ್ದವು – ಸಾಂಟೋಸ್ ಮತ್ತು ಆಕ್ವಿಲಿನೊ.

*   *   *

ನಮ್ಮ ಮನೆಯ ಕೆಳಗಿನ ಭಾಗದಲ್ಲಿ ವಾಸವಾಗಿದ್ದ ಸ್ಪಾನಿಷ್ ಕುಟುಂಬ ದೋಬಿ ಅಂಗಡಿ ನಡೆಸುತ್ತಿದ್ದರು. ಆದರೂ ಬಹು ಸ್ವಾಭಿಮಾನಿ ಜನ. ಮನೆಯ ಹೆಂಗಸರು ಹರಿದ ಕಿಮೋನೊಗಳನ್ನು ಧರಿಸಿ, ದುರವಸ್ಥೆಗೀಡಾದ ಶ್ರೀಮಂತರ ಹಾಗೆ, ಬಣ್ಣವಿಲ್ಲದ ಕಿಟಕಿಯ ಹಿಂದೆ ಠೀವಿಯಿಂದ ಕುಳಿತು ತಂತಿಯ ಮೇಲೆ ಒಣಗುತ್ತಿದ್ದ ಒಗೆದ ಪ್ಯಾಂಟುಗಳನ್ನು ತುಸು ಬಿಳಿಚಿಕೊಂಡಿದ್ದ ತಮ್ಮ ನಾಜೂಕಿನ ಬೆರಳುಗಳಿಂದ ಮಡಿಸಿಡುತ್ತಿದ್ದರು. ತಮಗೆ ಸ್ಪಾನಿಷ್ ಬಿಟ್ಟು ಬೇರಾವ ಭಾಷೆಯೂ ಗೊತ್ತಿಲ್ಲವೆಂದು ನಟಿಸುತ್ತಿದ್ದರು. ಗಿರಾಕಿಯೊಬ್ಬ ಟಗಲಾಗ್ ಭಾಷೆ*** ಬಳಸಿದರೆ, ಅದರ ಪ್ರತಿಯೊಂದು ಶಬ್ದವೂ ಅವರನ್ನು ಪರಸ್ಪರ ಸಮಾಲೋಚನೆಗೆ ದೂಡುತ್ತಿತ್ತು. ಊಟದ ಹೊತ್ತಿನಲ್ಲಿ ನೀವು ಅವರಲ್ಲಿಗೆ ಹೋಗುತ್ತಿದ್ದರೆ, ಶ್ರೀಮತಿ ಬಾಂದಾನಾ ಒಲೆಯ ಮುಂದೆ ಕುಳಿತು ಬಿಸಿಯಾದ ಬಾಣಲೆಗೆ ಒಂದು ತುಂಡು ಹಳೆಯ ಬಟ್ಟೆ ಒದ್ದೆ ಮಾಡಿ ಹಾಕುತ್ತಿದ್ದಳು. ಅವಳ ಮಗಳು ಹೊರಗೆ ಬಂದು 'ನೀವಿಲ್ಲೇ ಊಟ ಮಾಡಿ ಹೋಗಿ' ಎಂದು ಸ್ಪಾನಿಷ್ ಭಾಷೆಯಲ್ಲಿ ನಿಮ್ಮನ್ನು ಮೆಚ್ಚಿಸುವ ದನಿಯಲ್ಲಿ ನುಡಿಯುತ್ತಿದ್ದಳು. ಬಾಣಲೆಯಿಂದ ಹೊರಡುತ್ತಿದ್ದ ಛಟಛಟ ಶಬ್ದ ಕೇಳಿ ಒಳಗೆ ಕೋಳಿಯೋ ಕೊನೇಪಕ್ಷ ಹಾಲು ಮೀನೋ ಬೇಯುತ್ತಿರಬೇಕೆಂದು ನಿಮಗನ್ನಿಸುತ್ತಿತ್ತು. ಆದರೆ ಆ ಕಠಿಣ ದಿನಗಳಲ್ಲಿ ಇನ್ನೊಬ್ಬರ ಮನೆಯಲ್ಲಿ ಊಟಕ್ಕೆ ನಿಲ್ಲುವುದೆಂದರೆ ಯೋಚಿಸಲು ಕೂಡ ಅಸಾಧ್ಯವಾದ ಸಂಗತಿ

* ಟಾಲಿನಮ್: ಗುಲಾಬಿ ಬಣ್ಣದ ಹೂ ಬಿಡುವ ಒಂದು ಗಿಡ.

** ಅಂಪಾಲಯ: ಕೆಂಪು ಅಥವಾ ಕಿತ್ತಲೆ ಬಣ್ಣದ ಫಲ ಬಿಡುವ, ಸೋರೆ ಬಳ್ಳಿಯ ಜಾತಿಗೆ ಸೇರಿದ ಒಂದು ಬಳ್ಳಿಗಿಡ.

*** ಫಿಲಿಪ್ಪೀನ್ಸ್‌ನ ರಾಷ್ಟ್ರಭಾಷೆ.

ಯಾಗಿದ್ದುದರಿಂದ, ನೀವು 'ಕ್ಷಮಿಸಿ' ಎಂದು ವಂದನೆ ಹೇಳಿ ಅಲ್ಲಿಂದ ಹೊರಬೀಳುತ್ತಿದ್ದಿರಿ. ನೀವು ಹೋದ ಮೇಲೆ ಅವರು ಭೋಜನಕ್ಕೆ ಕೂಡುತ್ತಿದ್ದರು; ಊಟಕ್ಕೆ ಒಂದಿಷ್ಟು ಅನ್ನ ಮತ್ತು ಒಣಗಿಸಿದ ಮೀನಿನ ಚಟ್ನಿ! ಎಲ್ಲಾ ಒಣ ಪ್ರತಿಷ್ಠೆಯ ವರ್ತನೆ.

ಯುದ್ಧಕ್ಕೆ ಮುಂಚೆ ತಿಂಗಳಿಗೆ 15 ಪೆಸೋ ಬಾಡಿಗೆ ಕೊಡುತ್ತಿದ್ದ ಅವರು ಈಗಲೂ ಜಪಾನಿ ಹಣದಲ್ಲಿ ಅಷ್ಟೇ ಕೊಡುವುದಾಗಿ ವಾದಿಸುತ್ತಿದ್ದರು. ದಯವಿಟ್ಟು ಮನೆ ಖಾಲಿಮಾಡಿ, ನಮ್ಮಲ್ಲಿ ತಂಗಲು ನಮ್ಮ ಜನ ಬರುವವರಿದ್ದಾರೆ ಎಂದು ಅಪ್ಪ ಪದೇ ಪದೇ ಅವರನ್ನು ಕೇಳುತ್ತಿದ್ದರು. ಅವರು ಹಾಗೆ ಕೇಳಿದಾಗೆಲ್ಲ ಶ್ರೀಮತಿ ಬಾಂದಾನಾಗೆ ಹೃದ್ರೋಗ ಬಂದುಬಿಡುತ್ತಿತ್ತು. ಕೊನೆಗೂ ಅವರು ನಮಗೆ ತುಂಬಾ ಅಗತವಾಗಿದ್ದ ಎರಡು ಕೋಣೆಗಳನ್ನು ಬಿಟ್ಟುಕೊಡಲು ಒಪ್ಪಿದರು. ಸಾಲೊಮನ್‌ಗೂ ಬೋನಿಗೂ ಅವು ಬೇಕಾಗಿದ್ದವು.

ಬಟಾಂಗಾಸ್‌ನಿಂದ ಬಂದಿದ್ದ ಬೋನಿ ನಮ್ಮ ತಾಯಿಯ ಕಡೆ ನಮಗೆ ನಾಲ್ಕನೆಯ ಸೋದರ ಸಂಬಂಧಿ. ಮನಿಲಾದಲ್ಲಿ ಶಾಲೆಗಳನ್ನು ಮುಚ್ಚಿಬಿಟ್ಟಾಗ ಏನೂ ಮಾಡಲಾಗದೆ ಆತ ನಮ್ಮೊಡನೆ ವಾಸಿಸಲು ಬಂದ. ಇಲ್ಲಿ ಪಟ್ಟಣದಲ್ಲಿ ಸಾಮಾನುಗಳ ಖರೀದಿ ಮತ್ತು ಮಾರಾಟದ ವಹಿವಾಟು ಮಾಡಿ ಸುಲಭವಾಗಿ ಹಣ ಗಳಿಸಬಹುದೆಂದು ನಿರೀಕ್ಷಿಸಿ ಅವನು ಬಂದಿದ್ದ. ಸದಾ ಏನಾದರೂ ವ್ಯಾಪಾರ ಹಚ್ಚಿಕೊಂಡಿರುತ್ತಿದ್ದ. ಒಂದು ಹಳೆಯ ಜರ್ಮನ್ ಬೈಸಿಕಲ್ಲನ್ನು ತ್ರಿಚಕ್ರವಾಹನವಾಗಿ ಪರಿವರ್ತಿಸಿ ದಿನವೂ ಬೆಳಗ್ಗೆ ಒಬ್ಬನಿಗೆ ಬಾಡಿಗೆಗೆ ಕೊಡುತ್ತಿದ್ದ. ಮರದ ಪಾದರಕ್ಷೆಗಳು, ಕಚ್ಚಾ ಸಕ್ಕರೆ, ಸಮುದ್ರದಿಂದ ತಂದ ಅಣಬೆ, ಮೋಟಾರ್ ವಾಹನಗಳ ಆಸನಗಳಿಗೆ ಬೇಕಾದ ಹತ್ತಿಯ ಅಟ್ಟೆಗಳು – ಇವೆಲ್ಲದರ ವ್ಯಾಪಾರ ನಡೆಸುತ್ತಿದ್ದ ಅವನು. ತಾನು ರಿಪೇರಿ ಮಾಡಿದ್ದ ಒಂದು ಸಣ್ಣ ರೇಡಿಯೊವನ್ನು ಅಪ್ಪನ ಹುಟ್ಟುಹಬ್ಬಕ್ಕೆ ಆತ ಉಡುಗೊರೆಯಾಗಿ ಕೊಟ್ಟ. 'ಸ್ವಾತಂತ್ರ್ಯವಾಣಿ' ರೇಡಿಯೊ ಕೇಂದ್ರದ ಪ್ರಸಾರವನ್ನು ಅದರಲ್ಲಿ ಕೇಳಬಹುದೆಂದು ತಿಳಿದಾಗ ತಂದೆಯ ಹರ್ಷಕ್ಕೆ ಪಾರವೇ ಇರಲಿಲ್ಲ. ಒಂದು ಸಲ ಬೋನಿ ಮೂರು ಟ್ರಕ್ಕುಗಳ ತುಂಬಾ ಬಾಳೆಹಣ್ಣನ್ನು ಸಗಟು ಲೆಕ್ಕದಲ್ಲಿ ಖರೀದಿಸಿ ತಂದ. ನಮ್ಮ ಗ್ಯಾರೇಜ್‌ನಲ್ಲಿ ಈ ಬಾಳೇಹಣ್ಣುಗಳ ದಾಸ್ತಾನು ತುಂಬಿ ಹೋಗಿ ಅಲ್ಲಿ ನಡೆದಾಡಲೂ ಜಾಗವಿಲ್ಲವಾಯಿತು. ಈ ವ್ಯವಹಾರ ಬೋನಿಗೆ ದೊಡ್ಡ ಏಟು ಕೊಟ್ಟಿತು. ಅವನ್ನು ಮತ್ತೆ ಮಾರಾಟ ಮಾಡುವುದಕ್ಕೆ ಮುಂಚೆ, ಅವನು ಪರನಾಕ್‌ನಲ್ಲಿ ಒಂದು ನರ್ತನಕ್ಕೆ ಹೋಗಿದ್ದಾಗ ಅರ್ಧಕ್ಕೂ ಹೆಚ್ಚು ಹಣ್ಣುಗಳು ಕೊಳೆತುಹೋದವು.

'ಬಲಿಸಾಂಗ್ ಚಾಕು'* ವನ್ನು ಎಸೆಯುವುದುರಲ್ಲಿ ಬೋನಿ ಪ್ರವೀಣ. ನಾಲ್ಕು ಅಡಿ ದೂರದಲ್ಲಿ ಒಂದು ನಾಣ್ಯ; ಅದರತ್ತ ಅವನು ಎಸೆದ ಚಾಕು ಸರಿಯಾಗಿ ಅದರ ಮಧ್ಯದಲ್ಲಿ ತೂತು ಮಾಡುತ್ತಿತ್ತು. ಇದರೊಂದಿಗೆ ಜಿರಳೆ, ಹಲ್ಲಿಗಳತ್ತಲೂ ಚಾಕು ಬೀಸಿ ಅವುಗಳನ್ನು ಕೊಚ್ಚಿ ಹಾಕುವ ಒಂದು ದುರಭ್ಯಾಸವೂ ಅವನಲ್ಲಿತ್ತು. ಒಂದು ಸಲ ತನ್ನ ಕೋಣೆಯ ಕಿಟಕಿಯ ಕೆಳಗೆ ಆಡುತ್ತಿದ್ದ ಒಂದು ಬೆಕ್ಕಿನ ಮೇಲೆ ರೇಗಿ ಆತ ಚಾಕು ಎಸೆದಾಗಂತೂ ಅಮ್ಮನಿಗೆ ಹುಚ್ಚು ಹಿಡಿದಂತಾಯಿತು. ಮೊದಲು ಅವನನ್ನು ಕಳಿಸಿಬಿಡಿ. ಅವನು ತನ್ನ ಪ್ರಾಂತಕ್ಕೆ ಹಿಂದೆ ಹೋಗಲಿ ಎಂದು ಆಕೆ ಅಪ್ಪನಿಗೆ ಒತ್ತಾಯ ಮಾಡಿದಳು. ಆಗ ಅಪ್ಪ ಅವನ ಚಾಕುವನ್ನು ತೆಗೆದಿಟ್ಟುಕೊಂಡು ಸ್ವಲ್ಪ ಒಳ್ಳೆಯವನಾಗಿ ವರ್ತಿಸು ಎಂದು ಅವನಿಗೆ ಬುದ್ಧಿ

---

* ಬಲಿಸಾಂಗ್ ಚಾಕು : ಇಬ್ಬದಿಯಲ್ಲೂ ಅಲಗುಗಳುಳ್ಳ ಎಸೆಗತ್ತಿ.

ಹೇಳಿದ. ಬೋನಿಯ ತಂದೆ ನಾಸ್ತಿಕ. ಯುದ್ಧಕ್ಕೆ ಮೂರು ವರ್ಷ ಮುಂಚೆ ಆತ ಸತ್ತಿದ್ದು, ತನ್ನ ಸಮಾಧಿ ಶಿಲೆಯ ಮೇಲೆ ಸೈತಾನನನ್ನು ಕೆತ್ತಿಸಿ ಎಂದು ತನ್ನ ಮನೆಯವರಿಗೆ ಹೇಳಿದ್ದ. ಬಟಾಂಗಾಸ್‌ನ ಸ್ಮಶಾನದಲ್ಲಿ ಆ ಕಪ್ಪು ಕಲ್ಲು ಹೆಮ್ಮೆಯಿಂದ ನಿಂತಿದೆ. ಉದ್ದಕ್ಕೆ ಬಾಣದಂತೆ ಮೊನಚಾದ ಬಾಲ, ಕಡುಗೆಂಪಾಗಿರುವ ಕಣ್ಣುಗಳು ಮತ್ತು ಕಂಕುಳುಗಳು – ಇವುಗಳಿಂದ ಕೂಡಿದ ಆ ಕೆತ್ತನೆ, ಅಳುವ ಕಿನ್ನರರು ಮತ್ತು ಬಿಳಿಯ ಶಿಲುಬೆಗಳ ನಡುವೆ ರಾಜನಂತೆ ಎದ್ದು ಕಾಣುತ್ತದೆ. ಸರ್ವತರ್ಪಣ ದಿನದಂದು ಬೋನಿ ಒಬ್ಬನು ಮಾತ್ರ ಸಮಾಧಿ ಬಳಿಗೆ ಹೋಗಿ ಅಲ್ಲಿ ಬೆಳೆದಿದ್ದ ಪೊದೆ ಪೊಟ್ಟರೆ ಕಿತ್ತು ಸ್ವಚ್ಛ ಮಾಡಿ ಅದಕ್ಕೆ ಹೊಸದಾಗಿ ಕಪ್ಪು ಬಣ್ಣ ಹಚ್ಚಿ ಬರುತ್ತಿದ್ದ.

ಶ್ರೀಮತಿ ಬಾಂದಾನಾ ಬಳಸುತ್ತಿದ್ದ ಒಂದು ಕೋಣೆಯನ್ನು ಸಾಲೊಮನ್‌ಗೆ ಕೊಟ್ಟಿದ್ದೆವು. ಅವನು ಅಲ್ಲಿ ಶಿಲುಬೆಯನ್ನೂ ಹ್ಯಾಟನ್ನೂ ತಗಲಿ ಹಾಕಿ ಕೋಣೆಯ ಬಾಗಿಲು ಹಾಕಿಕೊಂಡರೆ ಮತ್ತೆ ಬಾಗಿಲು ತೆರೆಯುತ್ತಲೇ ಇರಲಿಲ್ಲ. ಸಾಲೊಮನ್‌ಗೆ ಬುಲಾಕಾರ್ನ್‌ನಲ್ಲಿ ಅನೇಕ ಉಪ್ಪಿನ ಹರವುಗಳಿದ್ದವು. ಮನಿಲಾದ ಉಪ್ಪಿನ ಪೇಟೆ ತನ್ನ ಸರ್ವಸ್ವಾಮ್ಯದ್ದಾಗಬೇಕೆಂದು ಆತನ ಬಯಕೆ. ಯುದ್ಧಕ್ಕೆ ತುಸು ಮುಂಚೆ ಚೀನೀ ವರ್ತಕರೊಡನೆ ಕೂಡ ಆತ ಸ್ಪರ್ಧಿಸುತ್ತಿದ್ದ. ಅವನು ಹೇಳಿದ ಬೆಲೆಗಳಿಗೆ ವರ್ತಕರು ಒಪ್ಪಬೇಕಿತ್ತು. ಆ ದೊಡ್ಡ ಉಪ್ಪಿನ ಯುದ್ಧದಲ್ಲಿ ಒಂದು ಸಲ ಒಂದು ಮೂಟೆ ಉಪ್ಪು ಹತ್ತು ಸೆಂಟವೋಗಳಿಗೆ ಮಾರಾಟವಾಗುತ್ತಿತ್ತು.

ಸಾಲೊಮನ್‌ನ ನಾಲ್ವರು ಪುತ್ರರೂ ಬಾಟಾನ್‌ನ ಪತನದ ಅನಂತರ ಮಾರ್ಕಿಂಗ್‌ನ ಗೆರಿಲಾ ತಂಡವನ್ನು ಸೇರಿದ್ದರು. ಈ ಗೆರಿಲಾಗಳಿಗೆ ಅತ್ಯಧಿಕ ಹಣ ಸಹಾಯ ಮಾಡುತ್ತಿದ್ದವನು ಸಾಲೊಮನ್. ಜಪಾನೀಯರು ಆತನ ಉಪ್ಪಿನ ಹರವುಗಳನ್ನು ವಶಪಡಿಸಿಕೊಂಡಿದ್ದರು. ಕೆಂಪೈ–ಟಾಯ್‌ನ ದೊಡ್ಡ ಬಂಡುಕೋರ ವ್ಯಕ್ತಿ ಎಂದು ಜಪಾನೀಯರು ಅವನ ಬೇಟೆಗೆ ಹೊರಟಾಗ, ಆತ ತನ್ನ ಹಳೆಯ ಸ್ನೇಹಿತನಾದ ನಮ್ಮ ತಂದೆಯ ಹತ್ತಿರ ಬಂದು ತನ್ನನ್ನು ಬಚ್ಚಿಟ್ಟುಕೊಳ್ಳಬೇಕೆಂದು ಕೋರಿದ. ಸಾಲೊಮನ್ ನಮ್ಮಲ್ಲಿಗೆ ಬಂದದ್ದು ಹೀಗೆ.

ಸಾಲೊಮನ್ ಇಡೀ ದಿನ ಶ್ರೀಮತಿ ಬಾಂದಾನಾಳ ಕೋಣೆಯಲ್ಲೇ ಇರುತ್ತಿದ್ದ. ಆತ ಏನೂ ಮಾತಾಡದೆ ಕಿಟಿಕಿಯಾಚೆ ನೋಡುತ್ತ ನಿಲ್ಲುತ್ತಿದ್ದ; ನರ್ಸರಿ ಮಕ್ಕಳು ಹಾಡುವುದನ್ನು ಕೇಳುತ್ತಿದ್ದ; ಸಾಟೋ – ಸಾನ್ ಮತ್ತು ಅವಳ ಜತೆ ಇಬ್ಬರು ಮಕ್ಕಳು ಮರದ ಬಳಿ ಬಂದಾಗ ಮಕ್ಕಳ ಆಟಪಾಠ ವೀಕ್ಷಿಸುತ್ತಿದ್ದ; ದೊಂಬರವನ ಹ್ಯಾಟಿಗೆ ಅಷ್ಟಿಷ್ಟು ನಾಣ್ಯಗಳನ್ನು ಹಾಕುತ್ತಿದ್ದ. ನಾವು ಆತನಿಗೆ ಊಟವನ್ನು ನರಪೇತಲನಾದ ಒಬ್ಬ ಮೂಕ ಸೇವಕನ ಕೈಯಲ್ಲಿ ಕಳಿಸಬೇಕಾಗಿತ್ತು. ನಾನೋ ನನ್ನ ಸೋದರ ರಾವುಲನೋ ಆತನಿಗೆ ಊಟ ಒಯ್ಯಬೇಕಾದಾಗ ಅದರಲ್ಲೂ ಬಿಸಿ ಸಾರು ಒಯ್ಯುವುದಿದ್ದರೆ ಗೊಣಗುತ್ತಿದ್ದೆವು. ಆದರೆ ಅಮ್ಮ "ಸಹನೆಯಿರಲಿ ಮಕ್ಕಳೇ. ಸಾಲೊಮನ್ ತುಂಬಾ ಕಷ್ಟ – ನೋವು ಅನುಭವಿಸಿದ್ದಾನೆ" ಎಂದು ಸಮಾಧಾನ ಹೇಳುತ್ತಿದ್ದಳು. ಒಮ್ಮೆ ಮಾತ್ರ ಆತ ತನ್ನ ಕೋಣೆಯಿಂದ ಹೊರಬಂದು ಹಂದಿಯ ತೊಡೆಯ ಮಾಂಸದ ಅಡುಗೆ ಹೇಗೆ ಮಾಡುವುದೆಂದು ಅಪ್ಪನಿಗೆ ತೋರಿಸಿಕೊಟ್ಟ. ಅದೇತಾನೆ ಕಡಿದ ಹಂದಿಯ ತೊಡೆಗೆ ಉಪ್ಪು ಸವರಿ, ಒಂದು ಪಿಚಕಾರಿ ತಂದು ಆ ಕೆಂಪನೆಯ ಮಾಂಸಕ್ಕೆ ಪೆಟ್ಲುಪ್ಪು ಮತ್ತು ಇನ್ನೂ ಕೆಲವು ಕಾಪಿನ ಸಾಮಗ್ರಿಗಳನ್ನು ಚೆನ್ನಾಗಿ ಚಿಮುಕಿಸಿದ ಬಳಿಕ ಆತ ಅದನ್ನು ಒಂದು ಬಟ್ಟೆಯಲ್ಲಿ ಸುತ್ತಿ ಅಮ್ಮನ ಕೈಗಿತ್ತು ಮೂರು ತಿಂಗಳು ಐಸ್ ಪೆಟ್ಟಿಗೆಯಲ್ಲಿಟ್ಟಿರಲು ಹೇಳಿದ. ಪ್ರಾಯಶಃ ಆತನಿಗೆ ಮೀನು ತಿಂದು ಬೇಜಾರಾಗಿದೆ ಎಂದಳು ಅಮ್ಮ.

ಈಡನ್ ಮತ್ತು ಲೀನಾ ನಮ್ಮೊಡನಿರಲು ಬಂದಾಗ ಅವರಿಗೆ ನನ್ನ ಕೋಣೆ ಬಿಟ್ಟುಕೊಟ್ಟು ನಾನು ಅಮ್ಮನ ಜತೆ ಮಲಗಲಾರಂಭಿಸಿದೆ. ಈ ಸೋದರಿಯರಿಗೆ ಗೃಹಕೃತ್ಯ ಬಹಳ ಪ್ರಿಯ. ಅವರು ನನ್ನ ಕೋಣೆಯಲ್ಲಿ ಅಂದವಾದ ಕಿಟಿಕಿ ಪರದೆಗಳನ್ನು ಹಾಕಿದರು; ಹಾಸಿಗೆಗೆ ಕಸೂತಿ ಮಾಡಿದ ಬಟ್ಟೆಗಳನ್ನು ಹಾಸಿದರು. ಮಂಚದ ಕೆಳಗೆ ಹಲವು ಪೆಟ್ಟಿಗೆಗಳ ತುಂಬ ಡಬ್ಬಿ ಪದಾರ್ಥಗಳು. ಈಡನ್‌ಳ ಮಗುವಿಗೆಂದು ಹಾಲಿನ ಅನೇಕ ಡಬ್ಬಿಗಳಿದ್ದವು. ಶಿಶುಗಳಡಿ ಹಾಸುವ ಟವಲುಗಳ ಮೆತ್ತೆಯಿದ್ದ ಒಂದು ತೊಟ್ಟಿಲು ಮೇಲುಗಡೆಯ ಕೊಕ್ಕೆಗಳಿಂದ ನೇತಾಡುತ್ತಿತ್ತು. ಮಗು ಅದರಲ್ಲಿ ಆರಾಮವಾಗಿ ನಿದ್ರಿಸುತ್ತಿತ್ತು.

ಈಡನ್ ಮತ್ತು ಲೀನಾರ ತಂದೆ ನಮ್ಮ ಚಿಕ್ಕಪ್ಪ, ತಂದೆಯ ಸೋದರ. ಕಬನಾಟುವಾನ್‌ನಲ್ಲಿ ಇಬ್ಬರೂ ಇದ್ದಾಗ ಒಂದು ಅಕ್ಕಿ ಗಿರಣಿ ನಡೆಸುತ್ತಿದ್ದರು. ನಾವು ಚಿಕ್ಕವರಿದ್ದಾಗ, ಪ್ರಾಂತದಲ್ಲಿ ನಮ್ಮ ರಜಾ ದಿನಗಳಲ್ಲಿ ಧಾನ್ಯದ ಉಗ್ರಾಣದ ಪಕ್ಕದಲ್ಲಿ ಭತ್ತ ಒಣಗಿಸಲು ಉಪಯೋಗಿಸುತ್ತಿದ್ದ ಸಿಮೆಂಟ್ ನೆಲದ ಮೇಲೆ ಬೇಸ್‌ಬಾಲ್ ಆಟ ಆಡುತ್ತಿದ್ದೆವು. ಅವರ ತಾಯಿ 'ಈಡನ್ ಫಲಾಹಾರ ಮಂದಿರ' ಎಂಬ ಒಂದು ಹೋಟೆಲನ್ನು ನಡೆಸುತ್ತಿದ್ದಳು. ಅಲ್ಲಿ ಆಕೆ ನೀಡುತ್ತಿದ್ದ ಗಟ್ಟಿಯಾದ 'ಡಿನುಗ್ವಾನ್' ಖಾದ್ಯ ಅಲ್ಲಿನ ಒಂದು ವಿಶೇಷವಾಗಿತ್ತು. ಕಾಂಡೆಂಗ್ ಚಿಕ್ಕಮ್ಮನಲ್ಲಿ ಇದ್ದ ಒಂದು ದೋಷವೆಂದರೆ ಒಬ್ಬರ ವಿರುದ್ಧ ಇನ್ನೊಬ್ಬರ ಬಗ್ಗೆ ಒಲವನ್ನು ತೋರುವುದು. ಮಾತೆತ್ತಿದರೆ "ಈಡನ್ ಚೆಲುವಾಗಿದ್ದಾಳೆ. ಅವಳ ಮಾತೇ ಕೊನೆ, ನನ್ನ ಈಡನ್..." ಎಂದು ಅವಳು ಹೇಳುತ್ತಿದ್ದಳು. ಲೀನಾ ಬಗ್ಗೆ ಒಂದು ಮಾತೂ ಇಲ್ಲ. ಹರಿದ ಲಂಗ ತೊಟ್ಟು ಅವಳು ಗಿರಣಿಯ ಕೆಲಸಗಾರರೊಂದಿಗೆ 'ಚಿಣ್ಣಿ, ದಾಂಡು' ಆಟ ಆಡುತ್ತಿದ್ದಳು. ಈಡನ್‌ಗೆ ಹದಿನೆಂಟು ವರ್ಷವಾದಾಗ ಅವರು ಪುರಸಭಾ ಭವನದ ಬಿಸಿಲುಮಾಳಿಗೆಯನ್ನು ಬಾಡಿಗೆಗೆ ತೆಗೆದುಕೊಂಡು ದೊಡ್ಡ ನೃತ್ಯಕೂಟ ಏರ್ಪಡಿಸಿದ್ದರು. ಆ ಸಮಾರಂಭಕ್ಕೆ ಅವಳ ಉಡುಪನ್ನು ಮನಿಲಾದಿಂದ ವಿಶೇಷವಾಗಿ ಹೊಲಿಸಿ ತರಿಸಿದ್ದರು; ಅದಕ್ಕೆ ಮುನ್ನೂರೈವತ್ತು ಪೆಸೋ ಬೆಲೆ ತೆತ್ತಿದ್ದರು. ಊರಿನ ಸೌಂದರ್ಯತಜ್ಞ ಇಡೀ ದಿನ ಅವಳಿಗೆ ಆರೈಕೆ ಮಾಡಿ ಮುಖಕ್ಕೆ ಸುಗಂಧ ದ್ರವ್ಯಗಳನ್ನು ಹಚ್ಚಿ ತಲೆಗೂದಲನ್ನು ಸಿಂಗರಿಸಿ ಅಲಂಕರಿಸಿದ್ದ. ಹೀಗೆ ಸಮಾಜದಲ್ಲಿ ಸಂಭ್ರಮದಿಂದ ಕಾಣಿಸಿಕೊಂಡ ಈಡನ್‌ಳ '8 x 10' ಸೈಜಿನ ಭಾವಚಿತ್ರವೊಂದನ್ನು ನಮಗೂ ಕಳಿಸಿದ್ದರು; ಹಿನ್ನೆಲೆಯಲ್ಲಿ ವರ್ಣರಂಜಿತ ಜಲಪಾತ.

ಈ ಸಮಾರಂಭದ ಅನಂತರ ಶ್ರೀಮಂತ ವಿಧುರನೊಬ್ಬ ದೂರದ ಟಾರ್ಲಾಕ್‌ನಿಂದ ಈಡನ್‌ಳನ್ನು ಕಾಣಲು ಬರುತ್ತಿದ್ದ. ಒಬ್ಬ ಎಂಜಿನಿಯರನೂ ಅವಳನ್ನು ಪ್ರೇಮಿಸಿ ಅವಳ ಮನೆಗೆ ಒಳ್ಳೇ ಮೀನುಗಳನ್ನು ಆಗಾಗ್ಗೆ ತಂದು ಕೊಡುತ್ತಿದ್ದ. ಇದ್ದಲಿನಿಂದ ಓಡುವ ಹಡ್ಸನ್ ಮತ್ತು ಫೋರ್ಡ್ ಕಾರುಗಳು ಮನೆಯ ಮುಂದೆ ಬಂದು ನಿಂತರೆ ಸಾಕು, ಕಾಂಡೆಂಗ್ ಚಿಕ್ಕಮ್ಮ ಸಂಭ್ರಮಗೊಂಡು ಯುದ್ಧಕ್ಕೆ ಮುಂಚೆ ಶೇಖರಿಸಿಟ್ಟಿದ್ದ ಡಬ್ಬಿಗಳನ್ನು ಹೊರತೆಗೆದು ರುಚಿರುಚಿಯಾದ ತಿನಿಸುಗಳನ್ನು ಮಾಡಿ ಈ ಪ್ರತಿಸ್ಪರ್ಧಿಗಳನ್ನು ಸತ್ಕರಿಸುತ್ತಿದ್ದಳು. ಆದರೆ ಒಂದು ದಿನ ನಿರುದ್ಯೋಗಿಯಾದ ಒಬ್ಬ ಕುಳ್ಳ, ದಪ್ಪನೆಯ ಸೈನಿಕ ಊರಿಗೆ ಬಂದಿಳಿದ. ಅವನ ಹೆಸರು ಮಾಂಗಾಯ್. ಈಡನ್ ಅವನೊಡನೆ ಓಡಿಹೋದಳು. ಅವನೊಬ್ಬ ಕೇವಲ ಎರಡನೆ ಲೆಫ್ಟಿನೆಂಟ್. ಕಾಂಡೆಂಗ್ ಚಿಕ್ಕಮ್ಮ ಅವರನ್ನು ಎಂದೂ ಕ್ಷಮಿಸಲಿಲ್ಲ ಅವರು ಊರಿನಲ್ಲೇ ವಾಸಿಸಲು ವಾಪಸು ಬಂದು ಒಂದು ಕೊಂಪೆಯಂತಿದ್ದ ಬೀದಿಯಲ್ಲಿ ಮನೆ ಮಾಡಿದರು. ಮಾಂಗಾಯ್ ಮತ್ತು ಈಡನ್ ವಿಪರೀತ ಜಗಳವಾಡುತ್ತಿದ್ದರು. ಆಗೆಲ್ಲ ಈಡನ್

ತನ್ನ ಪಾತ್ರೆಪಡಗ, ಬಟ್ಟೆಬರೆ, ಛಾಯಾಚಿತ್ರಗಳ ಸಂಗ್ರಹಗಳು ಎಲ್ಲಾ ಕಟ್ಟಿಕೊಂಡು ಏಳು ದಿನಗಳ ಮಗುವನ್ನೆತ್ತಿಕೊಂಡು ನಮ್ಮ ಮನೆಗೆ ಬಂದುಬಿಟ್ಟು ಕೆಲದಿನ ಇದ್ದು ಹೋಗುತ್ತಿದ್ದಳು. ಆಕ್ರಮಣ ಶುರುವಾಗಿ ಸುಮಾರು ದಿನಗಳುರುಳಿದ್ದಾಗ ಅವಳ ಗಂಡ ಗೆರಿಲ್ಲಾಗಳನ್ನು ಸೇರಿಕೊಂಡ. ಈಡನ್ ಕಾಯಂ ಆಗಿ ನಮ್ಮಲ್ಲೇ ಉಳಿಯಲು ಬಂದಳು. ಈಗವಳು ನೀಳವಾಗಿ ತೆಳ್ಳಗಿದ್ದಳು. ಅಮ್ಮನಂತೆಯೇ ಗೃಹಕೃತ್ಯದಲ್ಲಿ ಕುಶಲಿ. ಆದರೆ ಅವಳಿಗೆ ಸ್ವಲ್ಪ ನರದೌರ್ಬಲ್ಯ. ನಾವು ಬಾಂಬ್ ದಾಳಿಯಿಂದ ತಪ್ಪಿಸಿಕೊಂಡು ಹೋಗಬೇಕಾದ ಸಮಯಕ್ಕಿರಲೆಂದು ಸದಾ ನಾರಿನ ದಾರದಿಂದ ಹುರಿನೂಲಿನ ಅಂಚುಗಳುಳ್ಳ ಚೀಲಗಳನ್ನು ಹೆಣೆಯುತ್ತಿದ್ದಳು. ಬಿಳಿದು ಮಾಡದ ಹತ್ತಿ ಬಟ್ಟೆಯಿಂದ ಒಳ ಉಡುಪಿನಲ್ಲಿ ಧರಿಸುವ ಒಂದು ಬೆಲ್ಟನ್ನೂ ಅವಳು ತಯಾರಿಸಿದ್ದಳು; ಅವಕ್ಕೆ ಅನೇಕ ರಹಸ್ಯ ಜೇಬುಗಳು.

* * *

ನಮ್ಮ ಮನೆಯಲ್ಲಿ ನನ್ನ ಸೋದರನ ಕೋಣೆಯೇ ಎಲ್ಲಕ್ಕಿಂತ ದೊಡ್ಡದು. ಕೆಲಸದ ಕೋಣೆ, ಊಟದ ಕೋಣೆ ಎರಡನ್ನೂ ಒಟ್ಟಿಗೆ ಸೇರಿಸಿದರಾಗುವಷ್ಟು ವಿಶಾಲವಾಗಿತ್ತು ಅದು. ಹಿಂದಿನ ಒಳ್ಳೆಯ ದಿನಗಳಲ್ಲಿ ಬಿಲಿಯರ್ಡ್ಸ್ ಆಟ ಆಡುತ್ತಿದ್ದ ಕೋಣೆ. ಈಗ ಅಲ್ಲಿ ಒಂದು ಪಿಯಾನೊ ವಾದ್ಯವಿತ್ತು. ಅವನ ಸ್ನೇಹಿತರು–ಸೆಲ್ಲೋ, ಪಾಕಿಟೊ ಮತ್ತು ನೊನಾಂಗ್–ಸದಾ ರಾವುಲನ ಕೋಣೆಯಲ್ಲೇ ಇರುತ್ತಿದ್ದರು. ಕವನಗಳ ಒಂದು ಪುಸ್ತಕ ಪ್ರಕಟಿಸಲು ಅವರ ಪ್ರಯತ್ನ ನಡೆದಿತ್ತು. ಸೆಲ್ಲೋನ ತಂದೆ ಒಂದು ಹಳೆಯ ಮುದ್ರಣ ಯಂತ್ರ ಹೊಂದಿದ್ದ; ಕೆಲಸ ಮಾಡದೆ ಬಿದ್ದಿದ್ದು ಧೂಳು ಮುಸುಕಿದ್ದ ಅದನ್ನೂ ಹುಡುಗರು ಹೊತ್ತು ತಂದು ರಾವುಲನ ಕೋಣೆಯಲ್ಲಿಟ್ಟು ಮತ್ತೆ ಅದು ಕೆಲಸ ಮಾಡುವಂತೆ ದುರಸ್ತಿ ಆರಂಭಿಸಿದರು. ಅದನ್ನು ಹಳೆಯ ಕಬ್ಬಿಣವಾಗಿ ನನಗೆ ಮಾರಿ ಬಿಡಿ ಎಂದು ಬೋನಿ ಕೇಳಿದ: ಅವರು ಕೋಪಗೊಂಡು ಅವನತ್ತ ಪುಸ್ತಕಗಳನ್ನೆಸೆದು ಅವನನ್ನು ಆಚೆಗಟ್ಟಿದರು.

ಅಲ್ಲಿದ್ದ ಪಿಯಾನೊವನ್ನು ನೊನಾಂಗ್‌ನ ಚಿಕ್ಕಪ್ಪ ಒಂದು ಲಾಟರಿ ಸ್ಪರ್ಧೆಯಲ್ಲಿ ಗೆದ್ದಿದ್ದ. ಈ ಚಿಕ್ಕಪ್ಪನಿಗೆ ಪೂರ್ತಿ ಕಿವುಡು; ಏನೂ ಕೇಳಿಸುತ್ತಿರಲಿಲ್ಲ. ರಾಷ್ಟ್ರಗೀತೆಯೊಂದು ಮಾತ್ರ 'ಕೇಳು'ತ್ತಿತ್ತು. ಏಕೆಂದರೆ ಅದನ್ನು ಬಾರಿಸುವಾಗ ಎಲ್ಲರೂ ಎದ್ದು ನಿಲ್ಲುತ್ತಿದ್ದರು. ಆ ಪಿಯಾನೊಕ್ಕಾಗಿ ಅವನಿಗೆ ತಗಲಿದ್ದ ವೆಚ್ಚವೆಂದರೆ ಲಾಟರಿ ಟಿಕೆಟಿನ ಬೆಲೆ ಮತ್ತು ಅದನ್ನು ಸಾಗಿಸುವ ಖರ್ಚು ಮಾತ್ರ. ನೊನಾಂಗ್‌ನ ಹುಟ್ಟಿದ ಹಬ್ಬ ಬಂದಾಗ ಅವನು ಪುಸ್ತಕಗಳನ್ನು ಬಯಸಿದ್ದರೂ ಈ ಪಿಯಾನೊವೇ ಅವನಿಗೆ ಉಡುಗೊರೆಯಾಯಿತು. ಅವನ ಕೊಠಡಿ ತುಂಬಾ ಸಣ್ಣದಿದ್ದುದರಿಂದ ಅದಕ್ಕೆ ರಾವುಲ್‌ನ ಕೋಣೆಯಲ್ಲಿ ಜಾಗ ಮಾಡಿದರು. ಹುಡುಗರ ಚಟುವಟಿಕೆಗಳಿಗೆ ಅಮ್ಮನ ಆಕ್ಷೇಪವೂ ಇರಲಿಲ್ಲ.

ಕೆಲ ದಿನಗಳಲ್ಲಿ ಅವರು ರಾತ್ರಿ ಮೋಂಬತ್ತಿ ಹೊತ್ತಿಸಿಕೊಂಡು ಬಹುಹೊತ್ತಿನವರೆಗೆ ಬೈಬಲ್ ಓದುತ್ತಿದ್ದರು. ನನ್ನನ್ನು ತಮ್ಮ ಕಾವ್ಯದೇವತೆ ಎಂದು ಕರೆಯುತ್ತಿದ್ದರು. ಅವರು ತಮ್ಮ ಪದ್ಯಗಳನ್ನು ಓದುವಾಗ ನಾನೂ ಅಲ್ಲಿದ್ದು ಕೇಳಲು ಅವರ ಅನುಮತಿಯಿತ್ತು. ನಾನು ಡಿಕಿನ್ಸನ್ ಮತ್ತು ಮಾರ್ಲೋ ಕೃತಿಗಳನ್ನು ಓದಿದ್ದೆ; ಅಂದಮೇಲೆ ಅಧಿಕಾರವಾಣಿಯಿಂದ ಮಾತಾಡ ಬಹುದಲ್ಲ. ಅಲ್ಲದೆ ಅವರಿಗೆ ಕರಿದ ತಿಂಡಿಗಳನ್ನು ತಂದುಕೊಡುವುದು, ಬೇಕಾದಾಗ ಇನ್ನೊಂದು ಕುರ್ಚಿ ತಂದು ಹಾಕುವುದೇ ಮುಂತಾದ ಕೆಲಸಗಳನ್ನೂ ನಾನು ಮಾಡಿಕೊಡುತ್ತಿದ್ದೆ. ಪಾಕಿಟೊ ಪಿಯಾನೊದಲ್ಲಿ 'ಸ್ಟಾರ್‌ಡಸ್ಟ್' ಗೀತೆ ಬಾರಿಸಬಲ್ಲ; ಸೆಲ್ಲೋ ಸೊಗಸಾಗಿ

ಮೂಕಾಭಿನಯ ಮಾಡುತ್ತಿದ್ದ; ಆದರೆ ನನಗೆ ತುಂಬಾ ಹಿಡಿಸಿದ್ದು ಏನೂ ಮಾಡದೆ ಕುಳಿತಿರುತ್ತಿದ್ದ ನೊನಾಂಗ್. ಅವನು ಯುದ್ಧಕ್ಕೆ ಮುಂಚಿನಿಂದ ಕಾಪಾಡಿಕೊಂಡು ಬಂದಿದ್ದ ಟಿಕೊಂಡೆರೋಗಾ ಪೆನ್ಸಿಲ್ ಒಂದನ್ನು ನನಗೆ ಕೊಟ್ಟ; ಬಣ್ಣದ ಚಿತ್ರಣವಿದ್ದ ಒಂದು ಕಾರ್ಡಿಗೆ ಅದನ್ನು ಅಂಟಿಸಿದ್ದರು. ಅದರಲ್ಲಿ ನಿಮ್ಮ ಭವಿಷ್ಯ ಓದಬಹುದಾಗಿತ್ತು. ಕ್ರಿಸ್ಮಸ್ ದಿನ ನಾನು ಅವನಿಗೆ ಅವನ ಹೆಸರಿನ ಅಕ್ಷರಗಳಿಗೆ ನೀಲಿ ದಾರದ ಕಸೂತಿ ಕೆಲಸ ಮಾಡಿದ ಒಂದು ಕರವಸ್ತ್ರ ಕೊಟ್ಟೆ.

ನನ್ನನ್ನು ಒಬ್ಬ ಬುದ್ಧಿಜೀವಿಯಾಗಿ ಮಾಡಬೇಕೆಂದು ನೊನಾಂಗ್ ಬಹಳ ಶ್ರಮಪಟ್ಟ. 'ಲೆ ಮಿಸರಬ್ಲ್ಸ್', 'ರಾಷೊಮಾನ್', 'ಗೌಸ್ಟಾರ್ಕ್', 'ಇನ್‌ಸೈಡ್ ಆಫ್ರಿಕ' ಮುಂತಾದ ನಾನು ಓದಿದ್ದ ಕೆಲಪುಸ್ತಕಗಳನ್ನೆಲ್ಲ ಅವನೇ ಕೊಟ್ಟಿದ್ದು. ನಾನು ಅವನಿಗೆ ಯಾವುದಾದರೂ ಪುಸ್ತಕ ಕೊಡಬೇಕೆಂದು ಅಪ್ಪನ ಪುಸ್ತಕದ ಪೆಟ್ಟಿಗೆಯಲ್ಲಿ ಹುಡುಕಿದಾಗ ನನಗೆ ಸಿಕ್ಕಿದ್ದು 'ಎನ್‌ಸೈಕ್ಲೊಪೀಡಿಯಾ ಬ್ರಿಟಾನಿಕಾ' ವಿಶ್ವಕೋಶದ ನಾಲ್ಕನೆಯ ಸಂಪುಟ – 'ಜಾನ್ ದಿ ಬಾಪ್ಟಿಸ್ಟ್'ನಿಂದ 'ಲೆಗ್‌ಹಾರ್ನ್' ಎಂಬ ಅಕ್ಷರಗಳವರೆಗೆ. ನಾನು ಅನೇಕ ಪುಸ್ತಕಗಳನ್ನೋದಿದವಳು, ಆದರೆ ನನಗೆ ತುಂಬಾ ಹಿಡಿಸಿದ್ದು 'ಎನ್‌ಸೈಕ್ಲೊಪೀಡಿಯಾ ಬ್ರಿಟಾನಿಕಾ–ಜಾನ್‌ನಿಂದ ಲೆಗ್‌ಹಾರ್ನ್‌ವರೆಗೆ' ಎನ್ನುತ್ತಿದ್ದ ನೊನಾಂಗ್. ನನ್ನನ್ನು ಛೇಡಿಸಲು.

ಒಮ್ಮೆ ನಾನು ನನ್ನ ಗೆಳತಿಯೊಬ್ಬಳ ಮನೆಗೆ ಹೋಗಿದ್ದೆ. ರಾವುಲ್ ಬಂದು ನನ್ನನ್ನು ವಾಪಸು ಕರೆದೊಯ್ಯಲಾಗಲಿಲ್ಲ. ಅಮ್ಮ ಟೆಲಿಫೋನ್ ಮಾಡಿ "ಒಬ್ಬಳೇ ಬರಬೇಡ, ಇಲ್ಲಿ ನೊನಾಂಗ್ ಇದ್ದಾನೆ. ಕಳಿಸಿಕೊಡ್ತೇನೆ – ಅವನ ಜೊತೆ ಬಾ," ಎಂದಳು. ಬೆಳಕು ಹಚ್ಚದಿದ್ದ ರಸ್ತೆದೀಪಗಳ ಅಡಿಯಲ್ಲಿ ವಿನೋದವಾಗಿ ಮಾತಾಡುತ್ತ ನಾವು ನಡೆದಿದ್ದೆವು. ರಸ್ತೆಯಲ್ಲಿ ವಾಹನಗಳು ವಕ್ರ ವಕ್ರವಾಗಿ ಓಡಾಡುತ್ತಿದ್ದವು.

"ನಿನ್ನ ಕಚೇರಿಗೆ ಹೋಗಿಬರೋಣ. ಆ ಪುಸ್ತಕ ಕೊಡ್ತೀ ಅಂದಿದ್ಯಲ್ಲ?" ಎಂದು ನಾನು ಕೇಳಿದ್ದಕ್ಕೆ ಅವನು "ಅದಕ್ಕೇನು? ಹೋಗಿ ತರೋಣ ಬಾ. ಆದರೆ ಅದನ್ನು ಓದೋಕೇ ಆಗೋದಿಲ್ಲ, ಒಳ್ಳೇ ಪುಟಗಳ್ನೆಲ್ಲ ಮಸಿಮಾಡ್ಬಿಟ್ಟಿದ್ದಾರೆ," ಎಂದು ಉತ್ತರಿಸಿದ.

ಸಿನಿಮಾ ನಟರಂತೆ ಕೈಯಾಡಿಸುತ್ತ ನಾನೆಂದೆ:

"ಬೇಸರ ಪಟ್ಟು ಸಾಯೋದಕ್ಕಿಂತ ಅದು ವಾಸಿ ಅಲ್ವಾ?"

"ಯಾಕೆ, ನಿನಗೆ ಬೇಸರವಾಗ್ತಿದೆಯ ವಿಕ್ಟೋರಿಯಾ?"

'ಇಲ್ಲ' ಎಂದೆ, ಅವನ ಮಾತನ್ನು ಪ್ರತಿಭಟಿಸುತ್ತ. ನಾನು ಸುಳ್ಳು ಹೇಳುತ್ತಿದ್ದೆನೆಂದು ನನ್ನ ಅಂತರಂಗಕ್ಕೆ ಗೊತ್ತಿತ್ತು.

ನಾವು ಮುಂದೆ ನಡೆದೆವು. ಹಿಡಾಲ್ಗೊ ರಸ್ತೆಯಲ್ಲಿದ್ದ ಅವನ ಕಚೇರಿ ತಲಪಿ ನಾವು ಮಹಡಿಯ ಮೆಟ್ಟಲುಗಳತ್ತ ತಿರುಗಿದೆವು. ಕಚೇರಿಯ ಮುಂದುಗಡೆ ಜವಾನಿ ಅಕ್ಷರಗಳ ಒಂದು ಬೋರ್ಡ್ ಇತ್ತು. ಕಟ್ಟಡದ ಹಿಂಭಾಗ ಬಾಂಬ್ ದಾಳಿಯಿಂದ ಧ್ವಂಸವಾಗಿತ್ತು; ಭಗ್ನಾವಶೇಷಗಳನ್ನು ತೆಗೆಯುವ ಗೋಜಿಗೆ ಯಾರೂ ಹೋಗಿರಲಿಲ್ಲ. ಅಂದು ರಾತ್ರಿಯೂ ದೀಪ ಹೊತ್ತಿಸುವಂತಿರಲಿಲ್ಲ. ಒಳಗಡೆ ಕಗ್ಗತ್ತಲೆ. ಹಾಗೇ ತಡವರಿಸಿಕೊಂಡು ಮಹಡಿ ಮೆಟ್ಟಲು ಹತ್ತಿ ಅವನ ಕೋಣೆಗೆ ಹೋದೆವು. ಅಲ್ಲಿ ಐದು ಮೇಜುಗಳು. ಕೊನೆಯಲ್ಲಿ ಫ್ಯಾನ್‌ನ ಅಡಿಯಲ್ಲಿ ಇದ್ದದ್ದೇ ನೊನಾಂಗ್‌ನದು. ಅದರ ಮುಂದೆ ಮಂಡಿಯೂರಿ ಕುಳಿತು ಅದರೊಳಗೆ ಪುಸ್ತಕಕ್ಕಾಗಿ ಆತ ತಡಕಾಡಿದ. "ಇಲ್ಲೇ ಎಲ್ಲೋ ಇರ್ಬೇಕು," ಎಂದ.

ನಾನು ಅಂಗಳಕ್ಕೆ ನಡೆದು ಈಗಾಗಲೆ ಹೆಚ್ಚು ಕಡಿಮೆ ಖಾಲಿಯಾಗುತ್ತಿದ್ದ ರಸ್ತೆಯತ್ತ ನೋಡಿದೆ. ಆಗ ಕ್ರಿಸ್ಮಸ್‌ಗೆ ನಾಲ್ಕು ದಿನ ಉಳಿದಿತ್ತು. ಮನೆಗಳ ಕಿಟಕಿಗಳಿಂದ ಕಾಗದದ ಲಾಂದ್ರಗಳನ್ನು ತೂಗಿಬಿಟ್ಟಿದ್ದರೂ ಅವನ್ನೂ ಹೊತ್ತಿಸುವಂತಿರಲಿಲ್ಲ. ಯುದ್ಧ ನನಗೆ ಬೇಸರ ತಂದಿತ್ತು. ಈಗ ನೊನಾಂಗ್ ನನ್ನನ್ನು ತನ್ನ ತೋಳಿನಿಂದಪ್ಪಿ ಚುಂಬಿಸುತ್ತ ನಾನು ಸದಾ ನಿನ್ನನ್ನೇ ಪ್ರೀತಿಸುತ್ತೇನೆ ಎಂದು ಹೇಳಬಾರದೆ ಎಂಬ ಬಯಕೆ ನನ್ನ ಮನದಲ್ಲಿ ಸುಳಿದುಹೋಯಿತು. ಆದರೆ ಅವನೇನಾದರೂ ನನ್ನನ್ನು ಮುಟ್ಟಿದ್ದರೆ ಕೆನ್ನೆಗೆ ಏಟು ಬಿಗಿದು, ಒದ್ದು, ಮತ್ತೆ ಅವನೊಡನೆ ಮಾತನಾಡುತ್ತಿರಲಿಲ್ಲ ಎಂಬುದು ನನಗೇ ಗೊತ್ತಿತ್ತು. ಕಿಟಕಿ ಬಳಿ ಅವನು ಮೌನವಾಗಿ ನನ್ನ ಪಕ್ಕದಲ್ಲಿ ನಿಂತು ಕಿಟಕಿಯ ಸರಳುಗಳನ್ನು ಹಿಡಿದುಕೊಂಡು ಆಚೆಗೆ ನೋಡುತ್ತಿದ್ದ; ಅವನ ತೆಳ್ಳನೆಯ ಕೈಗಳ ಮೇಲೆ ನರಗಳು ಉಬ್ಬಿ ಕಾಣುತ್ತಿದ್ದವು. ನಮ್ಮ ಹಿಂದೆ ಪೂರ್ತಿ ಕತ್ತಲೆ.

"ಯುದ್ಧ ಮುಗಿದ ಮೇಲೆ ಏನ್ಮಾಡ್ತೀಯ ನೊನಾಂಗ್ ?"

"ಲೇಖಕನಾಗಬಹುದೂಂತ ಕಾಣ್ತದೆ. ಏನಾದರೂ ಮಾಡೋದು."

"ನಾನು ಒಂದು ಬೆಟ್ಟದ ತುದೀಲಿ ಮನೆಮಾಡಿ ಒಬ್ಬಳೇ ಜೀವನ ನಡೆಸ್ತೇನೆ."

"ಯಾರಾದರೂ ನಿನ್ನನ್ನ ಪ್ರೇಮಿಸಿದರೆ ?"

ಕತ್ತಲೆಯಲ್ಲಿ ಆ ತೆಳ್ಳನೆಯ ಸುಂದರ ವ್ಯಕ್ತಿತ್ವದತ್ತ ನಾನು ತಲೆಯೆತ್ತಿ ನೋಡಿದೆ. ವಿರಕ್ತನಾಗಿ ಕಂಡ ಅವನ ಮುಖ ಕ್ರಿಸ್ತನ ಮುಖದಂತಿತ್ತು. ನಾನೆಂದೆ:

"ಅರೆ, ನೊನಾಂಗ್, ನೀನು ದೇವರ ಹಾಗೆ ಕಾಣ್ತೀದೀಯ !"

"ಹುಚ್ಚುಚ್ಚಾಗಿ ಮಾತಾಡಬೇಡ, ವಿಕ್ಟೋರಿಯಾ. ನಿನ್ನ ಕಾನ್ವೆಂಟ್ ಶಾಲಾ ಶಿಕ್ಷಣ ಎಲ್ಲಿ ಹೋಯಿತು ? ಹೂಂ ಪುಸ್ತಕ ಸಿಕ್ಕಿತು. ಹೊರಡೋಣವಾ ?"

ಕತ್ತಲೆಯ ಮೊಗಸಾಲೆಯಲ್ಲಿ ನಡೆದು ಮೆಟ್ಟಲಿಳಿದು, ಕೆಳಗಡೆ ಒಂದು ಮಂದ ಪ್ರಕಾಶದಲ್ಲಿ ಕಂಡ ಬಾಗಿಲಿನ ಬಳಿಗೆ ಬಂದು ನಾವು ಹೊರಬಿದ್ದೆವು.

ನಮ್ಮದೊಂದು ಹಳಿತಪ್ಪಿದ ಪೀಳಿಗೆ. ನನ್ನ ಸೋದರ ರಾವುಲನೂ ಅವನ ಗೆಳೆಯರೂ ಇತ್ತ ವಯಸ್ಕ ಪುರುಷರೂ ಅಲ್ಲ, ಅತ್ತ ಹುಡುಗರೂ ಅಲ್ಲ. ನಿರುದ್ಯೋಗಿಗಳಾಗಿ ಏನಾದರೂ ಉಪಯುಕ್ತ ಕೆಲಸ ಸಿಕ್ಕೀತೆ ಎಂದು ಅವರು ರಸ್ತೆ ರಸ್ತೆ ಅಲೆಯುತ್ತಿದ್ದರು. ಈ ವೇಳೆಗೆ ನಮ್ಮ ತಂದೆ ಎಣ್ಣೆ ದೀಪದ ಲಾಂದ್ರಗಳ ತಯಾರಿಕೆಯ ವ್ಯಾಪಾರ ಆರಂಭಿಸಿದ್ದ. ಹುಡುಗರು ಬೆಳಗ್ಗೆ ಗಾಜು ಕತ್ತರಿಸುವುದು, ತಗಡಿನ ಡಬ್ಬಗಳನ್ನು ಒಡೆದು ತೆಗೆದು ಲಾಂದ್ರದ ಆಕಾರಕ್ಕೆ ರೂಪಿಸುವುದೇ ಮುಂತಾದ ಕೆಲಸಗಳಲ್ಲಿ ಅಪ್ಪನಿಗೆ ಸಹಾಯ ಮಾಡುತ್ತಿದ್ದರು. ಆದರೆ ಮಧ್ಯಾಹ್ನ ಮಾಡಲು ಏನೂ ಕೆಲಸವೇ ಇರುತ್ತಿರಲಿಲ್ಲ. ನೊನಾಂಗ್‌ನೂ ನಾನೂ ಇಗರ್ಜಿಯ ಹಿಂದುಗಡೆ ನಡೆದು ಚೆಟ್ನಟ್‌ಗಳ* ಹಾಗೆ ರುಚಿಯಾಗಿರುವ ಬೇಯಿಸಿದ ತೆಂಗಿನಕಾಯಿ ಮೆಲ್ಲುತ್ತ ಹರಟುತ್ತ ಕಾಲ ಕಳೆಯಲು ಕಲಿತೆವು. ಒಮ್ಮೊಮ್ಮೆ ನಾನು ಈ ತಂಡದೊಡನೆ 'ಫಾರ್ಮಸೀ ಡಿ ಲಾ ರೋಸಾ' ಮಂದಿರಕ್ಕೂ ಹೋಗುತ್ತಿದ್ದೆ. ಅಲ್ಲಿ ಹೊಸದಾದ ಒಳ್ಳೇ ಹಾಲಿನ ಐಸ್‌ಕ್ರೀಂ ಸಿಗುತ್ತಿತ್ತು. "ಈ ಹಾಲು ದಿನವೂ ದೂರದ ಪಂಪಾಂಗಾದಿಂದ ಬರ್ತದೆ. ನಾಲ್ಕು ಮಂದಿ ಕಾವಲಿನವರು ಅದನ್ನು ಪರೀಕ್ಷಿಸಿಬಿಡ್ತಾರೆ. ಅದರಿಂದಲೇ ಬೆಲೆ ಸ್ವಲ್ಪ ಹೆಚ್ಚು," ಎಂದು

---

*ಸಿಹಿಹಣ್ಣು – ಸ್ಪಾನಿಷ್ ಮೂಲದ್ದು.

ಶ್ರೀಮತಿ ಡಿ ಲಾ ರೋಸಾ ಹೇಳುತ್ತಿದ್ದಳು. ಒಂದೊಂದು ಸಲ ಒಂದು ಗಂಟೆ ವಿನೋದ ನೋಡಿ ಅನುಭವಿಸಲು ಟ್ಯೂಗೊ ಮತ್ತು ಪ್ಯೂಗೊ ರಂಗಪ್ರದರ್ಶನಕ್ಕೆ ಹೋಗುತ್ತಿದ್ದೆವು. ಇನ್ನೂ ಕೆಲವು ಸಲ ಬೈಸಿಕಲ್ಲುಗಳನ್ನೂ ಬಾಡಿಗೆಗೆ ಪಡೆದು ಊರಿನ ಕೊನೆಯವರೆಗೂ ಹೋಗಿಬರುತ್ತಿದ್ದೆವು. ಅಲ್ಲಿ ಯಾರೂ ನಮ್ಮನ್ನು ಗುರುತಿಸುವವರಿರಲಿಲ್ಲ. ಜಪಾನಿ ಸೇನಾ ಶಿಬಿರಗಳ ಬೇಲಿಗಳ ಬಳಿ ನಿಂತು ನಾವು ಕುತೂಹಲದಿಂದ ಇಣುಕಿನೋಡುತ್ತಿದ್ದೆವು.

ಒಂದು ದಿನ ಮಧ್ಯಾಹ್ನ ನೊನಾಂಗ್ ಬರುವವನಿದ್ದು ಭೋಜನಕ್ಕೆ ಇರಲು ಹೇಳಲೇ ಎಂದು ಕೇಳಿ ಅಮ್ಮನನ್ನು ಒಪ್ಪಿಸಿದೆ. ಇಗ್ದಲಿನ ಒಲೆಯ ಮುಂದೆ ಸುಮಾರು ಹೊತ್ತು ಕುಳಿತು ಮರಗೆಣಸಿನ ಸಿಹಿ ರೊಟ್ಟಿಗಳನ್ನು ತಯಾರಿಸಿದೆ. ಲೀನಾ ಚೆನ್ನಾಗಿ ಅಡುಗೆ ಮಾಡುವವಳಾದರೂ ಅವಳ ಸಹಾಯ ನನಗೆ ಬೇಡವಾಯಿತು. ಭೋಜನಕ್ಕೆ ಬಟಾಂಗಾಸ್‌ನಿಂದ ಬಂದಿದ್ದ ಹೊಸ ಟಾವಿಲಿಸ್ ಮತ್ತು ಸಾಲೊಮನ್ ಹಾಕಿಟ್ಟಿದ್ದ ಹಂದಿಯ ತೊಡೆ ಮಾಂಸ ಇದ್ದವು. ಊಟದ ಸಮಯ ಕಳೆದು ಒಂದು ಗಂಟೆ ಕಾಲ ಕಾದರೂ ನೊನಾಂಗ್‌ನ ಪತ್ತೆಯೇ ಇಲ್ಲ. ಕೊನೆಗೆ ನಾವೆಲ್ಲ ಊಟಕ್ಕೆ ಕುಳಿತೆವು. ಯಾರೂ ಏನೂ ಮಾತಾಡಲಿಲ್ಲ; ಸ್ವಲ್ಪ ಹೊತ್ತು ಮೀರಿ ಬಂದ ಬೋನಿ ಊಟದ ಮೇಜಿನ ಮೇಲಿದ್ದ ಇನ್ನೊಂದು ತಟ್ಟೆಯನ್ನು ಇದು ಯಾರಿಗೆ ಎಂಬಂತೆ ನೋಡಿ ಏನೋ ಹೇಳಬೇಕೆಂದು ಬಾಯಿ ತೆರೆದವನು ಒಡನೆಯೇ ಸುಮ್ಮನಾಗಿಬಿಟ್ಟ.

ನೊನಾಂಗ್ ಬಂದಾಗ ಮಳೆ ಸುರಿಯುತ್ತಿತ್ತು. ಅವನ ಬಾಯಿಯಲ್ಲಿ ಬಿಯರ್ ಮದ್ಯದ ವಾಸನೆ. ಮೂರು ಗಂಟೆ ಹೊತ್ತುಮೀರಿ ಬಂದವನು ಕ್ಷಮಿಸಿ ಎಂದು ಕೋರಿದ. ಅಷ್ಟು ಹೊತ್ತಿಗಾಗಲೆ ನಾನು ಊಟದ ತಟ್ಟೆ–ಲೋಟ, ಪಾತ್ರೆ–ಪಡಗ ಎಲ್ಲವನ್ನೂ ತೆಗೆದುಬಿಟ್ಟಿದ್ದೆ; ಸಿಹಿ ರೊಟ್ಟಿಗಳನ್ನು ತೆಗೆದಿಟ್ಟಿದ್ದೆ; ಅದಕ್ಕಾಗಿ ನಾನು ಇಡೀ ಮಧ್ಯಾಹ್ನ ಪರದಾಡಿದ್ದೆನಲ್ಲ! ನನಗೆ ಕೋಪ ಬಂದಿತ್ತು. ಅಗಲವಾದ ಕಮಗಾಂಗ್ ಕುರ್ಚಿಯಲ್ಲಿ ಅವನು ಕುಳಿತಂತೆ ನಾವಿಬ್ಬರೂ ಒಬ್ಬರಿನ್ನೊಬ್ಬರನ್ನು ದಿಟ್ಟಿಸಿ ನೋಡಿ ಇಬ್ಬರೂ ಸ್ತಬ್ಧರಾದೆವು. ನಮ್ಮ ಹೃದಯಗಳಲ್ಲಿ ಏನು ನಡೆಯುತ್ತಿತ್ತೆಂದು ಇಬ್ಬರಿಗೂ ಗೊತ್ತಿತ್ತು. ಅಲ್ಲಿ ನಮಗೇ ತಿಳಿಯದಂತೆ ಅನೇಕ ತಿಂಗಳುಗಳಿಂದ ಮೂಡಿಬಂದಿದ್ದ ಭಾವನೆಗಳು. ಖೇದದಿಂದ ನಾನೆಂದೆ:

"ನಿನ್ನೆ ರಾತ್ರಿ ಕನಸಿನಲ್ಲಿ ನಿನ್ನನ್ನ ಕಂಡೆ. ನೀನು ಕುರ್ಚಿಯಲ್ಲಿ ಕುಳಿತಿದ್ದೆ. ನಾನು ನಿನ್ನ ಕಾಲ ಬಳಿ ನೆಲದ ಮೇಲೆ ಕುಳಿತು ನಿನ್ನ ಮೊಣಕಾಲುಗಳನ್ನು ಅಪ್ಪಿ ನಾ ನಿನ್ನ ಪ್ರೀತಿಸ್ತೇನೆ ಎಂದೆ. ಅದಕ್ಕೆ ನೀನು 'ಇರಲಿ, ಆ ಭಾವನೆ ಹೋಗ್ತದೆ ಬಿಡು' ಅಂತ ಉತ್ತರವಿತ್ತೆ!"

ಅವನು ಕೈಚಾಚಿ ನನ್ನ ಕೈ ಮುಟ್ಟಿದ. ನಾನು ತಕ್ಷಣ ಕೈಯನ್ನು ಹಿಂದಕ್ಕೆಳೆದುಕೊಂಡೆ. ಆದರೆ ಮರುಕ್ಷಣ ಇಬ್ಬರೂ ಒಬ್ಬರಿನ್ನೊಬ್ಬರನ್ನು ಮುಟ್ಟಿಕೊಂಡು ನಾನು ಆತನ ಅಂಗ್ಗೆ ಹಿಡಿದು ಅಳುತ್ತಿದ್ದೆ. ಅವನು "ನನಗೆ ಸಹಾಯ ಮಾಡು, ನಾನು ತುಂಬಾ ದುಃಖದಲ್ಲಿದ್ದೇನೆ" ಅಂದ. ಸ್ವಲ್ಪ ಹೊತ್ತಿನಲ್ಲೇ ಊಟದ ಮನೆಯಲ್ಲಿ ಈಡನ್‌ಳ ಹೆಜ್ಜೆ ಸಪ್ಪಳ ಕೇಳಿಸಿತು; ಮಗುವಿಗೆ ಒಂದು ಹಾಲಿನ ಡಬ್ಬ ತೆರೆದು ಒಯ್ಯಲು ಅವಳು ಬಂದಿದ್ದಳು.

"ಹೊರಟು ಹೋಗು. ಮತ್ತೆ ನನ್ನ ನೋಡಬೇಡ," ಎಂದು ನಾನು ಅವನಿಗೆ ಹೇಳಿದೆ.

ಫೆಬ್ರವರಿ 17ರಂದು ನೊನಾಂಗ್ ನನಗೆ ಟೆಲಿಫೋನ್ ಮಾಡಿದ. ಬಹಳ ಹೊತ್ತು ಅದೂ ಇದೂ ಮಾತಾಡಿದೆವು. ಜಪಾನೀಯರು ನಮ್ಮ ಫೋನ್ ಸಂಪರ್ಕ ತುಂಡರಿಸುವ ಮುನ್ನ ಅವನು ಮೃದುವಾದ ಸ್ಪಷ್ಟ ದನಿಯಲ್ಲಿ ಹೇಳಿದ:

"ಇಲ್ಲಿ ಕೇಳು, ವಿಕ್ಟೋರಿಯಾ. ಚೆನ್ನಾಗಿ ಜ್ಞಾಪಕವಿಡು. ನಿನ್ನ ನಾನು ಪ್ರೀತಿಸ್ತೇನೆ."

ಆ ಮಾತನ್ನು ಅವನು ಹೇಳಿದ್ದು ಅದೊಂದೇ ಸಲ.

*　　　　*　　　　*

ನಾವು ಇಗರ್ಜಿಯ ಹಜಾರಕ್ಕೆ ಓಡಿಬಂದಿದ್ದೆವು. ಅಲ್ಲಿ ಕೂಡ ಎಲ್ಲಿ ನೋಡಿದರೂ ಆಗಲೆ ಅಗೆದಿದ್ದ ಗುಣಿಗಳು. ಹೊಸದಾಗಿ ಅಗೆಯಲು ಸ್ಥಳ ಸಿಗುವುದೇ ಕಷ್ಟವಾಗಿತ್ತು. ನಮ್ಮ ಮನೆ ಸುಟ್ಟು ಭಸ್ಮವಾಗಿತ್ತು. ಭಯಭ್ರಾಂತನಾಗಿ ತನ್ನ ಕೋಣೆಯಲ್ಲೇ ಉಳಿದುಬಿಟ್ಟಿದ್ದ ಸಾಲೊಮನ್‌ನನ್ನು ರಕ್ಷಿಸಿ ಕರೆತರಲು ಹೋಗಿ ಬೋನಿ ತಾನೇ ಮೈ ಸುಟ್ಟುಕೊಂಡಿದ್ದ. ಒಂದು ಜಮಖಾನವನ್ನು ಜೋಲಿಯಂತೆ ಮಾಡಿಕೊಂಡು ತಂದೆ ಮತ್ತು ರಾವುಲ್ ಅವನನ್ನು ಎತ್ತಿಕೊಂಡು ತಂದಿದ್ದರು. ತನ್ನೆಲ್ಲ ಸಂಪತ್ತನ್ನಿಟ್ಟಿದ್ದ ಬೆಲ್ಟನ್ನು ಧರಿಸಿ ಆರು ಚೀಲಗಳಲ್ಲಿ ಬಟ್ಟೆಗಳನ್ನು ತಂದಿದ್ದ ಲೀನಾ ಮತ್ತು ನನ್ನ ಮೆಚ್ಚಿನ ಉಡುಪು, ಒಂದು ದಿಂಬು ಹಾಗೂ ಒಂದು ಬಾಟಲಿನಲ್ಲಿ ಶುದ್ಧ ನೀರು ತೆಗೆದುಕೊಂಡಿದ್ದ ನಾನು ಒಟ್ಟಿಗೆ ನಡೆದಿದ್ದೆವು. ನಮ್ಮ ಹಿಂದೆಯೇ ತನ್ನ ಎರಡು ತಿಂಗಳ ಮಗುವನ್ನೆತ್ತಿಕೊಂಡಿದ್ದ ಈಡನ್. ಎಲ್ಲರಿಗೂ ಹಿಂದೆ ಅಮ್ಮ; ಅವಳ ಮುಖ ಕಂದುಗಟ್ಟಿತ್ತು, ಅವಳು ಮೌನವಾಗಿ ತುಟಿ ಬಿಚ್ಚದೆ ನಡೆದಿದ್ದಳು. ಅವಳ ಕೈಯಲ್ಲಿ ಮಧ್ಯಾಹ್ನದ ಊಟಕ್ಕೆಂದು ಅನ್ನ ಮತ್ತು ಬೇಯಿಸಿದ ಮಾಂಸದ ಚೂರುಗಳು ಇದ್ದ ಡಬರಿ. ಎಲ್ಲ ಕಟ್ಟಡಗಳೂ ಸುಟ್ಟು ಹಾಳಾಗಿ ಹೋಗಿದ್ದುದರಿಂದ ಸಮುದ್ರತೀರ ಸ್ಪಷ್ಟವಾಗಿ ಕಾಣುತ್ತಿತ್ತು. ಜಪಾನೀಯರು ರೈಜಾಲ್ ಕ್ರೀಡಾಂಗಣದಲ್ಲಿ ಆಶ್ರಯ ಮಾಡಿಕೊಂಡಿದ್ದರು. ಅಲ್ಲಿಂದಲೂ ಮತ್ತು ಅದಕ್ಕೆ ಉತ್ತರವಾಗಿ ಒಂದೆರಡು ಮೈಲಿ ದೂರದಿಂದಲೂ ಫಿರಂಗಿ ಗುಂಡುಗಳ ಸ್ಫೋಟ ಕೇಳಿಸುತ್ತಿತ್ತು.

ಮೂರು ವಿಮಾನಗಳು ಅಪಾಯಕಾರಿ ಕೆಳಮಟ್ಟದಲ್ಲಿ ನಮ್ಮ ಮೇಲೆ ಭೋರ್ಗರೆಯುತ್ತ ಹಾರಿಹೋದವು. ನಾನೂ ಲೀನಾಳೂ ಬೆದರಿ ಒಂದು ಗುಣಿಯೊಳಕ್ಕೆ ಧುಮುಕಿದೆವು. ಅಲ್ಲಿ ಒಬ್ಬ ಚೀನಿ ರಾಯಭಾರ ಅಧಿಕಾರಿಯೂ ಅವನ ಕುಟುಂಬದವರೂ ಮುದುಡಿ ಕುಳಿತಿದ್ದರು. ನಾವು ಬಂದುವರಿಂದ ಇನ್ನಷ್ಟು ಇಕ್ಕಟ್ಟಾಯಿತೆಂದು ಅವರು ಗೊಣಗಿದರು. ಇನ್ನೊಂದು ಗುಣಿಗೆ ಓಡಿದ್ದ ಅಮ್ಮ ಒಡನೆಯೇ ಕೂಗಾಡುತ್ತ ವಾಪಸು ಓಡಿಬಂದಳು; ಆ ಗುಣಿಯಲ್ಲಿದ್ದ ಒಬ್ಬ ಮನುಷ್ಯನ ಮುಖದ ಅರ್ಧ ಭಾಗ ಗುಂಡಿನೇಟಿನಿಂದ ಹಾರಿಹೋಗಿತ್ತು. ಈ ಆಶ್ರಯಸ್ಥಳದಾಚೆಯಿಂದ 'ದಯವಿಟ್ಟು ಬಿಟ್ಟು ಹೋಗಬೇಡಿ...' ಎಂದು ಬೋನಿ ಮೊರೆಯಿಡುತ್ತಿದ್ದುದು ನಮಗೆ ಕೇಳಿಸುತ್ತಿತ್ತು... ನಾವು ಬೇರೆ ಬೇರೆ ಕಡೆ ಚದರಿಹೋಗಿದ್ದೆವು.

ಆದರೆ ಆಮೇಲೆ ನಾವು ಹೇಗೋ ಮತ್ತೆ ಒಂದುಗೂಡಿದೆವು. ಉತ್ತರದ ಕಡೆಯಿಂದ ಬರುತ್ತಿದ್ದ ಗುಂಡಿನ ದಾಳಿಯಿಂದ ತಪ್ಪಿಸಿಕೊಳ್ಳಲು ದಕ್ಷಿಣಕ್ಕೆ ಪಾಸಿಗ್‌ಗೆ ಹೋಗೋಣವೆಂದು ಅಪ್ಪ ಸೂಚಿಸಿದ. ಅವನೂ ರಾವುಲನೂ ಮತ್ತೆ ಬೋನಿಯನ್ನು ಹೊತ್ತು ನಡೆದರು. ಈ ಓಡಾಟದಲ್ಲಿ ಎಲ್ಲೋ ಪಾದರಕ್ಷೆಗಳನ್ನು ಕಳೆದುಕೊಂಡಿದ್ದ ನಾನು ಬರಿಗಾಲಿನಲ್ಲಿ ನಡೆದಿದ್ದೆ; ನನ್ನ ಮೆಚ್ಚಿನ ಉಡುಪನ್ನೂ ಮರೆತಿದ್ದೆ. ನಮ್ಮ ಸುತ್ತ ಸಿಡಿಗುಂಡುಗಳು ಬಿದ್ದಾಗ ನೆಲದ ಮೇಲೆ ಮಲಗಿ ಕಿವಿಗಳನ್ನು ಮುಚ್ಚಿಕೊಳ್ಳುತ್ತಿದ್ದೆವು. ಆದರೂ ದಾಳಿಯಿಂದ ಗಾಯಗೊಂಡ ಜನರ ಗೋಳಾಟದ ದನಿಗಳು ಕೇಳಿಸುತ್ತಲೇ ಇದ್ದವು. ಇಂಥ ಒಂದು ಗುಂಡಿನ ದಾಳಿ ನಿಂತು ನಾವು ಆಶ್ರಯದ ಗುಣಿಯಿಂದ ಹೊರಬಂದಾಗ ಬೋನಿ ಕಾಣದಾಗಿದ್ದ; ಅವನು ತೆವಳಿಕೊಂಡು ಹೆದ್ದಾರಿಯತ್ತ ಸಾಗಿದ್ದನೆಂದು ಯಾರೋ ಹೇಳಿದರು.

ಪಾಸಿಗ್‌ಗೆ ಹೋಗುತ್ತ ದಾರಿಯಲ್ಲಿ ಒಮ್ಮೆ ಅವೆಲ್ಲಾನಾ ಕುಟುಂಬದ ಮನೆಯಲ್ಲಿ ನಾವು ರಕ್ಷಣೆ ಪಡೆದೆವು. ಮಲಾಟೆಯಲ್ಲಿ ಅಳಿದುಳಿದಿದ್ದ ಕಟ್ಟಡ ಅದೊಂದೇ. ಜಜ್ಜಿಹೋಗಿದ್ದ ಕಾರೊಂದರಲ್ಲಿ ಬರುತ್ತಿದ್ದ ಜಪಾನೀಯರು ನಮ್ಮತ್ತ ಗುಂಡು ಹಾರಿಸತೊಡಗಿದರು. ನಾವು ಕಟ್ಟಡದಲ್ಲಿ ಬೀಳದೆ ನಿಂತಿದ್ದ ಗೋಡೆಗಳ ಹಿಂದಕ್ಕೆ ಧಾವಿಸಿದೆವು. ಅಲ್ಲೆಲ್ಲ ಗಾಯಗೊಂಡ ಮತ್ತು ಸತ್ತ ಜನ ಬಿದ್ದಿದ್ದರು. ಈ ಎಲ್ಲ ಕ್ಷೋಭೆಯ ನಡುವೆ ಶಾಂತನಾಗಿದ್ದವನು ರಾವುಲ್. ಅವನು ಅಮ್ಮನ ಕೈಯಿಂದ ತೆಗೆದುಕೊಂಡಿದ್ದ ಡಬರಿಯಲ್ಲಿನ ಅನ್ನ ಆತ ನೆಲಕ್ಕೆ ಬಿದ್ದಾಗೆಲ್ಲ ಚೆಲ್ಲಿಹೋಗುತ್ತಿತ್ತು; ಮತ್ತೆ ಅದನ್ನೆತ್ತಿ ಪಾತ್ರೆಗೆ ಹಾಕುತ್ತಿದ್ದ.

ನಾವು ಮನೆಯಲ್ಲಿನ ನೆಲಮಾಳಿಗೆ ತಲಪಿದೆವು. ಅದೂ ದಾಳಿಗೀಡಾಗಿ ಭಗ್ನವಾಗಿತ್ತು. ಅಲ್ಲಿ ವಿಹ್ವಲರಾದ ಸ್ಪಾನಿಷ್ – ಫಿಲಿಪ್ಪಿನೊ ಮಿಶ್ರ ಸಂತತಿಯ ಜನರ ಗುಂಪೊಂದು. ಅಲ್ಲಿದ್ದ ಶ್ರೀಮತಿ ಬಾಂದಾನಾಳ ಮಗಳು (ಲೀನಾಳ ಸ್ನೇಹಿತೆ) ಈ ಸ್ಥಳದ ಮೇಲೆ ಎಡೆಬಿಡದೆ ಮೆಷಿನ್‌ಗನ್ ದಾಳಿ ನಡೆದಿತ್ತೆಂದು ಹೇಳಿ ತನ್ನ ಮನೆಯವರಿದ್ದ ಹತ್ತಿರದ ಕಾಂಕ್ರೀಟ್ ಗ್ಯಾರೇಜೊಂದಕ್ಕೆ ಹೋಗೋಣವೆಂದು ಸೂಚಿಸಿದಳು. ಅವರಿಬ್ಬರೂ ಹೊರಟರು; ಏನಾದರೂ ಆಗಲೆಂದು ನಾವು ಹಿಂದೆಯೇ ಉಳಿದೆವು. ಸ್ವಲ್ಪ ನೀರು ಕುಡಿದೆವಾದರೂ ಯಾರೂ ಏನನ್ನೂ ತಿನ್ನಲಾಗಲಿಲ್ಲ. ಈಡನ್‌ಳ ಮೊಲೆ ಚೀಪುತ್ತಿದ್ದ ಮಗು ರಕ್ತ ಹೀರುತ್ತಿತ್ತು; ಅವಳ ಕಣ್ಣೀರು ಮಗುವಿನ ಮುಖದ ಮೇಲೆ ಉದುರುತ್ತಿತ್ತು. ಕೆಲವು ಕ್ಷಣಗಳ ತರುವಾಯ ಲೀನಾ ಹಿಂದೆ ಬಂದಳು – ಒಂಟಿಯಾಗಿ. ಅವಳಿಗೆ ಹುಚ್ಚು ಹಿಡಿದಂತಾಗಿತ್ತು. ಅವಳು ಮತ್ತು ಅವಳ ಸ್ನೇಹಿತೆ ಆಶ್ರಯ ಪಡೆದಿದ್ದ ಗ್ಯಾರೇಜಿನ ಮೇಲೆ ಬಾಂಬು ಬಿದ್ದು, ತನ್ನ ಸ್ನೇಹಿತೆಯ ಸಮೇತ ಇಡೀ ಬಾಂದಾನಾ ಕುಟುಂಬ ಅವಳ ಕಣ್ಣೆದುರಿಗೇ ನಾಶವಾಗಿತ್ತು.

ದಿಕ್ಕು ತೋಚದೆ ನಾವು ಓಡಹತ್ತಿದೆವು. ಒಂದು ಎತ್ತರದ ಕಾಂಕ್ರೀಟ್ ಗೋಡೆ ಕಂಡಿತು; ಅದರ ಹಿಂದೆ ನೆಲದ ಮೇಲೆ ಕಬ್ಬಿಣದ ತಗಡುಗಳು ಕೆಲವು ಬಿದ್ದಿದ್ದವು. ಜಾಗವೇನೋ ಒಳ್ಳೆಯ ಆಶ್ರಯವೇ. ಆದರೆ ಯಾರಾದರೂ ಎರಡು ಹೆಜ್ಜೆ ನಡೆದರೆ ತಗಡಿನ ಮೇಲೆ ಪರಪರ ಶಬ್ದವಾಗಿ ನಾವಿರುವ ಸ್ಥಳ ಪತ್ತೆಯಾಗಿಬಿಡಬಹುದಾಗಿತ್ತು. ಉಳಿದಿದ್ದ ಕೆಲವೇ ಜಪಾನೀ ಸೈನಿಕರು ಹತಾಶರಾಗಿದ್ದರು. ಅವರು ತಮ್ಮ ಬಂದೂಕುಗಳ ತಿವಿಗತ್ತಿಗಳನ್ನು ಹಿರಿದು, ಮುರಿದುಬಿದ್ದ ಕಟ್ಟಡಗಳ ನಡುವೆ ಯಾರಾದರೂ ಇರುವರೇನೋ ಎಂದು ಹುಡುಕುತ್ತ ನಡೆದಿದ್ದರು; ರಾವುಲ್ ತಲೆಯನ್ನು ಕೈಗಳ ನಡುವೆಯಿಟ್ಟು ನಿದ್ರಿಸುತ್ತಿದ್ದ. ಜಪಾನಿ ಸೈನಿಕನೊಬ್ಬ ಹತ್ತಿರದಲ್ಲೇ ನಡೆದಿದ್ದು ಅವನ ಮೊಳೆ ಹೊಡೆದ ಬೂಟುಗಳ ಸಪ್ಪಳ ಗಟ್ಟಿಯಾಗಿ ಕೇಳಿಬಂದಿತು. ಅಷ್ಟರಲ್ಲಿ ಈಡನ್‌ಳ ಮಗು ಅಳಲಾರಂಭಿಸಿತು. ಅವಳು ಅದಕ್ಕೆ ಮೊಲೆಯುಣಿಸಹೋದಳು, ಆದರೆ ಅದು ಮಗುವಿಗೆ ಬೇಡವಾಯಿತು, ಮೊಲೆಯಲ್ಲಿ ಹಾಲಿದ್ದರೆ ತಾನೇ! "ಮಗುವನ್ನು ಸುಮ್ಮನಾಗಿಸೇ!" ಎಂದು ಅಮ್ಮ ಪಿಸುಗುಟಿದಳು. ಸೈನಿಕನ ನಡಿಗೆ ಸಪ್ಪಳ ಈಗ ಅಸ್ಪಷ್ಟವಾಗುತ್ತ ಬಂದು ಕೊನೆಗೆ ನಿಂತುಹೋಯಿತು. ಅನಂತರ ಬಂದೂಕಿನ ಅಗಳಿ ತೆಗೆದ ಶಬ್ದ. ಮತ್ತೆ ನಡಿಗೆಯ ಶಬ್ದ ನಾವಿದ್ದ ಸ್ಥಳಕ್ಕೆ ಹತ್ತಿರದಲ್ಲೇ ಕೇಳಿಬಂದಿತು. ಮಗು ಗಟ್ಟಿಯಾಗಿ ಅಳಹತ್ತಿತ್ತು. ಬಾಟಲಿಯಿಂದ ಒಂದೇಟು ಕೊಡಿ ಎಂದು ಯಾರೋ ಅಂದಾಗ ಬಾಟಲಿ ಅಪ್ಪನ ಕೈಗೆ ಹೋಯಿತು. ಹೊಡೆಯಲು ಕೈಯೆತ್ತಿದವನು ಶಕ್ತಿಯೇ ಉಡುಗಿದಂತಾಗಿ ಕೈಯನ್ನು ಮೆಲ್ಲಗೆ ಕೆಳಗಿಳಿಸಿದ. ಅವನದು ಹೆಂಗರುಳು. ಅನಂತರ ಮಗುವಿನ ಪುಟ್ಟ ಕತ್ತನ್ನು ಹಿಚುಕಲು ಪ್ರಯತ್ನಿಸಿದಾಗ ಅವನ ಬೆರಳುಗಳಲ್ಲೂ

ಶಕ್ತಿಯೇ ಇಲ್ಲದಾಯಿತು. ಸೈನಿಕ ಬಹು ಹತ್ತಿರವೇ ಬಂದಿದ್ದ. ಆಗ ಅದೃಷ್ಟವಶಾತ್ ಮಗು ಒಂದು ನಿಮಿಷ ಸುಮ್ಮನಾಯಿತು.

ಹೆಜ್ಜೆ ಸಪ್ಪಳ ದೂರವಾಗುವತನಕ ನಾವು ಮಾತನಾಡಲು ಸಾಧ್ಯವಿರಲಿಲ್ಲ. ತರುವಾಯ ಈಡನ್‌ಳೊಡನೆ ಅಪ್ಪ ಹೇಳಿದ:

"ಈಡನ್, ನೀನು ಮಗೂನ ಎತ್ತಿಕೊಂಡು ಹೊರಟುಹೋಗು, ನಮ್ಮನ್ನೂ ಕಾಪಾಡು. ನೀನೂ ಎಲ್ಲಾದರೂ ಸುರಕ್ಷಿತವಾಗಿರಲು ನೋಡು."

ಈಡನ್ ನಿಧಾನವಾಗಿ ಹೆಜ್ಜೆಯಿಡುತ್ತ ಹೊರಕ್ಕೆ ನಡೆದವಳು ಮರುಕ್ಷಣವೇ ಹಿಂದೆ ಬಂದು ಮಗುವನ್ನು ಬಲಿಪಶುವಿನಂತೆ ಅಪ್ಪನ ಕೈಗೆ ಕೊಟ್ಟಳು. ಜಪಾನಿಗಳು ವಾಪಸು ಬರುತ್ತಿದ್ದರು. ಲೀನಾ ಶಪಿಸುತ್ತ ಕೆಲ ನಿಮಿಷ ಅಡ್ಡಾಡುತ್ತಿದ್ದು, "ಹಾಂ! ಹೊಳೆಯಿತು! ಎಲ್ಲಿ, ನಾನು–" ಎಂದು ಉದ್ಗರಿಸಿದಳು. ನನ್ನ ಹತ್ತಿರವಿದ್ದ ದಿಂಬನ್ನು ಎತ್ತಿಕೊಂಡು ಮಗುವಿನ ಮುಖದ ಮೇಲೆ ಹಾಕಿ ಲಟ್ಟನೆ ಅದಮಿ ಕುಳಿತಳು. ಅಮ್ಮ ಮೂಕಳಾಗಿ ನೆಲದತ್ತ ದೃಷ್ಟಿ ನೆಟ್ಟು ಕುಳಿತಳು. ದಿಂಬಿನಡಿಯಿಂದ ಒಂದು ಚಿಕ್ಕ ಒದ್ದಾಟ ಮತ್ತು ತಕ್ಷಣ ಅಡಗಿದ ಒಂದು ಸಣ್ಣ ರೋದನ ಧ್ವನಿ. ನಿಧಾನವಾಗಿ ಲೀನಾ ಮೇಲೆದ್ದು ಉಗುರು ಕಚ್ಚುತ್ತ ಹೋ ಎಂದು ಉನ್ಮಾದದಿಂದ ಅಳತೊಡಗಿದಳು. ಅಪ್ಪ ಅವಳ ಕೆನ್ನೆಗೆ ಬಾರಿಸಿ ಅವಳನ್ನು ಸುಮ್ಮನಾಗಿಸಿದ. ಸತ್ತ ಮಗುವನ್ನು ಎತ್ತಿಕೊಂಡು ಈಡನ್ ತೂಗಿ ನಿದ್ರೆ ಮಾಡಿಸತೊಡಗಿದಳು.

ಬಳಲಿಕೆಯಿಂದ ನಾವೆಲ್ಲ ಮಲಗಿದೆವು. ಹೊರಗೆ ಹೆಜ್ಜೆ ಸಪ್ಪಳ ಕೇಳಿಸದಾಯಿತು. ಆಕಾಶದಲ್ಲಿ ಚಂದ್ರ ಮೇಲೇರಿದ್ದ. ಇನ್ನೊಂದು ಸಮಯ ಬರುತ್ತದೆಂಬ ಭರವಸೆ ನೀಡುವಂತೆ, ನಮಗೆ ತಪ್ಪಿಸಿಕೊಳ್ಳಲು ಸಾದ್ಯವಿದೆ ಎಂಬಂತೆ ಪ್ರಕಾಶಮಾನವಾಗಿದ್ದ. ಅದೇ ಸಮಯಕ್ಕೆ ಮರದ ಗಾಡಿಯೊಂದರಲ್ಲಿ ಪಾತ್ರೆ ಪಡಗ, ಚಾಪೆಗಳು, ಬಟ್ಟೆಗಂಟುಗಳು ಮೊದಲಾದವನ್ನು ತುಂಬಿಕೊಂಡು ಕೆಲ ಜನರ ಗುಂಪೊಂದು ನಮ್ಮತ್ತ ಬರುತ್ತಿತ್ತು. ಅಮೆರಿಕನ್ನರು ಬಂದಿದ್ದಾರೆ. ಸಾಂಟಾಕ್ರುಜ್ ಸೇತುವೆಯ ಬಳಿ ಇದ್ದಾರೆ ಎಂದು ಗುಂಪಿನ ಯಜಮಾನ ನಮಗೆ ತಿಳಿಸಿದ. ಅಪ್ಪ ನಮ್ಮ ತಂಡದ ತಲೆಗಳನ್ನೆಣಿಸಿದ. ಬೋನಿ ಇಲ್ಲ, ಸಾಲೊಮನ್ ಇಲ್ಲ, ಈಡನ್ ಎಲ್ಲೋ ಗೊತ್ತಿಲ್ಲ. ಹಿಂದಿರುಗಿ ನಾವು ಬಂದ ಹಾದಿಯತ್ತ ದೃಷ್ಟಿ ಹಾಯಿಸಿದೆವು. ಸ್ವಲ್ಪ ದೂರದಲ್ಲಿ ಭಗ್ನಗೊಂಡಿದ್ದ ಮನೆಗಳ ಅವಶೇಷಗಳ ನಡುವೆ ಒಂಟಿ ವ್ಯಕ್ತಿಯೊಂದು ನೆಲ ಕೆದಕುತ್ತಿದ್ದುದು ಕಾಣಿಸಿತು.

"ಮಗುವನ್ನು ಹೂಳಿ ಬರಲು ಹೋಗಿದ್ದಾಳೇಂತ ಕಾಣ್ತದೆ" ಅಂದಳು ಅಮ್ಮ.

"ಸರಿ, ಹಾಗಾದರೆ ನಾವಿನ್ನು ಹೊರಡೋಣ. ಅವಳು ಬಂದು ನಮ್ಮನ್ನು ಕೂಡಿಕೊಳ್ತಾಳೆ, ಬನ್ನಿ" ಎಂದು ಅಪ್ಪ ಹೇಳಿದ. ○

○ ಇಬ್ರಾಹಿಂ ಎ. ಚುಬೇಯ್‌ರಾ

ಪಂಜರದ ಪಕ್ಷಿ

ತಾನೊಂದು ಹಕ್ಕಿಯನ್ನು ಸಾಕಬೇಕೆಂಬ ಉತ್ಕಟ ಆಸೆ ಇದ್ದಕ್ಕಿದ್ದ ಹಾಗೇ ಅವಳನ್ನು ಕಾಡಿತು. ಒಂದು ದಿನ ರಾತ್ರಿ ಊಟವಾದ ಮೇಲೆ ಅವಳು ಈ ವಿಷಯ ಎತ್ತಿದಾಗ ಅವನಿಗೆ ಮಾತಾಡಲು ತೋಚದಾಯಿತು. ಅವಳ ಜೀವನದಲ್ಲಿ ಯಾವತ್ತೂ ಹೀಗೆ ಹಠಾತ್ತನೆ ಅವಳು ಏನನ್ನೂ ಕೇಳಿರಲಿಲ್ಲ. ಬಳಲಿದ್ದ ಅವನು ಆರಾಮವಾಗಿ ಹಾಸಿಗೆಯಲ್ಲಿ ಬಿದ್ದುಕೊಳ್ಳಲು ಬಯಸಿದ್ದರೂ ಹೆಂಡತಿಯ ಮಾತನ್ನು ಕೇಳಲು ನಿಂತ.

"ಒಂದು ಗಿಣಿ ಬೇಕೇನು ?"

ಅವಳು ತಿರಸ್ಕಾರದಿಂದ ಉದ್ಗರಿಸಿದಳು:

"ಗಿಣೀನಾ ! ಪ್ರಪಂಚದಲ್ಲಿರೋ ಪಕ್ಷಿಗಳಲ್ಲೆಲ್ಲ ಗಿಣಿಯನ್ನು ಕಂಡರೆ ನನಗಾಗೋದಿಲ್ಲ. ಹಳೆಯ ಕಾಲದ ಜೇಡನ ಬಲೆಯಿದ್ದ ಮನೆಗಳಲ್ಲಿ ಕಾಲ ಕಳೆಯುವ ಡೊಂಕು ಮೂಗಿನ ಅವಿವಾಹಿತ ಹೆಂಗಸರ ಹಾಗೆ ಅವು ಭಯಂಕರವಾಗಿ ಕಾಣ್ತವೆ. ಗಿಣಿಗಳನ್ನು ನೋಡಿದರೇ ನನಗೆ ದೆವ್ವ ಬಡಿದಂತಾಗ್ತದೆ. ಅವು ಕಚ್ಚುತ್ತವೆ, ವಟಗುಟ್ತವೆ, ಮಾತಾಡ್ತವೆ – ಅಪಾಯಕಾರಿ ಪಕ್ಷಿಗಳು. ಮನೇಲಿ ಸಾಕಲು ಲಾಯಕ್ಕಲ್ಲ. ಇನ್ನೊಂದು ವಿಷಯ, ಗಿಣಿಗಳು ರಹಸ್ಯಗಳನ್ನೂ ಒರಗೆಡಹ್ತವೆ. ಜನರನ್ನು ಅಣಕಿಸ್ತವೆ. ಗಿಣಿ ನನ್ನನ್ನು ಅಣಕಿಸೋದು ನನಗೆ ಸಹಿಸೋದಿಲ್ಲಪ್ಪ."

ಪಾರಿವಾಳ ತರೋಣವೆಂದದ್ದಕ್ಕೂ ಅವಳು ಒಪ್ಪಲಿಲ್ಲ:

"ಅದನ್ನು ನೋಡಿದರೆ ಹಗಲಲ್ಲೇ ದೆವ್ವವನ್ನು ಕಂಡಂತಾಗ್ತದೆ. ಅವು ಮಾಡುವ ವಿಚಿತ್ರ, ದುಃಖಕರ ದನಿಗಳನ್ನು ಕೇಳಿದರೆ ಸ್ಮಶಾನದಲ್ಲಿ ಯಾರದಾದರೂ ಕೊಲೆಯಾಗ್ತಿದೆಯೇನೊ ಅನಿಸ್ತದೆ."

ಪತಿಯ ಸಹನೆ ಕಳೆಯುತ್ತ ಬಂದಿತ್ತು.

ಕೊನೆಗೆ ಒಂದು ಹೆಣ್ಣು ಓರಿಯೋಲ್ ಹಕ್ಕಿ* ಆಗಬಹುದೆಂದು ಒಪ್ಪಿ, ಅವಳು ಒಂದು ಬೆಳಗ್ಗೆ ಗಂಡನಿಗೆ ಈ ಕುರಿತು ನೆನಪು ಮಾಡಿದಳು. ಅಂದೇ ಮಧ್ಯಾಹ್ನ ಮನೆಗೆ ಬರುವಾಗ ಒಂದು ಸೊಗಸಾದ ಹಳದಿ ಬಣ್ಣದ ಓರಿಯೋಲ್

---

* ಸಾಧಾರಣವಾಗಿ ಕಪ್ಪು ಕೊಕ್ಕಿನ ಬಂಗಾರ ಬಣ್ಣದ ಮೈಯ ಪುಟ್ಟ ಹಕ್ಕಿ.

ಹಕ್ಕಿಯಿದ್ದ ಪಂಜರವೊಂದನ್ನು ಆತ ಹಿಡಿದು ತಂದ. ಊಟದ ಕೋಣೆಯಲ್ಲಿ ತೆರೆದ ಕಿಟಕಿಯೊಂದರ ಬಳಿ ಅದನ್ನು ತೂಗಿಹಾಕಿದರು.

ಈ ಹಕ್ಕಿ ಹರ್ಷದಾಯಕವಾಗಿ ಪರಿಣಮಿಸಿತು. ಅವನ ಹೆಂಡತಿ ಅದು ರೆಕ್ಕೆ ಬಡಿದುಕೊಂಡು ನುಣ್ಣಗೆ ಸ್ವಚ್ಛಗೊಳಿಸಿಕೊಳ್ಳುವುದನ್ನು ನೋಡಿದರೇನೇ ಆನಂದಭರಿತಳಾಗುತ್ತಿದ್ದಳು. ಅದಕ್ಕೆ ಬಾಳೆಹಣ್ಣಿನ ಚೂರನ್ನು ಹಾಕಿದಾಗ ಹಕ್ಕಿ ಅತ್ತಿತ್ತ ಕತ್ತು ತಿರುಗಿಸುತ್ತ ಸಂತಸದಿಂದ ಅದನ್ನು ನೋಡಿ ಕೊಕ್ಕಿನಿಂದ ಸೂಕ್ಷ್ಮವಾಗಿ ಚುಚ್ಚಿ ತಿನ್ನುತ್ತಿತ್ತು. ಬೇರೆ ಪೂರ್ತಿ ಊಟವಿಟ್ಟಾಗ ಹಾರುತ್ತ ಉಗುರುಗಳಿಂದ ಚುಚ್ಚುತ್ತ, ಉದ್ವೇಗದಿಂದ ಜಿಗಿದಾಡುತ್ತಿತ್ತು. ಹಕ್ಕಿಯ ಈ ಜಿಗಿದಾಟವನ್ನು ನೋಡುತ್ತ ಕುಳಿತ ಅವಳಿಗೆ ಸಮಯ ಹೋದುದೇ ಗೊತ್ತಾಗುತ್ತಿರಲಿಲ್ಲ. ಈ ಹಕ್ಕಿ ಬಂದುದರಿಂದ ತನಗೆ ಬಹಳ ಒಳ್ಳೆಯದಾಗಿದೆಯೆಂದು ಅವಳಿಗೆ ಗೊತ್ತಿತ್ತು. ಸಣ್ಣಪುಟ್ಟ ವಿಷಯಗಳಿಗೆಲ್ಲ ತಾನು ಸಹನೆ ಕಳೆದುಕೊಳ್ಳುವುದು ಈಗ ತಪ್ಪಿತ್ತು. ಬರಬರುತ್ತ ಕುಟುಂಬದಲ್ಲಿ ಹಕ್ಕಿಯೂ ಒಬ್ಬನಾಯಿತು.

ಒಂದು ದಿನ ಬೆಳಗ್ಗೆ "ಜಾಸ್ಮಿನ್‌ಗೆ ಊಟ ಹಾಕಿದೆಯಾ ?" ಎಂದು ಅವಳು ಕೇಳಿದಾಗ ಗಂಡ ಚಕಿತನಾಗಿ ಎಚ್ಚತ್ತ. ಇದಾರು ಜಾಸ್ಮಿನ್ ? ಹಾಂ, ಆ ಓರಿಯೋಲ್ ಹಕ್ಕಿ. ಪಕ್ಷಿಗೆ ಮನುಷ್ಯ ಹೆಸರನ್ನು ಏಕಿಡಬೇಕು ಎಂಬ ಯೋಚನೆ ಅವನಿಗೆ ಬಂದಿತು. ಹೆಸರಿಡುವುದಕ್ಕೆ ಮುಂಚೆ ತನ್ನನ್ನು ಒಂದು ಮಾತು ಕೇಳಬೇಡವೆ ? 'ಜಾಸ್ಮಿನ್' ಎಂಬ ಹೆಸರು ಉಲಿದಾಗ ಅವಳ ದನಿ ರೇಷಿಮೆಯಂತಿತ್ತು. ಇದೇನೋ ಗಂಭೀರ ವಿಷಯವಿರಬೇಕೆಂದು ಅವನಿಗನ್ನಿಸಿತು.

ಅಂದಿನಿಂದ ಅವನಿಗೆ ಬೆಳಗಿನ ಹೊತ್ತು ಒಳ್ಳೇ ಅರಿಷ್ಟವಾಗಿಬಿಟ್ಟಿತು. ಬೆಳಗ್ಗೆ ಭಯದೊಂದಿಗೇ ಆತ ಕಣ್ದೆರೆಯುತ್ತಿದ್ದ. ಹೆಂಡತಿಯಿಂದ ಒಂದಲ್ಲ ಒಂದು ಪ್ರಶ್ನೆ: "ಜಾಸ್ಮಿನ್‌ಗೆ ಊಟ ಹಾಕಿದೆಯಾ ?" "ಜಾಸ್ಮಿನ್‌ಗೆ ಕುಡಿಯಲು ನೀರಿಟ್ಟಿದೀಯಾ ?" "ಜಾಸ್ಮಿನ್ ಪಂಜರ ತೊಳೀಬೇಕಲ್ವಾ ?" "ಯಾರಾದರೂ ಸಂಗಾತಿ ಬೇಕು ಅಂತ ಜಾಸ್ಮಿನ್ ಬಯಸಿದ್ದುಂಟೇ ?" ಹೆಂಡತಿ ಹೀಗೆಂದಾಗಲೆಲ್ಲ ಅವನಿಗೆ ಚೇಳು ಕುಟುಕಿದಂತಾಗುತ್ತಿತ್ತು.

ಅವರಿಗೆ ಮದುವೆಯಾಗಿ ಹತ್ತು ವರ್ಷವಾಗಿತ್ತು. ಇಷ್ಟು ದಿನ, ಅವರು ಸಂತೃಪ್ತಿಯಿಂದ ಬಾಳುವೆ ನಡೆಸಿದ್ದರು, ನಿಜ. ಆಗಾಗ್ಗೆ ಏತಕ್ಕಾದರೂ ವಾದ ಮಾಡುತ್ತಿದ್ದುದುಂಟು. ಆದರೆ ಗಂಡಹೆಂಡಿರ ನಡುವೆ ಅದು ಸಹಜ ತಾನೇ ? ಅವನು ಊರಲ್ಲಿ ಕೃಷಿ ವಿಸ್ತರಣ ಕಚೇರಿಯೊಂದರಲ್ಲಿ ಗುಮಾಸ್ತನಾಗಿದ್ದ. ಅವರಿಗೆ ಇನ್ನೂ ಮಕ್ಕಳಾಗಿರಲಿಲ್ಲ. ಆದರೆ ಮನೆಗೆಲಸವೂ ಬೇಸರ ಹುಟ್ಟಿಸಬಹುದಲ್ಲ. ಕಳೆದ ಹತ್ತು ವರ್ಷಗಳಿಂದ ಅವಳು ಯಾವುದಕ್ಕೂ ಹಾತೊರೆದಿರಲಿಲ್ಲ – ಹಕ್ಕಿಯ ಈ ಗೀಳು ಅವಳನ್ನು ಹಿಡಿಯುವತನಕ. ಆದರೆ ಈಗ ಅವಳಿಗೆ ಅದು ಸಿಕ್ಕಿದುದರಿಂದ ತಮ್ಮ ಸಂಸಾರದ ಬದುಕಿಗೆ ಇನ್ನು ಏನೋ ಆತಂಕ ಕಾದಿದೆಯೆಂದು ಅವನಿಗೆ ಸಂದೇಹ ಮೂಡತೊಡಗಿತು. ಈ ಓರಿಯೋಲ್ ಹಕ್ಕಿಯ ಪರಿಣಾಮ ತಮ್ಮ ಕುಟುಂಬ ಜೀವನದ ಮೇಲೆ ಅಲ್ಲದೆ ತನ್ನ ಕಚೇರಿ ಕೆಲಸದ ಮೇಲೂ ಆಗಬಹುದೆನ್ನಿಸಿತು. ಈಗಾಗಲೇ ಅವನು ಕಚೇರಿಯಲ್ಲಿದ್ದಾಗ ಅನ್ಯಮನಸ್ಕನಾಗಿರುತ್ತಿದ್ದ. ಸಂಗಡಿಗ ನೌಕರರೆಲ್ಲ ಈ ಕುರಿತು ಅವನ ಹಿಂದಿನಿಂದ ಮಾತಾಡಿಕೊಳ್ಳತೊಡಗಿದ್ದರು.

"ನಿನಗೊಂದು ಸಂಗತಿ ಗೊತ್ತಾ ?"

"ಯಾವ ಸಂಗತಿ ?"

"ಫರ್ನಾಂಡೀಸ್ ವಿಷಯ."

"ಏನದು ?"

"ಕೃಷಿ ಪರಿವೀಕ್ಷಣೆ ವಿಷಯದ ಅವನ ವರದಿ ನೋಡಿದೆ, ತಮಾಷೆಯಾಗಿದೆ."

"ಯಾಕೆ ?"

"ಅದರ ಒಂದೊಂದು ಪುಟದಲ್ಲೂ ಒಂದು ಸಣ್ಣ ಹಕ್ಕಿಯ ಚಿತ್ರವಿದೆ."

"ಹೌದೇನು ?"

" 'ಅಷ್ಟೇ ಅಲ್ಲ; 'ಜಾಸ್ಮಿನ್‌ಳನ್ನು ಮರೆಯಬೇಡಿ', 'ಅಯ್ಯೋ ಜಾಸ್ಮಿನ್ ನೀನು ಏಕಾದರೂ ಬಂದೆ ?' ಎಂಬಂಥ ವಿಚಿತ್ರ ಮಾತುಗಳೂ ಇವೆ. ನಿಜವಾಗಿ ಮೂರ್ಖತನ!"

"ಯಾರು ಈ ಜಾಸ್ಮಿನ್ ?"

"ನನಗಂತೂ ಗೊತ್ತಿಲ್ಲಪ್ಪ."

ಅವನು ಕಚೇರಿಗೆ ಬಂದೊಡನೆ ಅವನ ಸಹೋದ್ಯೋಗಿಗಳು ತಮ್ಮ ತಮ್ಮಲ್ಲೇ ನಗುತ್ತಿದ್ದರು. ಅವನು ಅವರ ಕಡೆ ನೋಡಿದಾಗ ಲಗುಬಗನೆ ಟೈಪ್ ರೈಟರುಗಳ ಮೇಲೆ ಕೈಯಾಡಿಸುತ್ತ ಕೆಲಸದಲ್ಲಿ ಮಗ್ನರಾದಂತೆ ನಟಿಸುತ್ತಿದ್ದರು. ಇಡೀ ವಾತಾವರಣವೇ ಅವನಿಗೆ ಜಿಗುಪ್ಸೆ ಹುಟ್ಟಿಸುವಂತಿತ್ತು. ಆದರೂ ಅವನು ತಾಳ್ಮೆಗೆಡದೆ ದಿನ ಕಳೆದ.

ಊರಿನ ಹೊರವಲಯದಲ್ಲಿ ಒಂದು ಸಣ್ಣ ಮನೆಯಲ್ಲಿ ಅವರ ವಾಸ. ಕಿರಿದಾದ ಜಲ್ಲಿ ಹಾದಿಯಲ್ಲಿ ನಡೆದು ಮನೆ ಬಾಗಿಲು ತಲಪಬೇಕಾಗಿತ್ತು. ಬಾಗಿಲ ಮೇಲೆ ಸೊಂಪಾಗಿ ಬಳ್ಳಿಗಳು ಬೆಳೆದಿದ್ದವು. ಗಾಳಿ ಬೀಸಿದಾಗ ಈ ಬಳ್ಳಿಗಳ ಎಲೆಗಳ ನೆರಳುಗಳು ನಾಟ್ಯ ವಾಡುತ್ತಿದ್ದವು. ಯಾವಾಗಲಾದರೊಮ್ಮೆ ಆ ಮಾರ್ಗವಾಗಿ ಹಾದುಹೋಗುತ್ತಿದ್ದ ವಾಹನಗಳ ಶಬ್ದ ಬಿಟ್ಟರೆ ಅಲ್ಲಿ ಸಾಮಾನ್ಯವಾಗಿ ಸ್ಮಶಾನಮೌನ ಆವರಿಸಿರುತ್ತಿತ್ತು. ಎಷ್ಟೋ ವರ್ಷದಿಂದ ಅವಳದು ಒಂಟಿ ಜೀವನವಾಗಿತ್ತು. ಈಗ ಈ ಪಂಜರದ ಪಕ್ಷಿ ಬಂದ ಮೇಲೆ ಆ ಏಕಾಕಿತನ ತಪ್ಪಿತ್ತು. ಸದಾ ಚಿಲಿಪಿಲಿಗುಟ್ಟುತ್ತಿದ್ದ ಅದರ ದನಿ ಅವಳಲ್ಲಿ ಒಂದು ರೀತಿಯ ಕಂಪನವುಂಟು ಮಾಡುತ್ತಿತ್ತು. ರಾತ್ರಿ ನಿದ್ರೆಯಲ್ಲೂ ಆ ಪುಟ್ಟ ಹಕ್ಕಿ ಅವಳ ಮನವನ್ನಾವರಿಸಿತ್ತು.

ಒಂದು ರಾತ್ರಿ ಅವನು ಹಠಾತ್ತನೆ ಭಯಭ್ರಾಂತನಾಗಿ ಎಚ್ಚರಗೊಂಡ. ಹಾಸಿಗೆಯಲ್ಲಿ ಒಬ್ಬನೇ. ಹೆಂಡತಿ ಎಲ್ಲೆಂದು ನೋಡಬಂದಾಗ ಅವಳು ಊಟದ ಕೋಣೆಯಲ್ಲಿ ಕುಳಿತು ಮಂತ್ರಮುಗ್ಧಳಾದವಳಂತೆ, ನಿದ್ರಿಸುತ್ತಿದ್ದ ಹಕ್ಕಿಯನ್ನೇ ದಿಟ್ಟಿಸುತ್ತಿದ್ದಳು. ಆತ ಕೇಳಿದ:

"ಮಲಕೊಳ್ಳೋದಿಲ್ವಾ ?"

"ಯಾಕೆ ಮಲಗಬೇಕು ?"

"ಮಲಗೋ ಸಮಯವಾಯ್ತು."

"ನನ್ನ ಪಾಡಿಗೆ ನಾನಿರಲು ನೀನ್ಯಾಕೆ ಬಿಡೋದಿಲ್ಲ ?"

"ಹಾಗಲ್ಲ, ಕ್ಲಾರಾ..."

"ನನ್ನ ಪಾಡಿಗೆ ನನ್ನನ್ನು ಬಿಡಿ."

ವಿಷಣ್ಣನಾಗಿ ಅವನು ಮಲಗಲು ಹಿಂದಿರುಗಿದ. ಈಗ ಅವಳು ಏಕಾಕಿಯಾಗಿರಲು ಬಯಸಿದ್ದಳಲ್ಲ ? ಎಷ್ಟು ಸಮಯದಿಂದ ಅವಳು ಹೀಗೆ ಭಾವಿಸುತ್ತಿದ್ದಿರಬೇಕು ? ಆ ಹಕ್ಕಿ ಅವಳ ಬಹುಪಾಲು ಸಮಯ ಆಕ್ರಮಿಸುತ್ತಿತ್ತಲ್ಲ ? ಹಾಗಿದ್ದರೆ ತಾನೇನೂ ಗಮನಕ್ಕೆ ಬಾರದವನೆ ? ಸಂಶಯಗಳ ಒಂದು ಪ್ರವಾಹವೇ ಅವನ ಮನಸ್ಸಿನ ಮೇಲೆ ಹಾದು ಹರಿಯಿತು. ತಾನು ಅದರಲ್ಲಿ ಮುಳುಗುತ್ತಿರುವಂತೆ ಅವನಿಗೆ ಭಾಸವಾಯಿತು. ಬೆಳಗ್ಗೆ ಎದ್ದಾಗ ಆತ ಕಂಗೆಟ್ಟವನಂತೆ ಕಂಡ.

ಅಂದು ಅವನು ಕಚೇರಿಗೆ ಬಂದಾಗ ವೇಳೆ ಮೀರಿತ್ತು. ತನ್ನ ಕುರ್ಚಿಯಲ್ಲಿ ಕುಳಿತಾಗ ಅವನಿಗೆ ಮೇಜಿನ ಮೇಲೆ ಮೊದಲು ಕಾಣಿಸಿದ್ದು ತನ್ನ ಮುಖ್ಯಾಧಿಕಾರಿ ತಕ್ಷಣ ತನ್ನನ್ನು ಕಾಣಬಯಸಿದ್ದಾನೆ ಎಂಬ ಒಂದು ಸಂದೇಶ. ತಾನೇನಾದರೂ ತಪ್ಪು ಮಾಡಿದ್ದೇನೆಯೆ – ಎಂಬ ಭಯ ಅವನನ್ನು ಆವರಿಸಿತು. ಕಚೇರಿಯ ಸಂಗಾತಿಗಳು ಓರೆಗಣ್ಣಿನಿಂದ ಅವನತ್ತ ನೋಡುತ್ತಿದ್ದರು. ಆತ ಕೂಡಲೆ ಮುಖ್ಯಾಧಿಕಾರಿಯ ಕೋಣೆಗೆ ಹೋದ.

ಮುಖ್ಯಾಧಿಕಾರಿ ಎಂದ:

"ಫರ್ನಾಂಡೀಸ್, ನಿನ್ನ ಬಡ್ತಿ ವಿಷಯ ಯೋಚನೆ ಮಾಡ್ತಿದ್ದೆ, ಆದರೆ..."

"ಬಹಳ ವಂದನೆ ಸರ್." ಎಂದು ಆತ ತಡವರಿಸಿ ಹೇಳಿದ; ಅವನ ಕೈಗಳು ಬೆವತಿದ್ದವು.

"ಆದರೆ ಈಚೆಗೆ ನಿನ್ನ ಕೆಲಸದಲ್ಲಿ ನೀನು ಅಲಕ್ಷ್ಯದಿಂದಿರೋದನ್ನು ನಾನು ಗಮನಿಸಿದ್ದೇನೆ. ಉದಾಹರಣೆಗೆ, ಈ ವರದೀನೇ ನೋಡು. ಒಂದೊಂದು ಪುಟದಲ್ಲೂ ಒಂದು ಹಕ್ಕಿಯ ಚಿತ್ರ, ಯಾರೋ ಜಾಸ್ಮಿನ್ ಅನ್ನೋ ಹುಡುಗಿ ಬಗ್ಗೆ ಏನೋ ಮೂರ್ಖ ಮಾತುಗಳು. ನೀನು ಮದುವೆಯಾದವನಪ್ಪ, ನಿನ್ನ ಸ್ಥಾನದಲ್ಲಿ ನಾನಿದ್ದಿದ್ದರೆ..."

"ಕ್ಷಮಿಸಿ ಸರ್. ಹಾಗಲ್ಲ..." ನಿಜವಾಗಿ ಆ ವರದಿಯ ಹಾಳೆಗಳನ್ನು ತಾನು ಕಳಿಸಿದ್ದೇ? ತನಗೆ ತಿಳಿಯದಂತೆ ಇನ್ಯಾರೋ ಇಟ್ಟುಬಿಟ್ಟಿರಬೇಕು. ತಾನು ಜಾಸ್ಮಿನ್ ಬಗ್ಗೆ ವಿವರಿಸಿದರೂ ಮೂರ್ಖನಂತೆ ಕಾಣುವುದಿಲ್ಲವೆ?

"ನೋಡಿ ಸರ್, ಜಾಸ್ಮಿನ್..." ಗಂಟಲು ಕಟ್ಟಿದಂತಾಯಿತು ಅವನಿಗೆ.

"ಹೂಂ, ಹೇಳು. ಜಾಸ್ಮಿನ್ ಯಾರು ? ಮದುವೆಯಾದ ನೀನು..."

"ಅದೊಂದು ಹಕ್ಕಿ !"

"ಏನಂದೆ ?"

"ಅದೊಂದು ಹಕ್ಕಿ ಸರ್. ಒಂದು ಓರಿಯೋಲ್ ಹಕ್ಕಿ."

ಮುಂದೆ ಅವನೇನು ಹೇಳಿದನೋ, ಮುಖ್ಯಾಧಿಕಾರಿಯ ದೊಡ್ಡ ನಗುವಿನಲ್ಲಿ ಅದು ಮುಳುಗಿಹೋಯಿತು.

ಮನೆಗೆ ಬಂದಾಗ ಅವನು ಚಿಂತಾಕ್ರಾಂತನಾಗಿಯೇ ಇದ್ದ. ತನ್ನ ಬಗ್ಗೆ ಅವನಲ್ಲೇ ಜಿಗುಪ್ಸೆ ಮೂಡಿತ್ತು. ಅವನ ಕಂದಿದ ಮುಖವನ್ನು ಗಮನಿಸಿದ ಹೆಂಡತಿ ಅವನ ಬಗ್ಗೆ ಸಹಾನುಭೂತಿ ತೋರುವ ಬದಲು ಅಸೂಯೆಯ ಆರೋಪ ಹೊರಿಸಿದಳು:

"ಜಾಸ್ಮಿನ್ ಬಂದಾಗಿನಿಂದ ನಮ್ಮ ದಾಂಪತ್ಯ ಜೀವನದ ಪ್ರತಿಯೊಂದು ಕ್ಷಣವನ್ನೂ ದ್ವೇಷಿಸೋ ಹಾಗೆ ನೀನು ಯಾಕೆ ವರ್ತಿಸ್ತಿದೀಯ ? ನಿನ್ನ ಹೃದಯವನ್ನ ಇನ್ಯಾವಳಾರೂ ಕದ್ದಿದ್ದಳಾ? ನನ್ನ ಬಗ್ಗೆ ನಿನಗೆ ಬೇಸರ ಬಂದಿದೆಯಾ ?"

"ಅದು ನಿನಗೆ ಅರ್ಥವಾಗೋದಿಲ್ಲ ಬಿಡು," ಎಂದ ಅವನು.

"ಅರ್ಥವಾಗದಂಥದೇನಿದೆ ?"

"ಕಚೇರಿಯಲ್ಲಿ ಅವಮಾನ !"

"ಅವಮಾನವೆ ?"

ಆಗ ಅವನು ಅವಳತ್ತ ನೋಡಿದಾಗ, ಅವನಿಗೆ ನಿಜವಾಗಿ ಎಷ್ಟು ನೋವಾಗಿದೆಯೆಂದು ಅವಳು ಮನಗಂಡಳು.

"ನನಗೆ ಬಡ್ತಿ ಸಿಗೋದರಲ್ಲಿತ್ತು. ಆದರೆ ಆ ಹಾಳು ಹಕ್ಕಿ..."

ಆ ಮಾತು ಅವಳನ್ನು ಚುಚ್ಚಿತು.

"ಏನೇ ತೊಂದರೆಯಿದ್ರೂ ದಯವಿಟ್ಟು ಜಾಸ್ಮಿನನ್ನು ಬಯ್ಯಬೇಡ."

ಆಕೆ ಇನ್ನೂ ಊಟದ ಕೋಣೆಯಲ್ಲಿ ಕುಳಿತಿದ್ದಾಗಲೇ, ತನ್ನ ಕೋಣೆಯಲ್ಲಿ ಒಬ್ಬನೇ ಇದ್ದ ಅವನು ಬಹಳ ಯೋಚನೆ ಮಾಡಿ ಕೊನೆಗೆ ಒಂದು ನಿರ್ಧಾರಕ್ಕೆ ಬಂದ; ಹಕ್ಕಿಯನ್ನು ಪಂಜರದಿಂದ ಬಿಟ್ಟುಬಿಡಬೇಕು. ಬಹು ಸುಲಭ, ತನ್ನ ಮನಸ್ಸಿಗೂ ಸಮಾಧಾನ. ಹಕ್ಕಿಯನ್ನು ತಂದಿದ್ದು ತಾನು; ಅದನ್ನು ತಾನೇ ಬಿಟ್ಟುಬಿಟ್ಟರೆ ಏನು ತಪ್ಪು; ಪಂಜರದ ಬಾಗಿಲಿನ ಅಗಳಿ ಸರಿಸಿದರೆ ಸಾಕು.

ಈ ನಿರ್ಧಾರದಂತೆ ಸೂರ್ಯೋದಯಕ್ಕೆ ಮುನ್ನ, ಹೆಂಡತಿಯಿನ್ನೂ ನಿದ್ರಿಸುತ್ತಿದ್ದಾಗ, ಅವನು ಊಟದ ಕೋಣೆಗೆ ಸದ್ದಿಲ್ಲದೆ ನಡೆದು ಪಂಜರದ ಬಾಗಿಲು ತೆರೆದ. ಅವನ ಹೃದಯದಿಂದ ಒಂದು ಹೊರೆ ಇಳಿದಂತಾಯಿತು. ಹಕ್ಕಿ ಹಾರಿಹೋಗುವವರೆಗೆ ಕಾಯದೆ ಅವನು ಮಲಗುವ ಕೋಣೆಗೆ ವಾಪಸು ಬಂದ. ಭಾನುವಾರವಾದ್ದರಿಂದ ನಿಧಾನವಾಗಿ ಏಳೋಣ, ಅವಳೇ ಪಂಜರ ಖಾಲಿಯಾದದ್ದನ್ನು ಮೊದಲು ನೋಡಲಿ ಎಂದು ಯೋಚಿಸುತ್ತ ಅವನು ಮಲಗಿದ. ಏಕೆ ಹೀಗಾಯಿತೆಂದು ಹೆಂಡತಿ ಕೇಳಿದರೆ, ಅವನಲ್ಲಿ ಉತ್ತರವೂ ಸಿದ್ಧವಾಗಿತ್ತು: 'ಪಂಜರವನ್ನು ಸ್ವಚ್ಛಗೊಳಿಸಿದ ಮೇಲೋ ಅಥವಾ ಹಕ್ಕಿಗೆ ಆಹಾರ ಕೊಟ್ಟಾಗಲೋ ಬಾಗಿಲು ಮುಚ್ಚುವುದನ್ನು ನೀನೇ ಮರೆತಿರಬೇಕು.'

ಆದರೂ ಅವನಿಗೆ ಮತ್ತೆ ನಿದ್ರೆಯೇ ಬರಲಿಲ್ಲ. ಎಷ್ಟು ಹೊತ್ತೆಂದು ಕಾಯುವುದು? ಅವನ ಎದೆ ಬಡಿದುಕೊಳ್ಳುತ್ತಿತ್ತು. ಕೊನೆಗೂ ಹೆಂಡತಿ ಹೊರಳಿ ಎಚ್ಚತ್ತಾಗ ತಾನು ಗಾಢ ನಿದ್ರೆಯಲ್ಲಿರುವವನಂತೆ ನಟಿಸಿ ಆತ ಮಲಗಿದ್ದ. ಅವಳು ಎದ್ದು ಒಂದು ನಿಲುವಂಗಿ ಧರಿಸಿ, ಹೊರಕ್ಕೆ ಹೋದಳು. ಅವನಿಗೆ ಗೊತ್ತಿತ್ತು: ಕೆಲ ಕ್ಷಣಗಳಲ್ಲೇ ಆಕೆ ದುಃಖತಪ್ತಳಾಗಿ ಧಾವಿಸಿ ವಾಪಸು ಬರುತ್ತಾಳೆ, ಅಥವಾ ಖಾಲಿ ಪಂಜರವನ್ನು ನೋಡಿ ಮೂರ್ಛೆ ಬೀಳಬಹುದು. ಆದರೆ ಅವಳಿಗೇನಾದರೂ ಅಪಾಯವಾದರೆ?

ಅಷ್ಟರಲ್ಲಿ ಭಾವೋದ್ವೇಗದ ದನಿಯೊಂದು ಕೇಳಿಸಿತು. ಅದು ಖೇದದ ದನಿಯಲ್ಲ, ಹರ್ಷದ ಉದ್ಗಾರ. ಆ ದನಿ ಹತ್ತಿರ ಬಂದಂತೆ ಅವನ ನರಗಳು ಸೆಟೆದುಕೊಂಡವು. ಹೆಂಡತಿ ಸಂತೋಷಾವಿಷ್ಟಳಾಗಿ ಕೋಣೆಯೊಳಕ್ಕೆ ನುಗ್ಗಿ ನುಡಿದಳು:

"ಜಾಸ್ಮಿನ್‌ಗೆ ಒಬ್ಬ ಸಂಗಾತಿ ದೊರೆತಿದ್ದಾನೆ. ನಾನು ಪಂಜರದ ಬಾಗಿಲು ಮುಚ್ಚಿದೆ. ಸೊಗಸಾದ ಹಸುರು ಬಣ್ಣದ ಗಂಡು ಓರಿಯೋಲ್! ಎದ್ದು ನೋಡು. ಜಾಸ್ಮಿನ್‌ಗೆ ಒಬ್ಬ ಗೆಳೆಯ ಸಿಕ್ಕಿದಾನೆ. ಅವನಿಗೆ ಏನು ಹೆಸರಿಡ್ತೀಯ? ಜಾಸ್ಮಿನ್‌ಗೆ ಆ ಹೆಸರಿಟ್ಟವಳು ನಾನು. ಅದರ ಗೆಳೆಯನಿಗೆ ನೀನು ಹೆಸರಿಡು. ಏಳು, ಜಾಸ್ಮಿನ್‌ಗೆ ಒಬ್ಬ..." ಅವಳ ಸಂತೋಷ ಮೇರೆ ಮೀರಿತ್ತು.

ಈಗ ಅವನೇನು ಮಾಡಬೇಕು? ಏನು ಮಾಡಲು ಸಾಧ್ಯ? ಹತಾಶ ಭಾವನೆಯಿಂದ ಕುಗ್ಗಿಹೋದ. ತನ್ನ ಬಲೆಗೆ ತಾನೇ ಸಿಕ್ಕಿಹಾಕಿಕೊಂಡಿದ್ದುದನ್ನು ಅರಿತ.

ಪತ್ನಿಯ ಕೀರಲು ಧ್ವನಿಗೆ ಕಿವಿಗೊಡುತ್ತ ಅವನು ಅಂದುದಿಷ್ಟನ್ನೆ:

"ಓ ದೇವರೇ! ಅಯ್ಯೋ ದೇವರೇ!"

ಪುನಃ ಪುನಃ "ಓ ದೇವರೇ!" ಎಂದು ಉಚ್ಚರಿಸುತ್ತ, ಮರಳಿ ನಿದ್ದೆ ಹೋಗುವಂತೆ ತನ್ನನ್ನು ತಾನೇ ಆತ ಒತ್ತಾಯಿಸಿದ.

○ ನಿಕ್ ಜೋಕಿನ್

ಮಾಟಗಾತಿಯರ ಕನ್ನಡಿ

ನರ್ತನ ಹತ್ತು ಗಂಟೆಗೆಲ್ಲಾ ನಿಲ್ಲಬೇಕೆಂದು ದೊಡ್ಡವರು ಸೂಚಿಸಿದ್ದರೂ ಜನ ಸಾರೋಟುಗಳನ್ನು ಹತ್ತಿ ಹಿಂದಿರುಗುವ ವೇಳೆಗೆ ಮಧ್ಯರಾತ್ರಿಯಾಗಿತ್ತು. ಸೇವಕರು ಕೈದೀಪಗಳನ್ನು ಹಿಡಿದು ಅತ್ತಿತ್ತ ಓಡಾಡುತ್ತ ನಿರ್ಗಮಿಸಲಿರುವ ಅತಿಥಿಗಳಿಗೆ ಸಹಾಯ ಮಾಡುತ್ತಿದ್ದರು. ಅಲ್ಲೇ ಉಳಿದ ಹುಡುಗಿಯರನ್ನು ಮಹಡಿ ಮೇಲಿನ ಮಲಗುವ ಕೋಣೆಗಳಿಗೆ ಕಳಿಸಲಾಯಿತು. ಯುವಕರು ಅವರನ್ನು 'ಭಾರವಾದ ಹೃದಯದಿಂದ' ಬೀಳ್ಕೊಟ್ಟು, ಆಗಲೆ ಸಾಕಷ್ಟು ಕುಡಿದಿದ್ದರೂ ಉಳಿದಿದ್ದ ಮದ್ಯವನ್ನು ಮುಗಿಸಲು ಹಿಂದಿರುಗುತ್ತಿದ್ದರು. ಉತ್ಸಾಹ, ಉಲ್ಲಾಸ, ಕೆಚ್ಚು, ಅಹಂಭಾವಗಳಿಂದ ಬೀಗಿ ಬಿರಿಯುತ್ತಿದ್ದ ಈ ಯುವಕರ ಗೌರವಾರ್ಥ ಏರ್ಪಟ್ಟಿದ್ದ ಕೂಟ ಅದು. ಅವರೆಲ್ಲ ಯೂರೋಪಿನಿಂದ ಹೊಸದಾಗಿ ಬಂದವರು. ಕುಡಿಯುತ್ತ, ಕುಣಿಯುತ್ತ, ಹುಡುಗಿಯರೊಡನೆ ಸರಸವಾಡುತ್ತ ಆಮೋದ ಪ್ರಮೋದಗಳಲ್ಲಿ ಇಡೀ ರಾತ್ರಿಯನ್ನು ಅವರು ಕಳೆದಿದ್ದರು. ಉಷ್ಣವಲಯದ ಈ ಬೆವರುಬರಿಸುವ ಹವೆಯ ರಾತ್ರಿಯಲ್ಲಿ ಮಲಗಲು ಅವರಿಗಿನ್ನೂ ಮನಸ್ಸು ಬಂದಿರಲಿಲ್ಲ. ನಿಗೂಢವಾದ ಈ ಮೇ ತಿಂಗಳ ಸಮನೋಹರ ರಾತ್ರಿಯಲ್ಲಿ ಯಾರಾದರೂ ಮನೆಯಲ್ಲೇ ಬಿದ್ದುಕೊಂಡಿರುವುದುಂಟೇ, ಹೊರಗೆ ಅಡ್ಡಾಡಿ ನೆರೆಹೊರೆಯವರ ಮನೆಗಳ ಮುಂದೆ ಹಾಡಿ ಪಾಡಬೇಡವೆ ಎನ್ನುವವನೊಬ್ಬ; ಪಾಸಿಗ್ ನದಿಯಲ್ಲಿ ಈಜೋಣ ಎಂದು ಇನ್ನೊಬ್ಬ; ಮಿಣುಕು ಹುಳುಗಳನ್ನು ಹಿಡಿಯೋಣ ಎನ್ನುವವ ಮತ್ತೊಬ್ಬ. ಎಲ್ಲರೂ ದಡಬಡನೆ ಹ್ಯಾಟು, ಮೇಲಂಗಿಗಳನ್ನು ಧರಿಸಿ ಕೆಟ್ಟ ವಾಸನೆ ಬೀರುತ್ತಿದ್ದ ಆ ಹಳೆಯ ರಸ್ತೆಯಲ್ಲಿ ನಡೆದರು. ರಸ್ತೆಯಲ್ಲಿ ಎರಡು ಬೀದಿದೀಪಗಳು ಮಿನುಗುತ್ತಿದ್ದವು. ಕೊನೆಗುಳಿದಿದ್ದ ಸಾರೋಟೊಂದು ಕಲ್ಲಿನ ರಸ್ತೆಯ ಮೇಲೆ ಕಟಕಟ ಶಬ್ದ ಮಾಡುತ್ತ ಹಾದುಹೋಯಿತು. ಮೇಲೆ ಮೋಡ ಕವಿದ ಆಕಾಶ, ಕತ್ತಲಲ್ಲಿ ಕಟ್ಟಡಗಳ ಹಂಚಿನ ಛಾವಣಿಗಳು ಘೋರ ಫಲಕಗಳಂತೆ ಗೋಚರವಾಗುತ್ತಿದ್ದವು. ಅಲ್ಲಲ್ಲಿ ಚಂದ್ರನ ಬೆಳಕು ಕಾಣುತ್ತಿದ್ದು ಹಠಾತ್ತನೆ ತಣ್ಣನೆಯ ಗಾಳಿ ಬೀಸುತ್ತಿತ್ತು. ಸಮುದ್ರ, ಫಲಭರಿತ

ತೋಟಗಳು, ಮಾಗಿದ ಪೇರಲ ಹಣ್ಣುಗಳ ಸುವಾಸನೆ ಮೂಗಿಗೆ ಬಡಿಯುತ್ತಿತ್ತು. ಯುವಕರು ಜೋರಾಗಿ ಮಾತಾಡುತ್ತ, ಕೇಕೆ ಹಾಕುತ್ತ ರಸ್ತೆಯಲ್ಲಿ ಸಾಗಿದ್ದರು. ಮಲಗುವ ಕೋಣೆಗಳಲ್ಲಿ ಉಡುಪು ಕಳಚುತ್ತಿದ್ದ ಹುಡುಗಿಯರು ಇವರ ಕೇಕೆಯನ್ನು ಕೇಳಿ ಕಿಟಿಕಿಗಳ ಬಳಿಗೆ ಬಂದು ಅಂದವಾದ ಉಡುಪಿನ, ಹೆಮ್ಮೆಯ ಕಣ್ಣುಗಳ, ಕಪ್ಪು ಮೀಸೆಯ ಈ ಯುವಕರನ್ನು ಆಸೆಯಿಂದ ನೋಡುತ್ತಿದ್ದರು. ಅವರಲ್ಲಿ ಪ್ರಣಯದ ಕಾವೇರಿತ್ತು. ಇದೆಂಥ ಕ್ರೂರ ಪ್ರಪಂಚ! ಈ ಗಂಡಸರು ನಿರ್ಬಂಧವಿಲ್ಲದೆ ಎಷ್ಟು ಖುಷಿಯಾಗಿದ್ದಾರೆ. ತಾವು ಮಾತ್ರ ಇಲ್ಲಿ ಹೀಗೆ ಕೊಳೆಯುತ್ತಿರಬೇಕು ಎಂದು ಅವರು ತಮ್ಮ ತಮ್ಮಲ್ಲೇ ದೂರಿಕೊಳ್ಳುತ್ತಿದ್ದರು. ಕೊನೆಗೆ ಮುದುಕಿ ಅನಾಸ್ತಾಸಿಯಾ ಬಂದು ಅವರ ಕಿವಿ ಹಿಂಡಿ ಅಥವಾ ಜಡೆ ಎಳೆದು ಅವರನ್ನು ಪುನಃ ಮಲಗುವ ಕೋಣೆಗೆ ದೂಡಿದಳು. ಕೆಳಗೆ ಕಾವಲುಗಾರನ ಬೂಟುಗಳ ಶಬ್ದ ಕೇಳಿಸುತ್ತಿತ್ತು. ದೊಡ್ಡ ದನಿಯಲ್ಲಿ ಅವನು 'ಕಾವಲು ಪ್ರಶಾಂತವಾಗಿದೇ–ಏ–ಏ–ಈಗ ಗಂಟೆ ಹನ್ನೆರಡೂ–ಊ–ಊ...' ಎಂದು ಕೂಗುತ್ತ ನಡೆದಿದ್ದ.

ಇತ್ತ ಮಲಗುವ ಕೋಣೆಯಲ್ಲಿ ಕುಪ್ಪೆ ಬಿದ್ದಿದ್ದ ಲಂಗಗಳನ್ನು ಎತ್ತಿಕೊಳ್ಳುತ್ತ, ಶಾಲುಗಳನ್ನು ಮಡಿಚಿಡುತ್ತ, ಚಪ್ಪಲಿಗಳನ್ನು ಒಂದು ಮೂಲೆಯಲ್ಲಿ ಸೇರಿಸುತ್ತ, ನಿಧಾನವಾಗಿ ಆಚೀಚೆ ನಡೆಯುತ್ತಿದ್ದ ಮುದುಕಿ ಅನಾಸ್ತಾಸಿಯಾ ಹೇಳುತ್ತಿದ್ದಳು:

"ಹೂಂ, ಈಗ ಮೇ ತಿಂಗಳು ಮತ್ತೆ ಬಂದಿದೆ. ಇದು ಮೇ ತಿಂಗಳ ಮೊದಲನೆಯ ದಿನ. ಈ ರಾತ್ರಿ ಮಾಟಗಾತಿಯರು ಹೊರಗೆ ಓಡಾಡ್ತಿರ್ತಾರೆ. ಇದು ಕಣಿ ಹೇಳುವ ರಾತ್ರಿ, ಪ್ರೇಮಿಗಳ ರಾತ್ರಿ. ಇಷ್ಟಪಟ್ಟವರು ಕನ್ನಡಿಯಲ್ಲಿ ನೋಡಿಕೊಂಡರೆ ತಾವು ಯಾರನ್ನು ಮದುವೆಯಾಗಬೇಕು ಅಂತ ವಿಧಿ ಸಂಕಲ್ಪಿಸಿದೆಯೋ ಅವರ ಮುಖ ಕಾಣಿಸ್ತದೆ."

ಇದನ್ನು ಕೇಳಿ, ಕೋಣೆಯ ತುಂಬ ಚಾಚಿದ್ದ ನಾಲ್ಕು ಕಂಬಗಳ ದೊಡ್ಡ ಮಂಚಗಳನ್ನೇರಿ ಮಲಗಲು ಹೊರಟಿದ್ದ ಹುಡುಗಿಯರು ಭಯದಿಂದ ಚೀರಾಡುತ್ತ, ಒಬ್ಬರ ಮೇಲೊಬ್ಬರು ಮುಗಿಬೀಳುತ್ತ ತಮ್ಮನ್ನು ಹಾಗೆ ಹೆದರಿಸಬೇಡವೆಂದು ಮುದುಕಿಯೊಂದಿಗೆ ಬೇಡಿಕೊಳ್ಳುತ್ತಿದ್ದರು:

–"ಸಾಕು ಸಾಕು, ಅನಾಸ್ತಾಸಿಯಾ! ನಾವು ನಿದ್ರೆ ಮಾಡಬೇಕು!"

–"ಏಯ್, ನೀನೂ ಒಬ್ಬ ಮುದಿ ಮಾಟಗಾತಿ! ಹೋಗು, ನಮಗೆ ಬದಲಾಗಿ ಹುಡುಗರನ್ನು ಹೆದರಿಸು."

–"ಅವಳು ಮಾಟಗಾತಿಯಲ್ಲ, ಜ್ಞಾನಿ. ಕ್ರಿಸ್ಮಸ್ ಮುನ್ನಾದಿನ ಹಟ್ಟಿದವಳು."

–"ಸಂತ ಅನಾಸ್ತಾಸಿಯಾ, ಕನ್ಯೆ, ಹುತಾತ್ಮಳು!"

–"ಹಾಂ! ಅದು ಅಸಾಧ್ಯ. ಏಳು ಜನ ಗಂಡಂದಿರನ್ನು ನುಂಗಿದ್ದಾಳೆ ಅವಳು. ನೀನು ಕನ್ಯೇನಾ ಅನಾಸ್ತಾಸಿಯಾ?"

"ಅಲ್ಲ. ಆದರೆ ನೀವು ಹುಡುಗಿಯರ ದೆಸೆಯಿಂದಾಗಿ ಏಳು ಪಟ್ಟು ಹುತಾತ್ಮಳಾಗಿದ್ದೇನೆ."

"ಹೂಂ, ಜಿಪ್ಸಿ ಮುದುಕಿ, ಭವಿಷ್ಯ ಹೇಳು ನೋಡೋಣ. ನಾನು ಯಾರನ್ನ ಮದುವೆಯಾಗ್ತೇನೆ?"

"ಹೆದರಿಕೆ ಇಲ್ದಿದ್ರೆ ಕನ್ನಡಿ ನೋಡಿ ತಿಳ್ಕೊ."

"ನನಗೇನೂ ಹೆದರಿಕೆ ಇಲ್ಲ. ಹೋಗಿ ನೋಡ್ತೇನೆ" ಅಂದಳು ಕಿರಿ ವಯಸ್ಸಿನ ಆಗುಏದಾ ಮಂಚದಿಂದಿಳಿಯುತ್ತ.

"ಓ ಹುಡುಗಿಯರೇ, ಗಲಾಟೆ ಜಾಸ್ತಿಯಾಯ್ತು. ನಮ್ಮಮ್ಮ ಕೇಳಿದರೆ ಬಂದು ಎಲ್ಲರ ಕಿವಿ

ಹಿಂಡ್ತಾಳೆ. ಆಗುಏದಾ, ಹೋಗಿ ಸುಮ್ಮನೆ ಮಲಕೊ, ಅನಾಸ್ತಾಸಿಯಾ, ಹೊರಟುಹೋಗು," ಎಂದಳು ಮನೆಯೊಡತಿಯ ಮಗಳು.

"ರಾತ್ರಿಯೆಲ್ಲಾ ಇಲ್ಲೇ ಇರು ಅಂತ ನಿಮ್ಮಮ್ಮನೇ ಹೇಳಿದಾಳೆ, ಮಹಾ ತಾಯಿ!"

ಹಠಮಾರಿ ಆಗುಏದಾ ಮಂಚದಿಂದ ನೆಲಕ್ಕೆ ಜಿಗಿದು ಅಂದಳು:

"ನಾನು ಮಲಗೋದಿಲ್ಲ. ನೀನಿಲ್ಲೇ ಇರು ಮುದುಕಿ. ನಾನೇನು ಮಾಡಬೇಕೋ ಹೇಳು."

ಮುದುಕಿ ಕೈಲಿದ್ದ ಬಟ್ಟೆಗಳನ್ನು ಕೆಳಗಿಟ್ಟು ಬಂದು ಅವಳನ್ನು ದಿಟ್ಟಿಸಿ ನೋಡಿ ಹೇಳಿದಳು:

"ಒಂದು ಮೋಂಬತ್ತಿ ತಗೊಂಡು ಕತ್ತಲೆಯಾದ ಒಂದು ಕೋಣೆಗೆ ಹೋಗು. ಅಲ್ಲಿ ಒಂದು ಕನ್ನಡಿ ಇರ್ಬೇಕು, ನೀನು ಒಬ್ಬಳೇ ಇರಬೇಕು. ಕನ್ನಡಿ ಎದುರಿಗೆ ನಿಂತು ಕಣ್ಮುಚ್ಚಿ,

'ಕನ್ನಡಿಯೇ, ಓ ಕನ್ನಡಿಯೇ
ಯಾರವಳಾಗುವೆ ನಾನು
ತೋರಿಸು ಆತನ ನನಗೆ'

– ಅಂತ ಹೇಳು. ಎಲ್ಲಾ ಸರೀಗಿದ್ರೆ ನಿನ್ನ ಎಡ ಭುಜದ ಕಡೆ ನೀನು ವರಿಸಲಿರೋ ಹುಡುಗನ ಮುಖ ಕಾಣಿಸ್ತದೆ."

ತುಸು ಹೊತ್ತು ಮೌನ. ಅನಂತರ ಆಗುಏದಾ ಕೇಳಿದಳು:

"ಏನಾದರೂ ತಪ್ಪಿದರೆ? ಎಲ್ಲವೂ ಸರಿಯಾಗದೇ ಇದ್ದರೆ?"

"ಹಾಗಾದರೆ ದೇವರೇ ನಿನ್ನನ್ನ ಕಾಪಾಡಬೇಕು!"

"ಯಾಕೆ ಹಾಗಂತೀಯ?"

"ಯಾಕೆಂದರೆ ನಿನಗಾಗ ಕಾಣಿಸೋದು–ದೆವ್ವ!"

ಹುಡುಗಿಯರು ಕಿರಿಚುತ್ತ ನಡುಗುತ್ತ ಒಬ್ಬರನ್ನೊಬ್ಬರು ತಬ್ಬಿಕೊಂಡರು.

"ಇದೇನು ಹುಚ್ಚು! ಇದು 1847ನೇ ವರ್ಷ. ದೆವ್ವಗಳ ಕಾಲ ಎಂದೋ ಕಳೆದುಹೋಗಿದೆ!" ಎಂದು ಆಗುಏದಾ ದಿಟ್ಟತನದಿಂದ ಕೂಗಿದಳು. ಆದರೂ ಅವಳ ಮುಖ ಬಿಳಿಚಿಕೊಂಡಿತ್ತು. ಅವಳು ಮತ್ತೆ ಮುಂದುವರಿಸಿದಳು:

"ಆದರೆ ಕನ್ನಡಿ ಇರೋ ನಿರ್ಜನ ಕೋಣೆಗಾಗಿ ನಾನೀಗ ಎತ್ತ ಹೋಗಲಿ? ಹಾಂ, ತಿಳೀತು! ಕೆಳಗಿನ ಪಡಸಾಲೆಗೆ ಹೋಗ್ಬೇಕು. ಅಲ್ಲಿ ಆ ದೊಡ್ಡ ಕನ್ನಡಿ ಇದೆ. ಮತ್ತೆ ಈಗ ಯಾರೂ ಅಲ್ಲಿರೋದಿಲ್ಲ."

"ಬೇಡ ಆಗುಏದಾ, ಬೇಡ! ಅದು ಮಹಾ ಪಾಪ! ನೀನು ದೆವ್ವವನ್ನು ನೋಡ್ತೀಯ!"

"ಬಿಡ್ರೇ, ನಂಗೇನೂ ಭಯ ಇಲ್ಲ. ನಾನು ಹೋಗ್ತೇನೆ!"

"ಅಯ್ಯೋ ಕೆಟ್ಟ ಹುಡುಗಿ! ನಿನಗೆಲ್ಲೋ ಹುಚ್ಚು ಹಿಡಿದಿದೆ!"

"ಆಗುಏದಾ, ನೀನು ಬಂದು ಮಲಗದಿದ್ರೆ ಅಮ್ಮನ್ನ ಕರೀತೇನೆ."

"ಕರಿ. ಕರೆದ್ರೆ ಮಾತ್ರ, ಕಳೆದ ಮಾರ್ಚಿಯಲ್ಲಿ ಕಾನ್ವೆಂಟಿನಲ್ಲಿ ನಿನ್ನ ನೋಡೋದಕ್ಕೆ ಯಾರು ಬಂದಿದ್ರೂಂತ ಹೇಳ್ತೇನೆ. ಬಾ, ಮುದುಕಿ. ಆ ಮೋಂಬತ್ತಿ ಕೊಡು."

"ಹುಡುಗಿಯರೇ, ಅವಳನ್ನ ನಿಲ್ಲಿಸಿ! ಎಲ್ಲಿ; ಅವಳನ್ನ ಹಿಡಿದ್ಕೊಳ್ಳಿ! ಬಾಗಿಲು ಹಾಕಿ!"

ಆದರೆ ಅಷ್ಟರಲ್ಲಿ ಆಗುಏದಾ ಹೊರಕ್ಕೆ ನಡೆದಿದ್ದಳು. ಬರಿಗಾಲಿನಲ್ಲಿದ್ದ ಅವಳು ಮೆಲ್ಲನೆ ಅಡಿಯಿಡುತ್ತ ಒಂದು ಕೈಯಲ್ಲಿ ಮೋಂಬತ್ತಿ ಹಿಡಿದು ಇನ್ನೊಂದು ಕೈಯಿಂದ ತನ್ನ ಬಿಳಿಯ ಲಂಗವನ್ನು ಮಂಡಿಯವರೆಗೆ ಮೇಲೆತ್ತಿ ಸಾಗಿದ್ದಳು. ಆಕೆ ಮಹಡಿಯಿಳಿದು ದಿವಾನಖಾನೆಯ

ಬಳಿಗೆ ಬಂದಳು. ಇಲ್ಲಿ ಅವಳ ಧೈರ್ಯ ಕುಸಿಯಿತು. ದೀಪಗಳು, ನಗೆಯ ದನಿಗಳು, ನರ್ತಿಸುವ ಜೋಡಿಗಳು, ಪಿಟೀಲುಗಾರರ ಖುಷಿಯಾದ ಸಂಗೀತ ಇವುಗಳಿಂದೆಲ್ಲ ಕೋಣೆ ಪುನಃ ತುಂಬಿದೆಯೆಂದು ಕಲ್ಪಿಸಿಕೊಳ್ಳಲು ಅವಳು ಯತ್ನಿಸಿದಳು. ಆದರೆ ಅಯ್ಯೋ, ಈಗ ಅದೊಂದು ಕತ್ತಲು ಕವಿದ ಗುಹೆ, ಕುರ್ಚಿ ಮೇಜುಗಳನ್ನೆಲ್ಲ ಒಂದೆಡೆ ಪೇರಿಸಲಾಗಿತ್ತು. ಕಿಟಕಿಗಳೆಲ್ಲ ಮುಚ್ಚಿದ್ದವು. ಕೈಗಳಿಂದ ಶಿಲುಬೆಯ ಗುರುತು ಮಾಡಿ ಆಕೆ ಒಳ ಹೊಕ್ಕಳು.

ಅವಳ ಎದುರುಗಡೆಯ ಗೋಡೆಯ ಮೇಲೆ ಕನ್ನಡಿ ಇತ್ತು. ಎಲ, ಹೂ ಮುಂತಾದ ಆಕೃತಿಗಳನ್ನು ಬಿಡಿಸಿದ್ದ ಚಿನ್ನದ ಚೌಕಟ್ಟಿನ ಹಳೆಯ ಕಾಲದ ದೊಡ್ಡ ಕನ್ನಡಿ ಅದು. ತಾನು ಭಯದಿಂದ ನಡೆದು ಬರುತ್ತಿರುವುದನ್ನು ಅದರಲ್ಲಿ ಅವಳು ಕಂಡಳು – ಆ ಕತ್ತಲಲ್ಲಿ ಒಂದು ಸಣ್ಣ ಬಿಳಿಯ ದೆವ್ವದಂತೆ. ಆದರೆ ಮನಃಪೂರ್ವಕವಾಗಿಯಲ್ಲ, ಪೂರ್ತಿಯಾಗಿ ದೆವ್ವದಂತೆಯೂ ಅಲ್ಲ. ಯಾಕೆಂದರೆ ಅವಳ ಕಣ್ಣುಗಳೂ ತಲೆಗೂದಲೂ ಅಚ್ಚಗಪ್ಪು. ಪರಿಣಾಮವಾಗಿ ಕನ್ನಡಿಯನ್ನು ಸಮೀಪಿಸುತ್ತಿದ್ದ ಮುಖ ಎರಡು ದೊಡ್ಡ ತೂತುಗಳಿದ್ದ ಹೊಳೆಯುವ ಮುಖವಾಡವೊಂದು ಅದರತ್ತ ತೇಲಿಬರುತ್ತಿದೆಯೋ ಅನ್ನುವಂತಿತ್ತು. ಅವಳ ಲಂಗ ಬಿಳಿಯ ಮೋಡದಂತಿತ್ತು. ಆದರೆ ಅವಳು ಕನ್ನಡಿಯ ಮುಂದೆ ನಿಂತು ಮೋಂಬತ್ತಿಯನ್ನು ಮೇಲಕ್ಕೆತ್ತಿ ಹಿಡಿದಾಗ ಆ ನಿರ್ಜೀವ ಮುಖವಾಡ ಮಾಯವಾಗಿ ಅವಳ ಜೀವಂತ ಮುಖ ಬೆಳಗಿತು.

ಅವಳು ಕಣ್ಮುಚ್ಚಿ ಮುದುಕಿ ಹೇಳಿದಂತೆ ಜಪಿಸತೊಡಗಿದಳು. ಅದು ಮುಗಿಯುತ್ತಿದ್ದಂತೆ ಒಂದು ಅಗಾಧ ಭಯ ಅವಳನ್ನಾವರಿಸಿತು. ಚಲಿಸಲಾರದೆ, ಕಣ್ಣು ತೆರೆಯಲೂ ಆಗದೆ ನಿಂತ ಅವಳಿಗೆ ತಾನು ಹಾಗೇ ಮಂತ್ರಮುಗ್ಧಳಾಗಿ ಸದಾ ಸರ್ವ ಕಾಲ ನಿಂತುಬಿಡುವೆನೇನೋ ಅನಿಸಿತು. ಹಿಂದಿನಿಂದ ಹೆಜ್ಜೆ ಸಪ್ಪಳ, ಒಂದು ಮೆಲುನಗೆ ಕೇಳಿಸಿತು. ಅವಳು ಕೂಡಲೆ ಕಣ್ದೆರೆದಳು.

* * *

"ಅಮ್ಮಾ, ಆಗ ನೀನು ಏನನ್ನು ಕಂಡೆ, ಹೇಳು."

ಆದರೆ ದೋನಾ ಆಗುಏದಾ ತನ್ನ ಮಡಿಲಲ್ಲಿದ್ದ ಈ ಪುಟ್ಟ ಮಗುವನ್ನು ಮರೆತೇ ಬಿಟ್ಟಿದ್ದಳು. ತನ್ನ ಎದೆಯ ಮೇಲೊರಗಿದ್ದ ಆ ಗುಂಗುರು ತಲೆಯನ್ನು ದಾಟಿ ಅವಳ ನೋಟ ಆ ದೊಡ್ಡ ಕನ್ನಡಿಯಲ್ಲಿ ನೆಟ್ಟಿತ್ತು. ಅವಳು ತನ್ನನ್ನು ತಾನೇ ನೋಡಿಕೊಂಡಳು. ಅದೇ ಕೋಣೆ, ಅದೇ ಕನ್ನಡಿ. ಆದರೆ ಅದರಲ್ಲಿ ಈಗ ಅವಳು ಕಂಡದ್ದು ಒಂದು ವೃದ್ಧ ಮುಖ. ಗಂಟಿಕ್ಕಿದ, ಸೇಡಿನ ಮನೋಭಾವದಿಂದ ಕೂಡಿದ ನರೆತ ಕೂದಲಿನ ಕರಿಯ ಮುಖ. ಅದೆಷ್ಟೋ ವರ್ಷಗಳ ಹಿಂದೆ ಮೇ ತಿಂಗಳ ಒಂದು ಮಧ್ಯರಾತ್ರಿ ಅವಳು ಈ ಕನ್ನಡಿಯಲ್ಲಿ ಕಂಡಿದ್ದ ಆ ಚೇತೋಹಾರಿ ತರುಣ ಮುಖಕ್ಕೂ ಇದಕ್ಕೂ ಎಷ್ಟು ವ್ಯತ್ಯಾಸ! ಪರಿಶುದ್ಧವಾದ ಬಿಳಿಯ ಮುಖವಾಡದಂತಿದ್ದ ಆ ಮುಖವೆಲ್ಲಿ, ಇದೆಲ್ಲಿ? ಎಂಥ ಶೋಚನೀಯ ಮಾರ್ಪಾಟು!

"ಏನು ನೋಡಿದೆ ಅಮ್ಮ, ದಯಮಾಡಿ ಹೇಳು."

ದೋನಾ ಮಗಳತ್ತ ನೋಡಿದಳು. ಕಣ್ಣಲ್ಲಿ ನೀರು ತುಂಬಿದ್ದರೂ ಮುಖಭಾವ ಮೃದುವಾಗಲಿಲ್ಲ. ಅವಳು ಕಹಿಯಾಗಿ ನುಡಿದಳು:

"ದೆವ್ವ ನೋಡಿದೆ!"

ಮಗಳು ಭಯಭ್ರಾಂತಳಾದಳು "ದೆವ್ವವೇ ಅಮ್ಮ? ಅಯ್ಯೋ! ಅಯ್ಯೋ!"

"ಹೌದು ಮಗೂ. ಕಣ್ಣು ತೆರೆದು ನೋಡಿದರೆ ಕನ್ನಡೀಲಿ ನನ್ನ ಎಡಭುಜದ ಹಿಂದೆ ನಗುತ್ತ ನಿಂತಿತ್ತು ದೆವ್ವದ ಮುಖ."

"ಅಮ್ಮಾ! ನಿಂಗೆ ಭಯವಾಗ್ಲಿಲ್ವ?"

"ನೀನೇ ಊಹಿಸಿಕೊ ಮಗು. ಅದಕ್ಕೇ ನಾನು ಹೇಳೋದು, ಪುಟ್ಟ ಹುಡುಗಿಯರು ತಾಯಿ ಹೇಳಿದಾಗ ಮಾತ್ರ ಕನ್ನಡೀಲಿ ನೋಡಿಕೋಬೇಕು. ಕಂಡಕಂಡ ಕನ್ನಡೀನಲ್ಲೆಲ್ಲ ನಿನ್ನ ಅಂದಚೆಂದ ನೋಡಿಕೊಳ್ಳುವ ಈ ಕೆಟ್ಟ ಅಭ್ಯಾಸ ನೀನು ಬಿಡಬೇಕು. ಇಲ್ದಿದ್ರೆ ಭಯಂಕರವಾದದ್ದನ್ನೇನಾದರೂ ನೋಡ್ತೀಯ."

"ಆ ದೆವ್ವ ಹೇಗಿತ್ತಮ್ಮ?"

"ಹೇಗಿದ್ದಾಂದ್ರೆ... ಗುಂಗುರು ಕೂದಲು, ಕೆನ್ನೆಯ ಮೇಲೆ ಒಂದು ಗಾಯದ ಕಲೆ."

"ಅಪ್ಪನಿಗಿರೋ ಅಂಥ ಕಲೇನಾ?"

"ಹೌದು. ಆದರೆ ದೆವ್ವದ್ದು ಪಾಪದ ಕಲೆ. ಅಪ್ಪಂದು ಗೌರವದ ಕಲೆ – ಹಾಗೇಂತ ಆತ ಹೇಳ್ತಾನೆ."

"ಇರಲಿ, ದೆವ್ವದ ಬಗ್ಗೆ ಇನ್ನೂ ಹೇಳಮ್ಮ."

"ಸರಿ, ದೆವ್ವಕ್ಕೆ ಮೀಸೆಯಿತ್ತು."

"ಅಪ್ಪನಿಗಿದ್ದ ಹಾಗಾ?"

"ಅಲ್ಲ. ಅಪ್ಪಂದು ಕೊಳಕಾದ ನರೆಯುತ್ತಿರೋ ಮೀಸೆ, ಹೊಗೆಸೊಪ್ಪಿನ ಕೆಟ್ಟವಾಸನೆ ಬೇರೆ. ಆದರೆ ದೆವ್ವದ್ದು ಅಚ್ಚ ಕಪ್ಪು ಮೀಸೆ, ಅಂದವಾಗಿತ್ತು."

"ಅದಕ್ಕೆ ಕೊಂಬುಗಳು, ಬಾಲ ಇದ್ದವೇ?"

ಆಕೆ ತಿರಸ್ಕಾರದಿಂದ ನಸುನಕ್ಕಳು. "ಹೂಂ, ಇದ್ದವು. ಆದರೆ ಆಗ ನನಗೆ ಅವು ಕಾಣಲಿಲ್ಲ. ಕಂಡದ್ದು ಅವನುಟ್ಟಿದ್ದ ಅಂದವಾದ ಉಡುಪು, ಹೊಳಪು ಕಣ್ಣುಗಳು, ಗುಂಗುರು ಕೂದಲು, ಮೀಸೆ."

"ಅವನು ನಿನ್ನ ಮಾತಾಡಿಸಿದ್ನಾ?"

"ಹೌದು ಹೌದು, ಮಾತಾಡಿಸ್ದ." ನರೆಗೂದಲ ದೋನಾ ತಲೆತಗ್ಗಿಸಿ ಅಳತೊಡಗಿದಳು.

* * *

"ನಿನ್ನಂಥ ಚೆಂದದ ಹೆಣ್ಣುಗಳಿಗೆ ಮೋಂಬತ್ತಿ ಬೇಕಿಲ್ಲ." ಅವಳ ಹಿಂದೆ ನಿಂತು ನಕ್ಕು ಹೇಳುತ್ತ ಆತ ಅವಳತ್ತ ಬಾಗಿ ವಂದಿಸಿದ್ದ. ಸರ್ರನೆ ಅವಳು ತಿರುಗಿ ನೋಡಿದಾಗ ಅವನು ಜೋರಾಗಿ ನಗುತ್ತಿದ್ದ.

"ನೀನು ಆಗುಏದಾ ನನಗೆ ಚೆನ್ನಾಗಿ ಜ್ಞಾಪಕ ಇದೆ. ನಾನು ಹೋದಾಗ ಪುಟ್ಟ ಹುಡುಗಿ, ವಾಪಸು ಬಂದು ನೋಡಿದಾಗ ಸೊಗಸಾದ ಸುಂದರ ಯುವತಿಯಾಗಿ ಬೆಳೆದ ಆಗುಏದಾ. ನಿನ್ನ ಜತೆ ನಾನು 'ವಾಲ್ಟ್ಜ್' ನರ್ತಿಸಿದೆ; ಆದರೆ ಪೋಲ್ಕಾ ನೃತ್ಯಕ್ಕೆ ನೀನೊಪ್ಪಲಿಲ್ಲ."

"ನನಗೆ ದಾರಿ ಬಿಡು" ಎಂದಳು ಅವಳು. ಯಾಕೆಂದರೆ ಅವನು ಅಡ್ಡ ನಿಂತಿದ್ದ.

"ಆದರೆ ನಾನು ನಿನ್ನ ಜತೆ ಪೋಲ್ಕಾ ನರ್ತಿಸಬೇಕಲ್ಲ, ರೂಪಸಿ."

ಇಬ್ಬರೂ ಜೋರಾಗಿ ಉಸಿರಾಡುತ್ತ ಕನ್ನಡಿಯ ಮುಂದೆ ನಿಂತಿದ್ದರು. ಕೊಠಡಿಯಲ್ಲಿ ನಿಶ್ಶಬ್ದ. ಅವರ ನಡುವೆ ಉರಿಯುತ್ತಿದ್ದ ಮೋಂಬತ್ತಿ ಗೋಡೆಗಳ ಮೇಲೆ ಅವರ ನೆರಳುಗಳನ್ನು ಚಾಚಿತ್ತು. ಯುವಕ ಬಾದೋಯ್ ಮೋಂತಿಯ ಕಂಠಪೂರ್ತಿ ಕುಡಿದು ಸದ್ದಿಲ್ಲದೆ ಮಲಗಲೆಂದು ಮನೆಗೆ ಮೆಲ್ಲಗೆ ಹಿಂತಿರುಗಿ ಬಂದಿದ್ದ. ಆದರೆ ಈಗ ಥಟ್ಟನೆ ತನ್ನ ಪಾನಮತ್ತತೆಯನ್ನು ಕಳೆದುಕೊಂಡು ಆತ ಸಂಪೂರ್ಣ ಜಾಗೃತನಾಗಿದ್ದ. ಯಾವುದಕ್ಕೂ

ತಯಾರಾಗಿದ್ದ. ಅವನ ಕಣ್ಣುಗಳು ಹೊಳೆಯುತ್ತಿದ್ದವು; ಕೆನ್ನೆಯ ಮೇಲಿನ ಕಲೆ ಎದ್ದು ಕಾಣುತ್ತಿತ್ತು.

"ದಾರಿ ಬಿಡು, ನಾ ಹೋಗ್ಬೇಕು," ಎಂದು ಸಿಟ್ಟಿನಿಂದ ಅವಳನ್ನುತ್ತಿದ್ದಂತೆ ಅವನು ಅವಳ ಕೈ ಹಿಡಿದುಕೊಂಡು "ಉಹೂಂ. ನಾವು ನೃತ್ಯ ಮಾಡಿದ ಮೇಲೆ ನೀನು ಹೋಗೋದು" ಎಂದು ನಗುತ್ತ.

"ಎಲ್ಲಾದರೂ ಹಾಳಾಗಿ ಹೋಗು !"

"ಅದೆಷ್ಟು ಕೋಪ ನನ್ನ ಅರಗಿಣಿಗೆ !"

"ನಾನು ನಿನ್ನ ಅರಗಿಣಿ ಅಲ್ಲ !"

"ಹಾಗಾದರೆ ಮತ್ಯಾರ ಅರಗಿಣಿ ? ಅವನು ನನಗೆ ಗೊತ್ತಿರುವವನೇ ? ನಾನೇನಾದರೂ ನೋವುಂಟುಮಾಡಿರುವಂಥವನೆ ? ಯಾಕೆಂದರೆ ನೀನು ನನ್ನನ್ನೂ ನನ್ನೆಲ್ಲ ಮಿತ್ರರನ್ನೂ ಶತ್ರುಗಳ ಹಾಗೆ ಕಾಣ್ತಾ ಇದ್ದಿ."

ಅವನ ಹಿಡಿತದಿಂದ ತನ್ನ ಕೈಯನ್ನು ರಭಸದಿಂದ ಹಿಂದಕ್ಕೆಳೆದುಕೊಂಡು ಅವನ ಮುಖದ ಮೇಲೆ ಉಗುಳುವಂತೆ ಅವಳೆಂದಳು:

"ಯಾಕೆ ಕಾಣ್ಬಾರದು ? ಉದ್ಧಟರಾದ ನಿನ್ನ ಗೆಳೆಯರನ್ನೂ ನಿನ್ನನ್ನೂ ಕಂಡರೆ ನನಗೆಷ್ಟು ಹೇಸಿಗೆಯಾಗ್ತದೆ ಗೊತ್ತಾ ? ಯೂರೋಪಿಗೆ ಹೋಗಿ ಬಂದುಬಿಟ್ಟ ಮಾತ್ರಕ್ಕೆ ದೊಡ್ಡ ಠೀವಿಯ ಮನುಷ್ಯರಾಗಿಬಿಡ್ತೀರಿ ನೀವು ! ನಾವು ಅಮಾಯಕ ಹುಡುಗಿಯರು ನಿಮಗೆ ಹಿಡಿಸೋದಿಲ್ಲ. ಪ್ಯಾರಿಸಿನ ಹುಡುಗಿಯರ ಬಿನ್ನಾಣ ನಮಗೆಲ್ಲಿ ಬರ್ತದೆ ? ಸೆವಿಲಿಯನ್ ಹುಡುಗಿಯರ ಕಾವು ನಮ್ಮಲ್ಲಿ ಎಲ್ಲಿದೆ ? ನಮ್ಮಲ್ಲಿ ಉಪ್ಪು, ಖಾರ ಇಲ್ಲಪ್ಪ, ಉಪ್ಪು ಖಾರ ಇಲ್ಲ, ಉಪ್ಪು ಖಾರ ಇಲ್ಲ ! ಹೋ, ನಿಮ್ಮನ್ನು ಕಂಡರೆ ನನಗೆ ತಲೆಬೇನೆ ಬರ್ತದೆ !"

"ಅಲ್ಲ ನಮ್ಮ ವಿಷಯ ನಿಂಗೆ ಹೇಗೆ ಗೊತ್ತು ?"

"ನೀವೇ ಮಾತಾಡಿಕೊಳ್ತಿದ್ದದ್ದನ್ನು ಕೇಳಿದೇನಲ್ಲ ? ನಿಮ್ಮನ್ನು ಕಂಡರೇ ನನಗೆ ಅಸಹ್ಯ ಅನಿಸ್ತದೆ."

"ಆದರೆ ನಿನ್ನ ಕಂಡರೆ ನಿನಗೆ ಅಸಹ್ಯವೇನೂ ಇಲ್ಲವಲ್ಲ. ನಿನ್ನ ಅಂದ ಚೆಂದ ನೋಡಿಕೊಳ್ಳೋದಕ್ಕೆ ಅರ್ಧ ರಾತ್ರೀಲಿ ಬಂದು ಕನ್ನಡಿ ಮುಂದೆ ನಿಲ್ತೀಯ !"

ಅವಳ ಮುಖ ಕೆಂಪೇರಿದ್ದನ್ನು ನೋಡಿ ಅವನಿಗೆ ಒಂದು ಬಗೆಯ ತೃಪ್ತಿ ಉಂಟಾಯಿತು. ಬಳಿಕ ಅವಳೆಂದಳು:

"ನಾನೇನೂ ನನ್ನ ಲಾವಣ್ಯಾನ ನೋಡಿ ಮೆಚ್ಚಿಕೊಳ್ಳೋದಕ್ಕೆ ಬಂದಿರ್ಲಿಲ್ಲ."

"ಹಾಗಾದರೆ ಚಂದ್ರನನ್ನು ನೋಡಿ ಮೆಚ್ಚುತ್ತಿದ್ದೆಯಾ ?"

"ಓ," ಎಂದು ಅವಳು ಉದ್ವಿಗ್ನಳಾಗಿ ಅಳಲಾರಂಭಿಸಿದಳು. ಮೋಂಬತ್ತಿ ಜಾರಿ ಬಿದ್ದು ಆರಿಹೋಯಿತು. ಪೂರ್ತಿ ಕತ್ತಲೆ. ಬಾದೋಯ್‌ಗೆ ಅಯ್ಯೋ ಅನ್ನಿಸಿತು.

"ಅಳಬೇಡ ನನ್ನನ್ನ ಕ್ಷಮಿಸಿಬಿಡು ! ದಯವಿಟ್ಟು ಅಳಬೇಡ. ನಾನು ದಯೆಯಿಲ್ಲದೆ ಏನೇನೊ ಅಂದುಬಿಟ್ಟೆ. ಕುಡಿದುಬಿಟ್ಟಿದ್ದೆ ! ಏನು ಮಾತಾಡಿದೆನೋ ತಿಳಿಯದು."

ಆತ ಕತ್ತಲಲ್ಲಿ ತಡವರಿಸಿ ಅವಳ ಕೈಹಿಡಿದು ಅದಕ್ಕೆ ಮುತ್ತಿಟ್ಟ. ಬಿಳಿಯ ಉಡುಪು ಧರಿಸಿದ್ದ ಅವಳು ಕಂಪಿಸುತ್ತ, "ನನ್ನ ಹೋಗೋದಕ್ಕೆ ಬಿಡು" ಎಂದು ಕ್ಷೀಣಸ್ವರದಲ್ಲಿ ನುಡಿದಳು.

"ಇಲ್ಲ, ಮೊದಲು ನನ್ನ ಕ್ಷಮಿಸಿದ್ದೇನೆ ಅಂತ ಹೇಳು. ಹೇಳು ಆಗುವಿದಾ..."

ಅವಳು ಏನೂ ಹೇಳದೆ ಅವನ ಕೈಯನ್ನೆಳೆದುಕೊಂಡು ಬಲವಾಗಿ ಕಚ್ಚಿ ಬಿಡಿಸಿಕೊಂಡು

ಓಡಿಹೋದಳು. ಕಚ್ಚಿದ ನೋವಿಗೆ "ಅಮ್ಮಾ" ಎಂದು ಚೀತ್ಕರಿಸಿ ಅವನು ತನ್ನ ಇನ್ನೊಂದು ಕೈಯನ್ನು ಝಾಡಿಸುವಷ್ಟರಲ್ಲಿ ಅವಳು ಅಲ್ಲಿ ಇರಲೇ ಇಲ್ಲ. ರಕ್ತ ಸೋರುತ್ತಿದ್ದ ತನ್ನ ಬೆರಳುಗಳನ್ನು ಅವನು ಚೀಪುತ್ತಿದ್ದಾಗ, ಮಹಡಿಯೇರಿ ಹೋಗುತ್ತಿದ್ದ ಅವಳ ಉಡುಪಿನ ಗರಿಗರಿ ಶಬ್ದ ಕೇಳಿಸಿತು.

ಅವನಿಗೆ ತುಂಬಾ ಕೋಪಬಂದಿತ್ತು. ಹೋಗಿ ಅಮ್ಮನಿಗೆ ಹೇಳಿ ಈ ದುಷ್ಟ ಹೆಣ್ಣನ್ನು ಆಚೆಗಟ್ಟಿಬಿಡುವುದೆ ? ಅಥವಾ ತಾನೇ ಅವಳ ಕೋಣೆಗೆ ಹೋಗಿ ಮಲಗಿದ್ದವಳನ್ನೆಬ್ಬಿಸಿ ಕೆನ್ನೆಗೆ ಬಾರಿಸುವುದೆ ? ಆದರೆ ಬೆಳಗ್ಗೆ ಅವರೆಲ್ಲ ಆಂತಿಪೋಲೋಗೆ ಹೋಗುವವರಿದ್ದರು. ಅವಳು ಕುಳಿತ ದೋಣಿಯಲ್ಲೇ ತಾನೂ ಜಾಗ ದೊರಕಿಸಿಕೊಳ್ಳಬೇಕೆಂದು ಅವನು ಎಣಿಕೆ ಹಾಕಿದ.

ಇರಲಿ, ಸೇಡುತೀರಿಸಿಕೊಳ್ಳುತ್ತೇನೆ ಎಂದು ಅವನು ಚಿಂತಿಸಿದ. ಆ ಸೂಳೇಮಗಳಿಗೆ ತಕ್ಕ ಶಾಸ್ತಿ ಮಾಡಬೇಕು ? ಆದರೆ – ದೇವರೆ ! ಅವಳ ಕಣ್ಣುಗಳು ಎಂಥವು ! ಕೋಪ ಬಂದಾಗ ಅದೆಷ್ಟು ಚೆಂದವಾಗಿ ಅವಳು ರಂಗೇರುತ್ತಿದ್ದಳು ! ಮೋಂಬತ್ತಿಯ ಪ್ರಕಾಶದಲ್ಲಿ ಅವಳ ಬರಿದೋಳು ಚಿನ್ನದಂತೆ ಹೊಳೆಯುತ್ತಿದ್ದುದು ಅವನ ನೆನಪಿಗೆ ಬಂದಿತು. ಚೂಟಿಯಾಗಿ ಅತ್ತಿತ್ತ ಚಲಿಸುತ್ತಿದ್ದ ಕತ್ತು, ಪುಷ್ಟವಾದ ಸ್ತನಗಳು ಎಲ್ಲಾ ನೆನಪಿಗೆ ಬಂದವು. ಹೋ, ಅವಳೆಷ್ಟು ಮೋಹಕವಾಗಿದ್ದಳು ! ತನ್ನಲ್ಲಿ ಲಾವಣ್ಯ ಅಥವಾ ಕಾವು ಇಲ್ಲವೆಂದು ಅವಳು ಹೇಗೆತಾನೇ ಭಾವಿಸಿರಲು ಸಾಧ್ಯ ? ಇನ್ನು ಉಪ್ಪು, ಖಾರ ? ಅವಳಲ್ಲಿ ಅದರ ಒಂದು ಮೂಟೆಯೇ ಇತ್ತು !

'ನಿನ್ನ ಅಭ್ಯಂಜನ ನಡೆದಾಗ
ಎಣ್ಣೆಯಲಿರಲಿಲ್ಲ ಉಪ್ಪಿನ ಅಭಾವ !'

ಎಂದು ಕತ್ತಲೆಯ ಕೋಣೆಯಲ್ಲಿ ಅವನು ಗಟ್ಟಿಯಾಗಿ ಹಾಡತೊಡಗಿದ. ಅವಳನ್ನು ತಾನು ಅಪಾರವಾಗಿ ಮೋಹಿಸುತ್ತಿರುವೆನೆಂದು ಹಠಾತ್ತನೆ ಅವನ ಮನಸ್ಸಿಗೆ ಬಂದಿತು. ಮತ್ತೆ ಅವಳನ್ನು ನೋಡಲು, ಸ್ಪರ್ಶಿಸಲು, ಅವಳ ದನಿ ಕೇಳಲು ಅವನಲ್ಲಿ ಉತ್ಕಟೇಚ್ಛೆ ಉಂಟಾಯಿತು. ಆತ ಕಿಟಿಕಿಯ ಬಳಿಗೆ ಧಾವಿಸಿ ಬಾಗಿಲುಗಳನ್ನು ತೆರೆದ. ರಾತ್ರಿಯ ಗಾಳಿ ಹಿತವಾಗಿ ಬೀಸುತ್ತಿತ್ತು. ಮೇ ತಿಂಗಳು, ಬೇಸಗೆ ಕಾಲ. ತಾನು ಪ್ರೇಮದಲ್ಲಿ ಸಿಲುಕಿರುವ ಯುವಕ. ಅವನಲ್ಲಿ ಅದೊಂದು ಬಗೆಯ ಅವರ್ಣನೀಯ ಹರ್ಷ.

ಆದರೆ ಅವನು ಅವಳನ್ನು ಕ್ಷಮಿಸಿರಲಿಲ್ಲ. ಇರಲಿ, ಅವಳಿಗೆ ಪಾಠ ಕಲಿಸುತ್ತೇನೆ, ಸೇಡು ತೀರಿಸುತ್ತೇನೆ ಎಂದುಕೊಂಡು ಅವಳ ಹಲ್ಲುಗಳಿಂದ ಗಾಯಗೊಂಡಿದ್ದ ಕೈಬೆರಳುಗಳನ್ನು ತುಟಿಗೊತ್ತಿಕೊಂಡ. ಆದರೆ ಇದೆಂಥ ರಾತ್ರಿ ! "ಈ ರಾತ್ರೀನ ನಾನು ಯಾವೊತ್ತೂ ಮರೆಯಲಾರೆ," ಎಂದು ಆ ಕತ್ತಲೆಯ ಕೋಣೆಯಲ್ಲಿ ನಿಂತ ಅವನು ಕಣ್ಣಲ್ಲಿ ನೀರು ತುಂಬಿಕೊಂಡು ಉದ್ಗರಿಸಿದ.

* * *

ಆದರೆ ಹೃದಯ ಮರೆಯುತ್ತದೆ, ವಿಮುಖವಾಗುತ್ತದೆ. ಮೇ ಕಳೆದು ಬೇಸಗೆ ಮುಗಿಯುತ್ತದೆ. ತೋಟಗಳ ಮೇಲೆ ಜೋರಾಗಿ ಗಾಳಿ ಬೀಸತೊಡಗುತ್ತದೆ. ಹೀಗೆ ಗಂಟೆಗಳು, ದಿನಗಳು, ತಿಂಗಳುಗಳು, ವರ್ಷಗಳು ಒಂದರ ಮೇಲೊಂದು ಉರುಳಿ ರಾಶಿಗೂಡುತ್ತವೆ. ಹೃದಯಕ್ಕೆ ವಯಸ್ಸಾಗಿ ಅದು ಬಳಲುತ್ತದೆ. ಮನಸ್ಸಿನಲ್ಲಿ ಯೋಚನೆಗಳು ಕಿಕ್ಕಿರಿದು ಅದು ಗೊಂದಲಮಯವಾಗುತ್ತದೆ. ಅದರಲ್ಲಿ ಧೂಳು ತುಂಬುತ್ತದೆ, ಜೇಡನ ಬಲೆ ಕಟ್ಟಿದ ಹಾಗಾಗುತ್ತದೆ, ನೆನಪು ಅಳಿಯುತ್ತದೆ. ಈ ರೀತಿಯಾಗಿ ದೋನ್ ಬಾದೋಯ್ ಮೋಂತಿಯಾ

ಏನನ್ನೂ ನೆನಪಿಟ್ಟುಕೊಳ್ಳದೆ ಅದೊಂದು ಮೇ ದಿನದ ಮಧ್ಯರಾತ್ರಿ ಕೈಯಲ್ಲಿದ್ದ ಬೆತ್ತದಿಂದ ದಾರಿ ಅರಸುತ್ತ ಮನೆಗೆ ನಡೆದಿದ್ದ. ಅವನೀಗ ಮುದುಕ. ಕಣ್ಣುಗಳು ಮಂದವಾಗಿದ್ದವು. ಕಾಲುಗಳು ಬಲಹೀನವಾಗಿದ್ದವು. ಈಗ ಅವನಿಗೆ ಅರವತ್ತು ವರ್ಷ. ಬಾಗಿ ಬೆಂಡಾದ ಬಿಳಿಗೂದಲಿನ ಮುದುಕ. ಫಿತೂರಿಗಾರರ ರಹಸ್ಯ ಸಭೆಯೊಂದಕ್ಕೆ ಹೋಗಿದ್ದ ಅವನ ತಲೆಯಲ್ಲಿ ಆ ಉಗ್ರ ಭಾಷಣಗಳು ಇನ್ನೂ ಮಾರ್ದನಿಗೊಳ್ಳುತ್ತಿದ್ದವು. ಅವನ ದೇಶಪ್ರೇಮಿ ಹೃದಯಲ್ಲಿ ಸಂತಸ ತುಳುಕುತ್ತಿತ್ತು. ಆತ ಜಾಗರೂಕತೆಯಿಂದ ಮೆಟ್ಟಲೇರಿ ಮುಂಬಾಗಿಲನ್ನು ದಾಟಿದ. ಮನೆಯೊಳಗೆ ಕತ್ತಲೆ. ದಿವಾನಖಾನೆಯಲ್ಲಿ ನಡೆಯುತ್ತ ಪಕ್ಕದ ಕೋಣೆಯತ್ತ ಆತ ದೃಷ್ಟಿ ಬೀರಿದ. ಹಾಗೆ ನೋಡಿದವನು ಮೈ ತಣ್ಣಗಾದಂತೆ ನಿಂತುಬಿಟ್ಟ. ಅಲ್ಲಿದ್ದ ಕನ್ನಡಿಯಲ್ಲಿ ಅವನಿಗೊಂದು ಮುಖ ಕಂಡಿತು. ಮೋಂಬತ್ತಿಯ ಬೆಳಕಿನಲ್ಲಿ ಕಾಣುತ್ತಿದ್ದ ಪ್ರೇತದಂಥ ಮುಖ, ಕಣ್ಣು ಮುಚ್ಚಿ ತುಟಿ ಏನನ್ನೋ ಹೇಳಿಕೊಳ್ಳುತ್ತಿತ್ತು. ಈ ಮುಖವನ್ನು ತಾನೆಲ್ಲೋ ನೋಡಿದ ಜ್ಞಾಪಕ. ಅವನಿಗೆ ಸರಿಯಾಗಿ ನೆನಪು ಮರುಕಳಿಸಲು ಒಂದು ನಿಮಿಷ ಹಿಡಿಯಿತು. ನೆನಪು ಬಂದಾಗ ಪ್ರವಾಹದಂತೆ ಮನವನ್ನು ತುಂಬಿ, ರಾಶಿಗೂಡಿದ್ದ ಗಂಟೆಗಳನ್ನು, ದಿನಗಳನ್ನು, ತಿಂಗಳುಗಳನ್ನು, ವರ್ಷಗಳನ್ನು ಕ್ಷಿಪ್ರವಾಗಿ ಕೊಚ್ಚಿಕೊಂಡುಹೋಯಿತು. ಆತ ಪುನಃ ಯುವಕನಾದ. ಅದೇ ತಾನೇ ಯೂರೋಪಿನಿಂದ ಬಂದಿದ್ದ. ರಾತ್ರಿಯೆಲ್ಲ ನರ್ತಿಸಿದ್ದ. ಆಮೇಲೆ ಕಂಠಪೂರ್ತಿ ಕುಡಿದು ಮನೆಗೆ ಮರಳಿದ್ದ. ಬಾಗಿಲಲ್ಲಿ ನಿಂತು ಒಳಗೆ ನೋಡಿದಾಗ ಕತ್ತಲಲ್ಲಿ ಒಂದು ಮುಖ ಕಂಡಿತು... ಆತ ಹೋ! ಅಂದ... ಕನ್ನಡಿಯ ಮುಂದೆ ರಾತ್ರಿ ಉಡುಪು ಧರಿಸಿದ್ದ ಒಬ್ಬ ಹುಡುಗ ನಿಂತಿದ್ದ. ಇವನ ದನಿ ಕೇಳಿ ಹುಡುಗ ಬೆದರಿ ಅವನ ಕೈಯಲ್ಲಿದ್ದ ಮೋಂಬತ್ತಿ ಜಾರಿ ಬೀಳುವುದರಲ್ಲಿತ್ತು. ಅವನು ಮುಖ ತಿರುಗಿಸಿ ಮುದುಕನನ್ನು ನೋಡಿ ಗಾಬರಿ ಕಳೆದು ನಗುತ್ತ ಓಡಿಬಂದ.

"ಓ, ತಾತ, ನನ್ನ ಹೆದರಿಸಿಬಿಟ್ಯಲ್ಲ!"

ದೋನ್ ಬಾದೋಯ್ ಬಿಳಿಚಿಕೊಂಡಿದ್ದ. "ನೀನಾ ಬಡ್ಡಿ ಮಗನೆ! ಇದೆಲ್ಲ ಏನೋ? ಇಷ್ಟು ಹೊತ್ತಿನಲ್ಲಿ ಇಲ್ಲೇನು ಮಾಡ್ತಿದೀಯ?"

"ಏನಿಲ್ಲ ತಾತ, ಸುಮ್ನೆ ಹಾಗೇ... ಸುಮ್ನೆ..."

"ಹೂಂ, ಗೊತ್ತು. ಶ್ರೀಮಾನ್ ಸುಮ್ನೆ ಅವರನ್ನು ಭೇಟಿಯಾಗೋದಕ್ಕೆ ನನಗೆ ತುಂಬಾ ಸಂತೋಷವಾಗ್ತದೆ. ಈ ಕೋಲು ಮುರಿಯೋ ಹಾಗೆ ಎರಡು ಬಾರಿಸಿದರೆ ಆಗ ನೀನೇ ಬೇರೆಯವನಾಗ್ತೀಯ."

"ಏನೋ ಮೂರ್ಖತನ ತಾತ. ನನ್ನ ಹೆಂಡತೀನ ನೋಡಬಹುದೂಂತ ಸ್ನೇಹಿತರು ಹೇಳಿದರು."

"ಹೆಂಡತಿ? ಯಾವ ಹೆಂಡತೀನೋ?"

"ನನ್ನ ಹೆಂಡತೀನೇ. ಈ ರಾತ್ರಿ ಕನ್ನಡೀಲಿ ನೋಡಿ,

ಕನ್ನಡಿಯೇ ಓ ಕನ್ನಡಿಯೇ
ನನ್ನವಳಾಗುವ ಮುಗುದೆಯು ಯಾರು
ತೋರಿಸು ಅವಳನು ನನಗೆ

–ಅಂತ ಹೇಳಿದರೆ ಅವಳ ಮುಖ ಕಾಣ್ತದೇಂತ ಶಾಲೇಲಿ ಹುಡುಗರು ಹೇಳಿದರು."

ದೋನ್ ಬಾದೋಯ್ ವಿಷಣ್ಣನಾಗಿ ನಕ್ಕು ಹುಡುಗನ ಕೂದಲು ಹಿಡಿದು ತನ್ನ ಕೋಣೆಗೆ

ಎಳೆದುಕೊಂಡು ಹೋಗಿ ತಾನು ಒಂದು ಕುರ್ಚಿಯಲ್ಲಿ ಕುಳಿತು ಹುಡುಗನನ್ನು ತೊಡೆಗಳ ನಡುವೆ ಕೂರಿಸಿಕೊಂಡು ಹೇಳಿದ :

"ಆ ಮೋಂಬತ್ತಿ ಕೆಳಗಿಡು. ಈ ವಿಷಯ ಸರಿಯಾಗಿ ಮಾತಾಡೋಣ. ಈಗಲೇ ನಿನ್ನ ಭಾವೀ ಹೆಂಡತೀನ ನೋಡಬೇಕಾ ? ಆದರೆ ಇವೆಲ್ಲ ದುಷ್ಟ ಆಟಗಳು, ಅವನ್ನಾಡುವ ತುಂಟ ಹುಡುಗರು ಭಯಂಕರ ದೃಶ್ಯಗಳನ್ನು ಕಾಣುವ ಅಪಾಯ ಇದೆ, ಗೊತ್ತಾ ?"

"ಸರಿ, ಹೆಂಡತಿಯ ಬದಲು ಒಬ್ಬ ಮಾಟಗಾತಿಯನ್ನು ನಾನು ನೋಡಬಹುದೂಂತಾನೂ ಹುಡುಗರು ಎಚ್ಚರಿಕೆ ನೀಡಿದ್ರು."

"ಅದೇನಯ್ಯ ನಾನು ಹೇಳ್ತಿರೋದು. ಅವು ಎಷ್ಟು ಭಯಾನಕವಾಗಿರಬಹುದೂಂದ್ರೆ ಹೆದರಿಕೆಯಿಂದ ನೀನು ಸತ್ತೇಹೋಗಬಹುದು. ಅದು ನಿನ್ನನ್ನ ಮರುಳುಗೊಳಿಸಿ ಚಿತ್ರಹಿಂಸೆ ಕೊಟ್ಟೀತು; ಎದೆ ಬಸಿದು ರಕ್ತ ಹೀರಿಬಿಟ್ಟೀತು !"

"ಏನಜ್ಜ ? ಇದು 1890ನೇ ಇಸವಿ. ಈಗ ಮಾಟಗಾತಿಯರು ಎಲ್ಲಿದ್ದಾರೆ ?"

"ಅಯ್ಯೋ ಪುಟ್ಟ ವಾಲ್ಟೇರನೇ ! ನಾನೊಬ್ಬ ಮಾಟಗಾತೀನ ನೋಡಿದೀನಿ ಅಂದ್ರೆ ಏನು ಹೇಳ್ತೀಯ ?"

"ನೀನು ನೋಡಿದ್ಯಾ ? ಎಲ್ಲಿ ?"

"ಇದೇ ಪಡಸಾಲೇಲಿ; ಅದೇ ಕನ್ನಡೀಲಿ" ಮುದುಕನ ದನಿ ಈಗ ಗಡುಸಾಗಿತ್ತು.

"ಯಾವಾಗ ಅಜ್ಜ ?"

"ಬಹಳ ದಿನಗಳೇನೂ ಆಗಿಲ್ಲ ಅನ್ನು. ಆಗ ನಾನು ನಿನಗಿಂತ ಸ್ವಲ್ಪ ದೊಡ್ಡವನಿದ್ದೆ. ಆ ರಾತ್ರಿ ನನ್ನನ್ನು ಅಸ್ವಸ್ಥತೆ ತುಂಬಾ ಕಾಡಿತು. ಎಲ್ಲಾದರೂ ಮಲಗಿ ಕೊನೆಯುಸಿರೆಳೆಯಬಾರದೇ ಅನಿಸ್ತಿತ್ತು. ಇತ್ತ ಬಂದಾಗ ನಾನು ಸಾಯುವಾಗ ಹೇಗೆ ಕಾಣ್ತೇನೆ ಅಂತ ಕನ್ನಡಿ ನೋಡೋಣ ಅಂದುಕೊಂಡೆ. ಆದರೆ ಕೋಣೆಯೊಳಗೆ ತಲೆ ಹಾಕಿ ನೋಡಿದಾಗ ಕನ್ನಡಿಯಲ್ಲಿ ಕಂಡದ್ದು..."

"ಮಾಟಗಾತೀನಾ ?"

"ಹೌದು. ಅದೇ !"

"ಅವಳು ನಿನ್ನ ಮರುಳುಮಾಡಿಬಿಟ್ಟಳಾ ?"

"ಮರುಳುಮಾಡಿ ಚಿತ್ರಹಿಂಸೆ ಕೊಟ್ಟಳು. ನನ್ನ ಹೃದಯ ತಿಂದು ರಕ್ತ ಕುಡಿದಳು." ಮುದುಕನ ದನಿ ವಿಷಣ್ಣವಾಗಿತ್ತು.

"ಅಯ್ಯೋ ಪಾಪ, ಇದನ್ನು ನೀನು ನನಗೆ ಹೇಳಿಯೇ ಇಲ್ಲವಲ್ಲ, ಅಜ್ಜ! ಅವಳು ಭಯಂಕರವಾಗಿದ್ದಳೇ ?"

"ಭಯಂಕರವಾ ? ಇಲ್ಲ. ಬಹು ಸುಂದರವಾಗಿದ್ದಳು. ಅಂಥ ಚೆಲುವೆಯನ್ನು ನಾನು ಕಂಡೇ ಇಲ್ಲ. ಅವಳ ಕಣ್ಣುಗಳು ನಿನ್ನ ಕಣ್ಣುಗಳ ಹಾಗೇ ಇದ್ದವು. ಅವಳ ತಲೆಗೂದಲು ಅಚ್ಚ ಕಪ್ಪು. ಭುಜಗಳು ಚಿನ್ನದ ಬಣ್ಣ. ಓ, ಅವಳು ಅದೆಷ್ಟು ಮೋಹಕವಾಗಿದ್ದಳು ! ಆದರೆ ಅವಳು ಎಷ್ಟು ಅಪಾಯದ ಪ್ರಾಣಿ ಅಂತ ನಾನು ತಿಳಕೋಬೇಕಾಗಿತ್ತು."

ಸ್ವಲ್ಪಹೊತ್ತು ಮೌನ. ಆಮೇಲೆ ಹುಡುಗ "ಅದೆಂಥ ಕೆಟ್ಟ ಕನ್ನಡಿ ಇದು ತಾತ !" ಎಂದ.

"ಅದೇಕೆ ಹಾಗಂತೀಯ ?"

"ಯಾಕಂದ್ರೆ, ಈ ಮಾಟಗಾತೀನ ನೀನೇ ಅದರಲ್ಲಿ ನೋಡಿದೆಯಲ್ಲ. ಇನ್ನು ನಮ್ಮ

ಅಜ್ಜೀನೂ ಒಂದು ಸಲ ಈ ಕನ್ನಡೀಲಿ ದೆವ್ವ ಕಂಡಿದ್ದಳಂತೆ. ಹಾಗಂತ ಅಮ್ಮ ಹೇಳ್ತಿದ್ಳು, ಆ ಭಯದಿಂದಲೇ ಅಜ್ಜಿ ಸತ್ತಳಾ ?"

ದೋನ್ ಬಾದೋಯ್ ಚಕಿತನಾದ. ಅವಳು ಬಡಪಾಯಿ ಆಗುಏದಾ – ಸತ್ತು ಹೋಗಿದ್ದಳೆಂಬುದನ್ನು ಅವನು ಕ್ಷಣ ಕಾಲ ಮರೆತುಬಿಟ್ಟಿದ್ದ. ಕೊನೆಗೂ ಅವರಿಬ್ಬರ ನಡುವೆ ಶಾಂತಿ ನೆಲೆಸಿತ್ತು. ಅವಳ ಬಳಲಿದ ದೇಹ ವಿರಮಿಸುತ್ತಿತ್ತು. ಅಂತೂ ಈ ಪ್ರಪಂಚದ ಕ್ರೂರ ಆಟಗಳಿಂದ, ಮೇ ತಿಂಗಳ ಒಂದು ರಾತ್ರಿಯ ಜಾಲದಿಂದ, ಬೇಸಗೆಯ ಮೋಹಕ ಪಾಶದಿಂದ, ಚಂದ್ರನ ಬೆಳ್ಳಿಯ ಬಲೆಗಳಿಂದ ಅವಳಿಗೀಗ ವಿಮುಕ್ತಿ. ಕೂನೆಯಲ್ಲಿ ಅವಳು ಬಿಳಿಗೂದಲಿನ, ಹಾಗೂ ಎದ್ದು ಕಾಣುತ್ತಿದ್ದ ಮೂಳೆಗಳ ಪುಟ್ಟ ರಾಶಿಯಾಗಿದ್ದಳು. ಕ್ಷಯ ರೋಗದಿಂದ ಅವಳು ಒಣಗಿ ಹೋಗಿದ್ದಳು. ಅವಳ ಮುಖ ಬೂದಿಯಂತಾಗಿತ್ತು. ಆದರೂ ಅವಳ ಕಣ್ಣುಗಳು ಬೆಂಕಿ ಕಾರುತ್ತಿದ್ದವು. ನಂಜಿನ ನಾಲಿಗೆ ಚಾವಟಿಯಂತೆ ಹರಿಹಾಯುತ್ತಿತ್ತು... ಈಗೇನೂ ಉಳಿದಿಲ್ಲ – ಸಮಾಧಿ ಶಿಲೆಯ ಮೇಲೆ ಒಂದು ಹೆಸರು ಮಾತ್ರ, ಸ್ಮಶಾನದಲ್ಲಿ ಒಂದು ಸಮಾಧಿ ಶಿಲೆ ಮಾತ್ರ. ಬಹುಕಾಲದ ಹಿಂದೆ ಆ ಮೇ ದಿನದ ಮಧ್ಯರಾತ್ರಿಯಲ್ಲಿ ಕನ್ನಡಿಯಲ್ಲಿ ಪ್ರಜ್ವಲಿಸಿ ಕಂಡಿದ್ದ ಯುವತಿಯದ್ದಾಗಿ ಈಗೇನೂ ಉಳಿದಿರಲಿಲ್ಲ.

ಅವಳು ಅಳುತ್ತ ತನ್ನ ಕೈ ಕಚ್ಚಿ ಓಡಿಹೋಗಿ ತಾನೂ ಆ ಕತ್ತಲೆಯ ಕೋಣೆಯಲ್ಲಿ ಗಟ್ಟಿಯಾಗಿ ಹಾಡಿದ ಪ್ರಸಂಗ ಅವನ ನೆನಪಿಗೆ ಬಂದಿತು. ಅವನು ಅವಳನ್ನು ಪ್ರೀತಿಸಿದ್ದ! ಆ ಭಾವನೆ ಅವನಿಗೇ ಅಚ್ಚರಿಯುಂಟುಮಾಡಿತ್ತು. ಈಗ ಅದನ್ನು ನೆನಸಿಕೊಂಡಾಗ ಅವನಲ್ಲಿ ದುಃಖ ಮೂಡಿಬಂದು ಹುಡುಗನನ್ನು ಅತ್ತ ತಳ್ಳಿ, ಆತ ಎದ್ದು ಹೋಗಿ ಕಿಟಿಕಿಯ ಬಾಗಿಲು ತೆರೆದು ಹೊರಗೆ ನೋಡುತ್ತ ನಿಂತ. ಕತ್ತಲೆ ಆವರಿಸಿದ್ದ ರಸ್ತೆಯಲ್ಲಿ ಹಳೆಯ ಛಾಯೆಗಳು ಎರಡು ಬೀದಿದೀಪಗಳು ಸಣ್ಣಗೆ ಮಿನುಗುತ್ತಿದ್ದವು. ರಸ್ತೆಯಲ್ಲಿ ಸಾರೋಟೊಂದು ಕಟಕಟ ಶಬ್ದ ಮಾಡುತ್ತ ಸಾಗಿತ್ತು. ಮೇಲೆ ಮೋಡ ಕವಿದ ಆಕಾಶ, ಕೆಳಗೆ ಕಪ್ಪಗೆ ಕಾಣುತ್ತಿದ್ದ ಮನೆಗಳ ಆಕೃತಿಗಳು. ಅಲ್ಲಲ್ಲಿ ಒಂದು ಮೂಲೆಯಲ್ಲಿ ಚಂದ್ರನ ಬೆಳಕು ಬೀಳುತ್ತಿತ್ತು. ಒಮ್ಮೊಮ್ಮೆ ಸುಯ್ಯನೆ ರಭಸದಿಂದ ಬೀಸುತ್ತಿದ್ದ ಗಾಳಿ. ಮೇ ತಿಂಗಳ ಆ ಹಳೆಯ ಪ್ರೇಮದ ನೆನಪುಗಳು ಉಮ್ಮಳಿಸಿ ಬಂದು ಮುದುಕ ಕಿಟಿಕಿಯ ಮುಂದೆ ಬಿಕ್ಕಳಿಸುತ್ತ ನಿಂತಿದ್ದ, ಕಣ್ಣೀರು ಧಾರಾಕಾರವಾಗಿ ಹರಿಯುತ್ತಿತ್ತು. ಆತ ಒಂದು ಕೈಯಿಂದ ತುಟಿ ಮುಚ್ಚಿಕೊಂಡು ಅಳುತ್ತಿದ್ದ. ರಸ್ತೆಯಲ್ಲಿ ಕಲ್ಲಿನ ಅಂಚುಹಾಸಿನ ಮೇಲೆ ರಾತ್ರಿ ಕಾವಲುಗಾರನ ಮೊಳೆ ಹೊಡೆದ ಬೂಟುಗಳ ಟಕಟಕ ಶಬ್ದ, ಅವನ ಮಂಡಿಗೆ ತಗಲುತ್ತಿದ್ದ ಲಾಂದ್ರದ ಸಪ್ಪಳ. ರಾತ್ರಿಯಲ್ಲಿ ಅವನ ದೊಡ್ಡ ಕಂಠದ ದನಿ: "ಕಾವಲು ಪ್ರಶಾಂತವಾಗಿದೇ ಏ–ಏ...ಈಗ ಗಂಟೆ ಹನ್ನೆರಡೂ–ಊ–ಊ..."

ಮಲಯ

○ ಕೆ. ಎಸ್. ಮಣಿಯನ್

ಹದ್ದುಗಳು

ಊರಿನ ಆ ಮುದುಕ ಸತ್ತ ದಿನ ಒಂದೇ ಸಮ ಬಿದ್ದ ಮಳೆ ಆಕಾಶವನ್ನೆಲ್ಲ ತೊಳೆದು ಸ್ವಚ್ಛಗೊಳಿಸಿತ್ತು. ತನ್ನ ಮಕ್ಕಳಿಗೆ ಆತ ಬಿಟ್ಟುಹೋಗಿದ್ದ ರಬ್ಬರ್ ಮರಗಳ ವಿಶಾಲ ತೋಟದ ಮೇಲೆ ಬೆಳ್ಳಗೆ ಮಂಜು ಕವಿದಿತ್ತು.

"ಮೋಡಗಳೂ ಇಳಿದು ಬಂದುಬಿಟ್ಟಿವೆ" ಎಂದು ಗಣೇಶನ್‌ನ ನೆರೆಹೊರೆಯವರು ಮಾತಾಡಿಕೊಂಡಿದ್ದರು.

ಮುದುಕ ಬದುಕಿದ್ದಾಗ ಹದ್ದಿನ ಕಾವಲಿದ್ದ ಗೇಟುಗಳಿಂದಾಚೆ ಕಾಲಿಡದಿದ್ದ ಹೆಂಗಸರೂ ಇಂದು ದೊಡ್ಡ ಪೌಳಿ ಗೋಡೆಯ ನಡುವೆ ನಿಂತಿದ್ದ ದೊಡ್ಡ ಮನೆಗೆ ಹೋಗಿ ಅವನ ಸಮಾಧಿ ಪೆಟ್ಟಿಗೆಯನ್ನು ಸಂದರ್ಶಿಸಿ ಬಂದಿದ್ದರು. ಗೇಟಿನ ಸಿಮೆಂಟ್ ಕಂಬಗಳು ಹಿಂದೆ ಆಗಾಗ ಉರುಳಿ ಬೀಳುತ್ತಿದ್ದವೆಂದು ಜನ ಆಡಿಕೊಳ್ಳುತ್ತಿದ್ದುದನ್ನು ಗಣೇಶನ್ ಕೇಳಿದ್ದ. ಅದಕ್ಕೊಂದು ನರಬಲಿ ಕೊಡಬೇಕಾಗಿತ್ತು. ಆ ಸಮಯಕ್ಕೆ ಸರಿಯಾಗಿ ಮೈಯೆಲ್ಲ ಹುಣ್ಣಾಗಿದ್ದ ಮುನಿಯಾಂಡಿ ಎಂಬ ಒಬ್ಬ ಭಿಕ್ಷುಕ ಕಾಣೆಯಾಗಿ ಹೋಗಿದ್ದ... ಅಂದಿನಿಂದ ಆ ದೊಡ್ಡ ಬಾಗಿಲ ಕಂಬಗಳು ಹಗಲು-ರಾತ್ರಿ ಹಾಗೇ ನಿಂತಿದ್ದವು. ಗಣೇಶನ್ ತನ್ನ ಬೈಸಿಕಲ್ಲನ್ನೇರಿ ರಾತ್ರಿ ಹೊತ್ತು ಆ ಕರಾಳ ಕಂಬಗಳನ್ನು ದಾಟಿ ಹೋಗುವಾಗ ಅವನ ಹೃದಯ ವೇಗವಾಗಿ ಬಡಿದುಕೊಳ್ಳುತ್ತಿತ್ತು; ಪಾದಗಳು ಪೆಡಲ್‌ಗಳಿಂದ ಜಾರುತ್ತಿದ್ದವು. ಹೀಗೆ ಭಯದಿಂದ ಮುಂದೆ ಸಾಗಿ, ಅನಂತರ ತನ್ನ ಸ್ನೇಹಿತರ ಜತೆ ಥೈ ಎಂಗ್ ತೋಟದಲ್ಲಿ ತಿಂಗಳಿಗೊಮ್ಮೆ ಪ್ರದರ್ಶಿಸುತ್ತಿದ್ದ ತಮಿಳು ಚಿತ್ರವನ್ನು ನೋಡಲು ಆತ ಹೋಗುತ್ತಿದ್ದ.

ಮಳೆ ನಿಂತು ಆಕಾಶ ನಿರ್ಮಲವಾದ ಮೇಲೆ ಸಂಗೈ ಪಟಾನಿಯಿಂದ ಒಂದು ವ್ಯಾನಿನ ತುಂಬ ಪೊಲೀಸರು ಬಂದಿಳಿದರು. ಅವರ ನಿರ್ದೇಶದಂತೆ ಮೃತನ ಗೌರವಾರ್ಥ ವಾಹನ ಸಂಚಾರ ನಿಧಾನಗೊಂಡಿತು. ಊರಿನ ವರ್ತಕರು ಸಂಘದ ಮುಖಂಡರು, ಷೆಲ್ ಪೆಟ್ರೋಲ್ ಕೇಂದ್ರದ ಮಾಲಿಕ (ಈ ಕೇಂದ್ರಕ್ಕೆ ಸತ್ತ ಮನುಷ್ಯನೂ ಸ್ವಲ್ಪ ಹಣ ಸಹಾಯ ಮಾಡಿದ್ದ) ಎಲ್ಲರೂ ಬಂದು ಶವದ ಇಕ್ಕೆಲಗಳಲ್ಲಿ ಸಾಲುಗಟ್ಟಿ

ನಿಂತರು. ತನ್ನ ಮಲತಾಯಿ ಜತೆ ನಿಂತು ಗಣೇಶನ್ ಶವದ ಮೆರವಣಿಗೆ ವೀಕ್ಷಿಸಿದ. ಬೆಳ್ಳಿಯ ಲೇಪನವಿದ್ದ ಸಾರೋಟು ಜೇಡಿಮಣ್ಣಿನ ರಸ್ತೆಯಲ್ಲಿ ಹೊರಟು ಮುಖ್ಯ ರಸ್ತೆಯಿಂದ ಒಂದು ಮೈಲಿ ದೂರದಲ್ಲಿ ಅರಣ್ಯದಲ್ಲಿ ಸಿದ್ಧಪಡಿಸಿದ್ದ ಚಿತೆಯ ಬಳಿಗೆ ಸಾಗಿತು. ಅವನ ತಂದೆ ಗಂಧದ ಚಕ್ಕೆಗಳನ್ನೂ ತುಪ್ಪವನ್ನೂ ಹೊತ್ತು ನಡೆದಿದ್ದ. ಸುತ್ತಮುತ್ತಲ ಮನೆಗಳವರಿಂದ ಕೆಲವರು ಹಣ ಸಂಗ್ರಹಿಸುತ್ತಿದ್ದರು. ಅವರ ಡಬ್ಬಕ್ಕೆ ಗಣೇಶನ್‌ನೂ ಹತ್ತು ಸೆಂಟ್ ಹಾಕಿದ್ದ.

ಮುಸ್ಸಂಜೆಯಲ್ಲಿ ಶವಕ್ಕೆ ಅಗ್ನಿಸ್ಪರ್ಶವಾದಲ್ಲಿಂದ ಬಿಳಿಯ ಹೊಗೆ ಮೇಲೇರುತ್ತಿತ್ತು. ತಂದೆ ವಾಪಸು ಬರುವುದನ್ನು ಕಾಯುತ್ತ ಗಣೇಶನ್ ನಿದ್ದೆ ಮಾಡಿದ.

ಏಳನೆಯ ದಿನ ಹೆಲಿಕಾಪ್ಟರೊಂದು ಚಿತಾಭಸ್ಮದಲ್ಲಿ ಅರ್ಧದಷ್ಟನ್ನು ತೋಟದ ಮರಗಳ ಮೇಲೆ ಸಿಂಪಡಿಸಿತು. ಉಳಿದುದನ್ನು ಒಂದು ಚಿನ್ನದ ಸಂಪುಟದಲ್ಲಿ ಶೇಖರಿಸಿ ಅದನ್ನು ಅವನ ಸ್ಮಾರಕದಲ್ಲಿಡಲಾಯಿತು. ಅಮೃತಶಿಲೆಯ ಈ ಸ್ಮಾರಕ ವೇದಿಕೆ ಮನೆಯ ಮುಂದಣ ಹುಲ್ಲು ಮೈದಾನದಲ್ಲಿ ನಿಂತಿತ್ತು.

"ಎಲ್ಲೆಡೆಗಳಿಂದಲೂ ಆತ ನಮ್ಮನ್ನೀಗ ನೋಡ್ತಾ ಇರ್ತಾನೆ. ಆತನ ಒಳ್ಳೆಯತನ ನಮ್ಮನ್ನು ಕಾಪಾಡ್ತದೆ." ಎಂದಳು ಗಣೇಶನ್‌ನ ಮಲತಾಯಿ.

ಥೈ ಎಂಗ್‌ನಲ್ಲಿ ತೋರಿಸುತ್ತಿದ್ದ ಚಿತ್ರವನ್ನು ನೋಡಲು ಅವನನ್ನು ಬಿಟ್ಟು ಅವನ ಸ್ನೇಹಿತರು ಹೋದರು.

"ಇದ್ದಕ್ಕಿದ್ದ ಹಾಗೆ ಅದೇನು ಜಂಭ ?" ಎಂದ ಗೋವಿಂದನ್.

"ಮೇಷ್ಟ್ರು ಹೆಚ್ಚಿಗೆ ಲೆಕ್ಕಗಳನ್ನು ಕೊಟ್ಟಿದ್ದಾರೆ."

"ಆ ಮನುಷ್ಯನಿಗೆ ನೀನು ಹೆದರ್ತೀಯಾ ? ಸರಿ ಹಾಗಾದರೆ, ನೀನಿಲ್ಲಿ ಪುಸ್ತಕದ ಕ್ರಿಮಿಯಾಗಿ ಉಳಿ" ಎಂದು ಗೋವಿಂದನ್ ನಗುತ್ತ ಹೇಳಿದ್ದ.

ಬೈಸಿಕಲ್ಲುಗಳನ್ನೇರಿ ಹುಡುಗರು ಹೊರಟುಹೋದ ಬಳಿಕ ಗಣೇಶನ್ ಎದ್ದು ಬೀರುವಿನ ಮೇಲೆ ಮೊಳೆಯೊಂದಕ್ಕೆ ತೂಗುಹಾಕಿದ್ದ ಬೆತ್ತವನ್ನು ತೆಗೆದುಕೊಂಡ. ಹಿಂದಿನ ವರ್ಷ ತಂದೆಯ ಆಜ್ಞೆಯಂತೆ ಆ ಬೆತ್ತವನ್ನು ತೆಗೆಯಲು ಹೋದಾಗ ಆತ ಒಂದು ಸ್ಟೂಲಿನ ಮೇಲೆ ನಿಲ್ಲಬೇಕಾಗಿ ಬಂದಿತ್ತು. ಆದರೆ ಈಗ ಸ್ಟೂಲು ಬೇಕಾಗಿರಲಿಲ್ಲ. ಬುಗರಿ ಸ್ಪರ್ಧೆಯ ಆ ಘಟನೆಯ ಅನಂತರದ ಈ ಹತ್ತು ತಿಂಗಳುಗಳಲ್ಲಿ ಬೆತ್ತಕ್ಕೆ ಕೈಹಾಕಬೇಕಾದ ಪ್ರಸಂಗ ಬಂದಿರಲಿಲ್ಲ.

ಅಂದು ಅವನು ಮತ್ತು ಗೋವಿಂದನ್ ತಂತಮ್ಮ ಬುಗರಿಗಳ ಮೊಳೆಗಳನ್ನು ಹೋಲಿಸಿ ಕೊಳ್ಳುತ್ತಿದ್ದರು. ಮಧ್ಯಾಹ್ನ ಎಲ್ಲರೂ ಮಲಗಿದ್ದುದರಿಂದ ಮೆಲುದನಿಯಲ್ಲಿ ಮಾತಾಡುತ್ತಿದ್ದರು.

"ನನ್ನ ಮೊಳೇನೇ ಚೂಪಾಗಿದೆ !"

"ಅದರಿಂದ ಬೆನ್ನು ತುರಿಸಲೂ ಸಾಧ್ಯವಿಲ್ಲ !" ಎಂದು ಗೋವಿಂದನ್ ಅಂದ.

"ನಮ್ಮಪ್ಪನ ಕಲ್ಲಿನ ಮೇಲೆ ಎಷ್ಟು ಉಜ್ಜಿದೇನೆ ಗೊತ್ತಾ ?"

"ತೋರಿಸು ನೋಡೋಣ !"

ಆಟಿಕೆಗಳನ್ನು ಕಂಡೊಡನೆ ಕಸಿದಿಟ್ಟುಕೊಂಡು ಬಿಡುವ ಚಟ ಗೋವಿಂದನ್‌ಗೆ. ಮಸೆಗಲ್ಲಿನ ಮೇಲೆ ಮೊಳೆ ಉಜ್ಜಿ ಉಜ್ಜಿ ತನ್ನ ಕಾಲು ನೋಯತೊಡಗಿದ್ದು ಗಣೇಶನ್‌ಗೆ ನೆನಪಿಗೆ ಬಂದಿತು. ತಂದೆಯ ಕೋಣೆಯಲ್ಲಿ ಮಂಚದಡಿ ಹರಿದ ಬಟ್ಟೆಗಳ ನಡುವೆ ಇಟ್ಟಿದ್ದ ಕಲ್ಲನ್ನು ಹೊರತೆಗೆದು ಅದರ ಮೇಲೆ ಅವನು ಮೊಳೆಯನ್ನು ಮುಟ್ಟಿ ನೋಡಿ ಅದು ತುಂಬ ಚೂಪಾಗಿದ್ದುದನ್ನು ಕಂಡು ಹೆಮ್ಮೆಪಟ್ಟಿದ್ದ.

ಗೋವಿಂದನ್‌ನ ಮಾತುಗಳನ್ನು ಕೇಳಿ ಆತ ಬುಗರಿಯನ್ನು ತನ್ನ ಜೇಬಿನಿಂದ ಸರ್ರನೆ ಹೊರಗೆಳೆದ. ಜಂಬೂ ಹಣ್ಣಿನ ಆಕಾರದ ಅದರ ನುಣುಪಾದ ಕಾಯದ ಮೇಲೆ ದಪ್ಪದಾರವನ್ನು ಸುತ್ತಿದ.

"ನೆಲಕ್ಕೆ ಕಿವಿಯಿಟ್ಟು ಕೇಳು, ಶಬ್ದಾನೇ ಕೇಳಿಸೋದಿಲ್ಲ!"

ನೆಟ್ಟಗೆ ಸದ್ದಿಲ್ಲದೆ ತಿರುಗುತ್ತಿದ್ದ ಬುಗರಿಯನ್ನು ನೋಡುತ್ತ ಗೋವಿಂದನ್‌ನ ಮುಖ ಬಿಗಿಯಿತು. "ಚೂಪಾಗಿದೆಯಾ?" ಎನ್ನುತ್ತ ಅವನು ಒಂದು ಕಾಲನ್ನು ಬುಗರಿಯ ಮೇಲಿಟ್ಟು ಬಲವಾಗಿ ಅದುಮಿದ. ಅದರ ಮೊಳೆ ಅವನ ಅಂಗಾಲನ್ನು ಹೊಕ್ಕು ರಕ್ತ ಬರಲಾರಂಭಿಸಿತು.

"ಅಯ್ಯಯ್ಯೋ, ನನ್ನ ಕಾಲಿಗೆ ಮೊಳೆ ಚುಚ್ಚಿ ಬಿಟ್ನಲ್ಲಪ್ಪ!"

ಬುಗರಿಯನ್ನು ಕಿತ್ತು ಗೋವಿಂದನ್ ಗಾಯಗೊಂಡ ಕಾಲನ್ನು ಕೈಯಲ್ಲಿ ಹಿಡಿದು ಕೋಣೆಯಲ್ಲಿ ಕುಂಟತೊಡಗಿದ. ಅವನು ಹೆಜ್ಜೆಯಿಟ್ಟಲ್ಲಿ ರಕ್ತದ ಕಲೆಗಳು. ಅವನ ತಂದೆ ಹೊರಗಿಂದ ಓಡಿಬಂದ.

'ಇದೇನು ರಕ್ತ? ನನ್ನ ನೆಲಕ್ಕೆ ಬಣ್ಣ ಬಳಿಯೋದಕ್ಕೆ ನನಗೆ ಹುಟ್ಟಿದ್ಯೇನೋ ನೀನು?' ಎಂದು ಆತ ಕೂಗಾಡಿದ.

ಎದೆ ಉಜ್ಜಿಕೊಳ್ಳುತ್ತ ಗಣೇಶನ್‌ನ ತಂದೆ ಬಾಗಿಲಲ್ಲಿ ನಿಂತು "ಆ ಬೆತ್ತ ಇಲ್ಲಿ ಕೊಡು" ಎಂದು ಕೂಗಿದ.

"ಅಪ್ಪಾ!"

"ಅವನ ಸಲುವಾಗಿ ಈಸಲ ನಿನಗೆ ಬಾರಿಸ್ತೇನೆ ನೋಡು. ಆದರೆ ಮುಂದಿನ ಸಲ ನೀನೇ ಬೆತ್ತ ಹಿಡ್ಕೊಳ್ತೀಯಂತೆ."

"ಈಗ ಗಣೇಶನ್ ಉಪಾಧ್ಯಾಯನಾಗಿದ್ದ. ಅವನ ಕೈಯಲ್ಲಿ ಬೆತ್ತ ಕಂಪಿಸುತ್ತಿತ್ತು. ಅವನ ಸೋದರ ಸೋದರಿಯರು ಬಾಗಿಲ ಹಿಂದೆ ಮುದುಡಿ ಕುಳಿತಿದ್ದರು. ಅವರ ಮುಖಗಳತ್ತ ದೃಷ್ಟಿ ಹಾಯಿಸದೆ ಅವನೆಂದ:

"ಕೂತ್ಕೊಳ್ಳಿ, ಕಾಲು ಮಡಚಿಕೊಳ್ಳಿ."

"ಅವನು ಈಗಾಗಲೇ ದೊಡ್ಡವನಾಗಿದ್ದಾನೆ. ಮಕ್ಕಳಿಗೆ ಅವನು ಪಾಠ ಹೇಳ್ತಿದ್ದನ್ನು ನೀವು ನೋಡಲಿಲ್ವಾ?" ಎಂದು ಅವನ ಮಲತಾಯಿ ತಂದೆಯೊಂದಿಗೆ ಹೇಳಿದಳು.

* * *

ಹುಡುಗರೂ ಹುಡುಗಿಯರೂ ನೆಲದ ಮೇಲೆ ಮಲಗಿದ್ದರು. ಹಗ್ಗದ ಮಂಚದ ಮೇಲೆ ಗಣೇಶನ್ ಮಲಗಿ ನಿದ್ರೆ ಬಂದವನ ಹಾಗೆ ನಟಿಸುತ್ತಿದ್ದ. ಥೈ ಎಂಗ್ ತೋಟದ ಸಿನಿಮಾ ಪ್ರದರ್ಶನವನ್ನು ಅವನು ಹೆಚ್ಚುಕಡಿಮೆ ಮರೆತೇಬಿಟ್ಟಿದ್ದ.

ಮಾರನೆಯ ಬೆಳಗ್ಗೆ ಸಿನಿಮಾ ನೋಡಿ ಬಂದವರು ಅದರ ವಿಷಯ ಮಾತನಾಡಿ ಕೊಳ್ಳುತ್ತಿದ್ದರು.

"ಎಂ.ಜಿ.ಆರ್. ನಿಜವಾಗಿ ಹೋರಾಡಬಲ್ಲನಯ್ಯ!"

ಹೀಗೆಂದು ಗೋವಿಂದನ್ ತನ್ನ ಕೈಯನ್ನು ಖಡ್ಗದಂತೆ ಗಣೇಶನ್‌ನತ್ತ ಮುಂಚಾಚಿದ. ಗಣೇಶನ್ ಅದರಿಂದ ತಪ್ಪಿಸಿಕೊಂಡು ಪಕ್ಕಕ್ಕೆ ಸರಿದ. ರಸ್ತೆಯಲ್ಲಿ ತಂದೆ ಬರುತ್ತಿದ್ದುದು ಅವನಿಗೆ ಕಂಡಿತು. ಬೈಸಿಕಲ್‌ನ ಹಿಂಭಾಗದಲ್ಲಿ ಒಂದು ಬಟ್ಟೆ ಗಂಟು.

"ಟಾರ್ಜಾನನ ಹಾಗೆ ಆತ ಮರದಿಂದ ಮರಕ್ಕೆ ನೆಗೀತಾನೆ!" ಎಂದು ಗೋವಿಂದನ್ ಹೇಳುತ್ತ ಅದನ್ನು ಪ್ರದರ್ಶಿಸುವಂತೆ ಕಾಲು ಜಾಡಿಸಿದಾಗ ಗಣೇಶನ್ ಇನ್ನಷ್ಟು ಹಿಂದಕ್ಕೆ ಸರಿದ.

ಅವನ ಮಲತಾಯಿ ಬಾಗಿಲಲ್ಲಿ ಕಾಣಿಸಿಕೊಂಡಳು. ಗಣೇಶನ್ ಸೋದರ ಸೋದರಿಯರು ಅವಳನ್ನು ಸುತ್ತುವರಿದಿದ್ದರು. ಹಣ್ಣು ಕಿತ್ತು ತಿನ್ನುವಂತೆ ಕಿರಿಯ ಹುಡುಗ ಕುಮಾರ್ ಕೈಚಾಚಿ ಮೂಗಿನಲ್ಲಿ ಸಿಂಬಳ ಸೋರುತ್ತಿದ್ದಂತೆ ಬೆರಳನ್ನು ಬಾಯಿಗಿರಿಸಿಕೊಂಡ. ಉಳಿದ ಮಕ್ಕಳೂ ಅವನತ್ತ ನುಗ್ಗಿದರು. ಹುಡುಗ ಚೀರಿದ.

ತಾಯಿ ಮಕ್ಕಳನ್ನೆಲ್ಲ ಒಳಕ್ಕೆ ದಬ್ಬಿದಳು. "ಅಪ್ಪ ಇನ್ನೂ ಬಂದಿಲ್ಲ. ತಡೀರಿ. ಅವರು ಬಂದಾಗ ತಿನ್ನೋಕೆ ಏನಾದರೂ ತರ್ತಾರೆ!"

ಗೋವಿಂದನ್‌ನ ಚಲನವಲನದಿಂದ ತಪ್ಪಿಸಿಕೊಂಡು ಗಣೇಶನ್ ತನ್ನ ಕೋಣೆಯ ಬಾಗಿಲು ತಲಪುವ ವೇಳೆಗೆ ತಂದೆ ಬಂದು ಬೈಸಿಕಲ್‌ನಿಂದ ಇಳಿಯುತ್ತಿದ್ದ. ಮಕ್ಕಳು ಅವನತ್ತ ಧಾವಿಸಿದರು.

"ಹೂಂ! ಇನ್ನೂ ಚಿಕ್ಕ ಹುಡುಗನ ಹಾಗೆ ಆಡ್ತಿದಾನೆ!" ಅಂದಳು ಮಲತಾಯಿ.

"ಗಣೇಶನ್, ನಿನ್ನ ಎಳೇ ಕೈಗಳಿಂದ ಇದನ್ನು ಒಳಗೆ ತೆಗೆದುಕೊಂಡು ಹೋಗಿಡು," ಎಂದು ಅಪ್ಪ ಕೂಗಿ ಕರೆದ.

"ತಿನ್ನೋದಕ್ಕೇನೂ ತರ್ಲಿಲ್ವಾ?" ಎಂದು ಹೆಂಗಸು ಬೆವರೊರೆಸಿಕೊಳ್ಳುತ್ತ ಕೇಳಿದಳು.

ಗೋವಿಂದನ್ ತನ್ನ ಶರೀರವನ್ನು ಬಗ್ಗಿಸಿ ಸುರುಳಿ ಮಾಡಿ ಮಕ್ಕಳ ಮೇಲೆ ಗುಂಡಿನಂತೆ ಎರಗಿದ.

"ಈ ನಮ್ಮ ಹುಡುಗ ಏನೂ ಪ್ರಯೋಜನವಿಲ್ಲ. ಅವನ ಸ್ನೇಹಿತ ಕೂಡ ಅವನಿಗೆ ಗೌರವ ಕೊಡೋದಿಲ್ಲ" ಎಂದು ಆಕೆ ಮುಖ ಒರೆಸಿಕೊಳ್ಳುತ್ತಿದ್ದ ಸಣ್ಣ ಟವೆಲಿನಿಂದ ಗೋವಿಂದನ್‌ಗೆ ಒಂದೇಟು ಬಿಗಿದಳು. ಹುಡುಗ ಮುದುಡಿ ಮೈ ಮುರಿಯುತ್ತ ನಿಂತ. ಅನಂತರ ಅವಳು ಗಣೇಶನನ್ನು ನೋಡಿ ಹೇಳಿದಳು:

"ಹೋಗಿ ಅಪ್ಪನಿಗೆ ಒಂದು ಸಿಗಾರ್ ತಗೊಂಡ್ಬಾ."

"ಇನ್ಮುಂದೆ ಅವನಿಗೆ ಅದು ತಾ, ಇದು ತಾ ಅಂತೇನೂ ಹೇಳಬೇಡ. ದೊಡ್ಡ ಮನೇಗೆ ಸೇರಬೇಕು ಅವ್ನು" ಎನ್ನುತ್ತ ಅಪ್ಪ ಹೊರಗಿದ್ದ ಮೇಜಿನ ಮೇಲೆ ಕುಳಿತು ಬೆವರಿನಿಂದ ತೊಯ್ದಿದ್ದ ಷರಟನ್ನು ಬಿಚ್ಚಿದ. ಆಕೆ ಮಕ್ಕಳನ್ನು ಮನೆಯೊಳಕ್ಕೆ ದೂಡುತ್ತ ಗೊಣಗಿದಳು:

"ಅವನೇನನ್ನೂ ಅಲ್ಲಿಂದ ತರೋದಿಲ್ಲ. ಕೈಲಿ ಐದು ಸೆಂಟ್ ಇಲ್ದಿದ್ರೆ ಆ್ಹ ಭೋಂಗ್‌ನ ಅಂಗಡಿಯಿಂದ ಒಂದು ಸಿಗಾರನ್ನೂ ತರೋದಕ್ಕೆ ಅವನಿಂದಾಗೋದಿಲ್ಲ. ದೊಡ್ಡ ಮನೆಯ ಗೇಟಿನ ಹತ್ತಿರ ಬರೋ ಹೊತ್ಗೇ ಅವನು ಉಚ್ಚೆ ಹೊಯ್ಕೊಳ್ತಾನೆ."

ಒದ್ದೆ ಕೈ ಒರೆಸಿಕೊಳ್ಳದೆಯೇ ಗಣೇಶನ್ ಅಂಗಡಿಗೆ ಓಡಿದ. ಬಟ್ಟೆ ಮೂಟೆ ಹೊತ್ತು ಅವನು ತೊಟ್ಟಿದ್ದ ಬಟ್ಟೆಗಳೂ ಒದ್ದೆಯಾಗಿದ್ದವು.

ಆಸ್ಪತ್ರೆಯ ಪಾಕಶಾಲೆ ಮತ್ತು ದೊಡ್ಡ ಉಗ್ರಾಣಗಳ ನಡುವೆ ಆ ಅಂಗಡಿ ಇತ್ತು. ಅಲ್ಲಿ ರೋಗಿಗಳು, ಕಚೇರಿ ಗುಮಾಸ್ತರು ತುಂಬಿದ್ದರು. ಗಣೇಶನ್ ಕ್ಷಣಕಾಲ ಒಂದು ಮೇಜಿನ ಮುಂದೆ ನಿಂತು, ಬಳಿಕ ಕೌಂಟರ್‌ನತ್ತ ಹೇಗೋ ನಡೆದು ಆ್ಹ ಭೋಂಗ್ ನೋಡುತ್ತಿದ್ದಂತೆಯೇ ಕಾಗದದ ಪೊಟ್ಟಣದಿಂದ ಒಂದು ಸಿಗಾರ್ ತೆಗೆದುಕೊಂಡು, "ಅಪ್ಪನಿಗೆ ಒಂದು ಸಿಗಾರ್ ತಗೋತೀನಿ, ಬರೆದುಕೊ," ಎಂದ.

"ಹೂಂ, ಬರೆದುಕೊ! ಬರೆದುಕೊ! ಈಗಾಗಲೇ ಪುಸ್ತಕದಲ್ಲಿ ನಿಮ್ಮಪ್ಪನ ಲೆಕ್ಕ ಒಂದು ಮೈಲಿ ಉದ್ದವಾಗಿದೆ. ಇನ್ನು ಬಂದರೆ ನೋಡ್ಕೊ!"

* * *

ದೊಡ್ಡ ಮನೆಗೆ ಗಣೇಶನ್ ತೆರಳಲಿದ್ದ ಮೊದಲ ಶುಕ್ರವಾರ ಅಂದು ಅವನು ಎಚ್ಚತ್ತಂತೆ ಮಂಚದ ಕಾಲ ಬದಿಯಲ್ಲಿ ಒಂದು ಸ್ಟೂಲಿನ ಮೇಲೆ ಚೊಕ್ಕವಾಗಿ ಮಡಿ ಮಾಡಿದ ಒಂದು ಬಿಳಿಯ ಷರಟು, ಒಂದು ಚಡ್ಡಿ ಕುಳಿತಿದ್ದವು. ಹೊಸದಾಗಿ ಇಸ್ತ್ರಿ ಮಾಡಿದ ವಾಸನೆ. ಹಿಂದುಗಡೆ ಗಾಜಿನ ಲೇಪ ಬಳಿದ ತಟ್ಟೆ – ಲೋಟಗಳ ಸದ್ದು.

ಅವನ ಮಲತಾಯಿ ಮಕ್ಕಳ ಬೊಬ್ಬೆಯ ನಡುವೆ ಸ್ವಲ್ಪ ದೊಡ್ಡ ದನಿಯಲ್ಲಿ ಹೇಳುತ್ತಿದ್ದಳು:

"ಮಹಾರಾಜರು ಯಾವಾಗ ಏಳ್ತಾರೋ! ಅವನ ದೋಸೆ ಮುಟ್ಟಬೇಡಿ! ಹಾಲಿನ ಡಬ್ಬಿ ಎಲ್ಲಿ? ಅವನಿಗೆ ಸಾಕಷ್ಟು ಬಲ ಬರೋ ಹಾಗೇ ಅವನನ್ನು ಪೋಷಿಸ್ಬೇಕು."

ಹಸಿವಿನಿಂದ ಕಿರಿಯ ಮಗ ಕುಮಾರ್ ಅತ್ತಾಗ ಆಕೆ "ಹಾಗೆ ಅತ್ತುಬಿಟ್ರೆ ಹಾಲು ಬಂದ್ಬಿಡೋದಿಲ್ಲ" ಎಂದು ಗದರಿಸಿದಳು.

ಕಿಟಿಕಿ ಮುಚ್ಚಿತ್ತು. ನೆಲವನ್ನು ಸ್ವಚ್ಛವಾಗಿ ಸಾರಿಸಿದ್ದರು. ಆದರೂ ಜನ ಮಲಗಿದ್ದ ಕಡೆ ಅಂಟಂಟು.

ಗಣೇಶನ್ ಕೆಲ ನಿಮಿಷಗಳಲ್ಲೇ ಸ್ನಾನ ಮುಗಿಸಿ ಬಟ್ಟೆ ಹಾಕಿಕೊಂಡು ತಲೆ ಬಾಚಿಕೊಂಡ. ಸಂಗ್ಯೆ ಪಟಾನಿಯಲ್ಲಿ ಸಿನಿಮಾ ನೋಡಲು ಹೋಗುವಾಗ ಮಲತಾಯಿ ಹಚ್ಚಿಕೊಳ್ಳುತ್ತಿದ್ದ ಕೆಂಪನೆಯ ಸುಗಂಧ ತೈಲವನ್ನು ಸ್ವಲ್ಪ ಲೇಪಿಸಿದಾಗ ಮಾಮೂಲು ಎಳ್ಳೆಣ್ಣೆಯ ಕಮಟು ವಾಸನೆ ತಗ್ಗಿತು. ಆತ ಕುಳಿತುಕೊಂಡು ದೋಸೆಯನ್ನು ಚೂರು ಮಾಡಿ ಕಾಫಿಯಲ್ಲಿ ಅದ್ದಿಕೊಂಡು ತಿನ್ನತೊಡಗಿದ. ಕಾಫಿಗೆ ಹಾಲು ಕಮ್ಮಿ. ಕೆಸರು ನೀರಿನಂತೆ ಕಾಣುತ್ತಿತ್ತು.

"ಓಡೋದಕ್ಕೆ ಸಿದ್ಧವಾಗ್ತಿದೀಯ? ಇರಲಿ, ಅವರಿಗೇನೂ ಮೊನಚಾದ ಹಲ್ಲುಗಳಿಲ್ಲ. ಕೂತು ತಿನ್ನು" ಅಂದಳು ಮಲತಾಯಿ.

ಅವನು ತಲೆ ಅಲ್ಲಾಡಿಸಿದ.

"ಹುಚ್ಚುಚ್ಚಾರ ಏನೂ ಮಾಡ್ಬೇಡ. ಅಲ್ಲಿ ಜನ ದುಃಖದಲ್ಲಿದ್ದಾರೆ."

ಬಟ್ಟೆಮೂಟೆಯನ್ನು ಸೊಂಟಕ್ಕೆ ಸುತ್ತುವ ವಸ್ತ್ರದಿಂದ ಬಿಗಿದು, ಬೈಸಿಕಲ್ಲಿನ ಕ್ಯಾರಿಯರ್ ಮೇಲೆ ಒಂದು ಹಳೇ ಪತ್ರಿಕೆಯ ಹಾಳೆಯಿಟ್ಟು. ಅದರ ಮೇಲೆ ಗಂಟನ್ನಿಟ್ಟು ಗಣೇಶನ್ ಹೊರಟ. ಮೂಲೆಯಲ್ಲಿ ಕಂಬದ ಬಳಿ ನಿಂತಿದ್ದ ಗೋವಿಂದನ್ ಹತ್ತಿರದ ಚರಂಡಿಗೆ ಥೂ ಎಂದು ಉಗಿದ.

"ಹಗ್ಗವನ್ನು ಹೆಚ್ಚು ಬಿಗಿಮಾಡ್ಬೇಡ. ಹೂಗಳು ನಲುಗಿ ಹೋಗ್ತಿವೆ. ನೀನು ವಾಪಸು ಬಂದಾಗ ಅಲ್ಲಿ ನಾಯಿಗಳಿಗೆ ಎಷ್ಟು ಕಾಲುಗಳಿವೆ ಅಂತ ಹೇಳ್ಬೇಕು!" ಎಂದ ಗೋವಿಂದನ್.

ಸೀಟಿನ ಕೆಳಗೆ ಹಗ್ಗ ಗಂಟುಹಾಕುತ್ತ "ಗಣೇಶನ್ ಕಾಲುಗಳು ನಾಲ್ಕೇ" ಎಂದ. ಅವನ ಬೆರಳುಗಳು ನಡುಗುತ್ತಿದ್ದವು.

"ಏನು ಜಂಭ! ವಾಪಸು ಬರೋವಾಗ ದಾರಿ ಮರೀಬೇಡ!"

ಇಳಿಜಾರಿನಲ್ಲಿ ಬೈಸಿಕಲ್ ಸಾಗಿತ್ತು. ಈ ಮುಂಚೆ ತನ್ನ ತಂದೆಯನ್ನು ಅಸೂಯೆಯಿಂದ ಗಮನಿಸುತ್ತಿದ್ದವರ ದೃಷ್ಟಿ ಈಗ ಇವನ ಮೇಲೆ ಬಿದ್ದಿತ್ತು. ಆ ದೃಷ್ಟಿ ಸ್ವಲ್ಪ ಅಸಡ್ಡೆಯದೇ. ಬೈಸಿಕಲ್ಲಿನ ವೇಗ ಹೆಚ್ಚಿದಂತೆ ತಣ್ಣಗಿನ ಗಾಳಿ ಅವನ ಮುಖಕ್ಕೆ ಬಡಿಯಹತ್ತಿತು. ಕಲ್ಲಿನ

ರಸ್ತೆಯ ಮೇಲೆ ಬೈಸಿಕಲ್ ಕುಲುಕಾಡಿದಾಗ ಆನೆಯ ಮೇಲೆ ಕುಳಿತು ಮೇಲೇರುತ್ತಿರುವೆನೋ ಎಂಬಂತೆ ಅವನಿಗೆ ತೋರಿತು. ಕೆಲ ವರ್ಷಗಳ ಹಿಂದೆ ಸಂಗ್ಯೆ ಪಟಾನಿಯಲ್ಲಿ ಒಂದು ಸರ್ಕಸಿನಲ್ಲಿ ಹೀಗೆಯೇ ಒಂದು ಆನೆ ಸೊಂಡಿಲಿನಿಂದ ಒಬ್ಬ ಮನುಷ್ಯನನ್ನು ಎತ್ತಿ ಬಿಸುಟು, ಅವನು ಅಷ್ಟು ದೂರದಲ್ಲಿ ಸಹಾಯಕನೊಬ್ಬ ಹಿಡಿದು ನಿಂತಿದ್ದ ಕುರ್ಚಿಯೊಳಕ್ಕೆ ಕರಾರುವಾಕ್ಕಾಗಿ ಬಿದ್ದು ಕುಳಿತಿದ್ದನ್ನು ನೋಡಿದ ದೃಶ್ಯ ಅವನ ಮನದಲ್ಲಿ ಮೂಡಿತು. ರಸ್ತೆಯಲ್ಲಿ ಕೆಂಪು ಜಲ್ಲಿಕಲ್ಲಿನ ಭಾಗದಲ್ಲಿ ಗಣೇಶನ್ ಖಚಿತ ಪದಗತಿಯಲ್ಲಿ ಬೈಸಿಕಲ್ ಬಿಡುತ್ತ ಸಾಗಿದ್ದ.

ಅವನು ಮುಖ್ಯ ರಸ್ತೆ ದಾಟಿದ. ಶಾಲೆಯಿದ್ದ ದಿನಗಳಲ್ಲಿ ಅತ್ತ ಬರುತಿದ್ದ ಬಸ್ಸಿನ ಕಂಡಕ್ಟರು ಕೂಗಿ ಹೇಳುತ್ತಿದ್ದ: "ಹಿಂಬಾಗಿಲಲ್ಲಿ ಗುಂಪುಕೂಡಬೇಡಿರಪ್ಪ! ಕಾರುಗಳು ಹೊಡೆದುಬಿಟ್ಟರೆ ಏನು ಗತಿ!"

ರಸ್ತೆಗಳು ಸಂಧಿಸುವಲ್ಲಿ ಅವು ಎತ್ತ ಹೋಗುತ್ತವೆಂಬ ಸೂಚನೆ ಇರಲಿಲ್ಲ. ಅಲ್ಲಿ ತ್ರಿಕೋನಾಕಾರದ ಒಂದು ದಿಬ್ಬ. ಅದರ ಮೇಲೆ 'ನಿಲ್ಲಿ, ನೋಡಿ ಮುಂದೆ ಹೋಗಿ' ಎಂಬ ಸೂಚನೆ. ಆಚೆ ಕಡೆಗೆ ಒಂದು ಪೆಟ್ರೋಲ್ ಬಂಕ್; ಅಲ್ಲಿ ನೌಕರರು ಬೆತ್ತದ ಕುರ್ಚಿಗಳಲ್ಲಿ ಸಿಗರೇಟು ಸೇದುತ್ತ ಕುಳಿತಿದ್ದರು. ನವ ಭಾರತೀಯ ಪುನರ್ವಸತಿ ಗ್ರಾಮದ ಬೇಲಿಯ ಅತ್ತ ಕಡೆ ನೋಡಿದರೆ ಹಸುರು ಮರದಿಂದ ಕಟ್ಟಿದ, ಹಸುರು ಗೋಡೆಗಳ, ಮನೆಗಳು. ಅಂಗಳಗಳಲ್ಲಿ ಹುಲ್ಲು ಅಷ್ಟೆತ್ತರಕ್ಕೆ ಬೆಳೆದಿತ್ತು. ನಿಮಿಷ ಮಾತ್ರದಲ್ಲಿ ಗಣೇಶನ್ ಇವೆಲ್ಲವನ್ನೂ ಹಾದುಹೋದ. ಹದ್ದಿನ ಕಾವಲಿದ್ದ ಗೇಟು ದಿಢೀರನೆ ಕಾಣಿಸಿತು. ಬಾಗಿಲು ಮುಚ್ಚಿತ್ತು.

ಎಲೆ ಮರೆಯಲ್ಲಿ ಒಂದೆಡೆ ಬೈಸಿಕಲ್‌ನಿಂದಿಳಿದು ಅವನು ಬಟ್ಟೆ ಗಂಟನ್ನು ಬಿಚ್ಚುತ್ತಿದ್ದಂತೆ ಹಲವು ಕಾರುಗಳು ಆ ಹಾದಿಯಲ್ಲಿ ಧಾವಿಸಿ ಹೋದವು. ರಸ್ತೆಯಲ್ಲಿ ಯಾರೂ ಕಾಣದಿದ್ದ ಸಮಯ ಕಾದು ಅವನು ಮುನ್ನುಗ್ಗಿ ಗೇಟಿನ ಕಂಬಿಗಳಿಗೆ ಕೈ ಹಾಕಿದವನು ನಾಯಿಗಳ ಬೊಗಳುವಿಕೆಯನ್ನು ಕೇಳಿ ಹಿಂದಕ್ಕೆ ಬಿದ್ದ.

ಮನೆಯ ಮುಂದಣ ಹುಲ್ಲಿನ ಮೈದಾನದಲ್ಲಿ ದೊಡ್ಡ ಆಲ್ಸೇಷಿಯನ್ ನಾಯಿಗಳು ವೃದ್ಧನ ಸ್ಮಾರಕದ ಸುತ್ತ ಅಡ್ಡಾಡುತ್ತಿದ್ದವು. ಅವನು ಮೂರೆಣಿಸಿದ. ಅಷ್ಟರೊಳಗೆ ಕಲ್ಲುಚೂರುಗಳು ಮತ್ತು ಮರಳು ಗೇಟಿನತ್ತ ಬೀಸಿ ಬರಲಾರಂಭಿಸಿದವು. ಹದ್ದುಗಳು ಬಾಗಿ ಅವನನ್ನು ದಿಟ್ಟಿಸಿದವು. ಅವನು ಸ್ತಂಭಿತನಾಗಿ ನಿಂತ. ಮನೆಯತ್ತ ಧಾವಿಸಿದ್ದ ಇನ್ನೊಂದು ನಾಯಿಯ ಆಕ್ರೋಶ ಕೇಳಿಸಿತು.

ಬರಿಗೈಯಲ್ಲಿ ತಾನು ಮನೆಗೆ ಹಿಂದಿರುಗಬೇಕೆ? ಎಂದು ಅವನು ಯೋಚಿಸಿದ. ಆಗ ಯಾರೋ ನಾಯಿಗಳನ್ನು ಕರೆಯುವ ಸ್ವರ ಕೇಳಿಸಿತು.

"ಬ್ಲಾಕೀ! ಬ್ರೌನೀ! ಪಾಂಗೋ! ಹಂಟರ್!"

ಅವನು ಗೇಟನ್ನು ತೆಗೆದು ಹುಚ್ಚನಂತೆ ನುಗ್ಗಿ ಎರಡು ಅಂತಸ್ತಿನ ಆ ಮನೆಯ ಹಿಂದುಗಡೆ ಹೋಗಿ ಒಂದು ಹೂವಿನ ಗಿಡದಡಿ ನಿಂತ.

ಎರಡು ಜಡೆ ಹಾಕಿದ್ದ ಹುಡುಗಿಯೊಬ್ಬಳು ಇವನನ್ನು ನೋಡಿ ಕೂಗಿಕೊಂಡಳು. ಒಬ್ಬ ದೊಡ್ಡವನೂ ಒಬ್ಬ ಹುಡುಗನೂ ಅವಳ ಕೂಗು ಕೇಳಿ ಓಡಿಬಂದರು.

"ಬೈಸಿಕಲ್ಲಿನ ಮೇಲೆ ಕೂತುಕೊಂಡೇ ಬಂದ ಅವನು" ಎಂದು ಅವಳು ಚೀತ್ಕರಿಸಿದಳು.

ಹುಡುಗ ಗಣೇಶನ್‌ನಿಂದ ಬೈಸಿಕಲ್ಲನ್ನು ಕಿತ್ತಿಟ್ಟುಕೊಂಡ.

"ಈಗಾಗಲೇ ಅಮ್ಮಾವರ ಸ್ನಾನ ಮುಗೀತು. ಅಲ್ಲದೆ ನೀನು ಬೈಸಿಕಲ್ಲಿನ ಮೇಲೆ ಸವಾರಿ

ಮಾಡಿಕೊಂಡೇ ಈ ಕಾಂಪೌಂಡಿನೊಳಗೆ ಬಂದಿದೀಯ. ಬಟ್ಟೆಗಳನ್ನು ವಾಪಸು ತಗೊಂಡು ಹೋಗು!" ಎಂದ ದೊಡ್ಡವನು.

ಗಣೇಶನ್ ತಲೆ ತಗ್ಗಿಸಿ ಹುರಿ ಬಿಚ್ಚತೊಡಗಿದ. ಹುಡುಗ ಬೈಸಿಕಲ್ಲಿನ ಬ್ರೇಕ್ ಲೀವರನ್ನು ಪರೀಕ್ಷಿಸುತ್ತಿದ್ದ.

"ವಾಪಸು ತಗೊಂಡು ಹೋಗು" ಎಂದು ಹುಡುಗಿ ಕೂಗಿದಳು.

ಹಗ್ಗ ಸಡಿಲಗೊಂಡು ಬಟ್ಟೆಗಳನ್ನು ಎತ್ತಿಕೊಳ್ಳುತ್ತಿದ್ದಂತೆ ಗಣೇಶನ್ "ನಾನಿಲ್ಲಿಗೆ ಬರ್ತಿರೋದು ಇದೇ ಮೊದಲ ಸಲ" ಎಂದವನು ಮೂಟೆಯನ್ನು ತಲೆಯ ಮೇಲೆ ಹೊತ್ತುಕೊಂಡು ಮನೆ ಮತ್ತು ಪಾಕಶಾಲೆ ನಡುವಣ ಅಂಗಳದಲ್ಲಿ ನಡೆದ. ದೊಡ್ಡವನೂ ಮಕ್ಕಳೂ ಅವನನ್ನು ಹಿಂಬಾಲಿಸಿ ಬಂದರು. ಚಿಕ್ಕ ಹುಡುಗ ಗಣೇಶನ್‌ನ ಅಂಗಿ ಎಳೆಯುತ್ತಿದ್ದ. ಗರ್ಭಿಣಿ ಹೆಂಗಸೊಬ್ಬಳು ಪಕ್ಕದ ಕಂಬಿಯ ಮೇಲೆ ಆತುಕೊಂಡು ನಿಂತಿದ್ದಳು.

"ಅಮ್ಮಾವರಿಗಾಗಿ ಕಾಯಬೇಕು" ಎಂದಳಾಕೆ.

"ತಗೊಂಡು ಹೊರಟುಹೋಗು" ಎಂದು ಹುಡುಗಿ ಮತ್ತೆ ಕೂಗಿದಳು.

"ಅವನನ್ನು ಒಳಗೆ ಬಿಡಬೇ" ಎಂದು ದೊಡ್ಡವನು ತನ್ನ ಹೆಂಡತಿಗೆ ಹೇಳಿದ.

"ನನ್ನ ಮೇಲೆ ಯಾಕೆ ಕೂಗಾಡ್ತೀಯ? ಅವನಿಗೆ ಕಿವಿ ಕೇಳಿಸೋದಿಲ್ವಾ? ಅವನಿಗೇ ಹೇಳು" ಎಂದಳು ಆಕೆ.

ಆ ಮನುಷ್ಯ ಅಂಗಳದಲ್ಲಿದ್ದ ಮೇಜಿನ ಬಳಿ ನಡೆದ. ಆಕೆ ತಟ್ಟೆಲೋಟಗಳನ್ನು ಜೋಡಿಸಿಡುತ್ತ ಒಂದು ಬಾಳೆಹಣ್ಣು ಕಚ್ಚಿ ತಿನ್ನುತ್ತಿದ್ದಳು. ಹುರಿಯಂತಿದ್ದ ಅವಳ ತಲೆಗೂದಲು ಅವಳ ಮುಖದ ಮೇಲೆ ಬಿದ್ದಿತ್ತು. ಆತನ ಕೈಯಲ್ಲಿ ಒಂದು ಸುಕ್ಕುಗಟ್ಟಿದ ಸಿಗರೇಟು.

ಬಟ್ಟೆ ಮೂಟೆಯ ಭಾರದಿಂದ ಗಣೇಶನ್‌ನ ಕೈಗಳು ಜಗ್ಗುತ್ತಿದ್ದವು. ಆಕೆಯ ಮುಖವನ್ನೇ ನೋಡುತ್ತ ಅವನು ನಿಧಾನವಾಗಿ ಮೂಟೆಯನ್ನಿಳಿಸಿಟ್ಟ. ಮಕ್ಕಳು ಓಡಿಬಂದು ಅವನನ್ನು ಸುತ್ತುವರಿದು "ಹೋ-ಗು, ಹೋ-ಗು, ಹೋ-ಗು" ಎಂದು ಕೂಗಲಾರಂಭಿಸಿದರು.

"ಸ್ವಲ್ಪ ಬೆಂಕಿಪೊಟ್ಣ ಬೇಕು" ಎಂದು ಗಂಡಸು ಕೇಳಿದ.

"ಅವಳೇನಂದುಕೊಂಡಾಳು, ಮುಂಜಾನೆ ಇಡೀ ಹೀಗೆ ಸಿಗರೇಟ್ ಭಸ್ಮ ಮಾಡ್ತಾ ಕಳೆದರೆ?" ಅಂದಳು ಅವನ ಹೆಂಡತಿ.

ಗಣೇಶನ್, ಹತ್ತಿರದ ಕಂಬಿಯ ಮೇಲೆ ಮೂಟೆಯನ್ನಿಟ್ಟ.

"ರಾಮನ್, ಸಿಗರೇಟು ಹೊತ್ತಿಸಲು ಬೆಂಕಿಕಡ್ಡಿ ಎಲ್ಲೊ?" ಎಂದು ಗಂಡಸು ಮತ್ತೆ ಕೂಗಿದಾಗ ಹುಡುಗ ಅಡುಗೆಮನೆಯತ್ತ ಓಡಿದ. ಹುಡುಗಿ ಗಣೇಶನ್‌ನ ಸುತ್ತ ಹೆಜ್ಜೆ ಇಡುತ್ತ ಕೇಕೆ ಹಾಕುತ್ತಿದ್ದಳು. ಅವನ ಷರಟು ಬೆನ್ನಿಗಂಟಿತ್ತು. ಹುಡುಗಿ ಅದನ್ನು ಬಿಡಿಸಲು ಮುಂದಾದಾಗ ಹೆಂಗಸು "ಮುಟ್ಟ ಬೇಡ!" ಎಂದು ಕೂಗಿಕೊಂಡಳು. ಹುಡುಗಿ ಅಪ್ಪನ ಬಳಿಗೋಡಿದಾಗ ಆತ ಅವಳನ್ನು ದೂರ ತಳ್ಳಿ ರಾಮನ್ ತಂದಿದ್ದ ಬೆಂಕಿಪೊಟ್ಟಣ ತೆಗೆದು ಕೊಂಡು ಸಿಗರೇಟನ್ನು ಹೊತ್ತಿಸಿಕೊಂಡ.

ಮನೆಗೂ ಅಡುಗೆಮನೆಗೂ ನಡುವೆ ಇದ್ದ ಗೂಡುಗಳಲ್ಲಿನ ನಾಯಿಗಳು ಬೊಗಳ ಲಾರಂಭಿಸಿದವು. ಈ ದಂಪತಿಗಳ ಕೆಟ್ಟ ನೋಟ, ಮಕ್ಕಳ ತುಂಟ ತನದ ಕುತೂಹಲಗಳನ್ನು ಗಮನಿಸುತ್ತ ಗಣೇಶನ್ ಕಾದು ನಿಂತ. ಅವನ ದೇಹದ ಮೇಲೆ ಹರಿದಿದ್ದ ಬೆವರು ತಣ್ಣಗಾಯಿತು. ಆತ ಪ್ರಜ್ಞಾಶೂನ್ಯನಂತಾದ. ಬಟ್ಟೆಗಳ ಮೂಟೆ, ತನ್ನ ಮೂಗಿನ ಅಂಚು,

ನಾಯಿಗಳ ಕರ್ಕಶ ಕೂಗಾಟ, ಆ ಕುಟುಂಬದವರ ಇರಿಯುವ ನೋಟಗಳು – ಇವೆಲ್ಲ ಅರ್ಥಂಬರ್ಥವಾಗಿ ಅವನ ಗಮನಕ್ಕೆ ಬಂದೂ ಬಾರದಂತಿದ್ದವು.

"ಆ ಹೊಸ ಹುಡುಗ ಎಲ್ಲಿ ?"

ಎಲ್ಲಿಂದ ಆ ದನಿ ಬಂದಿತೆಂದು ನೋಡುತ್ತ ಗಣೇಶನ್ ಸೆಟೆದು ನಿಂತ.

"ಇಲ್ಲೇ ಕಾಯ್ತಿದಾನೆ" ಎಂದು ಗಂಡಸು ಅರ್ಧ ಸುಟ್ಟ ಸಿಗರೇಟನ್ನು ಎಸೆಯುತ್ತ ಉತ್ತರಿಸಿದ.

"ಟವಲುಗಳನ್ನು ತರೋದಕ್ಕೆ ಹೇಳು" ಎಂದು ಮೇಲಿನ ದನಿ ಆಜ್ಞಾಪಿಸಿತು.

"ಏನಯ್ಯ, ಅಮ್ಮಾವರ ದನಿ ನಿನಗೆ ಕೇಳಿಸೋದಿಲ್ವೆ ?" ಎಂದ ಗಂಡಸು, ಜೋರಾಗಿ ಕೈ ಆಡಿಸುತ್ತ ಮೂಟೆ ಬಿಚ್ಚುವಂತೆ ಗಣೇಶನ್‌ಗೆ ಸೂಚಿಸಿದ.

ಗಣೇಶನ್ ಗಂಟು ಬಿಚ್ಚಿ ಬಿಳಿಯ ಟವಲುಗಳನ್ನು ಸುತ್ತಿದ್ದ ದಾರ ತೆಗೆದು ಎದೆಗೊತ್ತಿ ಹಿಡಿದುಕೊಂಡ. ರಾಮನ್ ಬಟ್ಟೆಗಳನ್ನು ಹೊತ್ತು ಮಹಡಿ ಹತ್ತುತ್ತಿದ್ದಂತೆ ಇವನು ಹೋಗಿ ಬೈಸಿಕಲ್ಲನ್ನು ಗೇಟಿನ ಬಳಿಗೆ ದೂಡಿಕೊಂಡು ತಂದು ನಿಲ್ಲಿಸಿದ. ಒಂದು ಜತೆ ಹದ್ದುಗಳು ಅವನನ್ನೇ ದಿಟ್ಟಿಸುತ್ತಿದ್ದವು.

'ಮುಂದಿನ ಶುಕ್ರವಾರ ಬೇಗ ಬಾ! ತಲೆ ತಗ್ಗಿಸಿಕೊಂಡು ಹೋಗು' ಎಂದು ಮುದುಕಿ ಮೇಲಿನ ಮಹಡಿಯ ಅಂಗಳದಿಂದ ಕೂಗಿ ಹೇಳಿದಳು.

ಕೆಳಗೆ ಅಂಗಳಕ್ಕೆ ಎಸೆದಿದ್ದ ಬಟ್ಟೆಗಳನ್ನು ಜೋಡಿಸಿಕೊಳ್ಳುತ್ತ ಗಣೇಶನ್ ಮಹಡಿ ಮೇಲಿದ್ದವರು ತನ್ನನ್ನು ಗಮನಿಸುತ್ತಿದ್ದಾರೆಂಬುದನ್ನು ಗ್ರಹಿಸಿದ. ಒದ್ದೆಯಾಗಿದ್ದ ಬಟ್ಟೆಗಳನ್ನು ಭದ್ರವಾಗಿ ಮೂಟೆಕಟ್ಟಿ ಅವನು ಬೈಸಿಕಲ್ಲನ್ನೇರಿ ಸಾಗಿದ್ದಂತೆ ಅದಾವುದೋ ಒಂದು ಗಟ್ಟಿ ದನಿ ತನ್ನ ಬೆನ್ನಟ್ಟಿ ಬಂದಂತೆ ಅವನಿಗೆ ಭಾಸವಾಯಿತು.

* * *

ಅವನು ಹಿಂದಿರುಗಿದಾಗ ಮಲತಾಯಿ ಅವನ ಮುಖದ ಮೇಲೆ ಒಂದು ಪರೀಕ್ಷಕ ನೋಟವನ್ನು ಬೀರಿ ಅಸಹನೆಯಿಂದ ನಿಟ್ಟುಸಿರಿಟ್ಟಳು.

"ಹೂಂ, ಈಗ ಅಲ್ಲಿ ನಿನ್ನ ಪರಿಚಯ ಆಯ್ತಲ್ಲ" ಎಂದು ಅವನು ತಂದಿದ್ದ ಒದ್ದೆ ಬಟ್ಟೆಗಳ ಗಂಟನ್ನು ನೋಡುತ್ತ ಅವಳೆಂದಳು.

ಅವನ ಸೋದರು ಸೋದರಿಯರು ಸಂಕೋಚದಿಂದ ಅವನತ್ತ ನೋಡುತ್ತಿದ್ದರು. ಏನೋ ಹೇಳಹೊರಟಿದ್ದ ಕುಮಾರ್ ಥಟ್ಟನೆ ಮರಳು ಮಿಶ್ರಿತ ಅನ್ನ, ಕೆಸರು ನೀರಿನಂಥ ಕಾಫಿ ಇದ್ದ ಡಬ್ಬಿಗಳನ್ನು ನೆನಸಿಕೊಂಡು ಸುಮ್ಮನಾದ.

"ಚಿಕ್ಕಮ್ಮ..." ಎಂದು ಗಣೇಶನ್ ಹೇಳಹೊರಟ.

ಆಕೆ ತಿರುಗಿ ತೇಗುತ್ತ ತೀಕ್ಷ್ಣವಾಗಿ ನೋಡಿದಾಗ ಅವನು ತಣ್ಣಗಾದ. ನೆಲದ ಮೇಲೆ ಕುಳಿತು ಕುಪ್ಪಸಗಳು, ಟವಲುಗಳು ಮುಂತಾದವನ್ನು ಪರೀಕ್ಷಿಸಿ ಮಡಚಿಡಲಾರಂಭಿಸಿದ. ಅವುಗಳ ಮೇಲೆ ಅಳಿಸಿ ಹೋಗುವಂತಿದ್ದ ಅಗಸನ ಗುರುತುಗಳನ್ನು ಅಣಿಲೆ ಕಾಯಿಯ ಕಪ್ಪು ರಸದಲ್ಲಿ ಅದ್ದಿದ ಸೂಜಿಯಿಂದ ಆತ ಸ್ಫುಟಗೊಳಿಸಿದ. ಬಟ್ಟೆಗಳ ಅಂಚುಗಳಿಗೆ ಹಚ್ಚುತ್ತಿದ್ದ ಸುಣ್ಣದ ನೀರು ತುಂಬಾ ಗಟ್ಟಿಯಾಗಿ ಬೆರಳು ಸುಟ್ಟಂತಾದಾಗ ಅದಕ್ಕೆ ಇನ್ನಷ್ಟು ನೀರು ಬೆರಸಿ ತೆಳ್ಳಗೆ ಮಾಡಿದ.

ಕಿಟಿಕಿಯ ಬಳಿ ಆರಾಮವಾಗಿ ಕೈ ಚಾಚಿ ನಿಂತಿದ್ದ ಗೋವಿಂದನ್ "ಐದೋ ಆರೋ ?" ಎಂದು ಕೇಳಿದ.

"ಐದು ನಾಯಿಗಳು" ಎಂದ ಗಣೇಶನ್.

"ಸಣ್ಣವೇ ?"

"ಅಲ್ಲ, ದೊಡ್ಡವೇ. ಒಳ್ಳೇ ಮೊಸಳೆಯ ಹಾಗೆ ಹಲ್ಲುಗಳು."

"ಪೇಟೆಗೆ ಹೋಗಿ ಅಕ್ಕಿ, ಸಕ್ಕರೆ ತಾ" ಎಂದಳು ಮಲತಾಯಿ.

ಗಣೇಶನ್ ಕೂಡಲೆ ಮೇಲೆದ್ದಾಗ ಆಕೆ ಮತ್ತೆ ಹೇಳಿದಳು:

"ಮೊದಲು ಬಟ್ಟೆಗಳ ಗುರುತು ಮಾಡೋದನ್ನ ಮುಗಿಸು. ನಡೆದುಕೊಂಡೇ ಹೋಗಿ ಬಾ. ಬೈಸಿಕಲ್ ನಿಮ್ಮಪ್ಪನಿಗೆ ಬೇಕು."

ಗೋಡೆಯ ಮೇಲೆ ಲಕ್ಷ್ಮಿಯ ಚಿತ್ರದ ಪಕ್ಕದಲ್ಲಿದ್ದ ಮೊಳೆಯಿಂದ ಬೈಸಿಕಲ್ಲಿನ ಬೀಗದ ಕೈ ತೂಗಾಡುತ್ತಿತ್ತು. ತಂದೆಗೆ ಬೈಸಿಕಲ್ ಬೇಕಾದಾಗ ಆತ ಬೀಗದ ಕೈಯನ್ನು ಅಂಗಡಿಗೊಯ್ಯುತ್ತಿದ್ದ. ಅತ್ತ ಮರದಡಿ ನೆರಳಲ್ಲಿ ನಿಲ್ಲಿಸಿದ್ದ ವಾಹನವನ್ನು ಗಣೇಶನ್ ದೃಷ್ಟಿಸಿದ.

ಆ ಬಿಸಿಲಿನಲ್ಲಿ ಪೇಟೆಯತ್ತ ನಡೆಯುತ್ತಿದ್ದಾಗ ಅವನಿಗೆ ಪುನಃ ಹಿಂದೆ ಹೋಗಿ ತಂದೆಯನ್ನು ಬೈಸಿಕಲ್ ಕೇಳೋಣವೆ ಅನ್ನಿಸಿತು. ಆದರೆ ಹಾಗೆ ಮಾಡದೆ ಆತ ಮುಂದೆ ಸಾಗಿ ಅರುಣಾಚಲಂನ ಚಿಲ್ಲರೆ ಅಂಗಡಿ ತಲಪಿ ತನ್ನ ಕ್ಯಾನ್ವಾಸ್ ಚೀಲವನ್ನು ಸುರುಳಿ ಸುರುಳಿಯಾಗಿ ಸುತ್ತುತ್ತ ಅಕ್ಕಿ ಚೀಲಗಳ ಹಿಂದೆ ಸಂಕೋಚದಿಂದ ನಿಂತ. ಅರುಣಾಚಲಂ ಪುಸ್ತಕದಲ್ಲಿ ಲೆಕ್ಕ ಬರೆಯುತ್ತಿದ್ದವನು ತಲೆಯೆತ್ತಿ ಇವನನ್ನು ನೋಡಿ "ಬಾರೋ ತಂಬಿ, ಯಾಕೆ ಮರೇಲಿ ನಿಲ್ತೀಯ ?" ಎಂದು ಕರೆದ.

ಅವನ ಮೃದುವಾದ ದನಿ ಕೇಳಿ ಗಣೇಶನ್ ಧೈರ್ಯದಿಂದ ಚೀಲ ಹಿಡಿದು ಅವನ ಹತ್ತಿರಕ್ಕೆ ಬಂದ. ಗಲ್ಲಾಪೆಟ್ಟಿಗೆ ಇಟ್ಟುಕೊಂಡು ಕುಳಿತಿದ್ದ ಅರುಣಾಚಲಂಗೆ ಅಷ್ಟು ಹತ್ತಿರವಾಗಿ ಗಣೇಶನ್ ಅದುವರೆಗೂ ಹೋಗಿದ್ದೇ ಇಲ್ಲ.

'ಅಕ್ಕಿ, ಸಕ್ಕರೆ ಬೇಕಾ ?' ಎಂದ ಅರುಣಾಚಲಂ, ಒಂದು ಕಾಗದದ ಚೀಲ ಎತ್ತಿಕೊಳ್ಳುತ್ತ. ಗಣೇಶನ್ ಹೂಗುಟ್ಟಿದ. ಅರುಣಾಚಲಂ ಚೀಲಕ್ಕೆ ಅಕ್ಕಿ ತುಂಬಿ ಒಪ್ಪನಾಗಿ ದಾರಕಟ್ಟಿಟ್ಟು ಕಾಗದದ ಚೀಲವೊಂದರಲ್ಲಿ ಎರಡು ಕೇಜಿಗಳಷ್ಟು ಸಕ್ಕರೆ ತೂಗಿ ಕೊಟ್ಟ.

ಈ ಪದಾರ್ಥಗಳನ್ನು ತನ್ನ ಕ್ಯಾನ್ವಾಸ್ ಚೀಲಕ್ಕೆ ಹಾಕಿಕೊಳ್ಳುತ್ತಿದ್ದಂತೆ ಗಣೇಶನ್‌ನ ಕೈಗಳು ನಡುಗಿದವು. ಅರುಣಾಚಲಂ ಪುಸ್ತಕದಲ್ಲಿ ಲೆಕ್ಕ ಬರೆದುಕೊಳ್ಳುವುದನ್ನೂ ಗಮನಿಸಿದೆ ಆತ ಒಂದು ದೀರ್ಘಶ್ವಾಸ ಎಳೆದು ಹೊರಕ್ಕೆ ನಡೆಯುವುದರಲ್ಲಿದ್ದ. ಆದರೆ ಅಂಗಡಿಯಾತ ಆತನನ್ನು ಕರೆದು ಕೇಳಿದ :

"ದೊಡ್ಡ ಮನೆಗೆ ನಿಮ್ಮಪ್ಪ ಹೋಗ್ತಿಲ್ಲವಾ ?"

"ಈಗ ನಾನು ಹೋಗ್ತಿದ್ದೇನೆ."

"ನೀನು ಬುದ್ಧಿವಂತನಪ್ಪ."

ಗಣೇಶನ್ ಸೆಟೆದುಕೊಂಡು ಚೀಲವನ್ನು ಬಿಗಿಯಾಗಿ ಹಿಡಿದುಕೊಂಡ.

ಅಂದು ಸಂಜೆ ಮಲತಾಯಿ ಅವನನ್ನು ಕರುಣೆಯಿಂದ ಕಂಡಳು. ಅವನು ಬಚ್ಚಲುಮನೆಗೆ ಹೋಗುವಾಗ ತಾನು ಬಳಸುತ್ತಿದ್ದ ಸುಗಂಧದ ಸಾಬೂನನ್ನು ಅವನಿಗಿತ್ತಳು.

"ಗಣೇಶನ್ ಒಳ್ಳೆಯ ಹುಡುಗನಾಗ್ತಿದಾನೆ," ಎಂದು ಅವನಿಗೆ ಕೇಳಿಸುವಂತೆ ಆಕೆ ಗಟ್ಟಿಯಾಗಿ ಗಂಡನಿಗೆ ಹೇಳಿದಳು.

ಗಣೇಶನ್ ಸ್ನಾನಮಾಡಿ ಹೊರಬರುವ ವೇಳೆಗೆ ಆ ಶುಕ್ರವಾರ ಸಂಜೆ ಪ್ರಾರ್ಥನೆಯ

ಸಮಯವಾಗಿತ್ತು. ಬಾಗಿಲುಗಳಲ್ಲಿ ಮಕ್ಕಳು ಸಾಲಾಗಿ ಕುಳಿತಿದ್ದರು. ಮನೆಯೊಳಕ್ಕೆ ಬರಬೇಡಿರೆಂಬ ಆಜ್ಞೆಯಂತೆ ಅವನ ಸೋದರ ಸೋದರಿಯರು ಆಚೆಕಡೆ ಚರಂಡಿ ಪಕ್ಕದಲ್ಲಿ ಒಲ್ಲದ ಮನಸ್ಸಿನಿಂದ ಕುಳಿತಿದ್ದರು. ಅವರು ನಿಧಾನವಾಗಿ ಚರಂಡಿಯತ್ತ ಕಾಲು ಚಾಚುತ್ತಿದ್ದಂತೆ "ನಿಮ್ಮ ಕೈಕಾಲುಗಳನ್ನು ಕೊಳೆಮಾಡಿಕೋಬೇಡಿ" ಎಂದು ಅಮ್ಮ ಕೂಗಿದಳು.

ಇದ್ದಲ ಒಲೆ ಚೆನ್ನಾಗಿ ಉರಿಯುತ್ತಿತ್ತು. ತಾಮ್ರದ ತಟ್ಟೆಯ ನಡುವೆ ಕರ್ಪೂರದ ತುಂಡುಗಳು ಹೊಗೆ ಸೂಸುತ್ತಿದ್ದವು. ಲಕ್ಷ್ಮಿಯ ಪಟಕ್ಕೆ ಒಂದು ತೆಳ್ಳನೆಯ ಹೂವಿನ ಹಾರ ಹಾಕಿದ್ದರು.

ಹೊರಗೆ ಮೇಜಿನ ಮೇಲೆ ಅಪ್ಪ ಸಿಗರೇಟು ಸೇದುತ್ತ ಕುಳಿತಿದ್ದ.

"ನೀನೇ ಪ್ರಾರ್ಥನೆ ಹೇಳಿಬಿಡು" ಎಂದು ಮಲತಾಯಿ ಗಣೇಶನ್‌ಗೆ ಹೇಳಿದಳು.

ಗಣೇಶನ್ ಬಟ್ಟೆ ಹಾಕಿಕೊಂಡು ಹೊರಕ್ಕೆ ಹೋಗಿ ತಂದೆಯ ಎದುರಿಗೆ ನಿಂತ.

"ಸತ್ತವನ ಮನೆಯವರೂ ನಿನ್ನನ್ನು ಕೇಳ್ತಿದಾರೆ. ಇಲ್ಲೂ ನೀನು ಬೇಕಾಗಿದೀಯ, ಹೋಗು," ಎಂದ ಆತ.

ಗಣೇಶನ್ ದೇವಿಯ ಪಟಕ್ಕೆ ಸುತ್ತಲೂ ಊದುಬತ್ತಿಗಳನ್ನು ಹಚ್ಚಿಟ್ಟು ಕರ್ಪೂರದಾರತಿ ಎತ್ತಿದ. ಮಕ್ಕಳೆಲ್ಲ ಭಕ್ತಿಯಿಂದ ಮಂಗಳಾರತಿ ಸ್ವೀಕರಿಸಿ ಒಂದು ಚಿಟಕೆ ವಿಭೂತಿಯನ್ನೆತ್ತಿಕೊಂಡು ಹಣೆಗೆ ಹಚ್ಚಿ ಬಾಯಿಗೂ ಸ್ವಲ್ಪ ಹಾಕಿಕೊಂಡು ಅವನ ಹಿಂದೆಯೇ ಊಟಕ್ಕೆ ನಡೆದರು. ಅವರು ಅಂಥ ಭರ್ತಿ ಊಟ ಮಾಡಿ ಎಷ್ಟೋ ದಿನವಾಗಿ ಹೋಗಿತ್ತು. ಸಂಪ್ರದಾಯದಂತೆ ಕೊನೆಗೆ ತಟ್ಟೆಯಲ್ಲಿ ಒಂದು ಹಿಡಿ ಅನ್ನ ಹಾಗೇ ಬಿಟ್ಟು ಎದ್ದು ಹೋಗಿ ವರ್ಣ ಮಾಲೆ ಪಠಿಸಲು ಕುಳಿತರು. ಗಣೇಶನ್ ಅತ್ತಿತ್ತ ಅಡ್ಡಾಡುತ್ತಿದ್ದ.

ಗಣೇಶನ್‌ನ ಪಾಲಿಗೆ ಮುಂದಿನ ವಾರದ ಅವನ ಶಾಲಾ ದಿನಗಳು ಶೀಘ್ರವಾಗಿ ಉರುಳಿದವು. ಅವನು ಗಡಿಬಿಡಿಯಿಂದ ಶಾಲೆಗೆ ಹೋಗಿ ಬರುತ್ತಿದ್ದ. ಬೆಳಿಗ್ಗೆ ದಣಿದುಕೊಂಡೇ ಏಳುತ್ತಿದ್ದ. ನೆರೆಹೊರೆಯವರ ಪ್ರಶ್ನಾರ್ಥಕ ನೋಟಗಳನ್ನು ಗಮನಿಸುತ್ತಿರಲಿಲ್ಲ. ಶುಕ್ರವಾರವನ್ನಂತೂ ಅವನು ಸಿಮೆಂಟ್ ಕಂಬಗಳ ನೆರಳಿನಲ್ಲಿ ಕಳೆಯಬೇಕಾಗಿತ್ತು. ಆದರೆ ಆ ದಿನ ಹತ್ತಿರವಾದಂತೆ ಗೋವಿಂದನ್ ಕೂಡ ಅದರಲ್ಲಿ ಆಸಕ್ತಿ ತೋರಿಸಲಿಲ್ಲ. ಗಣೇಶನ್ ಯಾಂತ್ರಿಕವಾಗಿ ದೊಡ್ಡ ಮನೆಯತ್ತ ಸಾಗಿದ. ಹದ್ದಿನ ಗೇಟುಗಳು ಅವನನ್ನು ತಡೆದಾಗ ಆತ ಬೈಸಿಕಲ್‌ನಿಂದ ಇಳಿದ.

ರಾಮನ್ ಮತ್ತು ದೇವಿ ಕೇಕೆ ಹಾಕುತ್ತ ಅವನತ್ತ ಓಡಿ ಬಂದರು. ಅದನ್ನು ನೋಡಿ ಈಗ ಇನ್ನಷ್ಟು ದಪ್ಪಗಾಗಿದ್ದ ಅವರ ತಾಯಿ "ಅವನನ್ನ ಮುಟ್ಟಬೇಡಿ, ದೂರ ಬನ್ನಿ" ಎಂದು ಕೂಗಿಕೊಂಡಳು.

ಅವಳ ಗಂಡ ಮೇಜಿನ ಮೇಲೆ ಕುಳಿತು ಸಿಗರೇಟು ಸೇದುತ್ತಿದ್ದ.

"ಬಟ್ಟೆಗಳನ್ನು ಇಲ್ಲಿಡು. ನೀನು ಆ ಮೋರಿಯ ಹತ್ತಿರ ಕಾದಿರು."

ಹೀಗೆಂದು ಆ ಹೆಂಗಸು ಮೊದಲು ಒಂದು ಬೆಂಚಿನತ್ತ ಬೆರಳು ತೋರಿದಳು. ಗಣೇಶನ್ ಮೋರಿಯ ಬಳಿ ಕುಳಿತು ತನ್ನ ಕರೆಗಾಗಿ ಕಾಯತೊಡಗಿದ. ಮಕ್ಕಳು ಸ್ವಲ್ಪ ದೂರದಲ್ಲಿ ಅಡ್ಡಾಡುತ್ತಿದ್ದರು. ನೆರಳು ಅವನ ಭುಜವನ್ನು ಮುಟ್ಟಿದಾಗ ಮಹಡಿಯಿಂದ ಬಚ್ಚಲು ನೀರನ್ನು ಮೋರಿಗೆ ಒಯ್ಯುವ ಕೊಳವೆ ಒಮ್ಮೆಲೆ ಗಂಟಲು ಕಟ್ಟಿದಂತೆ ಗುರು ಗುರು ಶಬ್ದ ಮಾಡಿತು.

"ಬೇಗ! ಬಟ್ಟೆ ಗಂಟು ಬಿಚ್ಚು!" ಎಂದು ಸಿಗರೇಟನ್ನು ಬಿಸಾಡಿ ಆ ಮನುಷ್ಯ ಕೂಗಿ ಹೇಳಿದ. ಬೆಳಗಿನ ಉಪಾಹಾರ ಮಾಡುತ್ತಿದ್ದ ಹೆಂಗಸು ಮೇಲೆದ್ದಳು. ಮಕ್ಕಳು ಸುಮ್ಮನೆ ನಿಂತಿದ್ದರು.

ಬಹು ಹೊತ್ತು ಕುಳಿತು ಕಾಲುನೋವು ಬಂದಿದ್ದ ಗಣೇಶನ್ ಎದ್ದು ಮೊಗಸಾಲೆಗೆ ಧಾವಿಸಿದ. ಮೇಲಿದ್ದ ಕೆಲ ಬಟ್ಟೆಗಳನ್ನು ರಾಮನ್ ಎತ್ತಿಕೊಂಡಾಗ ಆ ಮನುಷ್ಯ "ಇನ್ನು ನೀನು ಹೋಗು" ಎಂದ.

ಗಣೇಶನ್ ಮತ್ತೆ ಹಿಂದೆ ಹೋಗಿ ಮೋರಿಯಲ್ಲಿ ಬೆಳ್ಳಗೆ ನೊರೆ ಸೂಸುತ್ತ ನೀರು ತುಂಬುತ್ತಿದ್ದುದನ್ನು ನೋಡುತ್ತ ಕುಳಿತ. ಮಕ್ಕಳೂ ಅವನ ಹತ್ತಿರವೇ ನಿಂತು ನೀರು ಬೀಳುವುದನ್ನು ದಿಟ್ಟಿಸುತ್ತಿದ್ದರು. ಅಷ್ಟರಲ್ಲಿ ನೆರಳು ಆಚೆ ಸರಿದು, ಗಣೇಶನ್‌ನ ಮೇಲೆ ಪುನಃ ಬಿಸಿಲು ಬಡಿಯಿತು.

ಒಂದು ಬಟ್ಟಲಲ್ಲಿ ಸಕ್ಕರೆ ಹಾಕಿದ ಉಪ್ಪಿಟ್ಟು ತಂದು ಆ ಮಹಿಳೆ ಅವನಿಗೆ ಕೊಟ್ಟಳು. ಅದರೊಂದಿಗೇ ಒಂದು ಒಳ್ಳೇ ಬಾಳೆಹಣ್ಣು. ಆಕೆಯತ್ತ ಕೃತಜ್ಞತೆಯ ನಗು ಬೀರಿ ಗಣೇಶನ್ ಅದನ್ನು ತೆಗೆದುಕೊಂಡು ಮಕ್ಕಳು ನೋಡುತ್ತಿದ್ದಂತೆ ಬಾಳೆಹಣ್ಣಿನ ಸಿಪ್ಪೆ ಸುಲಿದು ಉಪ್ಪಿಟ್ಟಿನ ಜತೆ ನಂಚಿಕೊಂಡು ತಿನ್ನಲಾರಂಭಿಸಿದ. ಆತ ಅದರ ರುಚಿ ಸವಿಯುತ್ತಿದ್ದಂತೆ ಮಕ್ಕಳು ಎದ್ದು ದೂರ ಓಡಿದರು.

"ಎಲ್ಲಿ ಆ ಹುಡುಗ ?"

ಗಣೇಶನ್ ಜಿಗಿದು ನಿಂತು ಬೆರಳುಗಳನ್ನು ಚೀಪಿ ಶುಭ್ರ ಮಾಡಿಕೊಳ್ಳುತ್ತ "ಇಲ್ಲೇ ಇದ್ದೇನೆ" ಎಂದ.

"ಇಲ್ಲಿದ್ದೇನೆ ! ಇಲ್ಲಿದ್ದೇನೆ ! ಎಲ್ಲಿದೀಯೋ ಕಪಿಮುಸುಡಿಯವನೆ ?"

ಮೋರಿಯ ಬಳಿಯಿಂದ ಅವನು ಈಚೆಗೆ ನಡೆದುಬಂದ.

"ಮುಖ ತೊಳೆದು ಅಂದಗೊಳಿಸಿಕೊಳ್ಳುತ್ತ ಅಲ್ಲೇ ನಿಲ್ಲಬೇಡ್ವೊ. ಕೈ ತೊಳೆದುಕೊಂಡು ಬಟ್ಟೆಗಳನ್ನು ಕಳಿಸಿಕೊಡು."

ದೇವಿಯ ತಾಯಿ ಒಂದು ಚೆಂಬಿನಲ್ಲಿ ನೀರು ತಂದಿಟ್ಟು "ಕೆಲಸವಾದ ಮೇಲೆ ತಿಂಡಿ ತಿನ್ನು" ಎಂದಳು.

ತಣ್ಣಗೆ ಕೊರೆಯುತ್ತಿದ್ದ ನೀರಲ್ಲಿ ಗಣೇಶನ್ ಕೈ ತೊಳೆದು ಚಡ್ಡಿಗೆ ಒರೆಸಿಕೊಂಡಾಗ ಆ ಮನುಷ್ಯ ಗುಡುಗಿದ:

"ಕರವಸ್ತ್ರ ಇಲ್ವೇನೊ ? ಹೂಂ, ಬಟ್ಟೆ ಎಣಿಸು."

ಇಸ್ತ್ರಿ ಮಾಡಿದ ಬಟ್ಟೆಗಳನ್ನು ಎಣಿಸಿ "ಆಯಿತು" ಎಂದ ಗಣೇಶನ್.

"ನನ್ನ ಮಗನ್ನ ಕರೆಯೋದಕ್ಕೆ ಬಾಯಿ ಇಲ್ವೇನೋ ?"

"ರಾಮನ್" ಎಂದ ಗಣೇಶನ್.

ಹುಡುಗ ಮೋರಿಯ ಬದಿಯಿಂದ ಅವನತ್ತ ನೋಡಿ ನಕ್ಕ. ಗಣೇಶನ್ ಅವನನ್ನು ಕರೆದ:

"ರಾಮನ್, ದಯವಿಟ್ಟು ಸ್ವಲ್ಪ ಬಾ."

ಅವನು ಕಾಲೆಳೆಯುತ್ತ ಅಂಗಳವನ್ನು ದಾಟಿ ಬಂದು "ನನ್ನ ಕಾಲುಗಳು ಸವೆದು ತೆಳ್ಳಗಾಗಿವೆ" ಎಂದು ಗೊಣಗಿದ.

"ಬಟ್ಟೆಗಳನ್ನು ನಾನೇ ತೆಗೆದುಕೊಂಡು ಹೋಗಿ ಮೇಲುಗಡೆ ಕೊಟ್ಟು ಬರ್ತೇನೆ" ಎಂದು ಗಣೇಶನ್ ಮುಂದಾದ.

"ಅವಳು ನಿನ್ನನ್ನೇನೂ ಕೇಳೋದಿಲ್ಲ ಬಿಡು. ರಾಮನ್ !" ಎಂದು ಆ ಮನುಷ್ಯ ಕೂಗಿದ.

ಹುಡುಗ ದಡಬಡನೆ ಮೆಟ್ಟಲುಗಳನ್ನೇರಿ ಮೇಲೆ ಹೋದ.

ಗಣೇಶನ್ ಬೈಸಿಕಲ್ಲಿನ ಕ್ಯಾರಿಯರ್ ಮೇಲೆ ಮುಂದಿನ ವಾರ ಒಗೆದು ತರಬೇಕಾಗಿದ್ದ ಬಟ್ಟೆಗಳ ಗಂಟನ್ನಿಟ್ಟು ದಾರ ಬಿಗಿದ ಮೇಲೂ ಬಹಳ ಹೊತ್ತು ರಾಮನ್‌ನ ಕೈ ಬೈಸಿಕಲ್ಲಿನ ಮೇಲೆ ಇತ್ತು. ಈ ಜಗ್ಗಾಟವನ್ನು ನೋಡಲು ಆ ಮನುಷ್ಯನೂ ಅವನ ಹೆಂಡತಿಯೂ ಹೊರ ಬಂದು ನಿಂತರು. ತಮ್ಮ ಮಗನತ್ತ ಬೆರಳು ತೋರಿಸಿ ಹೆಂಗಸು ಗಂಡನೊಡನೆ ಹೇಳಿದಳು:

"ನೋಡು ಅವನಿಗೆ ತಿನ್ನೋದಕ್ಕೆ ನಾನು ಸಾಕಷ್ಟು ಕೊಡ್ತಾ ಇಲ್ಲ ಅಂತ ನೀನು ಹಂಗಿಸ್ತೀಯ."

"ಆ ಧೋಬಿ ಹುಡುಗನಿಗೆ ಮಾತ್ರ ನಮ್ಮ ಊಟ ತಿಂಡಿಗಳನ್ನ ಜಾಸ್ತಿ ಕೊಡ್ಬೇಡ."

ಮುದುಕನ ಸ್ಮಾರಕದ ಬಳಿ ಗಣೇಶನ್ ರಾಮನ್‌ನನ್ನು ತಡೆದು ಹಿಂದಕ್ಕೆ ಕಳಿಸಿ ಬೈಸಿಕಲ್ ಏರಿದಾಗ ರಾಮನ್ ಅವನತ್ತ 'ಥೂ' ಎಂದು ಉಗುಳಿದ.

ಏದುಸಿರು ಬಿಡುತ್ತ ಗಣೇಶನ್ ಮೂಟೆಯನ್ನು ಮನೆಯೊಳಕ್ಕೆ ಎತ್ತಿಕೊಂಡು ಬಂದ.

"ಬಟ್ಟೆಗಳಷ್ಟೇನಾ" ಎಂದು ಮಲತಾಯಿ ಕೇಳಿದಳು.

"ಈ ಹೊತ್ತು ಆಕೆ ನನ್ನನ್ನ ಮಾತಾಡಿಸಿದಳು."

"ಯಾರು ?"

"ಅಮ್ಮಾವರು."

"ಅವಳು ಮಾತಾಡಿಸಿ ಬಿಟ್ಲೂಂತ ಇಲ್ಲಿ ನಮ್ಮೆಲ್ಲರ ಹೊಟ್ಟೆ ತುಂಬುತ್ತಾ ?"

"ನಂಗಷ್ಟು ತಿಂಡೀನೂ ಕೊಟ್ಟರು."

ಆಕೆ ಸುಣ್ಣದ ನೀರಿನ ಸೀಸೆಯನ್ನೂ ಅಣಿಲೆಕಾಯಿಯನ್ನೂ ಅವನ ಕೈಗಿತ್ತು "ನಿಮ್ಮಪ್ಪ ಬರೋದ್ರಲ್ಲಿ ಬಟ್ಟೆಗಳನ್ನ ಗುರುತು ಮಾಡಿಡು" ಅಂದಳು. ಗೆರೆ ಮತ್ತು ಚುಕ್ಕೆಯ ಧೋಬಿ ಗುರುತನ್ನು ಬಟ್ಟೆಗಳ ಮೂಲೆಗಳಲ್ಲಿ ಆತ ಪುನಃ ಮೂಡಿಸುತ್ತಿದ್ದಂತೆ ಸೂಜಿ ಅವನ ಬೆರಳನ್ನು ಚುಚ್ಚಿತು. ಅಷ್ಟರಲ್ಲಿ ಅವರ ಸೋದರ ಸೋದರಿಯರು "ನಿನ್ನನ್ನು ನಾ ನೋಡ್ಬಿಟ್ಟೆ! ನಿನ್ನನ್ನು ನಾ ನೋಡ್ಬಿಟ್ಟೆ!" ಎಂದು ಒಬ್ಬರಿಗೊಬ್ಬರು ಕೂಗಿ ಹೇಳುತ್ತ ಓಡಿಬಂದರು.

"ಕೆಂಪು ಗುರುತಲ್ಲ, ಕಪ್ಪು ಬಣ್ಣದ್ದು" ಎಂದು ಕಿಟಕಿ ಬಳಿ ನಿಂತಿದ್ದ ಗೋವಿಂದನ್ ಹುಸಿನಗೆಯೊಂದಿಗೆ ನುಡಿದ.

"ಈ ಹೊತ್ತು ಅಮ್ಮಾವರು ನನ್ನ ಮಾತಾಡಿಸಿದರು" ಎಂದು ಗಣೇಶನ್ ತಿಳಿಸಿದ.

"ಯಾರು ಬೇಕಾದರೂ ಅವಳ ಜತೆ ಮಾತಾಡಬಹುದು. ಅವಳ್ನ ನೋಡಿದೆಯಾ ?"

"ಇನ್ನೊಬ್ಬ ಹೆಂಗಸು ಕೈತೊಳೆಯೋದಕ್ಕೆ ನೀರು ಹಾಕಿದಳು."

"ಇಲ್ಲಿ ನೀರಿರಲಿಲ್ವಾ ?"

ಗಣೇಶನ್ ಅಣಿಲೆಕಾಯಿಯನ್ನು ಅವನತ್ತ ಎಸೆದ.

"ನಿನಗೆ ಅಲ್ಲಿನ ನಾಯಿಗಳನ್ನು ಕೂಡ ನೋಡೋದಕ್ಕಾಗೋದಿಲ್ಲ. ಅವರ ಮಕ್ಕಳು ನನ್ನ ಜತೆ ಆಡ್ತಾರೆ !" ಎಂದ ಗಣೇಶನ್ ಸ್ವಲ್ಪ ಕೋಪದಿಂದಲೇ.

"ಇಲ್ಲಿ ನೀನು ಆಡೋದಕ್ಕಾಗೋದಿಲ್ಲಪ್ಪ" ಎಂದು ಗೋವಿಂದನ್ ಮೂದಲಿಸಿದ.

ಗೋವಿಂದನ್‌ನತ್ತ ಎಸೆದಿದ್ದ ಅಣಿಲೆಕಾಯಿಯನ್ನು ಆರಿಸಿಕೊಳ್ಳಲು ಗಣೇಶನ್ ಹೊರ ನಡೆದ. ಅನಂತರ ಬಟ್ಟೆಗಳ ಮೂಲೆಗಳಲ್ಲಿ ತನ್ನ ಬೆರಳಿನ ತುದಿ ಅಚ್ಚೊತ್ತಿದಂತೆ ಕಾಣುವವರೆಗೂ ಅವುಗಳನ್ನು ಎಳೆದೆಳೆದು ಆತ ನೇರಗೊಳಿಸಿದ. ಗೆರೆ ಮತ್ತು ಚುಕ್ಕೆಯ ಗುರುತು ಅವನ ಬೆರಳಿಗೆ ಭದ್ರವಾಗಿ ಅಂಟಿಕೊಂಡಿತು.

ತರುವಾಯ ದಿನಸಿಗಳನ್ನು ತುಂಬಿ ತರುವ ಕ್ಯಾನ್ವಾಸ್ ಚೀಲವನ್ನು ಮಲತಾಯಿ ತನ್ನತ್ತ

ಎಸೆಯುವ ಕ್ಷಣವನ್ನು ಆತುರದಿಂದ ಎದುರು ನೋಡುತ್ತ ಆತ ಕಾದು ಕುಳಿತ. ಅರುಣಾಚಲಂನ ಆಸಕ್ತ ಗೌರವಪೂರ್ಣ ಮುಖ ಅವನನ್ನು ಕರೆಯುತ್ತಿತ್ತು.

"ಈ ಹೊತ್ತು ಸಾಮಾನೇನನ್ನೂ ತರೋದು ಬೇಡವೆ ?" ಎಂದು ಅವನು ಕೂಗಿ ಕೇಳಿದ.

"ನಿಮ್ಮಪ್ಪ ಹೋಗ್ತಾರೆ."

ಮಧ್ಯಾಹ್ನದ ಊಟಕ್ಕೆ ಒಂದು ಹಾಲಿನ ಡಬ್ಬಿಯಿಂದ ಅಳಿದುಳಿದ ಅಕ್ಕಿಯನ್ನು ಅಳೆದು ಆಕೆ ಮಡಕೆಗೆ ಸುರಿಯುತ್ತಿದ್ದ ಶಬ್ದ ಅವನಿಗೆ ಕೇಳಿಸಿತು.

"ಬೇಕಾದ್ರೆ ನಾನು ಹೋಗಿ ಬರ್‍ತೇನೆ."

"ನಿನಗೆ ವ್ಯಾಯಾಮ ಬೇಕು ಅಂತಾಗಿದ್ರೆ ಹೋಗಿ ತೋಟದಲ್ಲಿ ನೆಲ ಕೆದಕು."

ಆಕೆಯ ದನಿಯಲ್ಲಿನ ಅಪನಂಬಿಕೆ, ಕಹಿ ಭಾವನೆಗಳನ್ನು ಗುರುತಿಸಿದ ಅವನು ತಕ್ಷಣ ಅಂದ :

"ನಾನು ಬರಿಗೈಯಲ್ಲಿ ಬರೋದಿಲ್ಲ. ಏನಾದರೂ ತರಬಲ್ಲೆ."

"ಆಯಿತು, ಅನಿಷ್ಟ ಹಸಿವೆ ನೀಗಿಕೊಳ್ಳೋದಕ್ಕೆ ರಸ್ತೆಗಳು ಸಂಧಿಸುವಲ್ಲಿಂದ ಅಷ್ಟು ಕಸ ತಗೊಂಡು ಬಾ !"

ರೇಗಿದ ಅವನು ಹಿಂದುಗಡೆ ಹೋಗಿ ಚೀಲವನ್ನು ಎತ್ತಿಕೊಂಡು ಜೋರಾಗಿ ಬೈಸಿಕಲ್ ತುಳಿಯುತ್ತ ಪೇಟೆಯತ್ತ ಸಾಗಿದ. ಭಾರತದಿಂದ ತರಿಸಿದ್ದ ಬಟ್ಟೆಗಳ ಮೇಲೆ ಕೈಯಾನಿಸಿ ನಿಂತಿದ್ದ ಅರುಣಾಚಲು ನಗುತ್ತ ಅವನನ್ನು ಸ್ವಾಗತಿಸಿದ.

"ಒಳಗೆ ಬಾ, ಸಣ್ಣ ಹುಡುಗಿ ಹಾಗೆ ಅಲ್ಲೇ ನಿಲ್ಬೇಡ. ದೊಡ್ಡ ಮನೆ ಇನ್ನೂ ದೊಡ್ಡದಾಗ್ತಿದೆಯಾ ?"

ಅಲ್ಲಿ ಪೇರಿಸಿದ್ದ ಸೀರೆಗಳ ಮೇಲೆ ಕೈಯೂರಿ ನಿಂತ ಗಣೇಶನ್ ಎಂದ.

"ಆ ಸ್ಥಳ ಈಗ ನನಗೆ ಚೆನ್ನಾಗಿ ಗೊತ್ತು."

"ಮುದುಕೀನ ನೋಡಿದ್ಯಾ ?"

"ಆಕೆಯ ಜತೆ ಮಾತಾಡಿದೆ."

ಆ ಮನೆಯಲ್ಲ ಎಲ್ಲ ಕಡೆ ಆವರಿಸಿದ್ದ ಮೌನ, ಒಂದೇ ಒಂದು ನಾಯಿಯು ಬೊಗಳಿದಾಗ ಅವಸರದಲ್ಲಿ ಅದನ್ನು ಗೂಡಿಗೆ ದೂಡುತ್ತಿದ್ದುದು, ದೇವಿ ಮತ್ತು ರಾಮನ್‌ರ ಮುಖಗಳಲ್ಲಿ ಕಾಣಬರುತ್ತಿದ್ದ ಆತಂಕ ಎಲ್ಲಾ ನೆನಪಿಗೆ ಬಂದು, ಗಣೇಶನ್ ನಸುನಕ್ಕ. ಬಾಳೆಹಣ್ಣು, ಉಪ್ಪಿಟ್ಟುಗಳ ರುಚಿ, ಅವನ ಬಾಯಲ್ಲಿ ಇನ್ನೂ ನೀರೂರಿಸುತ್ತಿತ್ತು.

"ಅವರು ಅಡುಗೆ ಹೇಗೆ ಮಾಡ್ತಾರೆ ?" ಎಂದು ಅರುಣಾಚಲಂ ಸಾಂಬಾರ್ ಪುಡಿ ಮತ್ತು ಇತರ ಖಾರದ ಪದಾರ್ಥಗಳನ್ನು ಪೊಟ್ಟಣ ಕಟ್ಟುತ್ತ ಕೇಳಿದ.

"ಬಾಳೆಹಣ್ಣು ಒಳ್ಳೇ ಚಿನ್ನದ ನಾವೆಯ ಹಾಗಿರ್‍ತದೆ. ಉಪ್ಪಿಟ್ಟು ಬೆಳ್ಳಗೆ ಬೆಳ್ಳಿ ಕಾಳುಗಳ ಹಾಗೆ ಹೊಳೀತಿರ್‍ತದೆ."

"ನಿನ್ನ ಕವಿತ್ವದ ಬಣ್ಣನೆಯೆಲ್ಲ ಸಾಕುಮಾಡು. ಅವರು ತಮ್ಮ ದಿನಸಿ ವಸ್ತುಗಳನ್ನು ಕೊಳ್ಳೋದು ಎಲ್ಲಿ ? ಇಲ್ಲಿಯೋ ಅಥವಾ ಸಂಗ್ಯೆ ಪಟಾನಿಯಲ್ಲೋ ?"

"ನನಗೆ ಗೊತ್ತಿಲ್ಲ."

"ಸ್ವಲ್ಪ ತಲೆ ಉಪಯೋಗಿಸೋ. ಮುಂದಿನ ಸಲ ಹೋದಾಗ ಅದನ್ನ ತಿಳಿದುಕೊಂಡು ಬಾ. ಎಲ್ಲಿ, ಚೀಲ ಕೊಡು."

* * *

ಬೆಂದು ಹೋಗುವಂಥ ಧಗೆ, ಶಾಲಾ ಸ್ನೇಹಿತರ ಮತಿಗೆಟ್ಟ ಜಗಳಗಳು, ಆ ಬವರು, ಎಲ್ಲವೂ ಗೇಟಿನ ಬಳಿ ಆ ಹದ್ದುಗಳನ್ನು ಹಾಯ್ದು ಹೋಗುತ್ತಿದ್ದಂತೆ ಗಣೇಶನ್‌ನ ಮನಸ್ಸಿನಿಂದ ಮರೆಯಾಗಿಹೋದವು. ಬಣ್ಣ ಹಚ್ಚಿದ ಅವುಗಳ ಕಣ್ಣುಗಳು ರಕ್ತ ಕಾರುತ್ತಿವೆಯೇನೋ ಅನ್ನುವಂತಿದ್ದವು. ಆದರೆ ಮೃತ ಮನುಷ್ಯನನ್ನು ನೆನಪಿಸಿಕೊಂಡು ಅವನು ಆ ಯೋಚನೆಯನ್ನು ದೂರಮಾಡಿದ. ಗ್ಯಾರೇಜಿನ ಪಕ್ಕದಲ್ಲಿ ಬೆಳೆಸಿದ್ದ ಆರ್ಕಿಡ್ ಹೂಗಿಡಗಳ ಸಾಲುಗಳತ್ತ ಅವನ ದೃಷ್ಟಿ ಹೊರಳಿತು. ಈ ಧನಿಕರ ಹೂದೋಟದ ಗಂಧರಹಿತ ಗಾಳಿಯನ್ನು ಆಘ್ರಾಣಿಸುತ್ತ ಆತ ಮುಂದೆ ನಡೆದ.

ಮೊಗಸಾಲೆಯಲ್ಲಿ ಯಾರೂ ಕಾಣಲಿಲ್ಲ. ಮೇಣದಿಂದ ಉಜ್ಜಿ ಹೊಳೆಯುವಂತೆ ಮಾಡಿದ್ದ ಕೆಂಪು ನೆಲದ ಮೇಲೆ ಹಜಾರದ ಒಳಗಡೆಯಿದ್ದ ಸುರುಳಿಯಾಕಾರದ ಮಹಡಿ ಮೆಟ್ಟಲುಗಳ ನೆರಳು. ಸುಮಾರು ಹೊತ್ತು ಗಣೇಶನ್ ಕಾದ. ಆಗ ಬಚ್ಚಲು ನೀರಿನ ಕೊಳವೆ ಗುರುಗುರು ಸದ್ದು ಮಾಡುತ್ತ ನೀರಿನ ಪ್ರವಾಹವನ್ನು ಹರಿಸತೊಡಗಿತು. ಆತ ಯೋಚಿಸಿದ: ಎಲ್ಲ ಸಮುದ್ರಗಳೂ ಒಂದೇ ಇದ್ದಲ್ಲಿ ಎಂಥ ದೊಡ್ಡ ಪ್ರವಾಹವಾಗಬಹುದು, ಎಲ್ಲ ದೇಹಗಳೂ ಒಂದೇ ಆದರೆ ಎಷ್ಟು ದೊಡ್ಡ ಸ್ನಾನ...

"ಗಣೇಶನ್, ಗಣೇಶನ್. ಗಣೇಶನ್!"

ಈ ಕರೆ ಅವನ ಕಿವಿಗಳಲ್ಲಿ ಝುಣಝುಣಿಸಿತು. ಆದರೆ ನೆಲದ ಮೇಲೆ ಯಾವ ನೆರಳೂ ಬೀಳಲಿಲ್ಲ.

"ಮೂರ್ಖ ಮುಂಡೇದೆ! ಯಾಕೆ ಉತ್ತರ ಕೊಡೋದಿಲ್ಲ?"

"ಕೆಟ್ಟ ಅಗಸನ ಮಗನೆ! ಉತ್ತರ ಕೊಡು!"

ಇದ್ದಕ್ಕಿದ್ದಂತೆ ಹೊಳೆಯುವ ನೆಲವನ್ನು ನೆರಳುಗಳು ಕವಿದವು. ಜೋರಾದ ನಗು ಕೇಳಿ ಬಂದಿತು. ಒಳಗಣ ಕತ್ತಲಿನಿಂದ ರಾಮನ್ ಕೇಕೇ ಹಾಕುತ್ತ ಹೊರಬಂದ. ಗಣೇಶನ್‌ನ ಹಿಂದಿನಿಂದ ಜಿಗಿಯುತ್ತ ಬಂದ ದೇವಿ ಅವನ ಕೈಯನ್ನು ಹಿಂಡಿ ಓಡಿದಳು.

ಆ ಮನುಷ್ಯನೂ ಆ ಹೆಂಗಸೂ ಒಮ್ಮೆಲೇ ಮೇಜಿನ ಬಳಿ ಬಂದು ಕುಳಿತರು.

"ಈಗ ತಾನೆ ಬಂದ್ಯಾ?" – ತನ್ನ ಬಸುರಿ ಹೊಟ್ಟೆ[illegible] ಮೇಲೆ ಸರಾಂಗನ್ನು ಸರಿಪಡಿಸಿಕೊಳ್ಳುತ್ತ ಗಣೇಶನ್‌ನೊಂದಿಗೆ ಆಕೆ ಕೇಳಿದಳು.

"ಅಮ್ಮಾವರು ಕೂಗಿದ್ದು ಕೇಳಿಸಲಿಲ್ವಾ?" ಎಂದ ಆ ಗಂಡಸು.

"ಆಕೆಗೆ ಕೋಪ ಬಂದಿದೆ" ಎಂದು ಮಹಿಳೆ ಹೇಳಿದಳು.

"ಸ್ವಲ್ಪ ಕಾಯಲಿ ಬಿಡು" ಎಂದ ಆತ.

ಗಣೇಶನ್ ಮೋರಿಯ ಪಕ್ಕದಲ್ಲಿ ಹಸುರು ಬಳ್ಳಿಯ ಅಡಿಯಲ್ಲಿದ್ದ ತನ್ನ ಮಾಮೂಲು ಸ್ಥಾನಕ್ಕೆ ನಡೆದ. ದೇವಿ ಸುತ್ತಾಟವಾಡುತ್ತಿದ್ದಳು.

"ಬಿ ಫಾರ್ ಬಾಯ್, ಬಿ ಫಾರ್ ಬಾಯ್" ಹುಡುಗಿ ಪಲುಕಿದಳು.

"ಸಿ ಫಾರ್ ಕ್ಯಾಟ್, ಸಿ ಫಾರ್ ಕ್ಯಾಟ್."

ಗಣೇಶನ್‌ಗೆ ಬೇಸರ ಬಂದಿತು.

"ಡಿ ಫಾರ್... ಡಿ ಫಾರ್..."

"ಡಾಂಕಿ!" ಎಂದ ಗಣೇಶನ್.

"ಪುಸ್ತಕ ನೋಡದೆಯೇ ಹೇಳಿಬಿಟ್ಟಿದ್ದಾನೆ. ಹುಡುಗ ಬುದ್ಧಿವಂತ" ಎಂದು ಆ ಗಂಡಸು

ಹೇಳಿದವನು ಹೋಗಿ ಒಂದು ಪುಸ್ತಕ ಹಿಡಿದು ತಂದ.

ಆಕೆ ಹೂಂ ! ಎಂದು ತಾತ್ಸಾರದ ದನಿಯಲ್ಲಿ ನುಡಿದಳು.

"ನಾನೂ ಸ್ಕೂಲಿಗೆ ಹೋಗ್ತೇನೆ" ಎಂದ ಗಣೇಶನ್.

ಆ ಮನುಷ್ಯ ಹೆಂಡತಿಗೆ ಕೂಗಿ ಹೇಳಿದ: "ಇವನು ಸ್ಕೂಲಿಗೆ ಬೇರೆ ಹೋಗ್ತಾನಂತೆ. ನಿನಗೆ ಪಾಠ ಹೇಳೋದನ್ನ ಅಲ್ಲಿ ಕಲಿಸ್ತಾರಾ ?"

"ನನ್ನ ಸೋದರ ಸೋದರಿಯರಿಗೆ ನಾನೇ ಪಾಠ ಹೇಳ್ತೇನೆ, ಬೆತ್ತ ಹಿಡಿದು."

"ನಾವಿಲ್ಲಿ ಪುಸ್ತಕಾನ ಮಾತ್ರ ಉಪಯೋಗಿಸೋದು," ಎಂದು ಆತ ಪುಸ್ತಕವನ್ನು ಗಣೇಶನ್‌ನ ಕೈಗೆ ತಳ್ಳಿ "ಪಾಠ ಮಾಡು" ಎಂದ.

ಪುಸ್ತಕದಲ್ಲಿನ ಬಣ್ಣಗಳನ್ನೂ ಹೊಳೆಯುವ ಹೊದಿಕೆಯನ್ನೂ ನೋಡಿ ಅವನು ಹೆದರಿದ. ಹಾಗೇ ಒಳಗಿನ ಪುಟಗಳನ್ನು ತೆರೆದು ನೋಡಿದ. ತನ್ನ ಪುಸ್ತಕಗಳಲ್ಲಿದ್ದುದಕ್ಕಿಂತ ದಪ್ಪಕ್ಷರಗಳು. ಪದಗಳು ! ಅವನಿಗೆ ರೋಮಾಂಚನವಾಯಿತು. ಆತ ಕಂಪಿಸುವ ದನಿಯಲ್ಲಿ ಗೌರವ ಪೂರ್ವಕವಾಗಿ ಓದತೊಡಗಿದ. ಹರಿಯುವ ನೀರಿನಂತೆ ಹಾರುತ್ತ, ಕುಣಿಯುತ್ತ, ನೊರೆಗರೆಯುತ್ತಿದ್ದ ಅವನ ಓದುವಿಕೆಯ ಲಯ ಹುಡುಗಿಯನ್ನು ಸೆರೆ ಹಿಡಿಯಿತು. ಅವನು ಮೋರಿಯ ಬಳಿಗೆ ಹಿಂದಿರುಗಿದಾಗ ಅವಳು ಹುರುಪಿನಿಂದ ಕುಣಿಯುತ್ತ ಪಠಿಸತೊಡಗಿದಳು. ರಾಮನ್ ತನ್ನದೇ ಪುಸ್ತಕವನ್ನೆತ್ತಿಕೊಂಡು ಅಲ್ಲಿಗೆ ಬಂದು.

"ಹೂಂ, ಹಾಡು ! ನಮಗಾಗಿ ಹಾಡು !"

ಈ ಶೋಧನೆಯಿಂದ ಉದ್ವಿಗ್ನರಾದ ಅವರು ಒಟ್ಟಿಗೆ ಕುಳಿತರು. ಗಣೇಶನ್ ತಲೆಬಾಗಿಸಿ ಕ್ಷಣಕಾಲ ಒಂದು ಪುಟವನ್ನು ನೋಡಿದವನು ತಲೆಯೆತ್ತಿ ವೇಗವಾಗಿ ಓದಲಾರಂಭಿಸಿದ. ದೇವಿ, ರಾಮನ್ ತಮ್ಮ ಕಾಲಬಳಿ ಇದ್ದ ಪುಸ್ತಕಗಳನ್ನು ಮಡಿಚುತ್ತ, ಬಿಡಿಸುತ್ತ ಅದನ್ನು ಕೇಳುತ್ತಿದ್ದರು. ಓದಿನ ವೇಗ ಜೋರಾದಾಗ ದೇವಿ ಕೂಗಿದಳು:

"ನಿಧಾನ ! ನಿಧಾನ !"

"ವೇಗವಾಗಿ ! ವೇಗವಾಗಿ" ಎಂದು ಕೈ ತಟ್ಟುತ್ತ ಬೊಬ್ಬಿಟ್ಟ ರಾಮನ್.

ತನ್ನ ಸುತ್ತ ಹಾವುಗಳಂತೆ ಸುಳಿಯುತ್ತಿದ್ದ ಹುಡುಗರನ್ನು ನೋಡುತ್ತ ಗಣೇಶನ್ ಗುಣುಗುಣಿಸತೊಡಗಿದ.

"ಹುಡುಗಾ !'

ಗಣೇಶನ್ ತುಟಿ ಕಚ್ಚಿದ. ಮಕ್ಕಳು ಬಳುಕುತ್ತ ಹಿಂದೆ ಸರಿದರು.

"ಹುಡುಗಾ ! ಹುಡುಗಾ ! ಹುಡುಗಾ !"

"ನಾನಿಲ್ಲೇ ಇದ್ದೇನೆ" ಎಂದು ಕೂಗಿದ ಗಣೇಶನ್.

"ನಾನಿಲ್ಲೇ ಇದ್ದೇನೆ !" ಎಂದು ಮೇಲಿನ ದನಿ ಅವನನ್ನು ಅಣಕಿಸಿ ಮತ್ತೆ ಕೇಳಿತು:

"ಕಿವಿ ಕಿವುಡಾಗಿದೆಯಾ ? ಏನು ಮಾಡ್ತಿದ್ದೆ ?"

"ಓದ್ತಿದ್ದೆ."

"ನಿನ್ನ ಹಣೆಬರಹ ಓದ್ತಿದ್ಯಾ ? ಬಟ್ಟೆಗಳ್ನ ಮೇಲಕ್ಕೆ ಕಳಿಸು. ಅದೇ ನಿನ್ನ ಓದು !"

ದೇವಿ ತಾಯಿಯ ಬಳಿಗೋಡಿದಳು. ರಾಮನ್ ತನ್ನ ಕೈತೊಳೆದುಕೊಂಡ. ಗಂಡಸು ಗಣೇಶನ್‌ನತ್ತ ನೋಡಿ ನಸುನಕ್ಕ. ಬಟ್ಟೆಯ ಮೂಟೆಯ ಗಂಟು ಬಿಚ್ಚಲು ಹಿಡಿದುಕೊಳ್ಳುವುದಕ್ಕೆ ಅವನು ಮುಂದಾಗಲಿಲ್ಲ.

ಮಹಡಿ ಮೇಲಿನಿಂದ ಮುದುಕಿ "ಅವನಿಗೇನಾದರೂ ತಿನ್ನೋದಕ್ಕೆ ಕೊಡಿ. ಈ ಹೊತ್ತು ಬಟ್ಟೆಗಳು ಚೆನ್ನಾಗಿ ಚೆಲವೆಯಾಗಿವೆ," ಎಂದು ಕೂಗಿ ಹೇಳಿದಳು.

ಅಂದವಾಗಿ ಹೊಳೆಯುವ ಬೋಗುಣಿ ಬರುತ್ತದೆಂದು ಗಣೇಶನ್ ಕಾದ. ಆದರೆ ದೇವಿಯ ತಾಯಿ ತಂದು ಅವನ ಕೈಗಿತ್ತ ಅಗಲವಾದ ಗಾಜಿನ ತಟ್ಟೆಯ ಅಂಚುಗಳೆಲ್ಲ ಒಡೆದಿದ್ದು ಕೊಳೆ ತುಂಬಿತ್ತು. ಅದರಲ್ಲಿ ಜನ ತಿಂದು ಮಿಗಿಸಿದ್ದ ಅಷ್ಟಿಷ್ಟು ತಿನಿಸುಗಳು, ಮೇಲೊಂದು ಅರ್ಧ ಕಚ್ಚಿದ ಬಾಳೆಯ ಹಣ್ಣು.

ಅದನ್ನು ನೋಡಿ ಗಣೇಶನ್ ತಲೆ ಅಲ್ಲಾಡಿಸಿದಾಗ ಆ ಗಂಡಸು ಗರ್ಜಿಸಿದ:

"ಏನು, ತಿನ್ನೋದಕ್ಕೆ ಆಗೋದಿಲ್ವಾ? ಈ ರುಚಿಗೋಸ್ಕರ ಇಲ್ಲಿ ಬರೋವ್ರೆಲ್ಲ ನನ್ನ ಕೈ ನೆಕ್ಕುತ್ತಾರೆ ಗೊತ್ತಾ?"

ಗಣೇಶನ್ ಮಹಡಿಯತ್ತ ನೋಡಿದ. ಮೇಲಿನಿಂದ ಕೆಮ್ಮಿನ ದನಿ ಕೇಳಿಸಿತು.

"ಪಾಠ ಹೇಳಿದ್ದಕ್ಕೆ ನೀನು ತಿನ್ನಬೇಕಪ್ಪ" ಎಂದಳು ದೇವಿಯ ತಾಯಿ.

ಗಣೇಶನ್ ಮಾತಾಡದೆ ಕೈಗಿತ್ತ ತಿನಿಸನ್ನು ಬಾಯಿಗೆ ಹಾಕಿದ. ಅವನಿಗೆ ಗಂಟಲು ಕಟ್ಟಿದಂತಾಯಿತು.

* * *

ಗುರುವಾರ ಶಾಲೆ ವಾರಾಂತ್ಯಕ್ಕೆ ಮುಚ್ಚಿದಾಗ ಗಣೇಶನ್ ಬಸ್ ನಿಲ್ದಾಣಕ್ಕೆ ನಡೆದ; ಸಂಗೈ ಪಟಾನಿಯಲ್ಲಿನ ಎರಡು ಸಿನಿಮಾ ಮಂದಿರಗಳ ಅಂಗಳಗಳಲ್ಲಿ ಅಡ್ಡಾಡಿದ.

ಹಿಂದೆ ಒಂದು ಸಲ ಅವನು ತನ್ನ ಮಲತಾಯಿಯೊಡನೆ ಕ್ಯಾಥೇ ಮಂದಿರಕ್ಕೆ ಹೋಗಿದ್ದ. ಸಂಗೈ ಪಟಾನಿಯ ಸುತ್ತಮುತ್ತಲಿನ ತೋಟಗಳವರು ಅಲ್ಲಿ ಮೂರು ರಾತ್ರಿಗಳ ಕಾಲ ಸಿನಿಮಾ ಪ್ರದರ್ಶನಕ್ಕಾಗಿ ಬಾಡಿಗೆಗೆ ನೀಡಿದ್ದರು. ಅದು ಅನಿಷ್ಟ ನಿವಾರಣೆಗಾಗಿ ಹಿಂದೂಗಳು ಮೂರು ರಾತ್ರಿ ಜಾಗರಣೆ ಆಚರಿಸುತ್ತಿದ್ದ ಕಾಲ. ಅಪ್ಪನನ್ನು ಬಿಟ್ಟು ಬಂದಿದ್ದ ಅವನನ್ನು ಎಚ್ಚರವಾಗಿರಿಸಲು ಮಲತಾಯಿ ಅವನಿಗೆ ಕಡಲೆಕಾಯಿ ಕೈಗಿತ್ತಿದ್ದಳು. ತೆರೆಯ ಮೇಲೆ ಒಬ್ಬ ಹುಡುಗಿ ತನ್ನ ಮದುವೆ ಸಮಯದಲ್ಲಿ ಗಣೇಶನ್‌ನನ್ನು ಕಂಡು ಮಾರುಹೋಗಿದ್ದಳು! ಪಕ್ಕದಲ್ಲಿದ್ದ ಮುದುಕಿಯೊಬ್ಬಳು ಮಂತ್ರಮುಗ್ಧಳಾಗಿ ನೋಡುತ್ತಿದ್ದಳು. ತೆರೆಯ ಮೇಲೆ ನವಯುವತಿ ಮುದುಕಿಯಾಗಿ ಮಾರ್ಪಟ್ಟುದನ್ನು ಆಗಾಗ್ಗೆ ನೋಡುತ್ತ ಪಕ್ಕದಲ್ಲಿದ್ದ ಗಣೇಶನ್‌ನ ಸೊಂಟ ತಿವಿಯುತ್ತ ಅವನ ಮಲತಾಯಿ ಖಾರದ ಕಡಲೆಕಾಯಿ ಬೀಜಗಳನ್ನು ಅವನ ಕೈಗಿಡುತ್ತಿದ್ದಳು. ಅವರು ನಿದ್ದೆ ಕಣ್ಣುಗಳೊಂದಿಗೆ ಹೊರಬಂದಾಗ ಬೆಳ್ಳಂಬೆಳಗಾಗಿತ್ತು.

ಹಿಂದಿನ ಈ ಘಟನೆಯನ್ನು ಜ್ಞಾಪಿಸಿಕೊಳ್ಳುತ್ತ, ಅವನು ಇನ್ನೊಂದು ಸಿನಿಮಾ ಮಂದಿರಕ್ಕೆ ನಡೆದ. ಆ ತಿಂಗಳ ಇಪ್ಪತ್ತನೇ ತಾರೀಖಿಗೆ ಗೊತ್ತಾಗಿದ್ದ ತಮಿಳು ಚಿತ್ರ ನೃತ್ಯ ಮತ್ತು ಪ್ರಣಯ ಕಥೆ. ಅದು ಅವನ ಖುಷಿಯ ದಿನ. ನ್ಯಾಯಾಲಯದ ಹಿಂದೆ ಮೈದಾನದಲ್ಲಿ ಒಂದು ಫುಟ್‌ಬಾಲ್ ಪಂದ್ಯ ನಡೆದಿತ್ತು. ಕೊನೆ ಸಾಲುಗಳ ನೋಟಕರ ಗುಂಪಿನ ನಡುವೆ ಅವನೂ ಸೇರಿಕೊಂಡ. ಸಂಜೆಗಿರಲೆಂದು ಇಟ್ಟುಕೊಂಡಿದ್ದ ಐದು ಸೆಂಟುಗಳನ್ನು ಕಡಲೆಕಾಯಿ ಮಾರಾಟಗಾರನೊಬ್ಬನಿಗೆ ಕೊಟ್ಟು, ಎಣ್ಣೆಯಲ್ಲಿ ಕೆಂಪಗೆ ಹುರಿದ ಕಡಲೆಕಾಯಿ ಬೀಜ ಕೊಂಡು ಅವನು ಮನೆಯ ಹಾದಿ ಹಿಡಿದ.

ಊರಿಗೆ ಬರುತ್ತಿದ್ದ ಜನಗಳಲ್ಲಿ ಬಳಲಿಕೆ ಎದ್ದುಕಾಣುತ್ತಿತ್ತು. ಭಾರವಾದ ಕಾಲುಗಳಿಂದ ಅವರು ಬಸ್ ಹತ್ತುತ್ತಿದ್ದರು. ಕಂಡಕ್ಟರು ಪರಿಚಿತನಾದ ನುಣುಪು ಕೆನ್ನೆಗಳ ಅರಸು; ಹಣೆಯ

ಮೇಲೆ ಜಾತಿಸೂಚಕ ತಿಲಕ. ಗಣೇಶನ್‌ನ ಸೀಸನ್ ಟಿಕೆಟ್ಟಿಗೆ ಅವನ ಮುಖ ನೋಡದೆಯೇ ಆತ ಗುರುತು ಮಾಡಿದ. ಎಂದಿನಂತೆ ಅವನು ತನ್ನ ತಲೆಯ ಮೇಲೆ ಕೈಯಾಡಿಸುವನೆಂದು ನಿರೀಕ್ಷಿಸುತ್ತಿದ್ದ ಗಣೇಶನ್‌ನ ತಲೆಗೂದಲು ನಿಮಿರಿ ನಿಂತಿತು. ಆದರೆ ಆತ ಮುಂದೆ ಸಾಗಿ ಪ್ರಯಾಣಿಕರೊಡನೆ ಮಾತು ಆರಂಭಿಸಿದ:

"ರಬ್ಬರ್ ಮರಗಳಲ್ಲೆಲ್ಲ ಅಣಬೆಗಳು ಬೆಳೆಯಲಾರಂಭಿಸಿವೆ. ಅಂದ ಹಾಗೆ ತನ್ನ ಆಸ್ತಿ ಬಗ್ಗೆ ಜಗಳವಾಗುತ್ತೇಂತ ಸಿಹಿಮೂತ್ರದಿಂದ ಸತ್ತ ಆ ಮುದುಕ ಎಣಿಸಿರಲಿಲ್ವೇನೊ."

"ದೊಡ್ಡ ಮನೇಲಿ ಎಲ್ಲಾ ಸೇರಿದಾರೆ. ನನ್ನ ಹಣ ವಸೂಲು ಮಾಡೋದಕ್ಕೆ ಮೈಲಿಗಟ್ಟಲೆ ನಡೀತಾನೇ ಇದ್ದೇನೆ. ಹೋದರೆ ಒಂದು ಲೋಟ ನೀರು ಕೂಡ ಕೊಡೋದಿಲ್ಲ ಗೊತ್ತಾ?" ಎಂದ ಗಣೇಶನ್‌ನ ಹಿಂದೆ ಕುಳಿತಿದ್ದ ಚೆಟ್ಟಿಯಾರ್.

"ಬೇಡಾಂಗ್‌ಗೆ ನೀವು ಹೋಗ್ತಿರೋದು ಇದು ಐದನೆಯ ಸಲ," ಎಂದ ಅರಸು.

"ಹೌದು ಹೌದು, ಮುಖ ತೋರಿಸೋದಕ್ಕೆ ಹೋಗ್ತಾ ಇದ್ದೇನೆ. ಅವರಿಗೆ ಸ್ವಲ್ಪ ಭಯವಿರಬೇಕಲ್ಲ" ಎನ್ನುತ್ತ ಚೆಟ್ಟಿಯಾರ್ ಅಷ್ಟು ಹೊಗೆಸೊಪ್ಪನ್ನು ಬಾಯಿಗೆ ಹಾಕಿಕೊಂಡ.

"ಮುದುಕಿ ಸಾಯಲಿ ಅಂತ ಕಾಯ್ತಾ ಇದಾರೆ" – ಡ್ರೈವರನ ಹತ್ತಿರ ನಿಂತಿದ್ದ ಅರಸು ಸ್ವಲ್ಪ ಗಟ್ಟಿದನಿಯಲ್ಲಿ ನುಡಿದ. ಗಣೇಶನ್‌ಗೆ ಜೊಂಪು ಹತ್ತಿತ್ತು. ಬಸ್ಸು ಎಂದಿನಂತೆ ಟಾಯ್ ಐಕ್ ಎಸ್ಟೇಟ್, ಸಂಗೈ ಲಲಾಂಗ್, ಬೇಡಾಂಗ್ ಮಾರ್ಗವಾಗಿ ಮುಂದೆ ಸಾಗಿತ್ತು.

ಬಿಸಿಲಲ್ಲಿ ಬೆಳ್ಳಗೆ ಕಾಣುತ್ತಿದ್ದ ರಸ್ತೆ ಬಿಟ್ಟು ಅವನು ಮರಗಳ ನೆರಳಿದ್ದ ಓಣಿಗಳತ್ತ ಸಾಗಿದ. ತಮ್ಮ ಮನೆ ಏಕೋ ಖಾಲಿಯಾಗಿ ಕಂಡಿತು. ಎರಡು ಕೋಣೆಗಳೂ ಖಾಲಿಯಾಗಿದ್ದವು. ಹಿಂದುಗಡೆ ಅಡುಗೆಮನೆಯಲ್ಲಿ ಖಾಲಿ ಪಾತ್ರೆಗಳನ್ನು ಒಣಗಲಿಟ್ಟಿದ್ದರು. ಮಲತಾಯಿ ಮಡಕೆಯೊಂದರಿಂದ ಕಪ್ಪಗಿನ ಚರಟವೇನನ್ನೋ ಇನ್ನೊಂದು ಪಾತ್ರೆಗೆ ಬಗ್ಗಿಸುತ್ತಿದ್ದಳು.

"ಚಿಕ್ಕಮ್ಮ, ಹುಡುಗರೆಲ್ಲಿ?"

"ಬೇರೆಯವರು ಅಡುಗೆ ಮಾಡ್ತಿರೋ ಕಡೆ ಹೋಗ್ಬೇಡಿ ಎಂದಿದ್ದೆ. ನೀನೇನಾದರೂ ಸಾಮಾನು ತಂದ್ಯಾ?"

"ಇಲ್ಲ, ಹಾಗೇ ಯೋಚಿಸ್ತಿದ್ದೆ."

"ನಿಮ್ಮಪ್ಪನ ಹಾಗೇ. ಯೋಚಿಸ್ತೀಯ! ಅಷ್ಟು ದಿನದಿಂದ ಆ ಮನೆಗೆ ಹೋಗ್ತಿದೀಯ. ಹಸಿದ ಹೊಟ್ಟೆಗಳಿಗೆ ಏನು ತಂದಿದೀಯ?"

"ಅವರು ನನಗೆ ಮಾತ್ರ ಕೊಡೋದು..."

"ನಂಗೆ ಗೊತ್ತು. ನಿಮ್ಮಪ್ಪನ ಹಾಗೇ ನೀನೂ ಎಲ್ಲಾ ಖಾಲಿ ಮಾಡೋದ್ರಲ್ಲಿ ನಿಸ್ಸೀಮ. ಇಲ್ಲಿ ತಿನ್ನೋದಕ್ಕೇನೂ ಇಲ್ಲ. ಅಂಬಲಿಗೂ ಗತಿ ಇಲ್ಲ. ಇದ್ದ ಒಂದೇ ಡಾಲರನ್ನು ನಿಮ್ಮಪ್ಪ ಸಂಖ್ಯೆಗಳ ಜೂಜಿಗೆ ಹಾಕಲು ಒಯ್ದ. ಊರಲ್ಲಿ ಎಲ್ಲೋ ರೇಡಿಯೊ ಕೇಳ್ತಾ ಇರ್ಬೇಕು."

"ಹೋಗಿ ಏನಾದ್ರು ತರ್ತೇನೆ."

"ಹೂಂ! ಎಲ್ರೂ ಹೋಗಿ!"

ಅವನು ಅಂಗಡಿಗೆ ಬಂದಾಗ ಅರುಣಾಚಲಂ "ಇಷ್ಟ ಬಂದಾಗ ಬಂದ್ಬಿಡಬಹುದು ಅಂದ್ಕೊಂಡಿದೀಯ!" ಎಂದು ರೇಗಿದ. ಟ್ಯೂಬ್ ಲೈಟಿನ ಬೆಳಕಿನಲ್ಲಿ ಅಂಗಡಿಯೊಳಗೆ ಗೋಪುರವಾಗಿ ಜೋಡಿಸಿಟ್ಟಿದ್ದ ಅಕ್ಕಿ, ಮೆಣಸು, ಬೇಳೆ, ಸಕ್ಕರೆ ರಾಶಿಗಳು ನಿಗಿನಿಗಿಸುತ್ತಿದ್ದವು. ಸಕ್ಕರೆಯ ಗೋಪುರದ ತುದಿಯನ್ನು ನೋಡುತ್ತ ಅವನೆಂದ:

"ದೊಡ್ಡ ಮನೆಯಿಂದ ಹೆಚ್ಚು ಸಮಾಚಾರ ತಿಳಿದುಕೊಂಡು ಬರ್ತೇನೆ. ಅವರೆಲ್ಲಿ ಸಾಮಾನು ಕೊಳ್ತಾರೇಂತ ಕೇಳ್ಕೊಂಡು ಬರ್ತೇನೆ."

"ಏನೂ ಬೇಕಾಗಿಲ್ಲ. ಅಲ್ಲಿಗೆ ಹೋಗದೇನೇ ನಾನು ತಿಳಿದುಕೊಂಡೆ. ಎಲ್ಲಾ ಸಂಗ್ಯೆ ಪಟಾನಿಯಿಂದ ಒಂದು ವ್ಯಾನಿನಲ್ಲಿ ಬರ್ತದೆ."

"ವ್ಯಾನನ್ನೇನೂ ನಾನು ನೋಡಿಲ್ವಲ್ಲ."

"ನಿಂಗೆ ತಲೇನೂ ಇಲ್ಲ, ಈಗ ಕಣ್ಣೂ ಕಾಣಿಸೋದಿಲ್ಲ !"

ಗಣೇಶನ್ ಚೀಲವನ್ನು ಮುಂದೆ ಹಿಡಿದು "ಸ್ವಲ್ಪ ಅಕ್ಕಿ, ಸಕ್ಕರೆ ಕೊಡು" ಎಂದು ಕೇಳಿದ.

"ಅಕ್ಕಿ–ಸಕ್ಕರೆ ! ದುಡ್ಡು ಮಡಗು. ನಿಮ್ಮಪ್ಪನಿಗೇನು, ಕಳಿಸಿಬಿಡ್ತಾನೆ. ನಾನಿಲ್ಲಿ ಇಟ್ಟಿರೋದು ಅಂಗಡಿ."

"ದೊಡ್ಡ ಮನೆಯವರಿಗೆ ನನ್ನ ಕಂಡರೆ ಇಷ್ಟವಾಗ್ತದೆ. ಆಗ ನಾನು ಏನು ಕೇಳಿದರೂ ಸಿಗ್ತದೆ."

"ಇರಬಹುದು, ಆದರೆ ನನಗೆ ನಿನ್ನನ್ನು ಕಂಡರೆ ಇಷ್ಟವಾಗೋದಿಲ್ಲ."

"ಹಾಗಿದ್ರೆ ಚೀಲವನ್ನು ನೀನೇ ಇಟ್ಟುಕೊ !"

ಗಣೇಶನ್ ರಸ್ತೆಯಂಚಿನಲ್ಲಿ ಸಾಗಿದ್ದಂತೆ ಕಾರುಗಳು ಅವನ ಪಕ್ಕದಲ್ಲಿ ಭರ್‍ರನೆ ಹಾದು ಹೋಗುತ್ತಿದ್ದವು. ಚೀಲವಿಲ್ಲದೆ ಅವನಿಗೆ ಹಗುರವೆನಿಸಿತು. 'ಅವಳಿಗೆ ನನ್ನ ಕೈಗಳನ್ನು ತೋರಿಸ್ತೇನೆ' ಎಂದುಕೊಂಡ ಅವನು. ಕಳೆದ ಸಲ ಅವಳು "ಬರಿಗೈ" ಅಂದಿದ್ದಳು. 'ಪ್ರಪಂಚದಲ್ಲಿರುವ ಶೂನ್ಯ ಹಸ್ತಗಳೆಲ್ಲ ಒಂದೇ ಹಸ್ತವಾಗಿ ಪರಿಣಮಿಸಿದರೆ ಎಷ್ಟು ದೊಡ್ಡ ಶೂನ್ಯವಾದೀತು !' ಎಂದು ಯೋಚಿಸುತ್ತ ಆತ ಒಂದು ಹಾಡನ್ನು ಸೀಟಿ ಹಾಕುತ್ತ ನಡೆದ. ಕತ್ತಲಾಗುತ್ತ ಬಂದಿತು. ರಸ್ತೆಗಳು ಸಂಧಿಸುವ ಚೌಕದಲ್ಲಿ ಒಂದು ಹಿಡಿ ಧೂಳುಮಣ್ಣನ್ನೆತ್ತಿಕೊಂಡ. ತನಗೆ ಕೆಮ್ಮು, ನೆಗಡಿ, ಜ್ವರ ಏನಾದರೂ ಆದಾಗ ಅಮ್ಮ ಒಂದು ಹಿಡಿ ಮಣ್ಣು ಮತ್ತು ಸ್ವಲ್ಪ ಉಪ್ಪಿನ ಕಾಳು ಬೊಗಸೆಯಲ್ಲಿ ತೆಗೆದುಕೊಂಡು ಅವನನ್ನು ಚಕ್ಕಂಬಟ್ಟ ಹಾಕಿ ಕೂಡಲು ಹೇಳಿ, ಆ ಮಿಶ್ರಣವನ್ನು ತಲೆಯ ಸುತ್ತ ನಿವಾಳಿಸಿ ಬೆಂಕಿಗೆ ಎಸೆಯುತ್ತಿದ್ದಳು. ಅದು ಚಟ ಚಟ ಶಬ್ದ ಮಾಡಿದಾಗ ಅವನಿಗೆ ಶಮನವಾಗುತ್ತಿತ್ತು.

ಕೊನೆಯ ತಿರುವಿನಲ್ಲಿ ತಿರುಗುತ್ತಿದ್ದ ಹಾಗೆ ಪಕ್ಕದ ಪೊದೆಯಿಂದ ಸರಸರ ಶಬ್ದ ಕೇಳಿಬಂದಿತು. ಚಂದ್ರನ ಬೆಳಕಿದ್ದ ಹುಲ್ಲಿನ ಮೇಲೆ ಉದ್ದನೆಯ ನೆರಳುಗಳು. ಗಣೇಶನ್ ಗಟ್ಟಿಯಾಗಿ ಸಿಳ್ಳೆಹಾಕತೊಡಗಿದವನು ಥಟ್ಟನೆ ನಿಂತ. ಚೀಲವಿಲ್ಲದೆ ಕೈಗಳು ಭಾರವೇ ಇಲ್ಲವೆನಿಸಿದವು. ತಿರುಗಿ ನೋಡಿ ಜಿಗಿದು ಸುಯ್ಯೆಂದು ಕೈಬೀಸಿದ.

"ಅಯ್ಯೋ !" ಎಂದು ಕೂಗಿಕೊಂಡ ಗೋವಿಂದನ್.

"ನಿಮ್ಮಪ್ಪನಿಗೆ ಹೇಳು ಹೋಗೋ !" ಎಂದು ಗಣೇಶನ್.

"ನಿನ್ನ ಇಡೀ ಕುಟುಂಬವೇ ಚಂದ್ರನ ಬೆಳಕಿನಡಿಯಲ್ಲಿ ಹರಿದಾಡ್ತಾ ಇದೆ !"

"ನನಗೆ ಗೊತ್ತು," ಎಂದು ಗಣೇಶನ್ ತನ್ನ ಸೋದರ ಸೋದರಿಯರನ್ನು ಕೂಗಿದ. ಭಾರವಾಗಿ ಉಸಿರಾಡುತ್ತ ಅವರು ಅವನೊಡನೆ ಮನೆಯತ್ತ ನಡೆದರು.

* * *

ಶುಕ್ರವಾರಗಳಲ್ಲಿ ತಾನಾಗಿ ಏಳುತ್ತಿದ್ದ ಅವನನ್ನು ಅಂದು ಮಲತಾಯಿ ಅಲುಗಿಸಿ ಎಬ್ಬಿಸಿದಳು.

"ನಿಮ್ಮಪ್ಪ ಡಾಲರು ಹಾಕಿದ ನಂಬರು ಬರಲಿಲ್ಲ. ಈಗ ನೀನೇ ದುಡ್ಡು ತರ್ಬೇಕು."

ಆಕೆ ತಲೆಗೂದಲನ್ನು ಅಳ್ಳಕವಾಗಿ ಗಂಟು ಹಾಕಿಕೊಂಡಿದ್ದಳು, ತುಂಬಾ ಹಳೆಯದಾದ ಸರಾಂಗೊಂದನ್ನು ಉಟ್ಟಿದ್ದಳು.

"ನಮ್ಮ ಹಣೆಬರಹ ನೋಡು ಮಗೂ. ಇಪ್ಪತ್ತು ಡಾಲರು ಬೇಕೂಂತ ಅಮ್ಮಾವರನ್ನು ಕೇಳು."

ಜಿಗುಪ್ಸೆಯಿಂದ ಅವನು ಎದ್ದುನಿಂತು ಹೊದಿಕೆಯನ್ನು ಮಡಿಸತೊಡಗಿದಾಗ ಆಕೆ ಅದನ್ನು ಹಿಡಿದುಕೊಂಡಳು. ಅವಳ ಕೈಯಿಂದ ಅದನ್ನೆಳೆದು ಅವನೆಂದ:

"ನಾನು ಮಡಿಸ್ತೇನೆ, ಬಿಡು."

"ಹಾಸಿಗೇನ ನಾನು ಸುತ್ತಿಡ್ತೇನೆ. ನೀನು ಬೇಗ ಸ್ನಾನ ಮಾಡುಹೋಗು," ಎಂದು ಆಕೆ ಹೇಳಿದರೂ ಅವನು, "ನಾನು ತೆಗೀತೇನ" ಎಂದು ಮಂಚವನ್ನು ಗೋಡೆಗೆ ದೂಡಿದ.

ಮಂಚದ ಕಾಲುಗಳು ಗೋಡೆಗಳಲ್ಲಿನ ಗುಳಿಗಳಿಗೆ ಸೇರಿಕೊಂಡವು.

ಬಚ್ಚಲಮನೆಗೆ ಹೋಗಲು ಅವನು ಸೋದರ ಸೋದರಿಯರೊಡನೆ ಕಚ್ಚಾಡಬೇಕಾಗಲಿಲ್ಲ ಅಂದು. ಬೆಳಗಿನ ಬಿಸಿಲಲ್ಲಿ ಅವರೆಲ್ಲ ಜಗಲಿಯಲ್ಲಿ ತಲೆ ಬಾಗಿಸಿ ಕುಳಿತಿದ್ದವರು ಅವನು ಸ್ನಾನ ಮುಗಿಸಿ ವಾಪಸು ಬಂದಾಗಲೆ ಮೇಲೆ ನೋಡಿದ್ದು. ಅವರ ದೃಷ್ಟಿ ಮುರುಕಲು ಮೇಜಿನ ಮೇಲೆ ಇಟ್ಟಿದ್ದ ಒಂದೇ ತಟ್ಟೆ – ಲೋಟದತ್ತ ನೆಟ್ಟಿತ್ತು.

"ಕುಮಾರ್" ಎಂದು ಗಣೇಶನ್ ಕೂಗಿದ.

ಹುಡುಗ ಮುಗ್ಗರಿಸುತ್ತ ಬಂದಾಗ ಗಣೇಶನ್ ಅಲ್ಲಿಟ್ಟಿದ್ದ ಕಾಫಿ, ದೋಸೆಗಳನ್ನು ಅವನ ಕೈಗಿತ್ತು "ಅವರಾರಾದರೂ ಕಿತ್ಕೊಂಡ್ಬಿಟ್ಟಾರು, ಜೋಕೆ" ಎಂದ.

ಬೆನ್ನಿಗಂಟಿದಂತಿದ್ದ ಹೊಟ್ಟೆಗೆ ಆ ತಟ್ಟೆ – ಲೋಟಗಳನ್ನು ಅದುಮಿಕೊಂಡು ಹುಡುಗ ತಲೆ ಅಲ್ಲಾಡಿಸಿದ.

ಬಟ್ಟೆಮೂಟೆಯನ್ನು ಆಗಲೆ ಬೈಸಿಕಲ್ ಮೇಲೆ ಕಟ್ಟಿಡಲಾಗಿತ್ತು. ನಗುತ್ತ ಬೈಸಿಕಲ್ಲಿನ ಪಕ್ಕದಲ್ಲಿ ನಿಂತಿದ್ದ ಮಲತಾಯಿಯ ಕಣ್ಣಲ್ಲಿನ್ನೂ ನೀರು. "ನನ್ನ ರಾಜ ನೀನಪ್ಪ" ಎಂದಳಾಕೆ.

ಈ ದಿನ ಮುಖ್ಯ ರಸ್ತೆಯಲ್ಲಿ ವಾಹನ ಸಂಚಾರ ಜಾಸ್ತಿ. ಸಾಮಾನ್ಯವಾಗಿ ಪೆಟ್ರೋಲ್ ಅಂಗಡಿಯಲ್ಲಿ ಕೆಲಸವಿಲ್ಲದೆ ಕುಳಿತು ಸಿಗರೇಟೆಳೆಯುತ್ತಿದ್ದ ಹುಡುಗರು ಇಂದು ಹೆಚ್ಚು ಕೆಲಸದಿಂದ ಬಳಲಿ ಹೋಗಿದ್ದರು. ಎದುರಿಗೆ ಕಂಡ ನೋಟದಲ್ಲಿ ಬಗೆಬಗೆಯ ಬಣ್ಣಗಳು ಚಲಿಸುತ್ತಿದ್ದವು. ಹುಲುಸಾಗಿ ಬೆಳೆದಿದ್ದ ಹುಲ್ಲಿನೊಡನೆ ಹೊಂದಿಕೊಂಡಿದ್ದ ಭಾರತೀಯ ಪುನರ್ವಸತಿ ಗ್ರಾಮದ ಬಣ್ಣ ಸೆಟೆದು ಬೇರಾದಂತೆ ತೋರುತ್ತಿತ್ತು. ಮನೆಗಳ ಹಿಂದಿದ್ದ ಒಂದು ನಲ್ಲಿಯ ಬಳಿಯಿಂದ ಒಬ್ಬ ಹುಡುಗ ಕೈಬೀಸಿದ. ಅವನಾರೆಂದು ಗಣೇಶನ್‌ಗೆ ಗುರುತು ಹತ್ತಲಿಲ್ಲ. ಅವನು ದೊಡ್ಡ ಮನೆ ತಲಪಿ ಹದ್ದುಗಳತ್ತ ನೋಡಿದಾಗ ಅವುಗಳ ಕಣ್ಣುಗಳು ಇನ್ನೂ ಕೆಂಪಾಗಿದ್ದಂತೆ ಕಂಡವು.

ಜಲ್ಲಿಯ ಒಳಹಾದಿಯಲ್ಲಿ ಬೈಸಿಕಲ್ ಏರಿಳಿಯುತ್ತ ಸಾಗಿ ಮೈ ಕುಲುಕುತ್ತಿತ್ತು. ಆರ್ಕಿಡ್ ಹೂಗಳು ಸೊರಗಿದ್ದಂತೆ ಕಂಡುಬಂದವು. ಬೆಳಗಿನ ಆ ನೀರವತೆಯಲ್ಲಿ ಒಂದು ಫರಂಗಿ ಹಣ್ಣು ಧಡ್ಡೆಂದು ಬಿದ್ದ ಸಪ್ಪಳ. ಮೋರಿಯ ಅಂಚಿನಲ್ಲಿ ಎರಡು ಪುಸ್ತಕಗಳು, ಬಚ್ಚಲು ನೀರಿನ ಕೊಳವೆಯಿಂದ ದೀರ್ಘವಾದ ಕೆಮ್ಮಿನಂಥ ಶಬ್ದ. ಆ ಹೆಂಗಸಿನ ಕಣ್ಣುಗಳು ಮಂಜಾಗಿದ್ದವು. ಸುಕ್ಕಾಗಿದ್ದ ಸಿಗರೇಟನ್ನು ಹಿಡಿದಿದ್ದ ಆ ಗಂಡಸಿನ ಕೈ ಹಿಂದಿಗಿಂತ ಹೆಚ್ಚು ನಡುಗುತ್ತಿತ್ತು.

ಗಣೇಶನ್ ಆರ್ದ್ರನಾಗಿ ಅವರತ್ತ ನೋಡಿದ.

ಅವರು "ರಾಮನ್, ದೇವಿ ! ಮೇಷ್ಟ್ರು ಬಂದಿದಾರೆ" ಎಂದು ಕೂಗಿದರು.

ಹೆಂಗಸು ಅವನಿಂದ ಬಟ್ಟೆಮೂಟೆ ತೆಗೆದುಕೊಂಡಳು. "ವರ್ಷದ ಮೊದಲಿಂದ ಬೇಕಾದ

ಪುಸ್ತಕಗಳು ನನ್ನ ಹತ್ರ ಇಲ್ಲ" ಎಂದು ಮೆಲುದನಿಯಲ್ಲಿ ಅವನು ನುಡಿದುದಕ್ಕೆ ಆಕೆ "ಅಲ್ಲೇ ಇದೆಯಲ್ಲ. ಈ ಹುಡುಗರು ಎಲ್ಲಿ ಹೋದರೋ" ಎಂದು ಕೂಗಿದಳು. ಅವರು ಓಡುತ್ತ ಬಂದರು.

"ಹೇಗೆ ಓಡಿ ಬರ್ತಾರೆ ನೋಡು, ಅವರ್ನ ಸರಿಯಾಗಿ ಓದಿಸದಿದ್ರೆ ನಿನ್ನನ್ನ ಕಿತ್ತು ತಿಂದ್ಬಿಡ್ತಾರೆ" ಅಂದಳು ಆಕೆ.

ಗಣೇಶನ್ ತೊಟ್ಟಿಯ ಬಳಿ ತನ್ನ ಎಂದಿನ ಜಾಗದಲ್ಲಿ ಕುಳಿತು ಹತ್ತಿರದಲ್ಲೇ ಆಡುತ್ತಿದ್ದ ರಾಮನ್, ದೇವಿ ಅವರನ್ನು ಎಳೆದು ಕೂಡಿಸಿ ಓದಿಸತೊಡಗಿದ. ಸ್ವಲ್ಪ ಹೊತ್ತು ಅವರನ್ನು ಓದಿಸುವ ಹೊತ್ತಿಗೆ ಅವನಿಗೆ ಸಾಕಾಗಿ ಹೋಯಿತು, ಏನೋ ಹರಕುಮುರುಕಾಗಿ ಪಾಠ ಹೇಳಿದ.

ಬಚ್ಚಲು ನೀರಿನ ಕೊಳವೆಯಿಂದ ದೀರ್ಘ ಕೆಮ್ಮಿನಂಥ ಇನ್ನೊಂದು ಸದ್ದು.

ಅವನ ಅಸ್ಪಷ್ಟ ಓದುವಿಕೆಯಿಂದ ಬೇಸರಗೊಂಡ ರಾಮನ್ ಗಣೇಶನ್‌ನ ಭುಜಕ್ಕೆ ಬಲವಾಗಿ ಒಂದು ಏಟು ಕೊಟ್ಟ.

"ಅಮ್ಮ, ಇವನು ಮೂರ್ಖ!" ಎಂದು ದೇವಿ ಕೂಗಿದಳು.

"ನಾನು ಬೆಲೆಯ ವಿಷಯ ಯೋಚಿಸ್ತಾ ಇದ್ದೇನೆ..." ಎಂದು ಮಹಡಿಯ ಮೇಲಿನ ದನಿಗಾಗಿ ಕಿವಿ ನಿಮಿರಿಸುತ್ತ ಗಣೇಶನ್ ಹೇಳಿದ.

"ನಮಗೂ ಬೆಲೆ ವಿಷಯ ಗೊತ್ತು. ರಬ್ಬರಿನ ಬೆಲೆ ತಾನೆ? ನಾವೂ ಮಾರಬೇಕೆಂದಿದ್ದೇವೆ" – ಆ ಗಂಡಸು ಗಟ್ಟಿಯಾಗಿ ಎಂದ.

"ರಬ್ಬರೇ?" ಗಣೇಶನ್ ಪ್ರಶ್ನಿಸಿದ.

"ನೀನೊಬ್ಬ ಮೂರ್ಖ. ದೇವಿ, ಇಲ್ಲಿ ಬಾ" ಎಂದು ಹೆಂಗಸು ಕರೆದಳು.

"ಪುಸ್ತಕ ಕೊಳ್ಳೋದಕ್ಕೆ ಸ್ವಲ್ಪ ದುಡ್ಡು ಬೇಕು, ಇಪ್ಪತ್ತು ಡಾಲರು."

"ಹೂಂ, ಗಿಡದ ಮೇಲೆ ಬೆಳೀತದೆ, ಕಿತ್ಕೋಬೇಕು" ಎಂದ ಗಂಡಸು ನಗುತ್ತ.

"ಏ, ಕೋತಿ!" – ಮೇಲಿನಿಂದ ಗೊಗ್ಗರ ದನಿ.

"ಅಮ್ಮ ಬಟ್ಟೆ ಕೇಳ್ತಿದಾರೆ" ಎಂದ ಗಣೇಶನ್.

ಆ ಹೆಂಗಸು ಉಪಾಹಾರದ ಮೇಜಿನ ಮೇಲೆ ಬಟ್ಟೆ ಮೂಟೆಯನ್ನು ಇಟ್ಟಿದ್ದಳು. ಅವಳೀಗ ಅದರ ಎದುರು ಸೆಟೆದು ನಿಂತಿದ್ದಳು. ಗಣೇಶನ್ ಮಾತಿಗೆ ಉತ್ತರವಾಗಿ ಗಂಡಸು ಹೇಳಿದ:

"ಕೇಳಿಸ್ತು. ಆದರೆ ಈ ಹೊತ್ತು ರಾಮನ್ ಮಹಡಿಗೆ ಹೋಗೋದಿಲ್ಲ."

"ನಾನೇ ಹೋಗ್ತೇನೆ" ಎಂದ ಗಣೇಶನ್.

"ಕೀಳು ಜಾತಿಯ ಜನರ ಮುಖ ಅವಳು ನೋಡೋದಿಲ್ಲ."

"ಏ ಕೋತಿ! ಎಲ್ಲಿ ಹಾಳಾಗಿ ಹೋದೆ? ನಿನ್ನ ಮುಖ ತೋರಿಸು!" ಎಂದಿತು ದನಿ.

"ಅಸ್ಪೃಶ್ಯನಿಗಿಂತ ಕಡೆ" ಎಂದ ಗಂಡಸು.

ಅವನು, ಹೆಂಗಸು ಇಬ್ಬರೂ ಗೊಳ್ಳೆಂದು ನಕ್ಕರು. ಒಬ್ಬರಿಗೊಬ್ಬರು "ನೀನು," ಎಂದರು.

"ನಂಗೆ ಕಾರು ಬೇಕು" – ರಾಮನ್‌ನ ಕೂಗು.

"ಆಗಲಿ ತಗೊಳ್ಳೋಣ."

"ಆಟದ ಕಾರಲ್ಲ!"

"ಇರಲಿ, ಗೊತ್ತು."

"ನಾನು ಬಚ್ಚಲ ಮನೆಗೆ ಹೋಗ್ತಿದ್ದೇನೆ" – ಮಹಡಿಯಿಂದ ಕೇಳಿಸಿತು.

ಗಣೇಶನ್ ಬಸುರಿ ಹೆಂಗಸನ್ನು ಭಯದಿಂದ ದಿಟ್ಟಿಸಿದ. ಅವಳು ಅಲುಗಾಡಲಿಲ್ಲ. "ಈಗ ನೋಡ್ತಿರು" ಎಂದು ಗಂಡಸು ಹೇಳಿದ. ಅವಳು ತಲೆಯಾಡಿಸಿದಳು.

ಬಚ್ಚಲು ನೀರಿನ ಕೊಳವೆಯಿಂದ ನೀರು ಜೋರಾಗಿ ಹರಿಯುವ ಶಬ್ದ. ಹೆಂಗಸು ಹುಬ್ಬೇರಿಸಿದಳು. ಗಂಡಸು ತನ್ನ ಸಿಗರೇಟಿಗಾಗಿ ತಡಕಾಡಿದ. ರಾಮನ್, ದೇವಿ ಆಟದಲ್ಲಿ ಮಗ್ನರಾಗಿದ್ದರು. ನೀರು ನಿಂತೊಡನೆ ಮುನ್ನುಗ್ಗಲು ಗಣೇಶನ್ ಸಿದ್ಧನಾಗಿ ನಿಂತ.

"ಗಣೇಶನ್, ಗಣೇಶನ್, ಗಣೇಶನ್! ಎಂದು ಮೇಲಿನಿಂದ ಭಾರವಾದ ದನಿ ಕೇಳಿಬಂದಿತು.

ಗಂಡಸು ಅವನನ್ನು ಅಲ್ಲೇ ಹೂಳಿಬಿಡುವನೋ ಎಂಬಂತೆ ದಿಟ್ಟಿಸಿದ.

"ಗಣೇಶನ್!"

ದಿಢೀರನೆ ಬಟ್ಟೆ ಮೂಟೆ ಹೊತ್ತುಕೊಂಡು ಗಣೇಶನ್ ಮಹಡಿಯ ಮೇಲಕ್ಕೆ ಧಾವಿಸಿದ. ಅವನ ಮೈ – ಕೈಗಳನ್ನು ಯಾರೋ ಗುದ್ದಿ, ಪರಚಿದಂತಾಯಿತು. ಮಹಡಿಯ ಮೆಟ್ಟಿಲ ಕೊನೆಯಲ್ಲಿ ಕತ್ತಲು; ಆತ ಸ್ವಲ್ಪ ನಿಂತ. ಗಂಧ, ಅಗರಬತ್ತಿ, ಕೊಳೆತ ಬಾಳೆಹಣ್ಣಿನ ವಾಸನೆ ಆ ಮಂದ ಪ್ರಕಾಶದ ಕೋಣೆಯಲ್ಲಿ ಪಸರಿಸಿತ್ತು. ಅತ್ತ ಕಡೆ ಒಂದು ದೊಡ್ಡ ಮಂಚ, ಅದರಲ್ಲಿದ್ದ ಚಾಪೆಯ ಮೇಲೆ ದುಪಟಿಗಳನ್ನು ಗಾಯಕ್ಕೆ ಕಟ್ಟಿದ ಪಟ್ಟಿಗಳ ಹಾಗೆ ಮಡಚಿಡಲಾಗಿತ್ತು. ಅವನ ಕೈಯಲ್ಲಿದ್ದ ಮೂಟೆ ನೆಲಕ್ಕೆ ಕುಸಿದು ಬಿದ್ದಿತು.

ಬಿಸಿಲು ಮಹಡಿಯಿಂದ ಬಂದ ಬೆಳಕಿನೊಂದಿಗೆ ಒಂದು ನೋವಿನ ದನಿ ಕೇಳಿಸಿತು.

"ಗಣೇಶನ್!" –ಕ್ಷೀಣ ದನಿಯ ಕರೆ.

"ಅಮ್ಮಾ?" ಎಂದ ಗಣೇಶನ್. ಅವನ ದನಿಯೂ ಕಂಪಿಸುತ್ತಿತ್ತು.

ಕ್ಷೀಣ ದನಿಯಲ್ಲಿ ತನ್ನ ಹೆಸರನ್ನು ಮತ್ತೆ ಮತ್ತೆ ಕೂಗುತ್ತಿದ್ದ ದನಿಯನ್ನನುಸರಿಸಿ ಅವನು ಬಚ್ಚಲು ಮನೆಯತ್ತ ನಡೆದ. ಬಾಗಿಲು ಸ್ವಲ್ಪ ತೆರೆದಿತ್ತು.

ಅಲ್ಲಿ ಕವಿದಿದ್ದ ಮೌನದಷ್ಟೇ ದಟ್ಟವಾಗಿ ರಕ್ತದ ವಾಸನೆ. ಬಾಗಿಲು ತಳ್ಳಿಕೊಂಡು ಒಳಕ್ಕೆ ಹೋದ ಗಣೇಶನ್ ಮುದುಕಿಯ ಸುಕ್ಕುಗಟ್ಟಿದ ಮೊಲೆಗಳನ್ನು ಮೊದಲು ಕಂಡ. ಆಕೆಯ ಕಣ್ಣುಗಳು ತೆರೆದಿದ್ದವು. ಶವದಂತೆ ಬಿಳಿಚಿಕೊಂಡಿದ್ದ ಅವಳ ಬಾಯಿ ಅವನ ಹೆಸರನ್ನು ಕೊನೆಯ ಬಾರಿಗೆ ಕರೆಯುತ್ತಿದ್ದಂತೆ ಸೆಟೆದುಕೊಂಡಿತ್ತು. ಸೊಂಟಕ್ಕೆ ಒಂದು ಕೊಳಕಾದ ಬಿಳಿಯ ವಸ್ತ್ರ ಸುತ್ತಿಕೊಂಡಿದ್ದಳು. ತಲೆಗೆ ತಾಗಿದ್ದ ಪೆಟ್ಟಿನಿಂದ ರಕ್ತ ಹರಿಯುತ್ತಿತ್ತು. ಅವನು ವಸ್ತ್ರವನ್ನು ಹರಿದು ಗಾಯಕ್ಕೆ ಬಿಗಿದ. ಆಕೆ ತೆಳ್ಳಗಾಗಿ ಮಲವಿಸರ್ಜನೆಯನ್ನೂ ಮಾಡಿಕೊಂಡಿದ್ದಳು. ಅದರ ವಾಸನೆ ಅವನ ಮೂಗಿಗೆ ಬಡಿಯಿತು. ಅವನು ಬಟ್ಟೆ ಮೂಟೆಯಿಂದ ಒಂದು ಬೆಡ್‌ಷೀಟನ್ನೆಳೆದುಕೊಂಡು ಅವಳನ್ನು ಒರೆಸಿ ಅದನ್ನು ಆಕೆಗೆ ಸುತ್ತಿಸಿದ. ಬಳಿಕ ನಿಧಾನವಾಗಿ ಅವಳನ್ನು ಎಳೆದು ಕರೆತಂದು ಹಾಸಿಗೆಯ ಮೇಲೆ ಮಲಗಿಸಿದ. ಆಕೆ ಆಯಾಸದಿಂದ ಬಿಸಿಯುಸಿರು ಬಿಡುತ್ತಿದ್ದಳು.

ಅವನು ಸ್ವಲ್ಪ ಹೊತ್ತು ನಿಂತು ಆಕೆಯನ್ನೇ ನೋಡುತ್ತಿದ್ದ. ಕಿಟಿಕಿಯಾಚೆ ಸ್ಮಾರಕಶಿಲೆ ಮೇಲಿಂದ ಚಿಕ್ಕದಾಗಿ ಕಾಣುತ್ತಿತ್ತು. ಕೊನೆಗೆ ಉಸಿರಾಟ ಸ್ವಲ್ಪ ಸುಗಮವಾದ ಮೇಲೆ ಅವಳು ತನ್ನ ಕಣ್ಣುಗಳನ್ನು ಚಲಿಸಿದಳು. ಒಂದು ಬೆಡ್‌ಷೀಟಿಗಾಗಿ ತಡಕಾಡುತ್ತ ಕೇಳಿದಳು :

"ಏನು ಬೇಕು ನಿನಗೆ?"

"ಇಪ್ಪತ್ತು ಡಾಲರು."

ಆಕೆ ಹೊದ್ದುಕೊಳ್ಳುತ್ತಿದ್ದ ಬೆಡ್‌ಷೀಟು ಕೆಳಕ್ಕೆ ಜಾರಿತು.

"ಅಲ್ಲಿ ಮಂಚದ ಆ ಕಡೆ ಮೇಜಿನ ಡ್ರಾಯರಿನಲ್ಲಿದೆ, ತೆಗೆದುಕೊ."

ಹಿಂದಿನ ತಿಂಗಳಲ್ಲಿನಂತೆ ತನ್ನತ್ತ ಎಸೆಯಲು ಸಿದ್ಧಮಾಡಿ ಮೇಜಿನ ಒಂದು ಮೂಲೆಯಲ್ಲಿ ಮಡಿಚಿಡಲ್ಪಟ್ಟಿದ್ದ ಎರಡು ನೋಟುಗಳನ್ನು ಆತ ತೆಗೆದುಕೊಂಡ. ಅನಂತರ ಒಂದು ಹೆಜ್ಜೆ ಮುಂದಿಟ್ಟು ಆಕೆಯತ್ತ ನೋಡಿದಾಗ ಹೊದಿಕೆಯ ಶಬ್ದವಾಗಿ ಆಕೆ "ಗಣೇಶನ್ !" ಎಂದು ಕೂಗಿದಳು.

"ಆಕೆ ಪುನಃ ಸರಾಗವಾಗಿ ಉಸಿರಾಡ್ತಿದ್ದಾಳೆ," ಎಂದು ಕೆಳಗೆ ಗುಂಪುಗೂಡಿದ್ದ ಮಂದಿಯನ್ನು ಚದರಿಸಿ ಅವನು ಆಚೆಗೆ ನಡೆದ.

ಮನೆಗೆ ಹಿಂದಿರುಗುತ್ತ ಭಾರತೀಯ ಪುನರ್ವಸತಿ ಗ್ರಾಮದಲ್ಲಿ ನಿಂತಾಗ ನಲ್ಲಿಯ ಬಳಿಯಿಂದ ತನ್ನತ್ತ ಕೈಬೀಸಿದ್ದ ಹುಡುಗ ತನ್ನ ತಂದೆಯ ಅಂಗಡಿಯ ಮುಂದೆ ನಿಂತಿದ್ದುದನ್ನು ಗಣೇಶನ್ ಕಂಡ.

"ನನಗೊಂದು ಸಹಾಯ ಮಾಡ್ತೀಯಾ ?" ಹುಡುಗನೊಡನೆ ಅವನು ಕೇಳಿದ.

"ನಾನು ಯಾರೋ ನಿಂಗೇನು ಗೊತ್ತು ?"

"ಇರಲಿ, ಹುಡುಗ. ಈ ನೋಟುಗಳನ್ನು ಐದು ಡಾಲರ್ ನೋಟುಗಳಿಗೆ ಬದಲಾಯಿಸಿ ತರ್ತೀಯಾ ?"

ಹುಡುಗ ಹೋಗಿ ನಾಲ್ಕು ನೋಟುಗಳನ್ನು ತಂದುಕೊಟ್ಟಾಗ ಆತ ಮೆಚ್ಚುಗೆಯಿಂದ ಅವನ ಬೆನ್ನು ತಟ್ಟಿ ಮನೆ ತಲಪಿದ.

ಗಣೇಶನ್ ಬಟ್ಟೆ ಗಂಟಿಲ್ಲದೆ ವಾಪಸು ಬಂದುದನ್ನು ನೋಡಿ ಅವನ ಮಲತಾಯಿ ಮುಖ ಗಂಟಿಕ್ಕಿ "ಹೂಂ, ಇನ್ನಷ್ಟು ಬರಿಗೈ !" ಎಂದಳು.

"ನಾನು ಪ್ರಯತ್ನ ಮಾಡಲಿಲ್ಲ."

"ನಿಮ್ಮಪ್ಪ ಏನಾಂದರು ಈಗ ? ಮುದುಕಿಯ ಕೆಲಸ ನಮಗೆ ತಪ್ಪಿಸಿಬಿಟ್ಟೆಯಲ್ಲ."

"ಬೇರೆಯವರು ಕೊಳೆಬಟ್ಟೆ ಒಗೆಯೋದಕ್ಕೆ ಕೊಡ್ತಾರೆ, ಬಿಡು."

"ನಾನು ನಿಂಗೆ ಇಷ್ಟೆಲ್ಲ ಮಾಡಿದ್ದಕ್ಕೆ ಇದೇನಾ ಕೃತಜ್ಞತೆ ?"

"ಹಾಲು ಬೆರೆಸಿದ ಕಾಫಿ, ಸುಗಂಧ ತೈಲ, ಗಂಧದ ಸಾಬೂನು ?'

"ಅಲ್ಲ ! ನನ್ನ ಹೃದಯ; ನನ್ನ ಹೃದಯ ! ತೊಳೆದುಬಿಡೋಂಥ ಆ ವಸ್ತುಗಳ ಬಗ್ಗೆ ಅಲ್ಲ ನಾನು ಹೇಳ್ತಿರೋದು" ಎಂದು ಅವನ ಸುತ್ತ ತಿರುಗುತ್ತ ಅವಳು ಹೇಳಿದಳು.

"ನಾನು ನಿನಗೆ ದುಡ್ಡು ಕೊಡ್ತೇನೆ" ಎಂದು ಅವನು ಜೇಬಿನಿಂದ ನೋಟುಗಳನ್ನು ತೆಗೆದ.

"ಆ ಮೂರ್ಖ ಮಕ್ಕಳಿಗೆ ಪಾಠ ಹೇಳಿದ್ದಕ್ಕೆ ಐದು ಡಾಲರು !" ಎಂದು ಒಂದು ನೋಟನ್ನು ಆಕೆಯ ಕೈಗಿತ್ತ.

"ಅವರ ಅಧ್ವಾನದ ಊಟ ಮಾಡಿದ್ದಕ್ಕೆ ಐದು ಡಾಲರು !"

ಆಕೆ ಉಗುಳು ನುಂಗುತ್ತ "ಸಾಕು, ಮಗನೇ !" ಅಂದಳು.

"ರಕ್ತ, ಹೊಲಸು ತೊಳೆದದ್ದಕ್ಕೆ ಐದು !"

"ಮಗನೇ !" ಎನ್ನುತ್ತ ಆಕೆ ಅವನ ಬೆನ್ನ ಮೇಲೆ ಕೈ ಇಟ್ಟಳು.

"ನಾನೊಂದು ಹದ್ದು ಆಗಿಲ್ಲದೆ ಇರೋದಕ್ಕೆ ಐದು."

ಅವನು ಮೆದುವಾಗಿ ಆ ತೋಳಿನಿಂದ ಆಚೆಗೆ ಬಂದ. ಅವನನ್ನೇ ನೋಡುತ್ತಿದ್ದಂತೆ ಆಕೆಯ ಕಣ್ಣುಗಳಿಂದ ಕಂಬನಿ ಸುರಿಯುತ್ತಿತ್ತು. ○

ಸಿಂಗಾಪುರ

○ ಎಸ್. ರಾಜರತ್ನಂ

ಹುಲಿ

ತಣ್ಣನೆಯ ಹಳದಿ ಬಣ್ಣದ ನದಿಯ ನೀರು ತನ್ನ ಸುತ್ತ ಆ ಸಂಜೆಗತ್ತಲಲ್ಲಿ ಚಿನ್ನದಂತೆ ಹೊಳೆಯುತ್ತ ಮಂದ ಗತಿಯಲ್ಲಿ ಹರಿಯುತ್ತಿದ್ದುದನ್ನು ಫಾತಿಮಾ ನೋಡುತ್ತಿದ್ದಳು. ಆಕೆ ದಡಕ್ಕೆ ತಾಗಿಕೊಂಡೇ ಮುಂದೆ ಸಾಗಿ ನದಿಯಲ್ಲಿ ಆಳ ಕಡಿಮೆಯಾಗಿದ್ದ ಸ್ಥಳ ಒಂದರಲ್ಲಿ ನಿಂತಳು. ಅಲ್ಲಿ ಅವಳ ನಡುವಿನವರೆಗೆ ನೀರು ಬರುತ್ತಿತ್ತು.

ಒದ್ದೆಯ ಸರಾಂಗ್ ದಷ್ಟಪುಷ್ಟವಾದ ಆ ಬೂದು ಬಣ್ಣದ ಬಸುರಿ ಮೈಗೆ ಅಂಟಿಕೊಂಡು ಅವಳ ಸ್ತನಗಳೂ ಹೊಟ್ಟೆಯೂ ಎದ್ದುಕಾಣುತ್ತಿದ್ದವು. ಮಲೇ ಜನರಲ್ಲಿ ಸಾಮಾನ್ಯವಾಗಿ ಕಾಣುವ ದುಂಡನೆಯ, ಉಬ್ಬಿದ ಕೆನ್ನೆಗಳ ಅವಳ ಮುಖದಲ್ಲಿ ವಿಷಯಾಸಕ್ತಿ ಮಾಯವಾಗಿತ್ತು. ಆಕೆಯ ಕಪ್ಪನೆಯ ಕಣ್ಣುಗಳಲ್ಲಿನ ಸೂಕ್ಷ್ಮ ವ್ಯಾಕುಲತೆಯನ್ನು ಕಂಡಾಗ, ತನ್ನ ಅಂತರಂಗದಲ್ಲಿ ತುಡಿಯುತ್ತಿದ್ದ ಅದಾವುದೋ ಭಾವನೆಯ ಬಗ್ಗೆ ಆಕೆ ಚಿಂತಿಸುತ್ತಿರುವಂತೆ ಭಾಸವಾಗುತ್ತಿತ್ತು.

ಅವಳು ಒಮ್ಮೆ ತಲೆ ಝಾಡಿಸಿ ತನ್ನ ನುಣುಪಾದ ಕಪ್ಪನೆಯ ಕೂದಲನ್ನು ಇಳಿಬಿಟ್ಟು ಅದರೊಂದಿಗೆ ಲಲ್ಲೆಯಾಡಲು ಗಾಳಿಗೆ ಅವಕಾಶ ನೀಡಿದಳು. ಅವಳಿದ್ದಲ್ಲಿಂದ ನದಿಯ ತಿರುವಿನಲ್ಲಿದ್ದ ಹಳ್ಳಿ ಕಾಣುತ್ತಿರಲಿಲ್ಲ. ಎದುರಿಗೆ ಕಣ್ಣು ಹಾಯಿಸಿದುದ್ದಕ್ಕೂ ಲಲಾಂಗ್ ಹುಲ್ಲು, ಎತ್ತರದ ಮರಗಳು, ನಾನಾಬಗೆಯ ಸಸ್ಯಗಳು ಕಾಣುತ್ತಿದ್ದವು. ಸಂಜೆಯ ಸ್ನಿಗ್ಧ ನಿಶ್ಶಬ್ದ ವಾತಾವರಣದಲ್ಲಿ ಆಗೊಮ್ಮೆ ಈಗೊಮ್ಮೆ ಕಾಡುಹಕ್ಕಿಗಳ ಚಿಲಿಪಿಲಿ ಕೂಗಿನ ಶಬ್ದ ಕೇಳಿಸುತ್ತಿತ್ತು. ಒಮ್ಮೊಮ್ಮೆ ಇಲಿ ನದಿಗೆ ನೆಗೆಯುತ್ತಿದ್ದ ಸಪ್ಪಳ. ಕೆಲವು ದುರ್ಬಲ ಪ್ರಾಣಿಗಳು ಎಚ್ಚರಿಕೆಯಿಂದ ಎತ್ತರದ ಹುಲ್ಲು ಮತ್ತು ಬಳ್ಳಿಗಳ ಮೂಲಕ ಸಾಗಿಹೋಗುತ್ತಿದ್ದವು. ಕಾಡು ಹೂಗಳು, ಹಸಿಮಣ್ಣು. ಹುಲ್ಲಿನ ವಾಸನೆ ಅಲ್ಲೆಲ್ಲ ಪ್ರಸರಿಸಿತ್ತು. ಈ ಭೂಮಿ ಘೋರ ರಾಕ್ಷಸ ಪ್ರಾಣಿಗಳಿಂದ ಕೂಡಿದ ಜೌಗು ಪ್ರದೇಶವಾಗಿದ್ದ ಆದಿ ಕಾಲಕ್ಕೆ ತಾನು ಬಂದುಬಿಟ್ಟಿರುವೆನೇನೋ ಎಂಬಂಥ ಏಕಾಕಿತನದ ಭಾವನೆ ಅವಳಲ್ಲಿ ಮೂಡಿತು.

ಹೀಗಾಗಿ ಕಂಪಿಸುವ ಮೆಲುದನಿಯಲ್ಲಿ ಹುಲಿಯೊಂದು

ಗುರುಗುಟ್ಟಿದ ಶಬ್ದ ಕೇಳಿಸಿದಾಗ ಅವಳಿಗೆ ತನ್ನ ಮನದಲ್ಲಿ ಮೂಡಿದ್ದ ಕಲ್ಪನೆ ಇನ್ನಷ್ಟು ಬಲವಾದಂತೆನಿಸಿತು. ಆದರೆ ಹುಲಿ ಒಮ್ಮೆ ಜೋರಾಗಿ ಘರ್ಜಿಸಿದಾಗ ಇದು ತನ್ನ ಕಲ್ಪನೆಯಲ್ಲ ಎಂದು ಅವಳಿಗೆ ಖಚಿತವಾಯಿತು.

ಅವಳಿಂದ ಇಪ್ಪತ್ತು ಗಜಗಳಿಗೂ ಕಡಿಮೆ ದೂರದಲ್ಲಿ ತನ್ನ ಧಡೂತಿಯಾದ ತಲೆಯನ್ನೂ ಭುಜಗಳನ್ನೂ ನೆಲಕ್ಕೆ ಆನಿಸಿ ಹುಲಿ ಕುಳಿತಿತ್ತು. ಲಲಾಂಗ್ ಹುಲ್ಲು ಅದಕ್ಕೊಂದು ಚೌಕಟ್ಟನ್ನು ಒದಗಿಸಿದಂತಿತ್ತು. ಬಿಸಿಲಲ್ಲಿ ಅದರ ಹಳದಿ ಕಣ್ಣುಗಳು ಕ್ರೂರವಾಗಿ ಹೊಳೆಯುತ್ತಿದ್ದವು. ಕಿವಿಗಳು ಜಾಗೃತವಾಗಿ ನಿಮಿರಿದ್ದವು. ಹುಲಿ ಅವಳತ್ತ ತಲೆಯೆತ್ತಿ ನೋಡಿ ಗುರ್ರೆಂದಿತು; ತನ್ನ ಕೆಂಪು ನಾಲಗೆಯನ್ನು ಮುಂದೆ ಚಾಚಿತು; ಅದರ ಹಳದಿ ಕೋರೆಹಲ್ಲುಗಳು ಮರದ ಗೂಟಗಳಂತೆ ಕಾಣುತ್ತಿದ್ದವು.

ತನ್ನನ್ನು ದಿಟ್ಟಿಸಿ ನೋಡುತ್ತಿದ್ದ ಹುಲಿಯನ್ನು ಕಂಡ ಫಾತಿಮಾ ಭಯಭ್ರಾಂತಳಾದಳು. ಹಠಾತ್ತನೆ ಸುತ್ತಲೂ ಆವರಿಸಿದ ನಿಶ್ಶಬ್ದತೆ ಅವಳನ್ನು ದಿಙ್ಮೂಢಳಾಗಿಸಿತು. ಹುಲಿಯ ಮೇಲಿಂದ ಅವಳಿಗೆ ತನ್ನ ದೃಷ್ಟಿಯನ್ನು ತಿರುಗಿಸಲಾಗಲಿಲ್ಲ. ಹುಲಿ ಸಹ, ಅನಿರೀಕ್ಷಿತವಾಗಿ ಈ ಮನುಷ್ಯ ಪ್ರಾಣಿಯನ್ನು ಕಂಡೋ ಎಂಬಂತೆ, ನಿಶ್ಚಲವಾಗಿತ್ತು.

ಫಾತಿಮಾ ಮತ್ತು ಹುಲಿ ಇಬ್ಬರೂ ಒಬ್ಬರನ್ನೊಬ್ಬರು ನೋಡುತ್ತಿದ್ದರು. ಅವಳಿಗೆ ಭಯ, ಪ್ರಾಣಿಗೆ ಸಂದೇಹ. ಹುಲಿಯ ಗುರುಗುಟ್ಟುವಿಕೆ ಬರಬರುತ್ತ ಮೃದುವಾಯಿತು. ಅದು ಅವಳ ಮೇಲೆ ಬೀಳುವುದಕ್ಕೆ ಇಷ್ಟಪಟ್ಟಿಲ್ಲವೇನೋ ಅನ್ನಿಸಿತು. ಅದರ ದೊಡ್ಡ ಪಂಜಾಗಳು ತೇವಗೊಂಡಿದ್ದ ಹುಲ್ಲನ್ನು ಆಳವಾಗಿ ಬಗೆಯುತ್ತಿದ್ದವು. ಆಕೆ ಚಲಿಸಿದಾಗ ಮಾತ್ರ ಅತ್ತಿತ್ತ ದೃಷ್ಟಿ ಹಾಯಿಸುತ್ತಿದ್ದ ಹುಲಿ ನಿರ್ದಿಷ್ಟವಾಗಿ ಎತ್ತಲೂ ಗಮನವಿಟ್ಟು ನೋಡುವಂತೆ ಕಾಣಲಿಲ್ಲ. ಅದರ ದೃಷ್ಟಿಯಲ್ಲಿನ ಉಗ್ರತೆ ಮಾಯವಾಗಿ ಆ ಸ್ಥಾನದಲ್ಲಿ ದುಮ್ಮಾನ ಮತ್ತು ಹೆಚ್ಚಾಗಿ ಬೇಸರ ಕಾಣಿಸಿಕೊಳ್ಳುತ್ತಿತ್ತು. ಆ ಪ್ರಾಣಿಯ ಕಣ್ಣುಗಳಲ್ಲಿ ಹೀಗೆ ಆಶ್ಚರ್ಯಕರ ರೀತಿಯಲ್ಲಿ ಬದಲಾವಣೆಗಳಾಗುತ್ತಿದ್ದುದನ್ನು ಫಾತಿಮಾ ವೀಕ್ಷಿಸಿದಳು.

ಇದೀಗ ಮುಸ್ಸಂಜೆ ಮುಸುಕುತ್ತ ಬಂದು ಒಂದು ಕ್ಷಣದ ಹಿಂದೆ ಕಾಣುತ್ತಿದ್ದ ಅಪೂರ್ವ ವರ್ಣರಂಜಿತ ದೃಶ್ಯ ಅಳಿಸಿ ಹೋಗಿ ಬೂದು ಬಣ್ಣದ ಛಾಯೆಗಳು ಮೂಡಲಾರಂಭವಾದುವು. ನದಿಯ ಕಡೆಯಿಂದೆದ್ದ ತೆಳ್ಳನೆಯ ಮಂಜು ಅಲ್ಲೆಲ್ಲ ಪ್ರಸರಿಸತೊಡಗಿತು. ಜೀರುಂಡೆಯ ಕೀರಲು ಕೂಗು. ದೂರದಿಂದ ಸಣ್ಣಗೆ ಕೇಳಿಬಂದ ಗೂಬೆಯ ಕೂಗಿನ ದನಿಗಳು ಹಗಲು ಕಳೆದು ರಾತ್ರಿ ಬಂದುದನ್ನು ಸೂಚಿಸುತ್ತಿದ್ದವು.

ಅವಳಲ್ಲಿ ಹುಲಿಯ ಬಗ್ಗೆ ಈಗ ಒಂದು ಬಗೆಯ ಶಾಂತ ಹೆದರಿಕೆ ಮಾತ್ರ ಇದ್ದುದರಿಂದ ಅವಳಿಗೆ ತನ್ನನ್ನು ಆವರಿಸುತ್ತಿದ್ದ ದಣಿವಿನ ಅರಿವಾಯಿತು. ಛಳಿಯಿಂದ ಅವಳ ಮೈ ನಡುಗುತ್ತಿತ್ತು. ಆದರೆ ಹುಲಿ ಅಲ್ಲಿಂದ ಹೊರಟು ಹೋಗುವ ಸೂಚನೆಯೇ ಕಾಣದಿದ್ದ ಕಾರಣ ಅವಳ ಆತಂಕ ಅಧಿಕವಾಯಿತು. ಹಾಗೇ ಹೊಟ್ಟೆಯ ಮೇಲೆ ಕೈಯಾಡಿಸಿದಾಗ ಈಗ ತಾನು ಎರಡು ಜೀವ ಎಂಬುದು ನೆನಪಾಗಿ ಏನಾದರೂ ಮಾಡಿ ಅಪಾಯದಿಂದ ತಪ್ಪಿಸಿಕೊಳ್ಳಬೇಕೆಂಬ ಛಲ ಉಂಟಾಯಿತು. ಆ ಸಂಜೆಗತ್ತಲಲ್ಲೂ ಹುಲಿಯ ಆಕೃತಿ ಕಾಣುತ್ತಿತ್ತು. ಈ ವೇಳೆಗೆ ಫಾತಿಮಾ ಅದನ್ನು ಜಾಗರೂಕತೆಯಿಂದ ಕೂಲಂಕಷವಾಗಿ ಗಮನಿಸಿದ್ದಳು; ಅದರ ದೃಷ್ಟಿ ತನ್ನಿಂದ ಬೇರೆ ಕಡೆಗೆ ಯಾವಾಗ ಹರಿದೀತೆಂದು ನಿರೀಕ್ಷಿಸಬಲ್ಲವಳಾಗಿದ್ದು ಅದಕ್ಕಾಗಿ ಅವಳು ಕಾಯುತ್ತ ನಿಂತಳು. ನೀರಿನಲ್ಲಿ ಅವಳ ಮೈ ಗಟ್ಟಿಕಟ್ಟಿ ಒಂದು ಭಯಂಕರ

ಶಕ್ತಿ ಅವಳಲ್ಲಿ ಮೈಮಾಡಿದಂತಿತ್ತು. ಆಗ ದೃಢ ಮನಸ್ಸಿನಿಂದ, ದಿಟ್ಟತನದಿಂದ ನೀರಲ್ಲಿ ಮುಳುಗಿ ಭರ್ರನೆ ನೀರಿನಡಿಯಲ್ಲೇ ಈಜುತ್ತ ಹಳ್ಳಿಯ ದಿಕ್ಕಿನಲ್ಲಿ ಆಚೆ ದಡದತ್ತ ಅವಳು ಸಾಗಿದಳು. ಆದರೆ ತುಸು ಹೊತ್ತಿನಲ್ಲೇ ಉಸಿರು ಕಟ್ಟಿ ಶ್ವಾಸಕೋಶ ಬಿರಿಯುವಂತಾಗಿ ಮೇಲೆ ಬಂದಳು. ಆಗ ಹೊಳೆಯ ಮಧ್ಯದಲ್ಲಿ ತಾನಿರುವುದನ್ನು ಕಂಡು ಅವಳಿಗೆ ದಿಕ್ಕು ತಪ್ಪಿದಂತಾಯಿತು. ಅಷ್ಟರಲ್ಲಿ ದೂರದಿಂದ ಹುಲಿಯ ಘರ್ಜನೆ ಕೇಳಿ ಬಂದು, ಹುಲಿಯ ಎದುರಿಗಿದ್ದಾಗ ಕೂಡಾ ಇಲ್ಲದಿದ್ದಂಥ ಭಯ ಅವಳನ್ನು ಮುತ್ತಿತ್ತು.

ಅವಳು ಬಿರಬಿರನೆ ಈಜಿ ದಡ ಸೇರಿದಳು. ಹಳ್ಳಿಯ ಮಿನುಗುಟ್ಟುವ ಎಣ್ಣೆ ದೀಪಗಳು ಕಾಣಿಸಿದವು.

* * *

ಮಗಳು ತನಗೆ ಹೇಳಿದ ಹುಲಿಯ ಕಥೆಗೆ ಬಣ್ಣಕಟ್ಟಿ ಅವಳಮ್ಮ ಹರಡಿದಾಗ ಹಳ್ಳಿಗೆ ಹಳ್ಳಿಯೇ ಭಯ, ಗಾಬರಿಗಳಿಂದ ಕಂಪಿಸಿತು, ಹೆಂಗಸರು ಗಿಡುಗನನ್ನು ಕಂಡ ಹೆಣ್ಣುಕೋಳಿ ಗಳಂತೆ ಬೆದರಿ ಮಕ್ಕಳನ್ನೆತ್ತಿಕೊಂಡು ಮನೆಬಾಗಿಲು ಹಾಕಿಕೊಂಡು ಮುದುಡಿ ಕುಳಿತು ದಾಳಿ ಮಾಡಲು ಬರುತ್ತಿದ್ದ ಹುಲಿಯ ಅಪಾಯ ತಪ್ಪಿಸಲು ಏನಾದರೂ ಮಾಡುವಂತೆ ಗಂಡಸರಿಗೆ ಕೂಗಿ ಹೇಳುತ್ತಿದ್ದರು. ಅತ್ತಿತ್ತ ಅಡ್ಡಾಡುತ್ತಿದ್ದ ಗಂಡಸರಿಗೆ ತಮ್ಮ ದನಕರು, ಮೇಕೆಗಳ ಚಿಂತೆ. ಮುದುಕರು ಅಡಕೆ ಅಗಿಯುತ್ತ ಕುಳಿತು ಇದೆಲ್ಲ ರಂಪಾಟವೇನು ಎಂದು ಕೇಳುತ್ತಿದ್ದರು.

ಹುಲಿ ಎಲ್ಲಿದೆಯೆಂದು ಫಾತಿಮಾಳನ್ನು ವಿಚಾರಿಸಲು ಹಳ್ಳಿಯ ಮುಖ್ಯಸ್ಥನೂ ಇನ್ನು ಕೆಲವರೂ ಮನೆಗೆ ಬಂದರು. ಅವಳು ಒಂದು ಚಾಪೆಯ ಮೇಲೆ ಮಲಗಿ ವಿಶ್ರಮಿಸಿ ಕೊಳ್ಳುತ್ತಿದ್ದಳು. ಅ 'ರೋಮಶ ಪ್ರಾಣಿ' ತನ್ನ ಮಗಳಿಗೆದುರಾದ ಬಗೆಯನ್ನು ತಾಯಿ ಸಾಕಷ್ಟು ಗಡಿಬಿಡಿಯೊಂದಿಗೆ ಬಣ್ಣ ಬಣ್ಣದ ವಿವರಣೆಯೊಂದಿಗೆ ಹೇಳುತ್ತಿದ್ದುದನ್ನು ಕೇಳುತ್ತ ಕೇಳುತ್ತ ಹಳ್ಳಿಯ ಮುಖ್ಯಸ್ಥನಿಗೆ ಸಹನೆ ಕಳೆದು, ಆತ 'ಒಂದು ನಿಮಿಷ ಸುಮ್ನಿರು,' ಎಂದು ಅವಳಿಗೆ ತಾಕೀತು ಮಾಡಿ ಫಾತಿಮಾಳತ್ತ ತಿರುಗಿ ಪ್ರಶ್ನೆಗಳನ್ನು ಹಾಕತೊಡಗಿದ. ಅವಳಿಗೇಕೊ ಅಸಮಾಧಾವೆನಿಸಿತು. ಅದೇನು ಕಾರಣವೋ ಅಲ್ಲಿ ಬಂದಿದ್ದ ಜನ ಹುಲಿಯನ್ನು ಕಂಡುಹಿಡಿದು ಕೊಲ್ಲಲು ಕಾತರರಾಗಿದ್ದರೂ ಅವಳಿಗೆ ಅದು ಇಷ್ಟವಿರಲಿಲ್ಲ. ಹಳ್ಳಿಯ ಮುಖ್ಯಸ್ಥ ಹುಬ್ಬುಗಂಟಿಕ್ಕಿದ.

"ಅಲ್ಲಾ! ಆ 'ರೋಮಶ ಪ್ರಾಣಿ'ಯ ಹಿಡಿತದಿಂದ ನನ್ನ ಮಗಳನ್ನು ರಕ್ಷಿಸಿದ ದಯಾಮಯ ಅಲ್ಲಾ!" ಎಂದು ಅವಳ ತಾಯಿ ದೇವರನ್ನು ವಂದಿಸುವಂತೆ ಕೈಯೆತ್ತಿ ಉದ್ಗರಿಸಿದಳು – ಅಲ್ಲಿ ನೆರೆದಿದ್ದವರ ಗಮನವನ್ನು ತನ್ನತ್ತ ಸೆಳೆದುಕೊಳ್ಳಲು.

ಮುಖ್ಯಸ್ಥ ನುಡಿದ :

"ಇರಬಹುದು. ಆದರೆ ಮುಂದಿನ ಸಲ ಅಲ್ಲಾ ಅಷ್ಟು ದಯಾಮಯನಾಗಲಾರ. ಈಗಾಗಲೇ ಮನುಷ್ಯ ಮಾಂಸದ ವಾಸನೆಯ ರುಚಿ ಕಂಡಿರುವ ಹುಲಿ ಹಳ್ಳಿಯ ಹತ್ತಿರ ಅಡ್ಡಾಡೋದು ಒಳ್ಳೆಯದಲ್ಲಮ್ಮ. ಹೆಂಗಸರು ಮಕ್ಕಳ ನೆಮ್ಮದಿ, ರಕ್ಷಣೆಗಾಗಿಯಾದರೂ ಹುಲಿಯನ್ನು ಕೂಡಲೇ ಪತ್ತೆಮಾಡಿ ಸಾಯಿಸ್ಬೇಕು."

ಹಾಗೆಂದು ಆತ ಉಳಿದವರ ಮುಖ ನೋಡಿದ. ಅವರೆಲ್ಲರಿಗೂ ಆತಂಕ. ಎಲ್ಲರೂ ಮೌನವಾಗಿ ಕುಳಿತಿದ್ದರು. ರಾತ್ರಿ ಹೊತ್ತು ಹುಲಿಯ ಬೇಟೆಗೆ – ಅದರಲ್ಲೂ ದಟ್ಟವಾಗಿ ಬೆಳೆದಿದ್ದ ಹುಲ್ಲಿನ ನಡುವೆ ಅದು ಆಶ್ರಯ ಹೊಂದಿದ್ದಾಗ – ಹೋಗುವುದು ಎಷ್ಟು ಅಪಾಯವೆಂದು

ಅವರು ಅರಿತಿದ್ದರು. ಅಲ್ಲಿ ಅದಕ್ಕೆ ನೆಲೆ ಅನುಕೂಲವಾಗಿತ್ತು; ಸದ್ದಿಲ್ಲದೆ ದಿಢೀರನೆ ಮೇಲೆ ಬೀಳಬಹುದು.

"ಸರಿ, ನಿಮ್ಮ ಅಭಿಪ್ರಾಯ ಏನು ?" ಎಂದು ಮುಖ್ಯಸ್ಥ ಅಸಮಾಧಾನದಿಂದ ಕೇಳಿದ.

ಆಗಲೂ ಉಳಿದವರು ಮೌನವಾಗಿಯೇ ಇದ್ದರು. ಮುಖ್ಯಸ್ಥ ನೀವೆಂಥ ಹೇಡಿಗಳಯ್ಯ ಎಂದು ಅವರನ್ನು ಛೇಡಿಸುವುದರಲ್ಲಿದ್ದ. ಅಷ್ಟರಲ್ಲಿ ತರುಣ ಮಮೂದ್ ಭುಜಕ್ಕೆ ಒಂದು ಬಂದೂಕವನ್ನು ನೇತುಹಾಕಿಕೊಂಡು ಆಗಮಿಸಿದ. ಅವನ ಮುಖದಲ್ಲಿ ಕುತೂಹಲ – ನಿರೀಕ್ಷೆಗಳು ತುಂಬಿದ್ದವು. ಅವನು ಆತುರದಿಂದ ಕೇಳಿದ:

"ಇದೇನು ಸುದ್ದಿ ? ಯಾವುದೋ ಹುಲಿ ನಮ್ಮ ಫಾತಿಮಾಳ ಮೇಲೆ ನೆಗೆದಿತ್ತಂತಲ್ಲ, ನಿಜವಾ ?"

ಮುಖ್ಯಸ್ಥ ವಿಷಯ ತಿಳಿಸಿದ. ಅದನ್ನು ಕೇಳಿದ ಮಮೂದ್‌ನಲ್ಲಿ ಬೇಟೆಯ ಆಕಾಂಕ್ಷೆ ಇನ್ನೂ ಬಲವಾಗಿ ಆತ ಬಂದೂಕವನ್ನು ಸವರತೊಡಗಿದ. ಬೇಟೆ ಅಂದರೆ ಅವನಿಗೆ ತುಂಬಾ ಇಷ್ಟ. ಕೂಡಲೇ ಹುಲಿಯನ್ನು ಕಂಡು ಮುಗಿಸಿಬಿಡೋಣ ಎಂಬ ತವಕ ಅವನಿಗೆ. ಅವನೆಂದ:

"ನಿಜ. ಹೆಂಗಸರು – ಮಕ್ಕಳ ರಕ್ಷಣೆ ವಿಷಯ ಯೋಚಿಸ್ಬೇಕು. ಹುಲಿ ಸತ್ತಿತ್ತು ಅಂತ ಗೊತ್ತಾಗದೆ ಅವರು ಮನೆಯಿಂದ ಹೊರಕ್ಕೆ ಕಾಲಿಡರು. ಅವರನ್ನು ಕಾಪಾಡೋದು ಗಂಡಸರಾದ ನಮ್ಮ ಕರ್ತವ್ಯ. ಈಗ ಆ ಹುಲೀನ ಕೊಲ್ಲೋದಕ್ಕೆ ನನ್ನ ಜತೆ ಯಾರು ಬರ್ತಾರೆ ? ನೀವು ಸಹಾಯ ಮಾಡಿದರೆ ನನ್ನ ತಾಯಿಯಾಣೆಯಾಗಿ ಆ ಹುಲಿಯ ಶವವನ್ನ ಬೆಳಗಾಗೋದರೊಳಗೆ ತಂದು ನಿಮ್ಮ ಮುಂದೆ ಹಾಕ್ತೇನೆ."

ಸ್ವಲ್ಪ ಹೊತ್ತು ಹಿಂದೆ ಮುಂದೆ ನೋಡಿ ಹತ್ತು – ಹನ್ನೆರಡು ಜನ ಮುಂದೆ ಬಂದರು. ಮಮೂದ್‌ನ ಮಾತು ಅವರನ್ನು ಹುರಿದುಂಬಿಸಿತ್ತು. ಅವನು ಒಳ್ಳೇ ಗುರಿಗಾರನೆಂದೂ ಅವರಿಗೆ ಗೊತ್ತಿತ್ತು.

"ಹೂಂ, ನಿಮ್ಮ ಮೇಲೆ ನಂಬಿಕೆ ಇಡಬಹುದೂಂತ ನನಗೆ ಗೊತ್ತಿತ್ತು" ಎಂದ ಮಮೂದ್ ಬಂದೂಕದ ಮೇಲೆ ಇನ್ನೊಮ್ಮೆ ಕೈಯಾಡಿಸುತ್ತ. ಅವನೂ ಅವನ ಜತೆ ಹೋಗಲು ಮುಂದೆ ಬಂದವರೂ ಅಲ್ಲಿಂದ ಹೊರಟರು.

ಅವರೆಲ್ಲ ಹೋದ ಮೇಲೆ ಬಾಗಿಲ ಚಿಲಕ ಹಾಕುತ್ತ ಫಾತಿಮಾಳ ಅಮ್ಮ "ನೋಡು, ಆ ಮಮೂದ ತಾನೇ ಒಂದು ಹುಲಿಯ ಹಾಗಿದಾನೆ" ಅಂದಳು.

ಫಾತಿಮಾ ಎದ್ದುಹೋಗಿ ಕಿಟಿಕಿಯ ಬಳಿ ನಿಂತು ಆಚೆಗೆ ನೋಡಿದಳು. ಹಿತಕರವಾದ ಚಂದ್ರನ ಬೆಳದಿಂಗಳು ಎಲ್ಲ ಕಡೆಯೂ ಹರಡಿತ್ತು. ಚಂದ್ರ ಬೆಳ್ಳಿಯ ದ್ರವದಂತೆ ಕಂಡ. ಬೇಟೆಗೆ ಹೋಗುತ್ತಿದ್ದ ಗಂಡಸರು ಉದ್ವೇಗದಿಂದ ಪರಸ್ಪರರನ್ನು ಕೂಗುತ್ತಿದ್ದರು. ಫಾತಿಮಾ ದುಮ್ಮಾನದಿಂದ ಅವರನ್ನೇ ನೋಡುತ್ತಿದ್ದಳು.

ಕೊನೆಗೆ ಅವರು ಹೊರಟುಹೋದಾಗ ಬೂದುಬಣ್ಣದ ಮರಗಳು. ಜೋರಾದ ಗಾಳಿ ಮಾತ್ರ ಉಳಿದವು. ಕಿವಿಗೊಟ್ಟು ಆಲಿಸಿದಾಗ ದೂರದಲ್ಲಿನ ನದಿಯ ನೀರಿನ ಕಲರವ ಕೇಳಿ ಬಂದಿತು.

ಅಲ್ಲೇ ಎಲ್ಲೋ ಆ ಹುಲಿ ಇರಬೇಕು. ಸಂಜೆಯೆಲ್ಲ ಅವಳಿಗೆ ಅದರದೇ ಚಿಂತೆ. ಸದ್ಯ ಅದು ಅವರ ಕೈಗೆ ಸಿಗದಿದ್ದರೆ ಸಾಕು ಎಂದುಕೊಂಡಳು.

ಅವಳಮ್ಮ ಮರದ ಒರಳೊಂದರಲ್ಲಿ ಅಡಕೆ ಕುಟ್ಟುತ್ತ ಹೇಳಿದಳು,:

"ಅಲ್ಲಾ ! ಇದು ಮೃತ್ಯುವಿನ ರಾತ್ರಿಯಾಗಲಿದೆ. ನೂರು ನರಿಗಳಷ್ಟು ಕದೀಮನಾದ

ಹುಲೀನ ಬೇಟೆಯಾಡೋದಕ್ಕೆ ಹೊರಟಿದ್ದಾರೆ! ರಾತ್ರಿಯಲ್ಲೂ ಆ ಹುಲಿ ತನ್ನ ದೂರ ಅಳೆಯಬಲ್ಲದು. ರಾತ್ರಿ ಕಳೆಯೋದರೊಳಗೆ ಮೃತ್ಯುವಿನ ಧ್ವನಿ ಕೇಳಿಬಂದೀತು."

ಇನ್ನೂ ಕಿಟಕಿಯಾಚೆಯೇ ನೋಡುತ್ತ ನಿಂತಿದ್ದ ಫಾತಿಮಾ ಅಂದಳು:

"ಹುಲಿಯನ್ನು ಅವರು ಅದರ ಪಾಡಿಗೆ ಬಿಡಬಾರದೆ ?"

"ಏನು ಹುಚ್ಚು ಮಾತಾಡ್ತೀಯ. ಹುಲಿ ನಮ್ಮನ್ನು ಕೊಲ್ಲೋದಕ್ಕೆ ಮೊದಲು ಯಾರಾದರೂ ಅದನ್ನ ಮುಗಿಸ್ಬೇಕು."

"ಅದೇ ತನ್ನಷ್ಟಕ್ಕೆ ತಾನು ಹೊರಟು ಹೋಗ್ತಿತ್ತೋ ಏನೋ."

"ಹಳ್ಳಿಯ ಹತ್ತಿರ ಬಂದ ಹುಲಿ ತನ್ನ ಬಲಿ ತೆಗೆದುಕೊಳ್ಳದೆ ಹೋಗೋದಿಲ್ಲ. ಹಾಗೆ ಹಳ್ಳಿಗಳ ಹತ್ತಿರ ಬಂದ ಹುಲಿಗಳು ಸಾಮಾನ್ಯವಾಗಿ ಜನರನ್ನು ಸಾಯಿಸಿಬಿಡ್ತವೆ!"

"ಆದರೆ ಈ ಹುಲಿ ಅಂಥ ಹಂತಕನ ಹಾಗೆ ಕಾಣಿಸ್ಲಿಲ್ಲ," ಎಂದು ಫಾತಿಮಾ ಹೇಳಿದ್ದು ತಾಯಿಗೆ ಸಮ್ಮತವಾಗಲಿಲ್ಲ. ಅವಳು ತಾತ್ಸಾರದಿಂದ "ಪೂಹ್" ಎಂದಳು. ಆದರೆ ಫಾತಿಮಾ ಮುಂದುವರಿಸಿದಳು:

"ಹುಲಿ ಇದ್ದ ಜಾಗ ನನ್ನಿಂದ ಇಪ್ಪತ್ತು ಗಜ ದೂರವೂ ಇರ್ಲಿಲ್ಲ. ಅದು ಸುಲಭವಾಗಿ ನನ್ನ ಮೇಲೆ ಎಗರಬಹುದಾಗಿತ್ತು. ಆದರೆ ಹಾಗೆ ಮಾಡ್ಲಿಲ್ಲ. ಅದ್ಯಾಕೇಂತ ಹೇಳೋದಕ್ಕೆ ಸಾಧ್ಯವಾ ನಿನಗೆ? ಅದು ನನ್ನನ್ನೇ ನೋಡ್ತಿತ್ತು. ನಾನೂ ಅದನ್ನೇ ನೋಡ್ತಿದ್ದೆ. ಮೊದಲಿಗೆ ಸ್ವಲ್ಪ ಕ್ರೂರವಾಗಿದ್ದ ಹಾಗೆ ಕಂಡ ಅದರ ಕಣ್ಣುಗಳು ಆಮೇಲೆ ಮೃದುವಾಗಿ ಅನ್ಯಮನಸ್ಕವಾದವು. ಅದರಲ್ಲಿ ನಂಗೇನೂ ಅಂಥ ಕ್ರೌರ್ಯ ಕಾಣಬರಲಿಲ್ಲ."

ಆಗ ಅಮ್ಮ ಜೋರಾಗಿ ಅಡಕೆ ಕುಟ್ಟುತ್ತ ಹೇಳಿದಳು:

"ಇದೀಗ ನೀನೂ ನಮ್ಮಪ್ಪನ ಹಾಗೆ ಹುಚ್ಚುಚ್ಚಾರ ಮಾತಾಡ್ತಿದೀಯ. ಗಾಳಿಯಲ್ಲಿ ಗೀತೆಗಳು ಕೇಳಿಬರ್ತವೇಂತ ಆತ ಹೇಳ್ತಿದ್ದ. ಗತಿಸಿದ ನಿಮ್ಮಪ್ಪನ ಬಗ್ಗೆ ಹೀಗೆ ಹೇಳ್ತಿರೋದಕ್ಕೆ ದೇವರು ನನ್ನನ್ನ ಕ್ಷಮಿಸಲಿ. ಆದರೆ ಒಮ್ಮೊಮ್ಮೆ ಆತ ಹುಚ್ಚನ ಹಾಗೆ ವರ್ತಿಸ್ತಿದ್ದ."

ಫಾತಿಮಾ ಜಿಗುಪ್ಸೆಗೊಂಡು ಕಿಟಕಿಯಾಚೆ ನೋಡತೊಡಗಿದಳು. ಹಳ್ಳಿಯಲ್ಲಿ ಸ್ಮಶಾನ ಮೌನ ಆವರಿಸಿತ್ತು. ಏನಾದರೂ ಶಬ್ದ ಕೇಳೀತೇನೋ ಎಂದು ಬಿಗಿಯಾಗಿ ಕಿಟಕಿಯ ಸರಳು ಹಿಡಿದು ನಿಂತು ನೋಡುತ್ತಿದ್ದ ಅವಳ ಕೈಬೆರಳುಗಳು ಊದಿದ್ದವು. ಅಮ್ಮ ಅಡಕೆ ಕುಟ್ಟುತ್ತಿದ್ದಂತೆ ಇವಳ ಹೃದಯ ಅಷ್ಟೇ ಜೋರಾಗಿ ಬಡಿದುಕೊಳ್ಳುತ್ತಿತ್ತು. ಹಠಾತ್ತನೆ ತೀಕ್ಷ್ಣವಾದ ನೋವೊಂದು ಅವಳನ್ನು ನಾಟಿ ಅವಳು ಹೊಟ್ಟೆ ಅದುಮಿಕೊಂಡಳು.

"ಏನದು ಫಾತಿಮಾ ?"

"ಏನೂ ಇಲ್ಲಮ್ಮ."

"ಬಂದು ಮಲಗಿಕೊಳ್ಳೆ."

ನೋವು ಹೆಚ್ಚಿ ಆಮೇಲೆ ಕಡಿಮೆಯಾಗುತ್ತಿದ್ದಂತೆ ಫಾತಿಮಾ ಕಿಟಕಿಯ ಬಳಿಯೇ ನಿಂತಿದ್ದು ಕಣ್ಣುಮುಚ್ಚಿಕೊಂಡು ಹುಲ್ಲುಗಾವಲಿನಲ್ಲಿ ಮೃದುವಾದ ಕೆಂಪು ಕಣ್ಣುಗಳಿಂದ ನೋಡುತ್ತ ಮಲಗಿದ್ದ ಹುಲಿಯ ಚಿತ್ರವನ್ನು ಮನದಲ್ಲೇ ಕಲ್ಪಿಸಿಕೊಂಡಳು.

ದೂರದಲ್ಲಿ ಬಂದೂಕದ ಗುಂಡಿನ ಸ್ಫೋಟದ ದನಿ ಕೇಳಿ ಬಂದಿತು; ಒಡನೆಯೇ ಇನ್ನೊಂದು ಗುಂಡಿನ ಸಪ್ಪಳ. ಗುಂಡಿನೇಟು ತನ್ನತ್ತಲೇ ಬರುತ್ತಿತ್ತೋ ಎಂಬಂತೆ ಫಾತಿಮಾ ನಡುಗಿದಳು. ಆಗ ಹುಲಿಯ ಘರ್ಜನೆ ಕೇಳಿಬಂದಿತು. ಸಂಜೆ ತಾನು ಕೇಳಿದ್ದ

ಮೆಲುದನಿಯಲ್ಲಿ; ನೋವು, ಸವಾಲುಗಳ ಪೂರ್ಣಕಂಠದ ಆಕ್ರೋಶ. ಪೆಟ್ಟು ತಿಂದು ನೋವನ್ನನುಭವಿಸುತ್ತಿದ್ದ ಅದರ ದೀರ್ಘ ರೋದನ ಕೆಲಕ್ಷಣ ಅವಳ ಹೃದಯ, ಕಿವಿಗಳನ್ನು ತುಂಬಿದಂತಿತ್ತು. ಆ ಕೂಗನ್ನು ತಾನೂ ಮಾರ್ದನಿಸಲೇ ಅನ್ನಿಸಿತು ಅವಳಿಗೆ. ಅವಳ ಮೈ ಬೆವತಿತು, ನೋವಿನಿಂದ ಮುಖ ಬೀಗಿಕೊಂಡಿತು. ಅವಳು ಅಯ್ಯೋ ಎಂದು ನರಳಿದಳು.

"ಅಲ್ಲಮಾ! ಅಲ್ಲಮಾ! ಏನಾಗಿದೆ ನಿನಗೆ? ಬಂದು ಮಲಗಿಕೊ. ಏನಾದರೂ..." ಎಂದು ತಾಯಿ ಕೂಗಿದಳು.

"ನೋವು ಕಾಣಿಸಿಕೊಂಡಂತಿದೆ ಅಮ್ಮ" ಎಂದು ಅವಳು ಹೇಳುತ್ತಿದಂತೆ ಮುದುಕಿ ಅವಳನ್ನು ಕರೆದೊಯ್ದು ಚಾಪೆಯ ಮೇಲೆ ಮಲಗಿಸಿ ಆತಂಕದಿಂದ ಉದ್ಗರಿಸಿದಳು:

"ದೇವರೆ, ಹೆರಿಗೆಗೆ ಎಂಥ ಸಮಯ! ಮಲಗಿಕೋ, ಸ್ವಲ್ಪ ಬಿಸಿನೀರು ತರ್ತೇನೆ. ಸೂಲಗಿತ್ತೀನ ಕರೆಯೋದಕ್ಕೆ ಹೋಗಲು ಗಂಡಸರು ಬರೋವರೆಗೆ ಕಾಯಬೇಕು. ಅಯ್ಯೋ, ನಾನೇನು ಮಾಡಲಪ್ಪ!"

ತಾಯಿ ತನ್ನಲ್ಲೆ ಮಾತಾಡಿಕೊಳ್ಳುತ್ತ ನೀರು ಕಾಯಿಸುತ್ತಿದ್ದಂತೆ ಫಾತಿಮಾ ಗಟ್ಟಿಯಾಗಿ ಕಣ್ಣುಮುಚ್ಚಿಕೊಂಡು ಚಾಪೆಯ ಮೇಲೆ ಮಲಗಿದ್ದಳು.

"ಹೂಂ, ಗಂಡಸರು ವಾಪಸು ಬರ್ತಿದಾರೇಂತ ಕಾಣ್ತದೆ, ಅವರ ದನಿಗಳು ಕೇಳಿಸ್ತಿವೆ" ಎಂದು ಮುದುಕಿ ಹೇಳುತ್ತಿದ್ದಂತೆ ಹೊರಗಿನಿಂದ ಸ್ತ್ರೀ ಪುರುಷರ ಉದ್ವಿಗ್ನ ದನಿಗಳು ಕೇಳಿಬಂದವು. ಮುದುಕಿ ಎಚ್ಚರಿಕೆಯಿಂದ ಬಾಗಿಲನ್ನು ಸ್ವಲ್ಪ ತೆರೆದು ಯಾರನ್ನೋ ಕೂಗಿದಳು.

ಒಬ್ಬ ಯುವಕ ಹುರುಪಿನಿಂದ ಒಳಕ್ಕೆ ಬಂದು ಹೇಳಿದ:

"ಚಿಕ್ಕಮ್ಮ, ಮಮೂದ್‌ನ ಪೌರುಷವೇ ಪೌರುಷ. ಹುಲಿಯನ್ನು ಹೊಡೆದುಕೊಂದ. ಅದರ ಹೆಣಾನ ಹೊತ್ತು ತರ್ತಿದಾರೆ. ದೊಡ್ಡ ಹುಲಿ ಅಮ್ಮ! ಬಲವಾಗಿಯೇ ಅದು ಸೆಣಸಿದ್ರಲ್ಲಿ ಆಶ್ಚರ್ಯವಿಲ್ಲ. ಎರಡು ಸಲ ಗುಂಡಿಕ್ಕಿದ ಮೇಲೂ ಅದನ್ನು ಈಟಿಯಿಂದ ಇರಿಯಬೇಕಾಗಿ ಬಂತು. ಆಮೇಲೆ ಏನಾಯ್ತೂಂತೀಯ?"

ಫಾತಿಮಾ ಕಿವಿಗೊಟ್ಟು ಅವನ ಮಾತುಗಳನ್ನು ಕೇಳುತ್ತಿದ್ದಳು. ಮುದುಕಿಯ ದೃಷ್ಟಿ ಅವನ ಮೇಲೆ ನೆಟ್ಟಿತ್ತು.

"ಏನಾಯ್ತು?"

"ಅದನ್ನು ಕೊಂದ ಮೇಲೆ ಏನೋ ಧ್ವನಿಗಳು ಕೇಳಿಬಂದವೂಂತ ಅವರು ಹೇಳಿದರು. ಲಾಂದ್ರಗಳ ಬೆಳಕಿನಲ್ಲಿ ಹೋಗಿ ನೋಡಿದಾಗ ಮೂರು ಪುಟ್ಟ ಹುಲಿಮರಿಗಳು ಕಾಣಿಸಿದವು. ಇನ್ನೂ ಆಗತಾನೆ ಕಣ್ಣು ಬಿಡೋದರಲ್ಲಿದ್ದ ಅವು ಹುಟ್ಟಿ ಕೆಲಗಂಟೆಗಳೂ ಕಳೆದಿರಲಾರವು. ಮರಿಗಳನ್ನು ಒಳ್ಳೇ ಬೆಲೆಗೆ ಮಾರಬಹುದೂಂತ ಮಮೂದ್ ಹೇಳ್ತಿದ್ದ."

ಫಾತಿಮಾಗೆ ನೋವು ಹೆಚ್ಚಾಯಿತು. ಹಣೆಯ ಮೇಲೆ ಹಳದಿ ಮುತ್ತುಗಳಂಥ ಬೆವರ ಹನಿಗಳು.

"ಅಮ್ಮಾ!" ಎಂದು ಅವಳು ಕೂಗಿಕೊಂಡಳು.

ಇದನ್ನೆಲ್ಲ ನೋಡಿ ಚಕಿತನಾದ ಯುವಕನನ್ನು ಮುದುಕಿ ಬಾಗಿಲತ್ತ ತಳ್ಳುತ್ತ ಎಂದಳು:

"ಹೋಗಿ ಸೂಲಗಿತ್ತೀನ ಕರೆದುಕೊಂಡು ಬಾ, ಬೇಗ ಹೋಗು!"

ಯುವಕ ಒಮ್ಮೆ ದಿಟ್ಟಿಸಿ ನೋಡಿ ಜೋರಾಗಿ ಮೇಲುಸಿರು ಬಿಟ್ಟು ಸೂಲಗಿತ್ತಿಯನ್ನು ಕರೆತರಲು ಓಡಿದ.

○ ಚಂದ್ರನ್ ನಾಯರ್

ಅಭ್ಯಾಸ ಬಲ

ಸೂರ್ಯೋದಯಕ್ಕೆ ಸಾಕಷ್ಟು ಮುಂಚೆಯೇ ಮುದುಕನಿಗೆ ಎಚ್ಚರವಾಯಿತು. ಏಳುತ್ತಿದ್ದಂತೆ ಮೈಮುರಿದ. ಅವನು ಮಲಗಿದ್ದ ಹಗ್ಗದ ಮಂಚದ ಮೇಲೆ ಹಾಸಿದ್ದುದು ಒಂದು ತೆಳ್ಳನೆಯ ದುಪಟಿ. ಹಗ್ಗ ಮೈಗೆ ಚುಚ್ಚುತ್ತಿತ್ತು. ಮುದುಕನಿಗೆ ಆಗ ಅರವತ್ತು ವರ್ಷ. ಕಳೆದ ನಲವತ್ತೇಳು ವರ್ಷಗಳಿಂದ ಅವನು ಏಳುತ್ತಿದ್ದುದು ಇಷ್ಟು ಹೊತ್ತಿಗೇನೇ. ದಿನವೂ ಬೆಳಗ್ಗೆ ಅವನ ಚಟುವಟಿಕೆ ಒಂದೇ ಥರ.

ಎದ್ದು ಮೈ ಕೈ ಉಜ್ಜಿಕೊಂಡು ಇನ್ನೂ ಕತ್ತಲು ಕವಿದಿದ್ದ ಕೋಣೆಯಲ್ಲಿ ತನ್ನಿಂದ ಸ್ವಲ್ಪ ದೂರದಲ್ಲಿ ನೆಲದ ಮೇಲೆ ಮಲಗಿದ್ದ ಹೆಂಡತಿಯತ್ತ ಆತ ನೋಡಿದ. ಸಣ್ಣ, ಕೃಶಳಾದ ಆ ಹೆಂಗಸಿಗೆ ನಿದ್ರೆ ಜಾಸ್ತಿ. ತಾನು ರಾತ್ರಿ ಹೊದೆದಿದ್ದ ಪಂಚೆಯನ್ನು ಈಗ ಬಿಗಿಯಾಗಿ ಸುತ್ತಿಕೊಂಡು ಮುದುಕ ಆಕಳಿಸುತ್ತ ಎದ್ದು ನಡೆದು ತನ್ನ ಹೆಬ್ಬೆರಳಿನಿಂದ ಆಕೆಯನ್ನು ಸ್ಪರ್ಶಿಸಿ ಎಬ್ಬಿಸಹೋದ. ಆಕೆಗೆ ಎಚ್ಚರವಾಗಲಿಲ್ಲ. ಆತ ಮತ್ತೂ ಜೋರಾಗಿ ಒತ್ತಿದ.

"ಏನು ಆಗಲೆ ಹೊತ್ತಾಗಿಬಿಟ್ಟಿತೆ ?" ಎನ್ನುತ್ತ ಮುದುಕಿ ಎದ್ದಳು.

"ಹೂಂ, ಹಸುಗಳಲ್ಲಿ ಹಾಲು ತುಂಬಿ ಅವಕ್ಕೆ ನೆಟ್ಟಗೆ ನಿಲ್ಲೋದಕ್ಕೂ ಕಷ್ಟವಾಗ್ತಿದೆ. ಹಾಲು ಕರೆಯೋದಕ್ಕಾಗಿ ಅವು ಕಾಯ್ತಾ ಇವೆ," ಎಂದ ಆತ. ಅವಳು ಕೇಳಲಿ, ಕೇಳದಿರಲಿ; ಆತ ದಿನವೂ ಬೆಳಗ್ಗೆ ಹೇಳುತ್ತಿದ್ದುದು ಹಾಗೆಯೇ. ಅವಳನ್ನೆಬ್ಬಿಸಿದುದಕ್ಕಾಗಿ ಅವನು ಕ್ಷಮೆ ಕೋರುತ್ತಿದ್ದ ರೀತಿ ಅದು.

ತಾನು ಮಲಗಿದ್ದ ಕೋಣೆಯ ದಪ್ಪನೆಯ ಮರದ ಬಾಗಿಲನ್ನು ಮುದುಕ ತೆರೆದ. ಅದೇನೂ ಅಂಥ ದೊಡ್ಡ ಮನೆಯಾಗಿರಲಿಲ್ಲ; ನೆಲದಿಂದ ಮೂರಡಿ ಎತ್ತರದಲ್ಲಿ ಕಟ್ಟಲಾಗಿತ್ತು. ಬುಡಕ್ಕೆ ಕಾಂಕ್ರೀಟು, ಬಣ್ಣ ಕಟ್ಟದಿದ್ದ ಇಟ್ಟಿಗೆಗಳಿಂದ ನಿರ್ಮಿಸಿದ ಗೋಡೆಗಳು. ಛಾವಣಿಯ ತೊಲೆಗಳು ತೇಗದ ಮರದ್ದು. ಅವುಗಳಿಗೆ ಬೆಲೆ ಹೆಚ್ಚು, ಇಪ್ಪತ್ತಾರು ಮೈಲಿ ದೂರದ ಊರಿನಿಂದ ಕಂಟ್ರಾಕ್ಟರನೊಬ್ಬ ಅವನ್ನು ತಂದು ಸರಬರಾಜು ಮಾಡಿದ್ದ. ಮನೆಗೆ ತೆಂಗಿನ ಗರಿಗಳ ಛಾವಣಿ. ಮಳೆ ಬಂದರೂ ನೀರು ಸೋರುತ್ತಿರಲಿಲ್ಲ; ಆದರೆ ಗಾಳಿ ಬೀಸಿ ಬರುತ್ತಿತ್ತು.

ಮನೆಯಲ್ಲಿ ಪಡಸಾಲೆಯ ಸುತ್ತ ಮೂರು ಕೋಣೆಗಳು. ಮನೆಗೆ ಬರುವವರು ಒಂದಡಿ ಎತ್ತರದ ಮೂರು ಮೆಟ್ಟಿಲುಗಳನ್ನು ಹತ್ತಿ ಪಡಸಾಲೆಗೆ ಬರಬೇಕು. ಅಲ್ಲಿ ಅಷ್ಟೇನೂ ಪೀಠೋಪಕರಣಗಳಿರಲಿಲ್ಲ; ಒಂದು ಮರದ ಕುರ್ಚಿ ಮತ್ತು ಒಂದು ಸಣ್ಣ ಮೇಜು. ಮನೆಗೆ ಛಾವಣಿಗಾಗಿ ತಂದಿದ್ದ ತೇಗದ ಮರದಲ್ಲಿ ಮಿಕ್ಕಿದ್ದರಿಂದ ಬಡಗಿ ಅವನ್ನು ತಯಾರಿಸಿದ್ದ. ಅವನೇನೂ ಅಂಥ ಒಳ್ಳೆ ಕೆಲಸಗಾರನಾಗಿರಲಿಲ್ಲ, ಹಳ್ಳಿಯಲ್ಲಿ ಮುದುಕನ ಮನೆಯ ಪಕ್ಕದಲ್ಲೇ ವಾಸಿಸುತ್ತಿದ್ದ ಅವನು ಮಾಡಿಕೊಟ್ಟ ಆ ಕುರ್ಚಿ, ಮೇಜು ಮಟ್ಟಸವಾಗಿಲ್ಲದೆ ಅಲುಗಾಡುತ್ತಿದ್ದವು.

ಮುದುಕ ಮೆಟ್ಟಲಿಳಿದು ಅಂಗಳಕ್ಕೆ ಬಂದ. ಅಲ್ಲಿ ನೆಲಕ್ಕೆ ಸಿಮೆಂಟ್ ಹಾಕಿರಲಿಲ್ಲ. ಆದುದರಿಂದ ಬೆಳಗಿನ ಜಾವದಲ್ಲಿ ಅದು ಬಹಳ ತಣ್ಣಗಾಗಿರುತ್ತಿತ್ತು. ಈ ತಣ್ಪು ಮುದುಕನ ಕಾಲುಗಳನ್ನು ಕೊರೆಯಿತು. ಯಾಕೆಂದರೆ ಅವನು ಬರಿಗಾಲಲ್ಲೇ ಬಂದಿದ್ದ. ತನ್ನಲ್ಲಿದ್ದ ಒಂದು ಜತೆ ಚರ್ಮದ ಚಪ್ಪಲಿಗಳನ್ನು ಅವನು ಹಬ್ಬಹರಿದಿನಗಳಲ್ಲೋ ಆಗಾಗ್ಗೆ ನಗರಕ್ಕೆ ಹೋಗಿಬರುವಾಗಲೋ ಉಪಯೋಗಿಸುತ್ತಿದ್ದ.

ದಿನವೂ ಬೆಳಗ್ಗೆ ಮುದುಕ ಹಲ್ಲುಜ್ಜುತ್ತಿದ್ದದ್ದು ಬೇವಿನ ಕಡ್ಡಿಯಿಂದ. ಬೇವಿನ ಮರ ಅಂಗಳದಲ್ಲೇ ಬೆಳೆದಿತ್ತು. ಅವನೀಗ ಅದರಿಂದ ಒಂದು ಎಳೆಯದಾದ ಸಣ್ಣ ಕಡ್ಡಿ ಮುರಿದು, ಅದರ ತುದಿಯನ್ನು ಒಪ್ಪಮಾಡಿಕೊಂಡು ಬಾವಿಯ ಬಳಿಗೆ ನಡೆದ. ಇಪ್ಪತ್ತಡಿ ಆಳದ ಬಾವಿ ಅದು; ನೀರು ಬಹು ನಿರ್ಮಲವಾಗಿತ್ತು. ಬೆಳಗ್ಗೆ ತುಂಬಾ ಚಳಿ. ಶ್ರಮಪಟ್ಟು ಮುದುಕ ಬಾವಿಯಿಂದ ಒಂದು ಬಕೆಟ್ಟು ನೀರು ಸೇದಿದ. ಕೈ ಬಾಯಿ ತೊಳೆದುಕೊಂಡು ಐದು ನಿಮಿಷ ಬೇವಿನಕಡ್ಡಿಯಿಂದ ಹಲ್ಲುಜ್ಜಿಕೊಂಡು ಮತ್ತೆ ಬಾಯಿ ಮುಕ್ಕಳಿಸಿದ. ಆತ ಸ್ನಾನ ಮಾಡುತ್ತಿದ್ದುದು ಸಂಜೆಗೇ – ತನ್ನ ಗದ್ದೆಯ ಹತ್ತಿರ ತೊರೆಯಲ್ಲಿ.

ಇಷ್ಟುಹೊತ್ತಿಗೆ ಮುದುಕಿ ಹಿಂಭಾಗದಲ್ಲಿದ್ದ ಅಡುಗೆಮನೆ ಸೇರಿದ್ದಳು. ಅಡುಗೆಮನೆ ಪ್ರತ್ಯೇಕವಾಗಿತ್ತು. ಅಲ್ಲಿದ್ದ ಹಳೆಯ ಜೇಡಿಮಣ್ಣಿನ ಒಲೆಯನ್ನು ಊದಿ ಕೆಂಡ ಉರಿಸಿ ಆಕೆ ಎರಡು ಒಣಗಿದ ಸೌದೆಗಳನ್ನು ಅದಕ್ಕೆ ಹಾಕಿದಳು. ಬಿಸಿನೀರು ಕಾಯಿಸುವ ಅಲ್ಯೂಮಿನಿಯಂ ತಪ್ಪಲೆ ಹಿಡಿದು ಆಕೆ ಪುನಃ ಅಲ್ಲಿಗೆ ಬರುವ ಹೊತ್ತಿಗೆ ಮುದುಕನ ಪ್ರಾತರ್ವಿಧಿಗಳೆಲ್ಲ ಮುಗಿದು ಆತ ಎತ್ತುಗಳಿಗೆ ನೊಗ ಕಟ್ಟಲು ಹೊರಟಿದ್ದ.

ಪ್ರತಿ ದಿನವೂ ಬೆಳಗ್ಗೆ ಮುದುಕಿ ಹಸುಗಳ ಹಾಲು ಕರೆಯುತ್ತಿದ್ದಾಗ ಹಾಗೂ ತಪ್ಪಲೆಯಲ್ಲಿ ನೀರು ಕುದಿಯುತ್ತಿದ್ದಾಗ ಮುದುಕ ಜಮೀನು ಉಳಲು ಹೋಗುತ್ತಿದ್ದ. ಅವನಿಗೆ ನಾಲ್ಕು ಹೊಲಗಳಿದ್ದವು. ಅವುಗಳಲ್ಲಿ ಯಾವಾಗಲೂ ಯಾವುದಾದರೊಂದು ಹೊಲ ಉಳುಮೆಗೆ ಉಳಿಯುವ ಹಾಗೆ ಆತ ಬಿತ್ತನೆ ಮಾಡುತ್ತಿದ್ದ. ಅವನು ದಿನವೂ ಉಳುತ್ತಿದ್ದ. ಕೆಲವೊಮ್ಮೆ ಉತ್ತ ಹೊಲವನ್ನೇ ಅಗತ್ಯವಿರದಿದ್ದರೂ ಮತ್ತೆ ಮತ್ತೆ ಉಳುತ್ತಿದ್ದ. ಅದು ಅವನ ಅಭ್ಯಾಸ. ದಿನವೂ ಬೆಳಗ್ಗೆ ಸೂರ್ಯ ಹುಟ್ಟುತ್ತಿದ್ದಂತೆ ಎತ್ತುಗಳಿಗೆ ನೊಗಕಟ್ಟಿ ಉಳಲು ಹೋಗದಿರುವುದು ಅವನಿಗೆ ಸಾಧ್ಯವೇ ಇರಲಿಲ್ಲ. ಹದಿಮೂರು ವರ್ಷದ ಹುಡುಗನಾಗಿದ್ದಾಗಿನಿಂದ ಅವನು ಈ ಕೆಲಸ ಮಾಡುತ್ತಿದ್ದ. ಅವನ ನಂತರ ಹೀಗೆ ಉಳಲು ಯಾರೂ ಇರಲಿಲ್ಲ. ಅವನ ಮಕ್ಕಳೆಲ್ಲ ವಿದ್ಯಾವಂತರಾಗಿ ನಗರದಲ್ಲಿ ಉದ್ಯೋಗಿಗಳಾಗಿದ್ದರು. ಇದನ್ನು ಯೋಚಿಸಿದಾಗ ಮುದುಕನಿಗೆ ಖೇದವಾಗುತ್ತಿತ್ತು. ಮನುಷ್ಯ ಭೂಮಿತಾಯಿಗೆ ಸಮೀಪವಾಗಿರಬೇಕು. ಅವನ ಉಳಿವಿಗೆ ಭೂಮಿಯೊಂದೇ ಆಧಾರ ಎಂದು ಅವನು ದೃಢವಾಗಿ ನಂಬಿದ್ದ.

ಬೆಳಗ್ಗೆ ಹತ್ತು ಗಂಟೆಯ ಹೊತ್ತಿಗೆ ಮುದುಕ ಮನೆಗೆ ಉಪಾಹಾರಕ್ಕಾಗಿ ವಾಪಸು ಬರುತ್ತಿದ್ದ.

ಎಲ್ಲರೂ ಊಟ ಮಾಡುತ್ತಿದ್ದ ಪಡಸಾಲೆಯಲ್ಲಿ ತಿಂಡಿ ತೀರ್ಥ ಸಿದ್ಧವಾಗಿರುತ್ತಿತ್ತು. ದೊಡ್ಡ ಅಕ್ಕಿ ರೊಟ್ಟಿ, ತೆಂಗಿನಕಾಯಿ ಚಟ್ನಿ, ಚಹಾ ಮತ್ತು ನೊರೆಹಾಲು ಬಡಿಸಿರುತ್ತಿದ್ದರು. ಒಂದೊಂದು ದಿನ ಮುದುಕಿ ರೊಟ್ಟಿಯ ಜತೆಗೆ ದಪ್ಪನೆಯ ಬಾಳೆ ಹಣ್ಣಿನ ರಸಾಯನ ಮಾಡಿಡುತ್ತಿದ್ದಳು. ಅದು ಅವನಿಗೆ ಇಷ್ಟವಾದ ಖಾದ್ಯ.

ಉಪಾಹಾರ ಮುಗಿಸಿಕೊಂಡು ಮುದುಕ ರಸ್ತೆಯ ಮೂಲೆಯಲ್ಲಿದ್ದ ದರ್ಜಿಯ ಅಂಗಡಿಗೆ ಹೋಗುತ್ತಿದ್ದ. ಆ ಅಂಗಡಿ ಅವನ ಸೋದರಳಿಯನದ್ದು. ಆತ ಆ ಸ್ಥಳವನ್ನು ಎಲ್ಲ ಬಗೆಯ ವ್ಯಾಪಾರ ವ್ಯವಹಾರಗಳಿಗೆ ಕಚೇರಿಯಾಗಿ ಉಪಯೋಗಿಸುತ್ತಿದ್ದ. ಸ್ಥಳೀಯ ಸಮಾಜವಾದಿ ಪಕ್ಷದ ಪ್ರಧಾನ ಕಚೇರಿಯೂ ಅಲ್ಲೇ. ಜನ ಕಾಗದ ಪತ್ರಗಳ ಮೇಲೆ ಆ ವಿಳಾಸವನ್ನೇ ಬರೆಯುತ್ತಿದ್ದರು. ಯಾಕೆಂದರೆ ಪಕ್ಕದ ಕಟ್ಟಡದಲ್ಲೇ ಅಂಚೆ ಕಚೇರಿ. ಬೇಲಿಯ ಬಳಿ ನಿಂತು ಅಂಚೆ ಪೇದೆ ಪತ್ರಗಳನ್ನು ಕೊಟ್ಟುಬಿಡುತ್ತಿದ್ದ. ಹೀಗಾಗಿ, ಅಂಚೆಯವನು ಯಾವಾಗಲೋ ಬಂದು ಕೊಡುವುದೋ ಅಥವಾ ಕೊಡದೆ ಇರುವುದೋ ತಪ್ಪುತ್ತಿತ್ತು. 'ಕೇರಾಫ್ ಅಪ್ಪುವಿನ ದರ್ಜಿಯಂಗಡಿ' ಎಂಬ ವಿಳಾಸಕ್ಕೆ ಬಂದ ಪತ್ರಗಳು ಮಾತ್ರ ತಪ್ಪದೆ ತಕ್ಷಣ ವಿಳಾಸದಾರರ ಕೈಸೇರುತ್ತಿದ್ದವು.

ಮುದುಕನೂ ಅವನ ಗೆಳೆಯರೂ ಕೂಡುತ್ತಿದ್ದುದು ಸಹ ಈ ದರ್ಜಿ ಅಂಗಡಿಯಲ್ಲೇ. ಅದೂ ಒಂದು ಅಭ್ಯಾಸವೇ. ಅಪ್ಪುವಿನ ದರ್ಜಿಯಂಗಡಿಯಾಗುವುದಕ್ಕೆ ಮೊದಲು ಅದು ಊರಿನ ತಾಕುಲೀಕಾದ ಯುವಕರು ಸೇರುತ್ತಿದ್ದ ಸ್ಥಳವಾಗಿತ್ತು. ಆಗ ಅದು ಸಾರಾಯಿ ಅಂಗಡಿ. ಸಾರಾಯಿಗೂ ರಾಜಕಾರಣಕ್ಕೂ ಒಳ್ಳೆಯ ಹೊಂದಾಣಿಕೆ. ಸಾರಾಯಿ ಸರಬರಾಜಿನಷ್ಟೇ ಧಾರಾಳವಾಗಿ ಬುದ್ಧಿವಂತ, ತಿಳಿವಳಿಕಸ್ಥ ಮಾತುಕತೆಗಳೂ ಹರಿಯುತ್ತಿದ್ದವು.

ದರ್ಜಿಯಂಗಡಿಯಲ್ಲಿ ಮುದುಕರು ಅಡಕೆಲೆ ಅಗಿಯುತ್ತ ಕುಳಿತಿರುತ್ತಿದ್ದರು. ಆಗಾಗ್ಗೆ ಮಾತು ನಿಲ್ಲಿಸಿ ಬಾಯಲ್ಲಿ ತುಂಬಿದ್ದ ಕೆಂಪನೆಯ ಅಡಕೆಲೆ ರಸವನ್ನು ಅಂಗಡಿಯಾಚೆ ನೆಲದತ್ತ ಪಿಚಕ್ಕನೆ ಉಗುಳುತ್ತಿದ್ದರು. ಮಳೆಬೆಳೆ, ತಮ್ಮ ಮಕ್ಕಳು, ರಾಜಕೀಯದಲ್ಲಿ ಪ್ರಾಮಾಣಿಕತೆಯ ಅಭಾವ – ಈ ವಿಷಯಗಳ ಬಗ್ಗೆಯೇ ಮುದುಕರು ಮಾತಾಡುತ್ತಿದ್ದುದು. ಹಳೆಯ ಆ ಒಳ್ಳೆಯ ದಿನಗಳೆಲ್ಲಾ ಹೋದವು ಎಂದು ವಿಷಾದಿಸುತ್ತಿದ್ದರು. ಅವರು ಮರಣದ ವಿಷಯ ಮಾತಾಡುತ್ತಲೇ ಇರಲಿಲ್ಲ. ತಮ್ಮಲ್ಲಿ ಯಾರಾದರೂ ಸತ್ತುಹೋದರೆ ಲೋಕಾಭಿರಾಮವಾಗಿ ಅದರ ಬಗ್ಗೆ ಪ್ರಸ್ತಾಪಿಸಿ, ಶವಸಂಸ್ಕಾರಕ್ಕೆ ಹೋಗಿ ಬಂದುಬಿಟ್ಟರೆ ಆಮೇಲೆ ಮೃತನ ಬಗ್ಗೆ ಮೌನವಾಗಿರುತ್ತಿದ್ದರು. ಸತ್ತವನ ಮಕ್ಕಳು ಪರೀಕ್ಷೆಯಲ್ಲಿ ಉತ್ತೀರ್ಣರಾದರು ಅಥವಾ ಆಗಲಿಲ್ಲ, ಅವರಾರಿಗೋ ಮದುವೆ ಯಾಯಿತು, ಇನ್ನಾರೋ ಕೋರ್ಟಿಗೆ ಹೋದರು ಅನ್ನುವ ವಿಷಯಗಳು ಬಂದಾಗ ಅಥವಾ ಆ ಮಕ್ಕಳು ಯಾರಾದರೂ ತಮ್ಮ ಮುಂದೆ ಹಾದುಹೋದಾಗ ಮಾತ್ರ ಮೃತನ ಪ್ರಸ್ತಾಪ ಬರುತ್ತಿತ್ತು.

ಮಧ್ಯಾಹ್ನ ಹನ್ನೆರಡರ ಹೊತ್ತಿಗೆ ಮುದುಕ ಜಮೀನಿಗೆ ಹಿಂದಿರುಗುತ್ತಿದ್ದ. ಅಲ್ಲಿ ಬದುಗಳ ಮೇಲೆ ನಡೆದಾಡುತ್ತ ಕಳೆ ಕೀಳುತ್ತ ಜಮೀನಿನ ಮಣ್ಣಿನ ವಾಸನೆಯನ್ನು ಆಘ್ರಾಣಿಸುತ್ತ ಕಾರ್ಯಮಗ್ನನಾಗಿದ್ದು ಮೂರು ಗಂಟೆಯವರೆಗೂ ಇದ್ದು ಬರುತ್ತಿದ್ದ.

ಅಂದು ಮಧ್ಯಾಹ್ನ ಮೂರು ಗಂಟೆಗೆ ಎಂದಿನಂತೆ ಆತ ಊಟಕ್ಕೆ ಬಂದಾಗ ಊಟ ಕಾಣಿಸಲಿಲ್ಲ. ಮಾಮೂಲಾಗಿ ಅದೇ ತಾನೆ ಕತ್ತರಿಸಿ ತಂದ ಬಾಳೆ ಎಲೆಯ ಮೇಲೆ ಬಡಿಸಿರ ಬೇಕಾದ ಬಿಸಿ – ಬಿಸಿ ಅನ್ನ, ಹುಳಿ, ಪಲ್ಯ, ಮಾಂಸ ಕಾಣಿಸಲಿಲ್ಲ. ಬೆಳ್ಳಿಯ ಲೋಟದಲ್ಲಿ ತಣ್ಣನೆಯ ಬಾವಿ ನೀರೂ ಇಟ್ಟಿರಲಿಲ್ಲ. ಅವನು ಊಟ ಮಾಡುವಾಗ ಯಾವಾಗಲೂ ಸಂಕೋಚದಿಂದ ತಮ್ಮ ಕೋಣೆಯ ಬಾಗಿಲ ಬಳಿ ನಿಂತು ನೋಡುತ್ತಿದ್ದ ಮುದುಕಿ ಇಂದು ಇರಲಿಲ್ಲ.

ಮುದುಕ ಮೂರು ಗಂಟೆಗೆ ಊಟಮಾಡಿ ಆರು ಗಂಟೆಯವರೆಗೆ ಮಲಗಿದ್ದು ಅನಂತರ ಎದ್ದು ಸ್ನಾನಮಾಡಿ ಮನೆಯ ಹತ್ತಿರವೇ ಇದ್ದ ದೇವಸ್ಥಾನಕ್ಕೆ ಹೋಗಿಬರುತ್ತಿದ್ದ. ವಾಸ್ತವವಾಗಿ ಅವನು ಅಲ್ಲಿ ಪ್ರಾರ್ಥನೆ ಮಾಡುತ್ತಿರಲಿಲ್ಲ. ಯಾಕೆಂದರೆ ಅವನು ದೇವರೊಂದಿಗೆ ಒಂದು ಒಪ್ಪಂದಕ್ಕೆ ಬಂದಿದ್ದ. ಅವನಿಗೆ ತನ್ನ ಬಗ್ಗೆ ಗೌರವವಿದೆ ಎಂಬದನ್ನು ಅರಿತಿದ್ದ ದೇವರು ಅವನನ್ನು ಅವನ ಪಾಡಿಗೆ ಬಿಟ್ಟಿದ್ದ. ಅವನು ದೇವಸ್ಥಾನಕ್ಕೆ ಹೋಗುತ್ತಿದ್ದುದು ಈ ತಿಳಿವಳಿಕೆಯನ್ನು ದೃಢೀಕರಿಸುವುದಕ್ಕಾಗಿ.

ಎಂದಿನಂತೆ ಊಟ ಕಾಣದಿದ್ದುದರಿಂದ ಈ ದಿನ ಅವನಿಗೆ ಕೋಪಬಂದು ಆತ ಹೊರಡಲು ತಿರುಗಿದ. ಆದರೆ ಅದೇನೋ ಯೋಚನೆ ಹೊಳೆದು ಹಾಗೇನಿಂತ. ಪ್ರಾಯಶಃ ಅವಳಿಗೆ ಮೈ ಸರಿಯಿಲ್ಲವೇನೋ ಎಂದುಕೊಂಡು ತಮ್ಮ ಕೋಣೆಗೆ ಹೋಗಿ ನೋಡಿದ. ಆಕೆ ಅಲ್ಲಿರಲಿಲ್ಲ. ಕ್ರಮೇಣ ಅವನಲ್ಲಿ ಏನೋ ಭೀತಿ ಮೂಡಿತು. 'ಮಾಲತಿ, ಮಾಲತಿ' ಎಂದು ಆಕೆಯ ಹೆಸರು ಕೂಗಬೇಕೆನಿಸಿತು. ಆದರೆ ಅವರು ಎಂದೂ ಪರಸ್ಪರ ಹೆಸರು ಹಿಡಿದು ಕೂಗಿದ್ದಿಲ್ಲ. 'ನೀನು, ನೀವು' ಎಂದೇ ಕರೆಯುತ್ತಿದ್ದುದು. ಆದುದರಿಂದ ಈಗಲೂ ಆಕೆಯ ಹೆಸರನ್ನು ಕೂಗಲು ಅವನಿಂದಾಗಲಿಲ್ಲ. ಕೊನೆಗೆ ಅಡುಗೆಮನೆಯಲ್ಲಿ ಅವನು ಆಕೆಯನ್ನು ಕಂಡ. ಅತ್ತಕಡೆ ಒಂದು ಮೂಲೆಯಲ್ಲಿ ಗೋಡೆಯ ಹತ್ತಿರ ಆಕೆ ಕುಸಿದುಬಿದ್ದಿದ್ದಳು. ಮುದುಕಿ ಮೃತಳಾಗಿದ್ದಳು. ಅವನಿಗೆ ಊಟ ತಯಾರಿಸುತ್ತಿದ್ದಾಗ ಆಕೆಯ ಹೃದಯಕ್ರಿಯೆ ನಿಂತುಹೋಗಿತ್ತು. "ಮಾಲತಿ, ಮಾಲತಿ !" ಎಂದು ಅವನು ಕೂಗಿದ. ಅವಳಿಗೆ ಈಗ ಅದು ಕೇಳಿಸುವಂತಿರಲಿಲ್ಲ. ತಾನು ನವ ತರುಣನಾಗಿದ್ದಾಗ ದೇವಾಲಯದ ಕೊಳದ ಹತ್ತಿರ ಎತ್ತರಕ್ಕೆ ಬೆಳೆದಿದ್ದ ಹುಲ್ಲಿನ ಮರೆಯಲ್ಲಿ ನಿಂತು ಅವಳು ಸಂಜೆಯ ಸ್ನಾನಕ್ಕೆ ಬರುವುದನ್ನು ಕದ್ದು ನೋಡುತ್ತಿದ್ದಾಗಿನಿಂದ ತಾನು ಅವಳನ್ನು ಎಷ್ಟು ಪ್ರೀತಿಸುತ್ತಿದ್ದೆನೆಂದು ಈಗ ಅವಳಿಗೆ ತಿಳಿಯುವಂತೆಯೇ ಇಲ್ಲ. ತಾನು ಅವಳನ್ನೇ ಮದುವೆಯಾಗುವುದಾಗಿ ಒತ್ತಾಯಮಾಡಿ ತನ್ನ ಮಾವನಿಗೆ ಹೇಳಿ, ಆತ ಅವಳ ತಂದೆಯೊಡನೆಯೂ, ಅವನು ತನ್ನ ತಂದೆಯೊಡನೆಯೂ ಮಾತಾಡಿದ್ದರಿಂದಲೇ ತಮ್ಮ ಮದುವೆ ಗೊತ್ತಾಗಿದ್ದೆಂದೂ ಈಗ ಅವಳಿಗೆ ತಿಳಿಯುವುದಿಲ್ಲ. ನಲವತ್ತು ವರ್ಷಗಳ ದಾಂಪತ್ಯ! ಏನೆಲ್ಲ ಜ್ಞಾಪಕವಿಟ್ಟುಕೊಳ್ಳಲು ಸಾಧ್ಯ? ಅವನ ಕಣ್ಣಲ್ಲಿ ನೀರು ತುಂಬಿತು.

ಮುದುಕ ನಿಧಾನವಾಗಿ ದರ್ಜಿಯಂಗಡಿಗೆ ನಡೆದ: ಆಗಲೆ ಬಾಗಿ ನಡೆಯುತ್ತಿದ್ದ. "ನಿಮ್ಮ ಚಿಕ್ಕಮ್ಮ ಹೋಗಿಬಿಟ್ಟಳು. ನಗರಕ್ಕೆ ಹೋಗಿ ನನ್ನ ಮಕ್ಕಳನ್ನು ಕರೆದುಕೊಂಡು ಬಾ. ನಾನು ಕರೆದೆನೆಂದು ತಿಳಿಸು" ಎಂದು ತನ್ನ ಸೋದರಳಿಯನಿಗೆ ಸೂಚನೆಯಿತ್ತು ಅಂತ್ಯಕ್ರಿಯೆಗೆ ಏರ್ಪಾಟು ಮಾಡಲು ಆತ ದೇವಸ್ಥಾನಕ್ಕೆ ತೆರಳಿದ.

ಹಾಗೆ ನಡೆಯುತ್ತಿದ್ದಂತೆ ಮುದುಕ ಮೊದಲಬಾರಿಗೆ ಮಂದವಾದ ತುಕ್ಕು ಹಿಡಿದಂತಿದ್ದ ಮಣ್ಣಿನ ಬಣ್ಣ, ಒಣಗಿ ಸೊರಗಿದ್ದ ಮರದೆಲೆಗಳು, ಅಕ್ಕಪಕ್ಕದ ಅಂಚುಗಳಲ್ಲಿ ಎಲ್ಲೋ ಸ್ವಲ್ಪ ಅಲ್ಲಲ್ಲಿ ಬೆಳೆದಿದ್ದ ಹುಲ್ಲು – ಇವೆಲ್ಲವನ್ನೂ ವೀಕ್ಷಿಸಿ ಗಮನಿಸಿದ. ನಡಿಗೆ ಮುಂದುವರಿಸಿದ್ದಂತೆ ಆಗ ನಲವತ್ತು ವರ್ಷಗಳ ಹಿಂದೆ ಬಿಸಿ ರಕ್ತದವನಾಗಿದ್ದಾಗ ಮಾವ ಸೋಮುವಿನ ಜತೆ ಮಲಯಾಕ್ಕೆ ತಾನೂ ಹೋಗಿಬಿಡಬೇಕಾಗಿತ್ತು ಎಂದು ಅವನು ಪದೇಪದೇ ಅಂದುಕೊಳ್ಳುತ್ತಿದ್ದ.

O

○ ಓಂಗ್ ಭೂ ಸ್ವಾಟ್

ಗಾಜಿನ ಪಂಜರ

ಯಾರೋ ಚಿತ್ತದಿಂದ ರಪರಪನೆ ಬಾರಿಸುತ್ತಿದ್ದ ಶಬ್ದ ಕೇಳಿ ಸೇಂಗ್ ಭೂಯಿ ಎಚ್ಚರಗೊಂಡ. ನಾಲ್ಕು ವರ್ಷದ ಬಾಲಕಿಯ ರೋದನ ಅವನ ಕಿವಿ ತುಂಬಿತು. ಅವನ ಮನೆಯ ಬೆನ್ನಿಗೆ ಬೆನ್ನು ಜೋಡಿಸಿ ನಿಂತಿದ್ದ ಆಚೆ ಮನೆಯ ಸೇವಕರ ವಸತಿಗಳು ಅವನ ಮಲಗುವ ಕೋಣೆಯಿಂದ ಹೆಚ್ಚು ದೂರವಿರಲಿಲ್ಲ – ಇಪ್ಪತ್ತು ಅಡಿಗಳಿಗಿಂತಲೂ ಕಡಿಮೆ. ಹಳೆಯದಾದ ಆ ಎರಡು ದೊಡ್ಡ ಬಂಗಲೆಗಳೂ ಬೇರೆ ಬೇರೆ ರಸ್ತೆಗಳತ್ತ ಮುಖ ಮಾಡಿದ್ದವು. ಕಟ್ಟಡಗಳ ಹಿಂಭಾಗಗಳು ಒಂದಕ್ಕೊಂದು ಒತ್ತಿಕೊಂಡಂತಿದ್ದು ಮುಂಭಾಗದ ಉದ್ಯಾನಗಳು ದೊಡ್ಡದಾಗಿರುವಂತೆ ಕಾಣುತ್ತಿದ್ದವು.

ಮನೆಗಳ ವಿನ್ಯಾಸಶೈಲಿಯಲ್ಲಿ ಒಂದು ರೀತಿಯ ಆಡಂಬರವಿದ್ದಂತೆ ತೋರುತ್ತಿತ್ತು. ನೋಡಲು ಶ್ರೀಮಂತವಾಗಿ ಕಾಣುತ್ತಿದ್ದ ಮುಂಭಾಗ, ಹಿಂದಕ್ಕೆ ಕಿರಿದಾದ ಅಂಗಳದ ಹಾದಿಗಳು, ಬಟ್ಟೆ ಒಗೆದು ಇಸ್ತ್ರಿ ಮಾಡುವ ಜಾಗ, ಅಡುಗೆ ಮನೆ, ಹಿಂದಕ್ಕೆ ಸೇವಕರ ವಸತಿಗಳು. ಮನೆಯಲ್ಲಿನ ನಿಜವಾದ ಸನ್ನಿವೇಶ ಏನೆಂದು ಯಾರಿಗೂ ತಿಳಿಯುತ್ತಿರಲಿಲ್ಲ.

ಉದಾಹರಣೆಗೆ, ಇಬ್ಬರು ಗಂಡುಮಕ್ಕಳು ಮತ್ತು ಒಬ್ಬ ಹೆಣ್ಣು ಮಗಳಿದ್ದ ಕುಟುಂಬದ ಎರಡನೇ ಅಮೂಲ್ಯ ಪುತ್ರ ಸೇಂಗ್ ಭೂಯಿ ಮುಂಭಾಗದಲ್ಲಿದ್ದ ವಿಶಾಲವಾದ ಆರು ಮಲಗುವ ಕೋಣೆಗಳಲ್ಲಿ ಒಂದರಲ್ಲಿರುವುದರ ಬದಲು ಐದು ವರ್ಷದ ಹುಡುಗನಾಗಿದ್ದಾಗಿನಿಂದ ಈ ಸಣ್ಣ ಸೇವಕರ ಕೋಣೆಯಲ್ಲೇ ಇರುತ್ತಿದ್ದ. ಯಾವಾಗ ನೋಡಿದರೂ ನೆಗಡಿ – ಶೀತದ ಬಾಧೆ ಅವನಿಗೆ: ಮುಂಭಾಗದ ಕೋಣೆಗಳಲ್ಲಿ ಗಾಳಿ ಜಾಸ್ತಿ, ಅದು ಅವನಿಗಾಗದು.

ಕಬ್ಬಿಣದ ಸರಳುಗಳಿದ್ದ ಕಿಟಕಿಯ ಮೂಲಕ ಒಳಗೆ ಬೀಳುತ್ತಿದ್ದ ಬಿಸಿಲಿನ ಪ್ರಕಾಶದಲ್ಲಿ ಆತ ಬೀರುವಿನ ಮೇಲಿದ್ದ ಗಡಿಯಾರ ನೋಡಿದ. ಬೆಳಗ್ಗೆ 10.10 ಗಂಟೆಯಾಗಿತ್ತು. ಇಂದು ಗುರುವಾರ ಎಂಬುದು ನೆನಪಿಗೆ ಬಂದು ಅವನು ಕಸಿವಿಸಿಗೊಂಡ. ಶಾಲೆ ಮತ್ತೆ ತೆರೆಯಲು ಇನ್ನು ನಾಲ್ಕೇ ದಿನ ಉಳಿದಿದೆ.

ಪುನಃ ನಿದ್ರೆ ಹೋದರೇನಾದರೂ ಈ ಬೇಜಾರು ಭಾವನೆ ಹೋದೀತೋ ಎಂದು ಅರೆತೆರೆದ ಕಣ್ಣುಗಳಿಂದ ಚಾವಣಿಯ ನೀಲಿ ಹಲಗೆಗಳನ್ನು ನೋಡುತ್ತ ಸೇಂಗ್ ಛೂಯಿ ಮಲಗಿದ.

ಇಲ್ಲ, ಇದು ಸರಿಯಲ್ಲ. ವಿಳಂಬವಾಗಿ ಎದ್ದರೆ ಇಡೀ ದಿನ ವ್ಯರ್ಥವಾದಂತನ್ನಿಸುತ್ತಿತ್ತು. ಆದರೂ ಶಾಲಾ ರಜೆಗಳ ಒಂದು ಶ್ರೀಮಂತಿಕೆಯೆಂದರೆ ಹೊತ್ತುಮೀರಿ ಏಳಬಹುದು. ಆದರೆ ಕೆಳಗಡೆ ಹೋಗಿ ಉಳಿದವರೆಲ್ಲ ಅಂದಿನ ತಮ್ಮ ಕೆಲಸಗಳಲ್ಲಿ ನಿರತರಾಗಿರುವುದನ್ನು ಕಂಡಾಗ ತಾನು ಹೊರಗೆ ಉಳಿದಿದ್ದೇನೆ ಎಂಬ ಭಾವನೆ ಅವನಿಗೆ ಬರುತ್ತಿತ್ತು. ಅದೇನಿದ್ದರೂ ಮತ್ತೆ ಅರೆನಿದ್ರೆ ಹೋಗಿ 11.10ಕ್ಕೆ ಎದ್ದರೆ ತನಗೆ ಇನ್ನಷ್ಟು ಬೇಸರವಾಗುವುದು ಖಂಡಿತವೆಂದು ಅವನಿಗೆ ಗೊತ್ತಿತ್ತು. ಆದುದರಿಂದ ಅವನು ತಡವರಿಸುತ್ತ ಮಂಚದಿಂದಿಳಿದ. ಬಿಸಿಲು ಕಣ್ಣುಚುಚ್ಚುವಂತಿತ್ತು. ಆಗಲೆ ಈ ದಿನವೂ ವ್ಯರ್ಥವಾಯಿತು ಎಂದು ಆತ ಇನ್ನೊಮ್ಮೆ ಅಂದುಕೊಂಡ.

ಎಂದಿನ ಹಾಗೆ ಅಂದು ಬೆಳಗ್ಗೆಯೂ ಅವನ ಮೂಗು ಕಟ್ಟಿತ್ತು. ಅದನ್ನು ಒರೆಸಿಕೊಳ್ಳುತ್ತ ಮಹಡಿ ಇಳಿದುಬಂದ. ಅಲ್ಲಿ ಅವನ ಸೇವಕಿ ಆ್ಹ ಸೂನ್ ಎದುರಾದವಳು ದೊಡ್ಡದನಿಯಲ್ಲಿ ನುಡಿದಳು :

"ಆಹಾ ! ಕೊನೆಗೂ ಎದ್ದೆಯಲ್ಲ... ಒಳ್ಳೇ ಹಂದಿಯ ಹಾಗೆ ಮಲಗ್ತೀಯ. ನಿಮ್ಮ ತಂದೆ ಆಗಲೆ ಕೆಲಸಕ್ಕೆ ಹೋದರು. ಮೊದಲು ಅವರ ಕೋಣೆ ಗುಡಿಸಿ ಸಾರಿಸಿ ಬಿಟ್ಟುಬರ್ತೇನೆ. ಆಮೇಲೆ ಬಟ್ಟೆ ಒಗಿಬೇಕು..."

ಅವಳು ತನ್ನ ಕೆಲಸಗಳನ್ನು ಪಟ್ಟಿ ಮಾಡಿ ಹೇಳುತ್ತಿದ್ದುದನ್ನು ಸೇಂಗ್ ಛೂಯಿ ಅರೆಬರೆ ಗಮನದಿಂದ ಕೇಳುತ್ತಿದ್ದ. ಕಸಪೊರಕೆ, ನೀರಿನ ಬಿಂದಿಗೆ, ಸಾರಿಸುವ ಬಟ್ಟೆಗಳನ್ನು ಹಿಡಿದು ಅವಳು ಮಹಡಿ ಹತ್ತುತ್ತಿದ್ದಂತೆ ಅವಳ ದನಿ ಹರಕುಮುರಕಾಗುತ್ತ ಕ್ಷೀಣಿಸುತ್ತಿತ್ತು. ಕೊನೇ ಮೆಟ್ಟಿಲು ಹತ್ತುತ್ತಿದ್ದಂತೆ ಅವಳೆಂದಳು:

"ತಿಂಡಿ ಒಲೆಯ ಮೇಲೆ ಬಿಸಿಯಾಗಿದೆ. ನೀನೇ ತಗೊ. ಪುಸ್ತಕಗಳನ್ನೆಲ್ಲ ಜೋಡಿಸಿಟ್ಟುಕೊ. ಸೋಮವಾರ ಶಾಲೆ ತೆರೀತದೆ..."

ಅವಳ ತಂದೆಯ ಕೋಣೆಯೊಳಕ್ಕೆ ಹೋದಂತೆ ಅವಳ ದನಿ ಕೇಳದಾಯಿತು.

ಸೇಂಗ್ ಛೂಯಿ ಅವಳ ಮಾತು ಕೇಳಿಸಲೇ ಇಲ್ಲವೋ ಎಂಬಂತೆ ನಿಲ್ಲದೆ ನಡೆದಿದ್ದ. ಆದರೆ ಶಾಲೆ, ವಿಳಂಬವಾಗಿ ಏಳುವುದು, ತಿಂಡಿ ತಿನ್ನುವುದು ಮುಂತಾದ ವಿಷಯಗಳನ್ನೆಲ್ಲ ಜ್ಞಾಪಿಸಿದಾಗ ಅವನಿಗೆ ಬೇಸರವಾಗುತ್ತಿತ್ತು. ಸಾಲದುದಕ್ಕೆ ಪ್ರೀತಿಯಿಂದಲಾದರೂ, ತನ್ನನ್ನು ಹಂದಿ ಎಂದು ಅವಳು ಯಾಕೆ ಕರೆಯಬೇಕು ? ಅವಳ ಮೌಲ್ಯಗಳೆಲ್ಲ ತಿರುವುಮುರುವು. ತಾನು ಹೊತ್ತುಮೀರಿ ಎದ್ದುದರಿಂದ ಅವಳಿಗೆ ಅಷ್ಟೊಂದು ತೊಂದರೆಯಾಯಿತೆ ?

ಆ್ಹ ಸೂನ್‌ಳಿಗೆ ತನ್ನ ಮೇಲೆ ತುಂಬಾ ಮಮತೆ ಎಂಬುದನ್ನು ಅವನು ಬಲ್ಲ. ಆದರೆ ಅಸಮಾಧಾನ – ಭರ್ತ್ಸನೆಗಳ ಮೂಲಕವೆ ಅದನ್ನು ತೋರ್ಪಡಿಸಬೇಕೆ ? ಅಥವಾ ಒಬ್ಬರ ಭಾವನೆಗಳನ್ನು ಶುದ್ಧ, ನಿಷ್ಕಲ್ಮಷ ರೀತಿಯಲ್ಲಿ ವ್ಯಕ್ತಪಡಿಸುವುದು ಅವಮಾನವೇ ?

ಅವನಿಗೆ ಉಸಿರುಗಟ್ಟಿದಂತಾಯಿತು. ಆಕೆಯ ಪ್ರೀತಿ ಅವನಿಗೆ ಭರಿಸಲಾಗದ ಹೊರೆಯಂತಿತ್ತು. ಆದರೆ ಹಾಗೆ ಭಾವಿಸುವುದು ಅಪರಾಧವೆಂದು ಅವನು ಕೂಡಲೆ ಅಂದುಕೊಂಡ. ಹದಿನೈದು ವರ್ಷಗಳ ಹಿಂದೆ ತಾನು ಎರಡು ವಾರಗಳ ಕೂಸಾಗಿದ್ದಾಗಿನಿಂದ ಅವಳು ತನಗೆ ಆರೈಕೆ ಮಾಡಿದ್ದಾಳಲ್ಲ. ಆದ್ದರಿಂದ ಅವಳಿಗೆ ತಾನು ನಿಷ್ಠನಾಗಿರಬೇಕು. ಅದೇ ಸಮಯದಲ್ಲಿ ತನಗೂ ತಾನು ನಿಷ್ಠನಾಗಿರಬೇಕು... ಮತ್ತೆ ಯಾರಿಗೆಲ್ಲ ? ಇಂಥ ನಿಷ್ಠೆಗಳ ಘರ್ಷಣೆ ಯಾಕೆ

ತನ್ನ ಬದುಕನ್ನು ಕಾಡಬೇಕು ಎಂದೆಲ್ಲ ಅವನು ಯೋಚಿಸಿದ.

ಊಟದ ಮನೆಯಲ್ಲಿ ಕೈತೊಳೆಯುವ ತೊಟ್ಟಿಯ ಬಳಿ ನಲ್ಲಿಯತ್ತ ಬಾಗಿದಂತೆ ತಾನು ಎತ್ತರವಾಗಿ ಬೆಳೆಯುತ್ತಿದ್ದುದು ಅವನ ಗಮನಕ್ಕೆ ಬಂದಿತು; ಈಗ ಅವನು ಐದೂವರೆ ಅಡಿ ಇದ್ದ. ಆಸ್ಟ್ರೇಲಿಯದಲ್ಲಿ ಓದುತ್ತಿದ್ದ ತನ್ನ ಅಣ್ಣನನ್ನು ಸರಿಗಟ್ಟಲು ಇನ್ನು ಐದು ಅಂಗುಲ ಮಾತ್ರ ಬಾಕಿ, ಅಷ್ಟೆ. ಅಣ್ಣನನ್ನು ಎಲ್ಲರೂ ಹೊಗಳುವವರೇ.

ಅವನು ನಿಧಾನವಾಗಿ ತನ್ನ ಎಡ ಭುಜವನ್ನು ಸ್ವಲ್ಪ ಬಾಗಿಸಿ ಮಾಂಸಖಂಡ ಮುಟ್ಟಿ ನೋಡಿಕೊಳ್ಳುತ್ತ "ನಾನು ಅವನಿಗಿಂತ ಲಕ್ಷಣವಾಗಿದ್ದೇನೆ" ಎಂದುಕೊಂಡ.

ವಾಸ್ತವವಾಗಿ, ಅವನಿಗೆ ತನ್ನ ಮುಖ ಉಜ್ಜಿಕೊಳ್ಳುತ್ತಿದ್ದಾಗ ಮೊಡವೆಗಳ ಚುಚ್ಚುವಿಕೆ ಅನುಭವಕ್ಕೆ ಬಂದಿತು. ಆದರೆ ಅದೊಂದು ಚಿಲ್ಲರೆ ವಿಷಯವೆಂದು ಅವನು ಅದನ್ನು ತಳ್ಳಿಹಾಕಿದ. ಮುಖ ತೊಳೆದುಕೊಂಡ ಮೇಲೆ ನಿದ್ರೆಯ ಮಂಪರು ತೊಲಗಿ ವಾತಾಯನದ ಮೂಲಕ ತೂರಿಬರುತ್ತಿದ್ದ ಬೆಳಗಿನ ಬಿಸಿಲಲ್ಲಿ ಅವನಿಗೆ ಈಗ ಉಲ್ಲಾಸ ಮೂಡಿಬಂದಿತು.

ಅವನು ವಾತಾಯನದ ಬಳಿಗೆ ಹೋದ. ಗೋಡೆಯ ಒಂದೆಡೆ ಮೀನುಗಳನ್ನಿಟ್ಟಿದ್ದ ತೊಟ್ಟಿಗಳು. ಆತ ಯಜಮಾನಿಕೆಯ ನಿಲುವಿನಿಂದ ಅವನನ್ನು ಹುಷಾರಾಗಿ ಪರಿಶೀಲಿಸಿದ. ಹೂಂ, ಮಿಶ್ರತಳಿಗೆ ಇನ್ನಷ್ಟು 'ಗಪ್ಪಿ' ಮೀನುಗಳನ್ನು ತರಬೇಕು.

"ಈ ತೊಟ್ಟಿಗಳನ್ನು ಈಗಲೆ ತೊಳೆದುಬಿಡಬೇಕು; ಶಾಲೆ ತೆರೆದ ಮೇಲೆ ಬಿಡುವಾಗೋದಿಲ್ಲ" ಎಂದು ವಿಷಣ್ಣತೆಯಿಂದ ಅವನು ಯೋಚಿಸಿದ.

ಅವನು ರಬ್ಬರ್ ಕೊಳವೆಯ ಸುರುಳಿಯನ್ನು ಎತ್ತಿಕೊಂಡು ಬಂದು ಬಿಡಿಸತೊಡಗಿದ. ಅದನ್ನು ನೀರಿನ ಪೈಪಿಗೆ ಅಳವಡಿಸುವುದರಲ್ಲಿದ್ದಾಗ ಅವನ ತಾಯಿ ಬಂದು ಹೇಳಿದಳು:

"ಸರಿಯಾಗಿ ಚೊಕ್ಕಟ ಮಾಡು. ಇಲ್ದಿದ್ರೆ ತಾನು ಬಂದು ನಿನ್ನ ಕೆಲಸ ಪೂರ್ತಿ ಮಾಡ ಬೇಕಾಗುತ್ತದೆ ಅಂತ ಆ್ಹ ಸೂನ್ ಗೊಣಗ್ತಾಳೆ. ಅವಳು ಸದಾ ತನ್ನ ಕಾಲಿನ ತೊಂದರೆ ವಿಷಯಾನೇ ಹೇಳ್ತಿರ್ತಾಳೆ. ಈಚೆಗೆ ಅವಳ ಕೈಲಿ ಹೆಚ್ಚು ಕೆಲಸ ಮಾಡೋದಕ್ಕೆ ಆಗೋದಿಲ್ಲ. ಆದರೂ ಎಲ್ಲಾ ತಾನೇ ಮಾಡಬೇಕೆಂಬ ಹಠ. ನನಗೆ ಹುಚ್ಚೇ ಹಿಡಿದುಬಿಡ್ತದೋ ಏನೋ. ಆಸ್ಟ್ರೇಲಿಯದಲ್ಲಿನ ನಿಮ್ಮಣ್ಣನಿಗೆ ಕಳಿಸೋದಕ್ಕೆ ಸಾಂಬಾರು ಪುಡಿಯ ಒಂದು ಪೊಟ್ಟಣ ಕಟ್ಟು ಅಂದದ್ದಕ್ಕೆ ಇದೊಂದು ಪೀಡೆಯ ಕೆಲಸ ಅಂದಳು !"

'ನೀನು ಮಹಜಾಂಗ್* ಕೂಟಗಳಿಗೆ ಹೋದಾಗ ಅವಳು ಕೆಲಸ ಮಾಡಲೇಬೇಕಲ್ಲ...' ಎಂದು ಮನಸ್ಸಿನಲ್ಲೇ ಅಂದುಕೊಂಡು ತಾಯಿಯ ಎಡೆಬಿಡದ ಮಾತುಗಳನ್ನು ಅವನು ಮೌನದಿಂದ ಎದುರಿಸಿದ. ಅವಳೂ ಅದಕ್ಕೆ ಉತ್ತರವನ್ನು ನಿರೀಕ್ಷಿಸುತ್ತಿರಲಿಲ್ಲ. ತಾನು ಹೇಳಿದುದನ್ನು ಸೇಂಗ್ ಭೂಯಿ ಮರುಮಾತಾಡದೆ ಪಾಲಿಸಿದರೆ ಅವಳಿಗೆ ಸಾಕಿತ್ತು.

ಅವಳೊಂದಿಗೆ ಏನು ವಾದ ಮಾಡಿದರೂ ಪ್ರಯೋಜನವಿಲ್ಲವೆಂಬುದನ್ನು ಸೇಂಗ್ ಭೂಯಿ ಅರಿತಿದ್ದ. ಅವನು ಬಲೆಯನ್ನು ನೀರಲ್ಲಿಳಿಸಿ ಮೀನುಗಳನ್ನೆತ್ತಿ ಒಂದು ಬಿಂದಿಗೆಗೆ ಸುರಿದ. ಒಂದು ಬಿಂದಿಗೆ ತುಂಬಿ ಎರಡನೇ ಬಿಂದಿಗೆಗೆ ಮೀನು ಬಿಡುತ್ತಿದ್ದಂತೆ ಅಡುಗೆಮನೆಯಿಂದ ಆ್ಹ ಸೂನ್‌ಳ ದನಿ ಕೇಳಿಸಿತು:

"ಸೀಲೂ ! ನೀನು ತಿಂಡೀನೇ ತಿಂದಿಲ್ವಲ್ಲೋ. ಏನು ಸಾಯಬೇಕು ಅಂತಿದೀಯಾ ?

---

* ಮಹಜಾಂಗ್ : 144 ಕಾಯಿಗಳಿಂದ ನಾಲ್ಕು ಜನರು ಆಡುವ ಚೀನೀ ಆಟ.

ಅಥವಾ ನೀನೇನೂ ಊಟ ತಿಂಡಿ ಬೇಡದ ದೇವತೇನೋ? ಹಗಲೂ ರಾತ್ರಿ ನಿನ್ನ ಮೀನು ನೋಡಿಕೊಳ್ಳೋದೇ ಕೆಲ್ಸಾ!..."

ಅನಂತರ ಅವಳು ಆಸ್ಟ್ರೇಲಿಯದಲ್ಲಿನ ಮಗನಿಗೆಂದು ಸ್ವೆಟರ್ ಹೆಣೆಯುತ್ತ ಕುಳಿತಿದ್ದ ಸೇಂಗ್ ಭೂಯಿಯ ತಾಯಿಯತ್ತ ತಿರುಗಿ, ಎಂದಳು:

"ನೀನಾದರೂ ಅದು ಹೇಗೆ ಸುಮ್ಮನೆ ಕೂತಿದೀಯ? ಅವನಿಗಷ್ಟು ಹೇಳಬಾರದೆ?"

ಹೀಗೆನ್ನುತ್ತ ಆ್ಹ ಸೂನ್ ಮಾಂಸ ಮತ್ತು ಬೇಯಿಸಿದ ಮೊಟ್ಟೆ ಇದ್ದ ತಟ್ಟೆಯನ್ನು ತಂದು ಸೇಂಗ್ ಭೂಯಿಯ ತಾಯಿ ಕುಳಿತಿದ್ದ ಕುರ್ಚಿಯ ಪಕ್ಕದಲ್ಲಿದ್ದ ಮೇಜಿನ ಮೇಲೆ ಜೋರಾದ ಶಬ್ದವಾಗುವಂತೆ ಇಟ್ಟು "ಹೂಂ, ಈಗಲೆ ತಿಂದುಬಿಡು" ಎಂದು ಆಜ್ಞೆ ಮಾಡಿದಳು.

ಸೇಂಗ್ ಭೂಯಿ ಪ್ರತಿಭಟಿಸಿದ. ತನ್ನ ಅಲ್ಪಸ್ವಲ್ಪ ಸ್ವಾಭಿಮಾನವನ್ನಾದರೂ ಉಳಿಸಿಕೊಳ್ಳಲು ಅವನು ಹಾಗೆ ಮಾಡಲೇಬೇಕಿತ್ತು. ಅವನೆಂದ:

"ಸುಮ್ನಿರು. ನಾನು ಸ್ನಾನಕ್ಕೆ ಹೋಗಬೇಕು. ಅಲ್ದೆ ಈಗ ನನಗೆ ಹಸಿವಿಲ್ಲ."

ಇಷ್ಟು ಹೇಳಿ ಆತ ಬಚ್ಚಲಮನೆಯ ಕಡೆಗೆ ವಿರಾಮವಾಗಿ ನಡೆದ. ಇವರಿಬ್ಬರ ನಡುವಣ ಸಂಭಾಷಣೆಯಿಂದ ಸ್ವಲ್ಪ ಉದ್ವಿಗ್ನಳಾಗಿದ್ದ ತನ್ನ ತಾಯಿಯ ಮಾತುಗಳು ಬಚ್ಚಲು ಮನೆಯೊಳಗೆ ಅವನಿಗೆ ಅಸ್ಪಷ್ಟವಾಗಿ ಕೇಳಿಸಿದುವು :

"ಇರಲಿಬಿಡು. ಅವನ ಮೀನುಗಳನ್ನು ಅವನು ನೋಡಿಕೊಳ್ಳಲಿ. ಅವನದು ಸ್ವಲ್ಪ ವಿಚಿತ್ರ ಸ್ವಭಾವ ಅನ್ನೋದು ನಿನಗೂ ಗೊತ್ತಲ್ಲ. ಅವನಿಗೆ ಸ್ನೇಹಿತರೂ ಅಷ್ಟಾಗಿಲ್ಲ. ನಿಜ, ಅವನು ಹಸಿದುಕೊಂಡಿರಬಾರದು. ಆದರೆ ಅವನ ಹವ್ಯಾಸಗಳನ್ನು ಸ್ವಲ್ಪ ಸಹಿಸಿಕೊ. ಸ್ವಲ್ಪ ಹೆಚ್ಚಿನ ಕೆಲಸ ನಿನಗೇನೂ ಕಷ್ಟವಾಗೋದಿಲ್ಲ... ಅಲ್ಲದೆ ಚೀನದಲ್ಲಿರುವ ನಿನ್ನ ಸೋದರ ಸಂಬಂಧಿಗಳಿ ಗೋಸ್ಕರ ಬಟ್ಟೆಗಳನ್ನು ರಾತ್ರಿ ಹೆಣೆದುಕೊಳ್ಳಬಹುದಲ್ಲ. ಅವರಿಗೆ ಅವು ತಲಪುತ್ತವೋ ಇಲ್ವೋ ದೇವರಿಗೇ ಗೊತ್ತು... ಅಷ್ಟೆಲ್ಲ ಹಣ ಖರ್ಚು..."

ಇದೀಗ ಅವರು ಸೇಂಗ್ ಭೂಯಿ ಮತ್ತು ಅವನ ಮೀನುಗಳನ್ನು ಮರೆತು ತಮ್ಮದೇ ಬೇರೆ ವಾದಕ್ಕಿಳಿದರು. ತಂತಮ್ಮ ವಾದಗಳಲ್ಲಿ ವಿರೋಧಾಭಾಸಗಳಿದ್ದರು ಕೂಡ, ತಾನು ಹೇಳಿದ್ದೇ ಸರಿಯೆಂದು ಇಬ್ಬರೂ ಯಾವಾಗಲೂ ಪಟ್ಟು ಹಿಡಿಯುತ್ತಿದ್ದರು. ಸೇಂಗ್ ಭೂಯಿ ತವರದ ಬಿಂದಿಗೆಯಿಂದ ನೀರನ್ನೆತ್ತಿ ಎರಚಿಕೊಂಡು ಮುಖ ತೊಳೆದುಕೊಳ್ಳುತ್ತ ಯೋಚಿಸುತ್ತಿದ್ದ: ನಾನು ಸೈಕಲ್ ಸವಾರಿ ಮಾಡೋಹಾಗಿಲ್ಲ. ಅದಕ್ಕೆ ಅಪ್ಪ ಬಿಡೋದಿಲ್ಲ. ನಿಂಗೆ ಹದಿನೆಂಟು ವರ್ಷವಾಗಲಿ, ಕಾರು ತೆಗೆದುಕೊಡ್ತೇನೆ ಅಂತಾನೆ... ನನ್ನ ಜತೆ ಹುಡುಗರೆಲ್ಲ ವಿಹಾರ ಶಿಬಿರಗಳಿಗೆ, ಸ್ಕೌಟಿಂಗ್‌ಗೆ ಹೋಗ್ತಾರೆ – ನಾನೇಕೆ ಹೋಗ್ಬಾರದು?

ಆದರೆ ಅಂತರಂಗದಲ್ಲಿ ತನಗೆ ಹೆದರಿಕೆಯಿದೆಯೆಂಬುದೂ ಅವನಿಗೆ ಗೊತ್ತಿತ್ತು. ತನ್ನ ಕೋಣೆಗೆ ಅವನು ಪಟ್ಟಾಗಿ ಅಂಟಿಕೊಂಡುಬಿಟ್ಟಿದ್ದ. ಶಿಬಿರಗಳಿಗೆ ಹೋಗುವುದೆಂದರೆ ಅಲ್ಲಿ ಹೇಗೋ ಏನೋ, ಬಚ್ಚಲ ಸೌಕರ್ಯಗಳು, ಸೊಳ್ಳೆ ಹಾವಳಿ – ಎಷ್ಟೋ ತೊಂದರೆಗಳಿರಬಹುದು... ಅಥವಾ ತನ್ನಲ್ಲೇ ಏನೋ ತಪ್ಪಿರಬೇಕು... ತನ್ನ ಪರ ತಾಯಿ ಸದಾ ಸಬೂಬುಗಳನ್ನು ಹೇಳುತ್ತಿದ್ದಳಲ್ಲ. ಕೀಳರಿಮೆಯ ಭಾವನೆ ಅವನನ್ನು ಪುನಃ ಕಲಕಿತು. ವಿನೋದವಾಗಿ ನಗುತ್ತ ನಿಂತಿದ್ದ ಹುಡುಗರ ಗುಂಪೊಂದನ್ನು ಹಾದುಹೋಗುವಾಗ ಅವರೆಲ್ಲ ತನ್ನನೇ ನೋಡಿ ನಗುತ್ತಿದ್ದಾರೇನೋ ಎಂದು ಅವನಿಗೆ ಯಾವಾಗಲೂ ಅನಿಸುತ್ತಿತ್ತು. ಇಲ್ಲ; ಹೊರಗೆ ಹೋಗಿಬರುವುದು ಎಷ್ಟೇ ಖುಷಿಯ ಸಂಗತಿಯಾದರೂ ಅದು ತನ್ನಿಂದ ಸಾಧ್ಯವಿಲ್ಲ ಎಂದು

ಅವನೆಂದುಕೊಂಡ. ಆದರೆ ಈಗ ತನ್ನ ಬದುಕಾದರೂ ಅಷ್ಟೇ ಸ್ವಾರಸ್ಯಹೀನವಾಗಿದೆಯಲ್ಲ ಎಂಬ ಭಾವನೆಯೂ ಅದರೊಂದಿಗೇ ಸುಳಿಯಿತು.

ಸ್ನಾನ ಮಾಡಿದ ಮೇಲೆ ಇನ್ನಷ್ಟು ಹಾಯೆನಿಸಿತು. ಮೇಜಿನ ಮುಂದೆ ಕುಳಿತು ತಿಂಡಿ ತಿಂದ. ರುಚಿ ಹಿಡಿಸದ ಮೊಟ್ಟೆಯನ್ನು ಹೊರಗಡೆ ಕಟ್ಟಿದ್ದ ನಾಯಿ ರೆಕ್ಸೀಗೆ ಎಸೆದ. ಆ್ಹ ಸೂನ್ ಮನೆಗುಡಿಸಿ ಬಟ್ಟೆ ಒಗೆದ ಮೇಲೆ ರೆಕ್ಸೀಯನ್ನು ಕರೆದೊಯ್ದು ತೋಟದಲ್ಲಿ ದಾಳಿಂಬೆ ಗಿಡದಡಿ ಅದರ ಗೂಡಿನಲ್ಲಿ ಕಟ್ಟುವಳು. ನಾಯಿ ಚಿಕ್ಕ ವಯಸ್ಸಿನಲ್ಲಿದ್ದಾಗ ಕೆಲವೊಮ್ಮೆ ಸೇವಕರನ್ನೂ ಅತಿಥಿಗಳನ್ನೂ ಕಚ್ಚಿತ್ತು. ಆದುದರಿಂದ ಈಗ್ಗೆ ಎಂಟು ವರ್ಷಗಳಿಂದ ದಿನಪೂರ್ತಿ ಆ ಗೂಡಿನಲ್ಲೇ ಅದು ಕಾಲ ಕಳೆಯಬೇಕಾಗಿ ಬಂದಿತ್ತು. ಮಧ್ಯಾಹ್ನದ ಬಿಸಿಲಿನ ಧಗೆಯಿಂದ ಅದಕ್ಕೆ ರಕ್ಷಣೆಯೂ ಇರಲಿಲ್ಲ.

ತನ್ನ ಬಗ್ಗೆ ಸೇಂಗ್ ಭೂಯಿ ತೋರುತ್ತಿದ್ದ ಸಹಾನುಭೂತಿಗೆ ಕೃತಜ್ಞತೆಯಾಗಿ ರೆಕ್ಸೀ ಅವನ ಮೇಲೆ ಹಾರುತ್ತ ಜಿಗಿಯುತ್ತ ನೆಕ್ಕಲು ಬರುತ್ತಿತ್ತು. ಆಗ ಅವನು "ಆಯ್ತು, ಗೊತ್ತಾಯ್ತು ಬಿಡು. ನಡಿ" ಎಂದು ಅದನ್ನು ಓಡಿಸಲು ಪ್ರಯತ್ನಿಸುತ್ತಿದ್ದ.

ಇದ್ದಕ್ಕಿದ್ದಂತೆ ಅವನಿಗೆ ಶಾಲೆ ತೆರೆದುಬಿಡುತ್ತದಲ್ಲ ಎಂಬ ಚಿಂತೆ ಅತ್ತ ಸರಿದು, ರೆಕ್ಸೀಯ ಬಗ್ಗೆ ಸಹಾನುಭೂತಿ ಮೂಡಿತು. ಚಿಕ್ಕದಿದ್ದಾಗ ಅವನು ರೆಕ್ಸೀಯ ಜತೆ ಆಡುತ್ತಿದ್ದ. ಈಗ ಅದು ಒರಟೊರಟಾಗಿ ದಡೂತಿಯಾಗಿ ಬೆಳೆದ ನಾಯಿ. ಹೊಟ್ಟೆ ಕರೆಯಿಸಿಕೊಳ್ಳುವ ಸಲುವಾಗಿ ಆಗಾಗ್ಗೆ ಅಂಗಾತ ಬೀಳುತ್ತಿತ್ತು. ಬೆನ್ನಡಿಯಾಗಿ ಬಿದ್ದು ಪುನಃ ಏಳಲು ಒದ್ದಾಡುವ ರೆಕ್ಕೆ ಹುಳದಂತೆ ಅದು ತನ್ನ ದಪ್ಪ ಬೆನ್ನನ್ನು ನೆಲದ ಮೇಲೆ ಹರಡಿಸಿ ಗಿಡ್ಡ ಕಾಲುಗಳನ್ನು ಮೇಲಕ್ಕೆ ಚಾಚಿ ಝಾಡಿಸುತ್ತಿತ್ತು.

ರಾತ್ರಿಯ ಊಟದ ಸಮಯದಲ್ಲಿ ಹೊರಕ್ಕೆ ಬಿಟ್ಟಾಗ ಅದು ಜಿಗಿಯುತ್ತ ಊಟದ ಮೇಜಿನ ಬಳಿಗೆ ಧಾವಿಸಿಬರುತ್ತಿತ್ತು. ಅದರ ಭಾರವಾದ ದೇಹ ಮೇಜಿಗೆ ಲಟ್ಟಿಸಿ ಅಲ್ಲಿದ್ದ ವಸ್ತುಗಳೆಲ್ಲ ಕಂಪಿಸುತ್ತಿದ್ದವು. "ರೆಕ್ಸೀ, ನಿಲ್ಲು" ಎಂದು ಸೇಂಗ್ ಭೂಯಿಯ ತಾಯಿ ಕೂಗಿಕೊಳ್ಳುತ್ತಿದ್ದಳು. ಆಗ ಅದು ಸ್ವಲ್ಪ ಶಾಂತವಾಗಿ ಬಾಲ ಆಡಿಸುತ್ತ ನಿಲ್ಲುತ್ತಿತ್ತು. ಸೇಂಗ್ ಭೂಯಿಯ ತಂದೆಗೆ ರೆಕ್ಸೀಯನ್ನು ಕಂಡರೆ ಪ್ರೀತಿ; ಆತ ಧಾರಾಳವಾಗಿ ಅದಕ್ಕೆ ಊಟದ ಪದಾರ್ಥಗಳನ್ನು ಎಸೆಯುತ್ತಿದ್ದ. ತನ್ನನ್ನು ಉಪವಾಸ ಕೆಡವಿದ್ದರೋ ಎಂಬಂತೆ ಅದು ಗಬಗಬನೆ ತಿನ್ನುತ್ತಿತ್ತು. ಆದರೆ ಆ್ಹ ಸೂನ್ಗೆ ಅದರ ಮೇಲೆ ತುಂಬ ಮಮತೆಯಿದ್ದುದರಿಂದ ಹಾಗಾಗುವ ಸಂಭವವೇ ಇರಲಿಲ್ಲ.

ಶಿಕ್ಷೆಯಂತಿರುತ್ತಿದ್ದ ಆ ಧಗೆಯ ಮಧ್ಯಾಹ್ನಗಳ ಸೆರೆಯಿಂದ ಮುಕ್ತವಾಗಿ ಬಂದಾಗ ರೆಕ್ಸೀಗೆ ಸಂತೋಷಉಂಟುಮಾಡುತ್ತಿದ್ದುದೆಂದರೆ ಈ ಆಹಾರವೊಂದೇ ಎಂದು ಈಚೆಗೆ ಸೇಂಗ್ ಭೂಯಿಗೆ ಅರಿವಾಗಿತ್ತು.

ಅವನು ತನ್ನ ತಾಯಿಯತ್ತ ತಿರುಗಿ: "ಅಮ್ಮಾ, ರೆಕ್ಸೀನ ಇನ್ನೂ ಗೂಡಲ್ಲಿ ಇಟ್ಟಿರೋದೇಕೆ ? ಅದು ಮುದಿಯಾಗಿದೆ. ಅಲ್ಲಿ ತುಂಬಾ ಧಗೆ. ಈ ಬಿಸಿಲಿನ ಝಳಕ್ಕೆ ಅದು ಬಹುತೇಕ ಕುರುಡಾಗಿದೇಂತ ಕಾಣ್ತದೆ. ಮೊನ್ನೆ ರಾತ್ರಿ ಆ್ಹ ಸೂನ್ ಅದನ್ನು ಬಿಚ್ಚಿದಾಗ ಕೆಲನಿಮಿಷ ಹಾಗೇ ಬಾಲ ಆಡಿಸುತ್ತ ಅದು ನಿಂತುಬಿಟ್ಟಿತು. ಅದಕ್ಕೆ ನಾವು ಚೆನ್ನಾಗಿ ಕಾಣಿಸ್ತಿರಲಿಲ್ಲ ಅನ್ನೋದರಲ್ಲಿ ನನಗೇನೂ ಸಂಶಯವಿಲ್ಲ."

ರೆಕ್ಸೀ ವಿಷಯ ಸೂಕ್ಷ್ಮವಾದದ್ದು. ಆದುದರಿಂದ ಅದನ್ನು ಗೂಡಿನಿಂದ ಹೊರಗೆ

ಬಿಟ್ಟಿರೋಣವೆಂಬ ಮಗನ ಸಲಹೆ ಕೇಳಿ ತಾಯಿ ಆತಂಕದಿಂದ ತಕ್ಷಣ ಎಂದಳು:

"ಮತ್ತೆ ಅದು ಜನರನ್ನು ಕಚ್ಚಲೀಂತೀಯಾ? ತೋಟದಲ್ಲಿ ಭಾಗಶಃ ಅವಧಿಯ ಕೆಲಸಗಾರನಿದ್ದಾನೆ, ಹೊಸದಾಗಿ ಬಟ್ಟೆ ಒಗೆಯುವಳು ಬಂದಿದಾಳೆ. ಬ್ರೆಡ್ ಮನುಷ್ಯ ಬರ್ತಾನೆ... ನಮ್ಮ ತಲೆನೋವಿಗೆ ಮಿತಿಯೇ ಇರೋದಿಲ್ಲ."

(ಹೀಗಿದ್ದ ಪಕ್ಷದಲ್ಲಿ ಅಥವಾ ಆದರೆ ಅನ್ನುವ ಅನಿಶ್ಚಯದ ವಿಚಾರವಲ್ಲ... ಅದು ಕಚ್ಚುವುದು ಖಂಡಿತ ಎಂಬ ಶೀಘ್ರ ತೀರ್ಮಾನ...) "ಹಾಗಿದ್ದರೆ ಹೋಗಲಿ, ಆ ರಂಬುಟಾನ್* ಮರದಡಿ ನೆರಳಿನಲ್ಲಾದರೂ ಕಟ್ಟಬಹುದಲ್ಲ."

"ಅದು ಇನ್ನೂ ಕೆಟ್ಟದ್ದು. ಗೂಡಿನಲ್ಲಾದರೆ ನಾಯಿ ಅಡ್ಡಾಡಿಕೊಂಡಾದರೂ ಇರ್ಬಹುದು."

"ಆದರೆ ಬಹುಸಮಯ ಅದು ಮಲಗೇ ಇರ್ತದಲ್ಲಮ್ಮ. ಕಟ್ಟಿದರೇನು ಇಲ್ಲದಿದ್ರೇನು?"

ತಾಯಿಯ ಮುಖದಲ್ಲಿ ಸಿಡುಕಿನ ಛಾಯೆಯನ್ನು ಕಂಡ ಸೇಂಗ್ ಭೂಯಿಗೆ ಅವಳು ತನ್ನ ದೃಷ್ಟಿಕೋನದಿಂದ ಈ ವಿಷಯವನ್ನು ಪರಿಶೀಲಿಸುತ್ತಿಲ್ಲವೆಂದು ಗೊತ್ತಿತ್ತು. ತಾಯಿಯ ತರ್ಕ ಅವನಿಗೆ ಸಮ್ಮತವಾಗಲಿಲ್ಲ. ಅದು ತಮಾಷೆಯದೂ ಆಗಿರಲಿಲ್ಲ.

ಕೊನೆಗೆ ಅವಳೆಂದಳು:

"ಅಯ್ಯೋ, ಸುಮ್ನೆ ನನ್ನ ಯಾಕೆ ಪೀಡಿಸ್ತೀಯ? ...ಅದು ಯಾರನ್ನಾದರೂ ಕಚ್ಚಿದರೆ ನೀನೆ ವೈದ್ಯರ ಬಿಲ್ಲು ಕೊಡು!"

ಆಕೆಯ ಸಹನೆ ಮೀರಿದಾಗ ಇಂಥ ವಾದದಿಂದ ವಿಷಯ ಕೊನೆ ಮುಟ್ಟುತ್ತಿತ್ತು. ಈಗ ಸೇಂಗ್ ಭೂಯಿ ಮಾಡಬಹುದಾಗಿದ್ದದ್ದು ಒಂದೇ ಒಂದು ಕೆಲಸ. ಅದೇನೆಂದರೆ ರೆಕ್ಸೀಗೆ ಸರಪಣಿ ಬಿಗಿದು ತಾನು ಓದಿಕೊಳ್ಳುವ ಮೇಜಿನ ಕಾಲಿಗೆ ಕಟ್ಟುವುದು. ಗಲಾಟೆಯಾಗದಂತೆ ಆ ಕೆಲಸ ಮಾಡಬೇಕು.

ಕಳೆದ ಸಲ ಸೇಂಗ್ ಭೂಯಿ ಹಾಗೆ ಮಾಡಿದಾಗ ದೊಡ್ಡ ಕೋಲಾಹಲವೇ ಆಗಿತ್ತು. ಬಟ್ಟೆ ಒಗೆಯುವ ಕೆಲಸದ ಹೊಸ ಹೆಣ್ಣಾಳು ಬಂದು ಆಗಲೆ ಮೂರು ತಿಂಗಳಾಗಿತ್ತು. ಅವಳು ಬಂದ ಮೊದಲ ದಿನವೇ ಇತರರ ಕಣ್ಣಿಗೆ ಬೀಳದಂತೆ ಗುಟ್ಟಾಗಿ ರೆಕ್ಸೀಯನ್ನು ಮನೆಯೊಳಕ್ಕೆ ತರಲು ಅವನು ಪ್ರಯತ್ನಿಸಿದ್ದ. ಅದನ್ನು ಕಂಡ ಆ್ಹ ಸೂನ್ ಕಿರಿಚಿಕೊಂಡು ಅಡುಗೆಮನೆಯ ಬಾಗಿಲನ್ನು ಧಡಾರನೆ ಹಾಕಿಕೊಂಡಿದ್ದಳು. ಹೊಸ ಹೆಣ್ಣಾಳು ಅಲ್ಲಿ ಕಾಫಿ ಕುಡಿಯುತ್ತಿದ್ದಳು.

"ನೀನು ನನ್ನ ಸಾಯಿಸಿಬಿಡ್ತೀಯ," ಎಂದು ತಾಯಿ ಆಮೇಲೆ ಹಲವು ದಿನ ಅವನನ್ನು ಬಯ್ಯುತ್ತ, ತಂದೆಯ ಮೇಲೆ ಒತ್ತಾಯ ಹೇರಿ ಆತ ಬೆನ್ನು ಬೆನ್ನಿಗೆ ಎರಡು ದಿನ ಸೇಂಗ್ ಭೂಯಿಗೆ ಬುದ್ಧಿ ಹೇಳುವಂತೆ ಮಾಡಿದ್ದಳು.

ಅವಳ ದೃಷ್ಟಿಯಲ್ಲಿ ರೆಕ್ಸೀ ಇನ್ನೂ ಎರಡು ವರ್ಷದ ತುಂಟ ನಾಯಿ; ಅದು ಜನರನ್ನು ಕಚ್ಚಿ ಬಿಟ್ಟಿತ್ತು; ಆದಕಾರಣ ಈಗ ವಯಸ್ಸಾದ ಹಲ್ಲುಗಳು ಮಂದವಾಗುತ್ತಿದ್ದ ದೃಷ್ಟಿ, ಒಡ್ಡೊಡ್ಡಾದ ಮುದಿತನವಿದ್ದರೂ ಅದನ್ನು ನಂಬುವಹಾಗಿಲ್ಲ.

ಸೇಂಗ್ ಭೂಯಿ ತನ್ನ ಮೀನಿನ ತೊಟ್ಟಿಗಳ ಬಳಿಗೆ ಹಿಂದಿರುಗಿ ಅವುಗಳ ಗಾಜಿನ ಹಲಗೆಗಳಿಗೆ ಅಂಟಿದ್ದ ಪಾಚಿಯನ್ನು ತೆಗೆದು ತೊಳೆದ. ಈ ಕೆಲಸ ಮಾಡುತ್ತಿದ್ದ ಹಾಗೇ ರೆಕ್ಸೀ ಜನರನ್ನು ಕಚ್ಚಬಾರದೆಂದು ಚಿಕ್ಕಂದಿನಲ್ಲೇ ಅದಕ್ಕೆ ಕಲಿಸಲು ಸಾಧ್ಯವಿರಲಿಲ್ಲವೇ ಎಂದು

---

* ರಂಬುಟಾನ್ : ನೊರೆಕಾಯಿ ಮರದ ಜಾತಿಗೆ ಸೇರಿದ ಒಂದು ಫಲವೃಕ್ಷ.

ಯೋಚಿಸಿದ. ಆದರೆ ಎಲ್ಲರೂ ಅದನ್ನು ಕಂಡಾಗ ಗಾಬರಿ ವ್ಯಕ್ತಪಡಿಸುತ್ತಿದ್ದರು. ಅದಕ್ಕನು ಗುಣವಾಗಿ ರೆಕ್ಸೀ ವರ್ತಿಸುತ್ತಿತ್ತು. ಗಾಜಿನ ಹಲಗೆಗಳನ್ನು ಉಜ್ಜಿ ತೊಳೆದ ಮೇಲೆ ಅವನು ತೊಟ್ಟಿಗಳಿಗೆ ಸ್ವಚ್ಛವಾದ ನೀರು ತುಂಬಿದ. ಈಗ ರೆಕ್ಸೀಯ ಯೋಚನೆ ಹಿಂದಾಯಿತು. ತೊಟ್ಟಿಗಳಲ್ಲಿ ಕಲ್ಲುಗಳನ್ನು ಅವುಗಳ ಜಾಗದಲ್ಲಿ ಜೋಡಿಸಿದ, ಮರಳಿನಿಂದ ಒಪ್ಪವಾದ ದಿಬ್ಬಗಳನ್ನು ಕಟ್ಟಿದ. ಹಳೆಯ ಕಳೆಗಳನ್ನು ತೆಗೆದುಹಾಕಿ ಹೊಸ ಕಳೆಗಳನ್ನು ಕೂಡಿಸಿದ. ಕೆಲವು ಮೀನುಗಳನ್ನೆತ್ತಿಕೊಂಡು ಬಲೆಯನ್ನು ನಿಧಾನವಾಗಿ ನೀರೊಳಕ್ಕೆ ಬಿಟ್ಟ. ಅವು ಕಳೆಗಳಿದ್ದಲ್ಲಿಗೆ ಜಿಗಿದ ವೈಖರಿ ನೋಡಿ ಅವನಿಗೆ ಸಮಾಧಾನವಾಯಿತು. ಬಳಿಕ ಆತ ಹಿಂದೆ ಸರಿದು ಅವುಗಳ ಹಾರಾಟದಿಂದ ನೀರಿನಲ್ಲೇಳುತ್ತಿದ್ದ ತರಂಗಗಳನ್ನೇ ನೋಡುತ್ತ ನಿಂತ.

ಊಟದ ಸಮಯವಾಗಿತ್ತು. ಹೋಗಿ ಊಟ ಮುಗಿಸಿಕೊಂಡು ಅವನು ಎಂದಿನಂತೆ ತಂದೆಯ ಕೋಣೆಗೆ ಹೋದ. ಮಧ್ಯಾಹ್ನದ ಹೊತ್ತು ತನ್ನ ಕೋಣೆಯಲ್ಲಿ ತುಂಬಾ ಸೆಖೆ. ತಂದೆಯ ಕೋಣೆಯ ಒಂದು ಭಾಗದಲ್ಲಿ ಹವಾನಿಯಂತ್ರಣ ಸಾಧನವನ್ನು ಅಳವಡಿಸಿದ್ದರು. ಅದಕ್ಕಾಗಿ ಕೋಣೆಯ ಒಂದು ಭಾಗದಲ್ಲಿ ಮರ, ಆಸ್ಬೆಸ್ಟಾಸ್ ಮತ್ತು ನೆಲದಿಂದ ಮೂರಡಿ ಎತ್ತರದಿಂದ ಮೇಲಕ್ಕೆ ಗಾಜಿನ ಹಲಗೆಗಳಿಂದ ಪ್ರತ್ಯೇಕ ವಿಭಾಗವೊಂದನ್ನು ನಿರ್ಮಿಸಲಾಗಿತ್ತು. ಇದರಿಂದ ಕೋಣೆಯನ್ನು ವಿಚಿತ್ರವಾಗಿ ತುಂಡು ಮಾಡಿದ್ದಂತೆ ತೋರುತ್ತಿತ್ತು. ತಂದೆಯ ವಿಶಾಲವಾದ ಶಯ್ಯಾಗಾರ ಇದು. ಎತ್ತರದಲ್ಲಿದ್ದ ಸೂರು ಅಂಡಾಕಾರದ ಕಟ್ಟೆಯೊಂದರ ಮೇಲೆ ಎಡಕೊನೆಯಲ್ಲಿ ಗಾಜಿನ ಆವರಣ ಹೊಂದಿದ್ದ ಹವಾನಿಯಂತ್ರಣ ಯಂತ್ರ. ಈ ಭಾಗಕ್ಕೆ ಕಂದು ಕಿತ್ತಳೆ ಬಣ್ಣ ಬಳಿದಿದ್ದು ಕೆಟ್ಟದಾಗಿ ಕಾಣುತ್ತಿತ್ತು. ಕೊಠಡಿಗೆ ಬಳಿದಿದ್ದ ಆಕಾಶ ನೀಲಿ ಬಣ್ಣ ಮಾಸುತ್ತ ಬಂದಿತ್ತು. ತನ್ನ ತಂದೆತಾಯಿ ಮದುವೆಯಾದಾಗ ಅವನ ಅಜ್ಜಿ ಯೂರೋಪಿನಿಂದ ತಂದಿದ್ದ ಇಟಾಲಿಯನ್ ಪೀಠೋಪಕರಣಗಳಿಗೂ ಅದೇ ಬಣ್ಣ. ಹವಾನಿಯಂತ್ರಣ ಗಾಜಿನ ಪಂಜರಕ್ಕೆ ಎಂಥ ಬಣ್ಣ ಬಳಿಯಬೇಕೆಂಬುದನ್ನು ತಂದೆ ಕಂಟ್ರಾಕ್ಟರನಿಗೇ ನಿಶ್ಚಯಿಸಲು ಬಿಟ್ಟಿದ್ದ.

ಗೃಹ ನಿರ್ವಹಣೆ ಮತ್ತು ಅಲಂಕರಣಕ್ಕೆ ಸಂಬಂಧಿಸಿದ ಅಮೆರಿಕನ್ ಪತ್ರಿಕೆಗಳನ್ನು ಉತ್ಸಾಹದಿಂದ ತರಿಸುತ್ತಿದ್ದ ತಂದೆ ಈ ಕೋಣೆಯ ವಿಕಾರ ಸ್ವರೂಪವನ್ನು ಸಹಿಸಿಕೊಂಡಿದ್ದುದು ಸೇಂಗ್ ಭೂಯಿಗೆ ಒಂದು ವಿರೋಧಾಭಾಸವೆನಿಸಿತು. 'ಹೋಮ್ ಬ್ಯೂಟಿಫುಲ್', 'ಹೋಮ್ ಇಲಸ್ಟ್ರೇಟೆಡ್' ಪತ್ರಿಕೆಗಳಲ್ಲಿನ ಸಲಹೆಗಳನ್ನೂ ವರ್ಣರಂಜಿನ ಚಿತ್ರಗಳನ್ನೂ ತಾಯಿಯಂತೂ ಗಮನಕ್ಕೇ ತೆಗೆದುಕೊಳ್ಳುತ್ತಿರಲಿಲ್ಲ. ಈ ಪತ್ರಿಕೆಗಳಲ್ಲಿ ನೋಡುವಂಥ ಪರಿಷ್ಕಾರವಾದ, ಉತ್ಕೃಷ್ಟವಾದ ಮೇಜು – ಕುರ್ಚಿ ಜೋಡಣೆಗಳನ್ನು ತಾನೆಂದಾದರೂ ಕಾಣುವೆನೇ ಎಂದು ಸೇಂಗ್ ಭೂಯಿ ಯೋಚಿಸುತ್ತಿದ್ದ. ಅವರು ಭೋಜನಕ್ಕೆ ಉಪಯೋಗಿಸುತ್ತಿದ್ದ ತಟ್ಟೆ ಲೋಟ, ಚಮಚಗಳೆಲ್ಲ ರಸ್ತೆ ಬದಿಯ ಅಂಗಡಿಗಳಿಂದ, ಪಿಂಗಾಣಿ ಅಂಗಡಿಗಳಲ್ಲಿನ ರಿಯಾಯಿತಿ ಮಾರಾಟಗಳಿಂದ ಖರೀದಿ ಮಾಡಿತಂದದ್ದು. ಒರಟು ಬಳಕೆಗೆ ಇವೇ ಸರಿ ಎಂದು ಅಮ್ಮ ಹೇಳುತ್ತಿದ್ದಳು.

ತಾಯಿಗೆ ಮದುವೆಯಲ್ಲಿ ಬಂದಿದ್ದ ಬೆಳ್ಳಿ ಸಾಮಾನುಗಳು, ಲೋಟ – ತಟ್ಟೆ ಮುಂತಾದವನ್ನು ಅಟ್ಟದ ಮೇಲೆ ಬೀರುಗಳಲ್ಲಿ ಜೋಡಿಸಿಟ್ಟಿದ್ದರು. ಅವನ್ನೆಲ್ಲ ಅವನು ನೋಡಿದ್ದ. ಯಾವಾಗಲಾದರೊಮ್ಮೆ ತಾಯಿ ಆ ಬೀರುಗಳ ಬಾಗಿಲುಗಳನ್ನು ಗಾಳಿಗೆ ತೆರೆಯುತ್ತಿದ್ದಳು.

ಹೀಗಾಗಿ ಪತ್ರಿಕೆಗಳಲ್ಲಿ ನೋಡಿದ್ದಂಥ ಮನೆ ಅಲಂಕರಣವನ್ನು ತಾನೆಂದಾದರೂ ಕಾಣುವೆನೇ ಎಂದೂ ಅವನಿಗನಿಸುತ್ತಿತ್ತು. ಹನ್ನೆರಡರ ಹುಡುಗನಾಗಿ ಬೆಳೆಯುವ ವೇಳೆಗೆ

ಊಟದ ಮೇಜಿನ ಮೇಲೆ ಯದ್ವಾತದ್ವಾ ಇಟ್ಟಿರುತ್ತಿದ್ದ ತಟ್ಟೆಗಳ ರಾಶಿಗೆ ಅವನು ಒಗ್ಗಿಹೋಗಿದ್ದ. ಹೆಚ್ಚು ಕಡಿಮೆ ಅದೇ ರೀತಿಯಲ್ಲಿ ತಂದೆಯ ಕೋಣೆಯ ಅಸ್ತವ್ಯಸ್ತತೆಯನ್ನೂ ಲಕ್ಷಿಸದಿರಲು ಅವನು ಕಲಿತ.

ತುಕ್ಕು ಹಿಡಿದ ಕ್ಲಿಪ್ಪುಗಳಿದ್ದ ಹಳೆಯ ಫೈಲುಗಳನ್ನು ಕೋಣೆಯಲ್ಲಿ ಅಡ್ಡಾದಿಡ್ಡಿಯಾಗಿ ಜೋಡಿಸಿಟ್ಟಿದ್ದ್ರು. ಎರಡು ಇಟಾಲಿಯನ್ ಮೇಜುಗಳ ನಡುವೆ ಒಂದು ಕೊಳಕಾದ ಉಕ್ಕಿನ ಬೀರು. ಒಂದು ಮೂಲೆಯಲ್ಲಿ ಮರದ ಪೆಟ್ಟಿಗೆಯೊಂದರ ಮೇಲೆ ತಂದೆಯ ನಲವತ್ತಕ್ಕೂ ಹೆಚ್ಚು ಷರಟುಗಳು ಧೂಳು ಮುಕ್ಕುತ್ತ ಕುಳಿತಿದ್ದವು.

ಕೆತ್ತನೆಯ ಕಾಲುಗಳು, ಅಮೃತಶಿಲೆಯ ಮೇಲುಫಲಕ ಇದ್ದ ಆ ದೊಡ್ಡ ಇಟಾಲಿಯನ್ ಮೇಜಿನ ಮೇಲೆ ಸೇಂಗ್ ಭೂಯಿಯ ತಂದೆ ಏನೇನೋ ಕಾಗದ ಪತ್ರಗಳು, ಪುಸ್ತಕಗಳು, ಪತ್ರಿಕೆಗಳು ಮುಂತಾದವನ್ನು ಚೆಲ್ಲಾಪಿಲ್ಲಿಯಾಗಿ ಎಸೆದಿರುತ್ತಿದ್ದ. ಸದಾ ಫ್ಯಾನು ಓಡುತ್ತಲೇ ಇದ್ದುದರಿಂದ ಇವೆಲ್ಲ ಗಾಳಿಗೆ ಹಾರಿಹೋಗದಂತೆ ಮೇಲೆ ಗಾಜಿನ ಗುಂಡುಗಳನ್ನಿಡುತ್ತಿದ್ದರು.

ಆ್ಹ ಸೂನ್ ಯಜಮಾನನಿಗೆ ದಿನವೂ ಒಂದು ತಟ್ಟೆಯಲ್ಲಿ ಊಟವಿಟ್ಟು ತಂದುಕೊಡ ಬೇಕಾಗಿತ್ತು. (ಆತ ಊಟಕ್ಕಾಗಿ ಮಹಡಿ ಇಳಿದುಬರುತ್ತಿರಲಿಲ್ಲ.) ಕೈಯಲ್ಲಿ ಭಾರವಾದ ತಟ್ಟೆ ಹಿಡಿದು ಮೆಟ್ಟಲು – ತಿರುವುಗಳನ್ನು ಎಚ್ಚರಿಕೆಯಿಂದ ದಾಟಿಬಂದು ಮೇಜಿನ ಮೇಲೆ ತಟ್ಟೆಯಿಡಲು ಜಾಗವಿಲ್ಲದೆ ಈ ಪುಸ್ತಕ, ಪತ್ರಿಕೆ, ದಾಖಲೆಗಳೇ ಮುಂತಾದವನ್ನು ಸರಿಸಬೇಕಾಗಿ ಬಂದಾಗ ಅವಳ ಸಹನೆ ಕಟ್ಟೆಯೊಡೆಯುತ್ತಿತ್ತು. ಅವಳು ಬೊಬ್ಬಿಡುತ್ತಿದ್ದಳು :

"ಅಯ್ಯಪ್ಪ! ಇದೇನೂ ತಲೆನೋವು! ಅದು ಹೇಗೆ ಆತ ಈ ಧೂಳು – ಕಸವನ್ನೆಲ್ಲ ಸಹಿಸಿಕೊಳ್ತಾನೋ. ಎಲ್ಲಾ ಚೆಲ್ಲಾಪಿಲ್ಲಿ!... ಎಷ್ಟು ಅನಾರೋಗ್ಯಕರ!" (ಕೊನೆಯ ಪದ ಹೇಳುವಾಗ ಅವಳು ಚೀನೀ ಮಾದರಿಯ ಉಚ್ಚಾರಣೆಯಲ್ಲಿ unhygienic ಎಂಬ ಇಂಗ್ಲಿಷ್ ಶಬ್ದವನ್ನು ಬಳಸುತ್ತಿದ್ದಳು!)

ಆ್ಹ ಸೂನ್ ಹದಿನೈದು ವರ್ಷಗಳಿಂದ ಆ ಕುಟುಂಬದ ಸೇವೆಯಲ್ಲಿದ್ದಳು. ಆದುದರಿಂದ ಒಮ್ಮೊಮ್ಮೆ ಊಟದ ತಟ್ಟೆ ಹೆಚ್ಚು ಭಾರವಾಗಿದ್ದಾಗ ಸೇಂಗ್ ಭೂಯಿಯ ತಂದೆಯೆದುರಿಗೇ ಅವಳು ಗೊಣಗುತ್ತಿದ್ದಳು. ಆತ ಹೆಚ್ಚಾಗಿ ಅದನ್ನು ಕೇಳಿಯೂ ಕೇಳದವನಂತಿರುತ್ತಿದ್ದ.

ತವರದ ಪೇಟೆ ಬಿಕ್ಕಟ್ಟು. ವಿಯಟ್ನಾಂ ಸಮರ, ಕ್ಯಾನ್ಸರ್ ಬಗ್ಗೆ ಇತ್ತೀಚಿನ ವರದಿ (ಈಗ ಅಲ್ಲಿದ್ದದ್ದು 1949ರದು) ಮತ್ತು ತನ್ನ ಮೆಚ್ಚುಗೆಯ ಐತಿಹಾಸಿಕ ವ್ಯಕ್ತಿಗಳಾದ ಚರ್ಚಿಲ್, ಹಿಟ್ಲರ್ ಮತ್ತು ಸ್ಟಾಲಿನ್ – ಈ ಎಲ್ಲ ವಿಷಯಗಳ ಬಗ್ಗೆ ತಾನು ಉಪಯುಕ್ತವೆಂದು ಭಾವಿಸಿದ ಪತ್ರಿಕಾ ಲೇಖನಗಳನ್ನು ಸಂಗ್ರಹಿಸಿಡುವುದೆಂದರೆ ಆತನಿಗೆ ಬಲು ಹುಚ್ಚು ಎಂದು ಕುಟುಂಬದಲ್ಲೆಲ್ಲ ಸೇಂಗ್ ಭೂಯಿಯ ತಂದೆ ಪ್ರಸಿದ್ಧನಾಗಿದ್ದ.

ತನ್ನ ತಂದೆಯ ಕೋಣೆಗೆ ಪ್ರತಿಕ್ರಿಯೆಯೋ ಅನ್ನುವಂತೆ ಸೇಂಗ್ ಭೂಯಿ ತನ್ನ ಕೋಣೆ ಬಹುಶಃ ಉದ್ದೇಶಪೂರ್ವಕವಾಗಿಯೇ ಓರಣವಾಗಿ ಇಟ್ಟಿದ್ದ. ತನ್ನ ಮಾದರಿ ವಿಮಾನಗಳನ್ನೆಲ್ಲ ಆತ ಮೊದಲನೇ ಮಹಾಯುದ್ಧದ್ದು, ಎರಡನೇ ಮಹಾಯುದ್ಧದ್ದು, ಈಚಿನ ಜೆಟ್ ಯುದ್ಧ ವಿಮಾನಗಳು, ವಿಮಾನ – ವಾಹಕ ಹಡಗುಗಳು ಎಂದೆಲ್ಲ ವಿವಿಧ ವಿಭಾಗಗಳಾಗಿ ವಿಂಗಡಿಸಿ ಗಾಜಿನ ಪೆಟ್ಟಿಗೆಗಳಲ್ಲಿ ಜೋಡಿಸಿಟ್ಟು ಅವಕ್ಕೆಲ್ಲ ವಿಷಯಸೂಚಕ ಶಿರೋನಾಮೆಗಳನ್ನು ಅಂಟಿಸಿದ್ದ.

ಆದರೆ ತಂದೆಯ ಕೋಣೆಯಲ್ಲಿ ಎಲ್ಲ ಅಡ್ಡಾದಿಡ್ಡಿಯಾಗಿದ್ದರೂ ಹವಾನಿಯಂತ್ರಣವಿರುವ ಗಾಜಿನ ವಿಭಾಗವನ್ನು ಬಳಸಲು ಆತ ತನಗೆ ಒಪ್ಪಿಗೆ ನೀಡಿದ್ದುದಕ್ಕಾಗಿ ಅವನು

ಆಭಾರಿಯಾಗಿದ್ದ. ಮಧ್ಯಾಹ್ನ ತಂದೆ ನಿದ್ರೆ ಮಾಡುತ್ತಿದ್ದಾಗ ಅಲ್ಲಿ ಕುಳಿತು ಪುಸ್ತಕ – ಪತ್ರಿಕೆಗಳನ್ನು ಓದುತ್ತಿದ್ದ; ಹಾಳೆಗಳನ್ನು ತಿರುವಿಹಾಕುವಾಗ ಸದ್ದುಮಾಡದೆ ಜಾಗರೂಕನಾಗಿರುತ್ತಿದ್ದ. ಈ ವಿಭಾಗದಲ್ಲಿ ಸ್ಥಳ ಕಿಷ್ಕಿಂಧವೇ; ಬಾಗಿಲಿಂದ ಎರಡು ಕಿಟಿಕಿಗಳವರೆಗಷ್ಟೇ. ಅಲ್ಲಿನ ಅಂಡಾಕಾರಕ್ಕೆ ಆದಷ್ಟೂ ಹೊಂದಿಕೊಳ್ಳುವಂತೆ ಒಂದು ಮೇಜು. ಒಂದು ಪಕ್ಕದಲ್ಲಿ ಒಂದು ಸಣ್ಣ ಮಂಚ, ಆದರಿಂದ ಮೂರೇ ಅಡಿ ದೂರದಲ್ಲಿ ಇನ್ನೊಂದು ಬೀರುವಿನಂಥ ಮೇಜು.

ಕೋಣೆಯ ಅವ್ಯವಸ್ಥೆಯ ಬಗ್ಗೆ ಸೇಂಗ್ ಭೂಯಿ ಎಂದಿಗಿಂತ ಇಂದು ಹೆಚ್ಚು ಅಲಕ್ಷ್ಯ ತಾಳಿದ್ದ. ತಂದೆ ಹೊದೆದಿದ್ದ ಕಂಬಳಿ ಅರ್ಧ ಮಂಚದ ಮೇಲೆ, ಅರ್ಧ ಕೆಳಗಡೆಗೆ ಅಸ್ತವ್ಯಸ್ತವಾಗಿ ಬಿದ್ದಿತ್ತು; ಅಂಚಿನಲ್ಲಿ ಇನ್ನೇನು ಕೆಳಗುರುಳಲೋ ಎಂಬಂತಿದ್ದ ಒಂದು ದಿಂಬು. ಮೇಜಿನ ತುದಿಯಲ್ಲಿ ಒಂದು ಬಟ್ಟಲಿನಲ್ಲಿ ಸೇದಿ ಕೆಲವು ಇಂಚುಗಳಷ್ಟು ಬಿಟ್ಟಿದ್ದ ಒಂದು ಸಿಗಾರ್, ಮೇಜಿನ ಮೇಲೆ ಪ್ಲಾಸ್ಟಿಕ್ ಹೂಗಳು, ಪುಸ್ತಕ ಪತ್ರಿಕೆಗಳು (ಲಂಡನ್ನಿನಿಂದಲೂ ಬಂದಂಥವು), ಓದಲು ಬಳಸುವ ಒಂದು ದೀಪ ಎಲ್ಲಾ ತುಂಬಿದ್ದವು.

ಸೇಂಗ್ ಭೂಯಿ ದಿಂಬನ್ನೆಡವಿ, ಮೇಜಿನ ಮುಂದಿದ್ದ ಟ್ರಾಲಿಗೆ ಡಿಕ್ಕಿ ಹೊಡೆದ. ಅದರ ಮೇಲೆ ಇನ್ನಷ್ಟು ಅದೂ ಇದೂ ವಸ್ತುಗಳು, ಪತ್ರಿಕೆಗಳು, ತಲೆದಿಂಬುಗಳು, ಹೊದಿಕೆಗಳು, ಕ್ರಿಮಿನಾಶಕ ಸಿಂಪಡಿಸುವ ಕೊಳವೆ, ಹಳದಿಗಟ್ಟಿಹೋಗಿದ್ದ ಹಳೆಯ ಪತ್ರಿಕೆಗಳಿಂದ ಕತ್ತರಿಸಿಟ್ಟ ಭಾಗಗಳು–ಎಲ್ಲವನ್ನೂ ಪೇರಿಸಿದ್ದರು. ಅವನು ಕೋಪಗೊಂಡು ಟ್ರಾಲಿಯನ್ನು ಒದ್ದ. ಅದು ಹೋಗಿ ಆಸ್ಬೆಸ್ಟಾಸ್ ಗೋಡೆಗೆ ಬಡಿದು, ಇಡೀ ವಿಭಾಗವನ್ನೇ ನಡುಗಿಸಿತು. ಅವನು ಕಾತರದಿಂದ ತಿರುಗಿ ನೋಡಿದ. ತಂದೆ ಬಚ್ಚಲಮನೆಯಲ್ಲಿ ಮುಖ ತೊಳೆಯುತ್ತಿದ್ದ.

ಸೇಂಗ್ ಭೂಯಿ ಅಲ್ಲಿದ್ದ ಆರಾಮಕುರ್ಚಿಯಲ್ಲಿ ಕುಸಿದು ಕುಳಿತ. ಮೂಲ ಮೇಲುಹೊದಿಕೆ ರಕ್ಷಿಸಲು ಅದರ ಮೇಲೂ ಹೂಗಳನ್ನು ಹೆಣೆದ ಒಂದು ಬಟ್ಟೆ. ಒಂದು ಬೆಳಗ್ಗೆ ಆ್ಹ ಸೂನ್ ಮೇಲಿನ ಬಟ್ಟೆಯನ್ನು ಒಗೆಯಲು ತೆಗೆದಾಗ ಅದರಡಿಯ ಮೂಲ ಮೇಲುಹೊದಿಕೆ ನೋಡಿ ಅವನಿಗೆ ಆಶ್ಚರ್ಯವೇ ಆಗಿತ್ತು.

ತನ್ನ ತಂದೆತಾಯಿಗಳೂ, ಆ್ಹ ಸೂನಳೂ (ಅವರ ಜೀವನ ಸಿದ್ಧಾಂತ ಆಕೆಗೂ ಪೂರ್ತಿ ಒಪ್ಪಿಗೆಯಾಗಿತ್ತು) ಹೀಗೆ ವಿಷಯಗಳ ಅಂಚಿನಲ್ಲೇ ಜೀವನ ನಡೆಸುತ್ತಿರುವುದೇಕೆ, ಅವುಗಳನ್ನು ಹರ್ಷದಿಂದ ಅನುಭವಿಸುತ್ತಿಲ್ಲವೇಕೆ ಎಂಬುದೇ ಅವನಿಗೊಂದು ಯೋಚನೆ. ಆದರೆ ಆ್ಹ ಸೂನ್ ತನ್ನ ಚೀನೀ ಹೊಸ ವರ್ಷದ ಸ್ಯಾಂಪೂ ಮತ್ತು ಷರಾಯಿಗಳನ್ನು ದೇವಾಲಯದ ಉತ್ಸವಗಳು, ಮದುವೆಗಳು ಮತ್ತು ಹುಟ್ಟುಹಬ್ಬದ ಭೋಜನಕೂಟಗಳಿಗೆ ಮಾತ್ರ ಬಳಸುವುದು ಅವನಿಗೆ ಅರ್ಥವಾಗಿತ್ತು. ಮನೆಗೆಲಸ ಮಾಡುವಾಗ ಅವಳು ತೇಪೆ ಹಾಕಿದ ಮಾಸಲು ಬಟ್ಟೆಗಳನ್ನು ತೊಡಬೇಕಾದದ್ದು ಅನಿವಾರ್ಯವಾಗಿತ್ತು.

"ನಮ್ಮಲ್ಲಿರುವ ಈ ವಸ್ತುಗಳನ್ನೆಲ್ಲ ಎಂದಾದರೂ ಈ ಹೊದಿಕೆ ಬಟ್ಟೆಗಳಿಲ್ಲದೆ 'ಹೊಸದಾಗಿ' ಇದ್ದಹಾಗೆ ಉಪಯೋಗಿಸ್ತೇವೇನಮ್ಮ? ಈ ಬದಲಿ ಪಾತ್ರೆಪಡಗ, ತಟ್ಟೆಲೋಟಗಳ ಬದಲು ಬೀರುಗಳಲ್ಲಿರುವ ಆ ನಿಜವಾದ ವಸ್ತುಗಳನ್ನು ತೆಗೆದು ಬಳಸ್ತೇವಾ?" ಎಂದು ಅವನು ಒಮ್ಮೆ ಕೇಳಿದಾಗ ತಾಯಿ, "ಹೌದು, ಉಪಯೋಗಿಸ್ತೇವೆ. ನಮ್ಮ ಹೊಸ ಮನೆಗೆ ಹೋದಾಗ ನಮ್ಮ ಹೊಸ ತಟ್ಟೆ–ಲೋಟಗಳನ್ನು ಬಳಸ್ತೇವೆ, ಕುರ್ಚಿ–ಮೇಜುಗಳಿಗಿರುವ ಹೊದಿಕೆಗಳನ್ನು ತೆಗೆದುಹಾಕ್ತೇವೆ" ಎಂದು ಉತ್ತರಿಸಿದ್ದಳು.

'ಹೊಸ' ಮನೆ ವಾಸ್ತವವಾಗಿ ಇಪ್ಪತ್ತಾರು ವರ್ಷಗಳಷ್ಟು ಹಳೆಯದು. ಅವನ ದೊಡ್ಡಕ್ಕ

ಹುಟ್ಟಿದ ಮಾರನೆ ದಿನ ಅದನ್ನು ಕಟ್ಟಿಮುಗಿಸಿದ್ದು. ಅವರಿನ್ನೂ ಸೇಂಗ್ ಭೂಯಿಯ ತಾತನ ಮನೆಯಲ್ಲೇ ಇದ್ದರು; ಮನೆಯ ಇನ್ನೊಂದು ಭಾಗದಲ್ಲಿ ಇವರಿಂದ ಪ್ರತ್ಯೇಕವಾಗಿ ಒಬ್ಬ ಚಿಕ್ಕಪ್ಪ, ಆತನ ಇಬ್ಬರು ಮಕ್ಕಳು ವಾಸವಾಗಿದ್ದರು.

"ನಮ್ಮಷ್ಟಕ್ಕೆ ನಾವು ಸ್ವಂತವಾಗಿ ಜೀವನ ನಡೆಸುವಂತಾಗುವ ಸಮಯಕ್ಕಾಗಿ ಈ 'ಹೊಸ ವಸ್ತು'ಗಳನ್ನೆಲ್ಲ ಇಟ್ಟಿರಬೇಕಪ್ಪ" ಎಂದು ತಾಯಿ ಅಂದಾಗ ಅದಕ್ಕೆ ಇನ್ನೂ ಎಷ್ಟು ದಿನ ಕಾಯಬೇಕೋ ಎಂದು ಸೇಂಗ್ ಭೂಯಿ ಯೋಚಿಸುತ್ತಿದ್ದ.

ಟ್ರಾಲಿಯಿಂದ ಕೆಲವು ಚಿತ್ರಕಥೆ ಪುಸ್ತಕಗಳನ್ನೆಳೆದುಕೊಂಡು ಅವನು ಓದತೊಡಗಿದ. 'ಕಂಬ್ಯಾಟ್' (ಸಮರ) ಮತ್ತು 'ಕಮ್ಯಾಂಡೊ' (ಯುದ್ಧವೀರರು) ಎಂಬ ಕಥೆ ಪುಸ್ತಕಗಳು ಅವನಿಗೆ ಬಹುಪ್ರಿಯ. ಅವನ್ನೆಲ್ಲ ಆತ ಎಷ್ಟೋ ಸಲ ಓದಿದ್ದ; ಆದರೆ ಹೊಸವನ್ನು ಕೊಂಡು ಕೊಳ್ಳಲು ಜಿಪುಣತನ. 'ಹೊಸ' ವಸ್ತುಗಳನ್ನು ಕೊಳ್ಳಬೇಕೆಂಬ ಆಕಾಂಕ್ಷೆಯಂತೂ ತನಗರಿವಿಲ್ಲ ದಂತೆಯೇ ಅವನಲ್ಲಿ ಬಲವಾಗಿತ್ತು. ಆದರೆ ಮುಂದೆ ಕೊಳ್ಳೋಣ ಮುಂದಿನ ತಿಂಗಳು, ಮುಂದಿನ ವರ್ಷ ಎಂದು ಯೋಚನೆ ಮಾಡುವುದು ಹೆಚ್ಚು ಸುಲಭವಾಗುತ್ತಿತ್ತು. ಅಪ್ಪ-ಅಮ್ಮ ಮಾತೆತ್ತಿದರೆ 'ನೀನು ದೊಡ್ಡವನಾದಾಗ' ಅಂದುಬಿಡುತ್ತಿದ್ದರು. ಅಂದರೆ ಮುಂದೆ ಯಾವಾಗಲೋ ಎಂದರ್ಥ ತಾನೆ? ಹೀಗಾಗಿ ತಾನು 'ದೊಡ್ಡವನಾಗಿ' ಬೆಳೆಯುವುದೇ ಇಲ್ಲವೇನೋ ಎಂಬ ಸಂದೇಹವೂ ಅವನಲ್ಲಿ ಮೂಡುತ್ತಿತ್ತು.

ಮೇಜಿನ ಮೇಲಿನಿಂದ ಒಂದು ದಪ್ಪನೆಯ ಕಾಗದದ ಚೂರನ್ನು ಎಳೆದುಕೊಂಡು ಅದರ ಮೇಲೆ ಅವನು ತನ್ನ ಹೆಸರು ಬರೆಯಲಾರಂಭಿಸಿದ. ತನ್ನ ಸಹಿ ಕಂಡು ಅವನಿಗೇ ಖುಷಿಯೆನಿಸಿತು.

"ಇದೊಂದು ಸಣ್ಣ ಕೆಲಸ ಮಾಡೋದಕ್ಕೆ ನಾನು ನಿನಗೆಷ್ಟು ಸಲ ಹೇಳಬೇಕು? ಎಳೇ ಮಕ್ಕಳೂ ಮಾಡೋ ಅಂಥ ಕೆಲಸ... ಅಂಗಡಿಗೆ ಟೆಲಿಫೋನ್ ಮಾಡಿ ಎರಡು ಡಬ್ಬಿ ಅನಾನಸ್ ಹಣ್ಣಿನ ರಸ, ಒಂದು ಬಾಟಲು ಚಟ್ನಿ ಕಳಿಸುವಂತೆ ಹೇಳೋದಕ್ಕೆ ಆಗೋದಿಲ್ವಾ? ಮಾತೆತ್ತಿದರೆ ಮರೆತುಹೋಯಿತು! ಮಹಜಾಂಗ್ ಕೂಟಕ್ಕೆ ಬಾ ಅಂತ ನಿನ್ನನ್ನು ಯಾರಾದರೂ ಕೇಳಬೇಕು, ಸಾಕು, ಹಾಂ!"

ಗಾಜಿನ ಮೂಲಕ ತಂದೆಯ ದನಿ ಸ್ವಲ್ಪ ಮೆತ್ತಗೆ ಕೇಳಿಸುತ್ತಿದ್ದರೂ ಆತ ರೇಗಿದ್ದನೆಂಬುದು ಸ್ಪಷ್ಟವಾಗಿತ್ತು. ಸೇಂಗ್ ಭೂಯಿ ಕತ್ತೆತ್ತಿ ನೋಡಿದ. ಅದೊಂದು ಮಾಮೂಲು ದೃಶ್ಯ. ಇನ್ನು ತುಸುವೇ ಹೊತ್ತಿನಲ್ಲಿ ಅಪ್ಪನಿಗೆ ಕೋಪ ಮತ್ತಷ್ಟು ಏರುತ್ತದೆ ಎಂದು ಸೇಂಗ್ ಭೂಯಿಗೆ ಗೊತ್ತಿತ್ತು. ತನಗೆ ಇಷ್ಟವಾದ ಚಟ್ನಿಯಿಲ್ಲದೆ ಊಟ ಮಾಬೇಕಲ್ಲ ಎಂಬ ಸಿಟ್ಟಿನಲ್ಲಿ ತಂದೆ ಕೈಗಳನ್ನು ಬೀಸುತ್ತಿದ್ದುದು ಗಾಜಿನ ಮೂಲಕ ಅವನಿಗೆ ಕಾಣಿಸುತ್ತಿತ್ತು. ಆಗ ಅಷ್ಟೇ ಕೋಪದಿಂದ, ಆದರೆ ತಂದೆಯಷ್ಟು ಸ್ವರ ಏರಿಸದೆ, ಮಾತಾಡುತ್ತಿದ್ದ ಅಮ್ಮನ ದನಿ ಕೇಳಿಸಿತು:

"ಹೌದು, ನಾನೊಬ್ಬಳು ಮೂರ್ಖಳು! ಆದರೆ ಅಷ್ಟೊಂದು ಬುದ್ಧಿವಂತನಾದ ನೀನೇ ಯಾಕೆ ಅಂಗಡಿಗೆ ಹೇಳಬಾರದಿತ್ತು...?"

ಒಂದು ವಾದ ಬಂದಾಗ ತರ್ಕ ತಪ್ಪಿದರೆ ತಾಯಿ ಸಾಮಾನ್ಯವಾಗಿ ಉತ್ತರಿಸುತ್ತಿದ್ದುದು ಹಾಗೆಯೇ. ಹೊರಗೆ ತಾಯಿ ಮೇಜಿನಿಂದ ಊಟದ ಪಾತ್ರೆಗಳನ್ನು ತೆಗೆಯುತ್ತಿದ್ದುದು ಕಾಣಿಸಿತು. ತನಗೆ ಸಾಧ್ಯವಿದ್ದಾಗಲೆಲ್ಲ ಆ್ಹ ಸೂನ್‌ಳ ಕೆಲಸದ ಹೊರೆಯನ್ನು ಕಡಿಮೆ ಮಾಡಲು ಆಕೆ ಪ್ರಯತ್ನಿಸುತ್ತಿದ್ದಳೆಂಬುದು ನಿಜ. ಸಮಮಟ್ಟದಲ್ಲಿರದಿದ್ದ ಗಾಜುಗಳ ಮೂಲಕ ಬೀಳುತ್ತಿದ್ದ

ಪ್ರತಿಫಲನಗಳು ವಿಕೃತವಾಗಿ ಕಾಣುತ್ತಿದ್ದವು. ಇಡೀ ದೃಶ್ಯ ಹರಕುಮುರುಕು, ನೈಜವಲ್ಲ ಅನ್ನಿಸುತ್ತಿತ್ತು ಸೇಂಗ್ ಭೂಯಿಗೆ. ಹೊರಗಡೆ ಸ್ಪಷ್ಟವಾಗಿ ನೋಡಲು ಕಿಟಿಕಿಗಳಿಂದ ಕಾಣುತ್ತಿದ್ದ ದೃಶ್ಯಗಳಿಗೆ ಗಮನ ಹರಿಯಲು ಬಿಡದೆ ಆತ ತನ್ನ ದೃಷ್ಟಿಯನ್ನು ಕೇಂದ್ರೀಕರಿಸಬೇಕಾಗಿತ್ತು.

ಗಾಜಿನ ಮೇಲೆ ತಟ್ಟಿದ ಕಟಕಟ ಶಬ್ದ. ಆ್ಹ ಸೂನ್ ಬಂದು ನಿಂತು ಎಂದಿನಂತೆ ತನ್ನ ಗಟ್ಟಿದನಿಯಲ್ಲಿ ಏನೋ ಹೇಳುತ್ತಿದ್ದಳು. ಗಾಜಿನ ಮೂಲಕ ಸೇಂಗ್ ಭೂಯಿಗೆ ಅದು ಅಷ್ಟು ಗಟ್ಟಿಯಾಗಿ ಕೇಳಿಸಲಿಲ್ಲ.

"ನಿನ್ನ ಸ್ನೇಹಿತರು ಬಂದಿದ್ದಾರೆ, ಕೆಳಗೆ ಹೋಗಿ ಅವರ ಜತೆ ಆಡು."

ಆಡು ಎಂದು ಹೇಳುವುದರಲ್ಲೂ ತನಗೆ ಆಜ್ಞಾಪಿಸುವ ಧೋರಣೆ. ಆದರೆ ಆಟಕ್ಕೆ ಹೋದ ಕೆಲ ನಿಮಿಷಗಳಲ್ಲೇ ಅವನು ಶಾಲಾ ಗೆಳೆಯರೊಡನೆ ಬ್ಯಾಡ್ಮಿಂಟನ್ ಆಟ ಆಡುತ್ತ ಖುಷಿಯಾಗಿದ್ದ; ಶಾಲೆ ಮತ್ತೆ ತೆರೆಯುವ ವಿಚಾರವನ್ನು ಯಾರೂ ಪ್ರಸ್ತಾಪಿಸಲಿಲ್ಲ.

ಅಂದು ರಾತ್ರಿ ಊಟಕ್ಕೆ ಕುಳಿತಾಗ ಅವನಲ್ಲಿ ಯಾವುದೇ ಕಹಿಭಾವನೆಗಳು ಅಥವಾ ವಿಚಾರಗೊಂದಲ ಉಳಿದಿರಲಿಲ್ಲ. ಪರಿಣಾಮವಾಗಿ ಮೇಜಿನ ಮೇಲೆ ತನಗೆ ಪ್ರಿಯವಾದ ಖಾದ್ಯವಿದ್ದುದನ್ನು ಕಂಡು ಅವನು ಬಹಳ ಸಂತಸಗೊಂಡ.

"ಆಹಾ! ಡುರೇನ್* ಹಣ್ಣು!" ಎಂದು ಉದ್ಗರಿಸುತ್ತ ಅವನು ರಸವತ್ತಾದ ಒಂದು ಹಣ್ಣನ್ನೆತ್ತಿಕೊಂಡ. ಮೃದುವಾದ ಹಣ್ಣು ಹಿಸುಕಿ ನಜ್ಜುನುಜ್ಜಾಗದಂತೆ ಹುಷಾರಾಗಿ ಹಿಡಿದುಕೊಂಡು, ಪರವಾಗಿಲ್ಲ, ಬದುಕು ವ್ಯರ್ಥವೇನಲ್ಲ ಎಂಬುದಾಗಿ ಯೋಚಿಸತೊಡಗಿದ.

ತಂದೆ ಎಚ್ಚರಿಸಿದ: "ಅಷ್ಟೊಂದು ಆತುರಬೇಡ. ಸಭ್ಯತೆಯಿಂದ ಕುಳಿತು ಊಟ ಮಾಡೋದನ್ನ ಕಲಿ."

ಸೇಂಗ್ ಭೂಯಿ ತಂದೆಯ ಮಾತು ಕೇಳಲಿಲ್ಲವೋ ಎನ್ನುವಂತೆ ತಟ್ಟೆಗೆ ಗಡದ್ದಾಗಿ ಅನ್ನ ಹಾಕಿಕೊಂಡು ಅದಕ್ಕೇ ಸರಸರನೆ ತೆಂಗಿನಕಾಯಿಯ ಹಾಲು, ಸಕ್ಕರೆ, ಸ್ವಲ್ಪ ಉಪ್ಪು ಬೆರೆಸಿಕೊಂಡು ಕಲಸಿ ತಿನ್ನತೊಡಗಿದ. ಅವನು ಉತ್ತೇಜಿತನಾಗಿದ್ದ. ತೆಂಗಿನಕಾಯಿಯ ಹಾಲು, ಬೆರಳುಗಳ ಸಂದಿಯಲ್ಲಿ ತೂರಿ ಹೋದಾಗೆಲ್ಲ ಅವನಿಗೊಂದು ಆಪ್ಯಾಯಮಾನವಾದ ಭಾವನೆ. ಉಳಿದ ಡುರೇನ್ ಹಣ್ಣುಗಳನ್ನು ಮೇಜಿನಿಂದ ತಾಯಿ ತೆಗೆದುಕೊಂಡು ಹೋದಾಗ ಅವನ ತಟ್ಟೆಯಲ್ಲಿ ಮೂರು ಬೀಜಗಳಷ್ಟೇ ಉಳಿದಿದ್ದವು.

"ಅದ್ಯಾಕಮ್ಮ?" ಬೆರಳುಗಳನ್ನು ಚೀಪುತ್ತ ಅವನು ಕೇಳಿದ.

"ನಿನ್ನಕ್ಕನಿಗೆ ಈ ಹೊತ್ತು ಡುರೇನ್ ಹಣ್ಣುಗಳೇನೂ ಸಿಗಲಿಲ್ಲ. ಈಗ ಅದರ ಆರಂಭ ಕಾಲ. ನಿನಗೆ ಬೇಕಾದರೆ ನಾಳೆ ಇನ್ನಷ್ಟು ತರೋಣ. ಅವಳಿಗೆ ಮದುವೆಯಾದರೂ ನಮ್ಮ ಮನೆಯವಳೇ ಅಲ್ಲವಾ? ಸ್ವಲ್ಪ ತಿಳಿದುಕೋಪ್ಪ... ಬೇಕಿದ್ದರೆ ಇದೋ ನನ್ನ ಹತ್ರ ಇರೋ ಹಣ್ಣು ತಿನ್ನು."

ಎಲ್ಲರನ್ನೂ ನ್ಯಾಯದಿಂದ ನೋಡಬಯಸಿದ್ದ ಆಕೆಯ ದನಿಯಲ್ಲಿ ದೈನ್ಯವಿತ್ತು. ಮಗಳು ಹತ್ತಿರ ಇಲ್ಲವೆಂದು ಆಕೆ ಇಷ್ಟೊಂದು ಕೊರಗುವುದು ಸೇಂಗ್ ಭೂಯಿಗೆ ಹಿಡಿಸುತ್ತಿರಲಿಲ್ಲ.

---

* ಡುರೇನ್: ಮುಳ್ಳು ಮುಳ್ಳಾದ ಸಿಪ್ಪೆ. ಕಟು ವಾಸನೆ ಹಾಗೂ ಬಹಳ ರುಚಿಕರವಾದ ಮತ್ತು ಮೆದುವಾದ ತಿರುಳಿನಿಂದ ಕೂಡಿದ ಅಂಡಾಕಾರದ ಒಂದು ದೊಡ್ಡ ಹಣ್ಣು. ಇದರ ಬೀಜಗಳನ್ನೂ ಹುರಿದು ತಿನ್ನುತ್ತಾರೆ.

"ಅಲ್ಲಮ್ಮ! ಮನೇಲಿರೋದನ್ನೆಲ್ಲ ಅವಳಿಗೆ ಕೊಡ್ತಾನೇ ಇದೀಯ. ಇದು ನನಗಿಷ್ಟ ಅಂತ ಅವಳು ಸ್ವಲ್ಪ ಅಂದರೆ ಸಾಕು, ಓಡಿಹೋಗಿ ಅದನ್ನು ಅವಳ ಕೈಗಿಟ್ಟುಬಿಡ್ತೀಯ, ಆದರೆ ನನ್ನ ವಿಷಯ ಹೇಳು. ನಾನೂ ಮನೆಯವನೇ ಅಲ್ವಾ?"

ಹಣಕಾಸಿನ ಬಗ್ಗೆ ಲಕ್ಷ್ಯ ನೀಡುತ್ತಿದ್ದ ಅವನ ತಂದೆ ಆಗ ಒಂದು ಚಿಕ್ಕ ಭಾಷಣವನ್ನೇ ಆರಂಭಿಸಿದ :

"ಅದಕ್ಕೇ ಹೇಳೋದು. ನೀನು ಕಷ್ಟಪಟ್ಟು ಓದಬೇಕು. ನಿನ್ನ ಜೀವನ ನೀನು ನೋಡಿಕೋಬೇಕು. ಆಗ ನಿನಗೆ ಬೇಕಾದಷ್ಟು ಡುರೇನ್ ಹಣ್ಣುಗಳನ್ನು ನೀನು ತಿನ್ನಬಹುದು..."

ಸೇಂಗ್ ಭೂಯಿ ಅಪ್ಪನ ಮಾತಿಗೆ ಕಿವಿಗೊಡಲಿಲ್ಲ. ಏನು ಮಾಡಬೇಕೆಂದು ಯೋಚಿಸುತ್ತಾ ಆತ ಒಳಗೇ ಕುದಿಯುತ್ತಿದ್ದ. ಉಳಿದವರು ತನ್ನನ್ನು ಸಮಾಧಾನಪಡಿಸಬಹುದೆಂದು ಅವನು ನಿರೀಕ್ಷಿಸಿದ್ದ. **ಅವಳು ತನ್ನ** ಸೋದರಿ ಎಂದು ಅಮ್ಮ ಒತ್ತಿ ಹೇಳಬೇಕೇಕೆ? ಅದಕ್ಕೇನು ಅರ್ಥ, ಇದರಲ್ಲಿ ಕರ್ತವ್ಯವೇನು ಬಂದಿತು?

ಕೊನೆಗೆ ತನ್ನ ಪ್ರತಿಷ್ಠೆಯನ್ನು ಲೆಕ್ಕಿಸದೆ ಸೌಜನ್ಯದಿಂದ ವರ್ತಿಸಲು ಪ್ರಯತ್ನಿಸುತ್ತ ಸೇಂಗ್ ಭೂಯಿ ಎಂದ :

"ಅಮ್ಮಾ ದಯವಿಟ್ಟು ನನಗಿನ್ನಷ್ಟು ಕೊಡಮ್ಮ."

ಅವನ ಅನಿರೀಕ್ಷಿತ ಕೇಳಿಕೆಯಿಂದ ತಾಯಿ ಕ್ಷಣಕಾಲ ಸ್ತಂಭಿತಳಾದಳು. ಅವಳಿಂದ ಬಂದ ಉತ್ತರ ಅಪಾಯಕಾರಿಯಾಯಿತು: "ಹುಚ್ಚಾಟ ಬೇಡ. ಇಷ್ಟು ಕಡಿಮೆ ಬೀಜಗಳಿರುವ ಒಂದೆರಡು ಹಣ್ಣುಕೊಟ್ಟು ಏನು ಪ್ರಯೋಜನ. ಅದು ನಾಚಿಕೆಗೇಡಲ್ವೆ? ಅವಳ ಗಂಡನಾದರೂ ಏನಂದುಕೊಂಡಾನು?"

ಒಂದೆರಡು ಹಣ್ಣು ಕೊಟ್ಟರೆ ತಮ್ಮ ಮರ್ಯಾದೆಗೆ ಕುಂದು ಎಂಬ ಈ ಮಾತು ಕೇಳಿ ಸೇಂಗ್ ಭೂಯಿಯ ಮೈ ಉರಿದುಹೋಯಿತು. ತನ್ನ ಅಕ್ಕ ಮದುವೆಯಾಗಿ ಗಂಡನ ಮನೆಗೆ ಹೋದಾಗಿನಿಂದ ತಾಯಿಗೆ ಅವಳ ಹೊರತು ಬೇರೇನು ಯೋಚನೆಯೂ ಇಲ್ಲ. ಅವನ ಮಟ್ಟಿಗೆ ಅವಳ ಗಂಡನ ಮನೆಯವರು ದೂರದ ಅವ್ಯಕ್ತ ಆಕೃತಿಗಳು ಮಾತ್ರ. ಆ ಕ್ಷಣದಲ್ಲಿ ಸುವ್ಯಕ್ತವಾಗಿದ್ದದ್ದು ಮತ್ತು ಅವನಿಗೆ ಬೇಕಾಗಿದ್ದದ್ದು ಕೆಲವು ಡುರೇನು ಹಣ್ಣುಗಳು; ಅವು ದೊರೆಯದೆ ಹೋದವು. ಇಲ್ಲಿಂದಾಚೆಗೆ ಯೋಚಿಸಬೇಕಾಗಿದ್ದರೆ ಪ್ರೌಢತನ ಬೇಕಿತ್ತು; ಅದು ಅವನಲ್ಲಿರಲಿಲ್ಲ. ಕೋಪವೊಂದೇ ಉಳಿದಿದ್ದದ್ದು.

ಅವನು ಸಾಕಷ್ಟು ಜೋರಾಗಿ ಕೂಗಿ ಹೇಳಿದ: "ಅವಳ ಬಗ್ಗೆ ನೀನೇಕೆ ಇಷ್ಟೊಂದು ರಂಪ ಮಾಡ್ತೀಯ? ಅವಳಿಲ್ಲಿದ್ದಾಗ ನೀನು ಹೀಗೆಲ್ಲ ಆಡ್ತಿರಲಿಲ್ಲ. ನೀವು ಸದಾ ಜಗಳವಾಡ್ತಿದ್ರಿ."

ಈ ಮಾತು ಕೇಳಿ ಕ್ರುದ್ಧಳಾದ ತಾಯಿ "ನನ್ನ ಹಣ, ನಾನು ಏನು ಬೇಕಾದ್ರೂ ಮಾಡಿಕೊಳ್ತೀನಿ!" ಅಂದಳು.

ಈಗ ಜಗಳ ತಾಯಿ – ಮಕ್ಕಳ ಜಗಳದ ಹಂತವನ್ನೂ ಮೀರಿತ್ತು. ಇದೀಗ ಅವಳು ಸಹಾನುಭೂತಿಪರ ತಾಯಿಯಾಗಿರಲಿಲ್ಲ. ಅಡಿಗಡಿಗೂ ಅವನಿಗೆ ಅಡ್ಡಿಪಡಿಸಿ ಕತ್ತು ಹಿಸುಕುವಂಥ ದೈತ್ಯಶಕ್ತಿಯಂತಿದ್ದಳು. ಆಕೆಗೆ ಬೇರಾವ ರೀತಿಯಲ್ಲೂ ಉತ್ತರ ಕೊಡಲಾರದೆ ಅವನು ತನ್ನ ತಟ್ಟೆಯನ್ನು ಎತ್ತಿ ರಪ್ಪೆಂದು ನೆಲಕ್ಕೆ ಬಡಿದ; ಅದು ಚೂರುಚೂರಾಗಿ ತಟ್ಟೆಯಲ್ಲಿದ್ದ ಅನ್ನ ಮತ್ತು ತೆಂಗಿನಕಾಯಿ ಹಾಲು ಚೆಲ್ಲಾಪಿಲ್ಲಿಯಾಗಿ ನೆಲದ ಮೇಲೆ ಸುರಿಯಿತು; ಮೂರು ಡುರೇನ್ ಬೀಜಗಳು ಮೇಜಿನಡಿಗೆ ಚೆಲ್ಲಾಡಿ ಹೋಗಿದ್ದವು.

ತಂದೆಯೂ, ಆ್ಹಿ ಸೂನಳೂ ಕೂಡಲೇ ಬಿರುಸಿನಿಂದ ಮಾತಾಡತೊಡಗಿದರು. ಈ ಪ್ರಕೋಪ ಅವರಿಗೆ ಗಾಬರಿಯುಂಟುಮಾಡಿತ್ತು. ಕೂಗಲು ಬಾಯ್ದೆರೆದ ತಂದೆ ಕ್ಷೀಣಸ್ವರದಲ್ಲಿ "ಇನ್ನೊಂದು ಸಲ ಹೀಗೆ ಮಾಡಬೇಡ. ಮಾಡಿದ್ರೆ ಒದ್ದುಬಿಡ್ತೀನಿ ? ಅಮ್ಮ ಅಂದರೆ ಸ್ವಲ್ಪವೂ ಗೌರವ ಇಲ್ವಾ ?" ಎಂದ.

ಖೇದದ ದನಿಯಲ್ಲಿ ಆ್ಹಿ ಸೂನ್ ನುಡಿದಳು. "ಬೇಡ, ಸೇಂಗ್ ಭೂಯೀ. ಬೇಡಪ್ಪ. ಮತ್ತೆ ಹೀಗೆ ಮಾಡಬೇಡ. ತಪ್ಪಾಯಿತು ಅನ್ನು. ಅಮ್ಮ ನಿನ್ನ ಪ್ರೀತಿಸ್ತಾಳಪ್ಪ. ಡುರೇನ್ ಹಣ್ಣುಗಳಿಗಾಗಿ ಈ ಹೆಡ್ಡತನವೆ ?"

ಎದೆ ಸೀಳುವಂತಿದ್ದ ಕೋಪವನ್ನು ಶಮನ ಮಾಡಿಕೊಂಡ ಸೇಂಗ್ ಭೂಯಿಗೆ ಕೂಡಲೆ ಪಶ್ಚಾತ್ತಾಪ ಮೂಡಿತು. ನಿಜ, ಅಮ್ಮ ತನ್ನನ್ನು ಪ್ರೀತಿಸುತ್ತಾಳೆ. ತನಗಾಗಿ ಎಷ್ಟೋ ಕೆಲಸಗಳನ್ನು ಮಾಡಿದ್ದಾಳೆ. ಅವೆಲ್ಲ ಅವನ ಸ್ಮೃತಿಪಟಲದಲ್ಲಿ ಹರಿದುಹೋದಾಗ ಅವನಿಗೆ ವ್ಯಸನವಾಯಿತು.

ಆದರೂ ವಿಷಾದ ಸೂಚಿಸುವ ಬದಲು ತಾಯಿಗೆ ತಕ್ಕ ನೋವು ಕೊಟ್ಟೆನೆಂಬ ಬಿಗುಮಾನದ ತೃಪ್ತಿಯಿಂದ ಅವನು ಊಟದ ಕೋಣೆಯಿಂದ ಬಿರಬಿರನೆ ಹೊರಕ್ಕೆ ನಡೆದ.

ಅವನು ಮಹಡಿ ಮೆಟ್ಟಿಲ ತುದಿ ಮುಟ್ಟುವುದರಲ್ಲಿ ಅಂಗಳದಲ್ಲಿ ಒಂದು ಕಾರು ಬಂದು ನಿಂತ ಸಪ್ಪಳ ಕೇಳಿಸಿತು. ತಾಯಿ ತೆಗೆದಿಟ್ಟಿರುವುದಾಗಿ ಹೇಳಿದ್ದ ಡುರೇನ್‌ಗಳನ್ನು ಒಯ್ಯಲು ಅವನ ಅಕ್ಕನೂ ಅವಳ ಗಂಡನೂ ಬಂದಿದ್ದರು. ಅವನು ಹಿಂಭಾಗದ ಕೋಣೆಯೊಂದಕ್ಕೆ ಓಡಿ ಅಲ್ಲಿನ ಕಿಟಕಿಯಿಂದ ಊಟದ ಕೋಣೆಯೊಳಕ್ಕೆ ಇಣುಕಿದ. ಆತ್ಮವಿಶ್ವಾಸ, ದೃಢನಡಿಗೆ, ಹೊಸದಾಗಿ ಮದುವೆಯಾದ ಹುರುಪು ಎಲ್ಲದರೊಂದಿಗೆ ತನ್ನ ಅಕ್ಕ ನಡೆಯುತ್ತಿದ್ದಳು.

"ಯಾಕೆ ಏನಾಯಿತು ?" ಎಂಬ ಅವಳ ಪ್ರಶ್ನೆ ಸೇಂಗ್ ಭೂಯಿಗೆ ಕೇಳಿಸಿತು.

"ಅದೇ ? ಸೇಂಗ್ ಭೂಯಿ ಕೋಪದಿಂದ ಹಾರಾಡಿದ, ಅಷ್ಟೇ" ಎಂದು ತಾಯಿ ಅನ್ನುವಾಗ ಆಕೆಯ ದನಿ ಕಂಪಿಸುತ್ತಿತ್ತು. ಘಟನೆಯನ್ನು ಲಘುವಾಗಿ ಹಾರಿಸುವ ಯತ್ನ. ಅನಂತರ ಅವಳು ಅಳಿಯನತ್ತ ತಿರುಗಿ ಅಂದಳು:

"ಇದನ್ನೆಲ್ಲ ನೋಡಿ ಏನೂ ಅಂದುಕೊಳ್ಳಬೇಡಿ. ಬಂದು ಕುತ್ಕೊಳ್ಳಿ. ಸ್ವಲ್ಪ ಡುರೇನ್ ತಿನ್ನಿ..."

ಸೇಂಗ್ ಭೂಯಿನ ಅಕ್ಕನಿಗೆ ಏಕೋ ನಿರಾಶೆಯಾದಂತಿತ್ತು. "ಅದ್ಯಾಕೆ ಕೋಪ ಮಾಡಿಕೊಂಡ ? ಹಾಗಾದರೆ ಈಗ ಅವನು ಕೆಳಗೆ ಬರೋದಿಲ್ಲ. ಅವನಿಗೋಸ್ಕರ ಇದನ್ನು ತಂದಿದ್ದೇನಲ್ಲ..." ಎಂದು ವಿಮಾನವಾಹಕ ನೌಕೆಯ ಇತ್ತೀಚಿನ ಮಾದರಿಯೊಂದನ್ನು ಅವಳು ತೆಗೆದು ತೋರಿಸಿದಳು.

ಸೇಂಗ್ ಭೂಯಿಗೆ ಕಣ್ಣಲ್ಲಿ ನೀರು ಬಂದಿತು. ತಾನು ಮಲಗುವ ಕೋಣೆಗೆ ಓಡಿ ಧಡಾರನೆ ಬಾಗಿಲು ಹಾಕಿಕೊಂಡ. ಅಲ್ಲಿದ್ದ ಮಾದರಿಗಳ ಸಂಗ್ರಹವನ್ನು ನೋಡಿದ. ಅವನ್ನು ಒಪ್ಪಗೊಳಿಸುವುದರಲ್ಲಿ ಆತ ಅದೆಷ್ಟು ಸಮಯ ಕಳೆದಿದ್ದ. ಅವುಗಳ ವಿವಿಧ ಭಾಗಗಳಿಗೆ ಸರಿಯಾದ ಬಣ್ಣಗಳನ್ನು ನೀಟಾಗಿ ಹಚ್ಚುತ್ತಿದ್ದ, ಆ ಪುಟ್ಟ ಪೈಲಟ್‌ಗಳ ಶಿರಸ್ತ್ರಾಣಗಳಿಗೆ ನಿಶ್ಚಿತ ಬಣ್ಣ ಹಚ್ಚುವುದನ್ನೂ ಅವನು ಮರೆಯುತ್ತಿರಲಿಲ್ಲ. ಒಂದೊಂದು ಮಾದರಿ ಎಂತೆಂಥ ವಿನ್ಯಾಸದ್ದಾಗಿರಬೇಕೆಂದು ತಿಳಿಯಲು ಅವನು ಸದಾ ಪ್ರಯತ್ನಿಸುತ್ತಿದ್ದ. ಒಂದು 'ಸ್ಪಿಟ್‌ಫೈರ್' ವಿಮಾನದ ಮೇಲೆ ತಪ್ಪು ವಿನ್ಯಾಸಗಳನ್ನು ಚಿತ್ರಿಸಿದುದಕ್ಕಾಗಿ ತನ್ನ ಸೋದರ ಸಂಬಂಧಿಯೊಬ್ಬನ ಬಗ್ಗೆ ಆತ ಅಸಮಾಧಾನಗೊಂಡದ್ದೂ ಉಂಟು. ಅಷ್ಟು ಸುಪ್ರಸಿದ್ಧ ಮಾದರಿಯ ವಿನ್ಯಾಸ ಅವನಿಗೆ ಗೊತ್ತಿರಲಿಲ್ಲವೆಂದರೇನು !

ಆದರೆ ಈಗ ಅವೆಲ್ಲ ಯಃಕಶ್ಚಿತ್ ಅನ್ನುವಂತೆ ಅವನಿಗೆ ತೋರಿತು. ಡುರೇನ್‌ಗಳ ಬಗ್ಗೆ ತಾಯಿಯ ಮನೋಭಾವವನ್ನು ಬದಲಿಸಬೇಕೆಂದು ಕೋಪದಿಂದ ಪ್ರಯತ್ನಿಸಿದ ಅವನಲ್ಲಿ ಒಂದು ಬಗೆಯ ಮನೋವೇದನೆ, ಕಹಿಭಾವನೆ ಮೂಡಿತ್ತು. ಅದನ್ನು ಹೋಗಲಾಡಿಸಿಕೊಳ್ಳ ಬೇಕಲ್ಲವೆ ? ಹೌದು. ಹೆಚ್ಚು ಜನರ ಸ್ನೇಹ ಮಾಡಿಕೊಳ್ಳಬೇಕು, ಬ್ಯಾಡ್ಮಿಂಟನ್ ಆಡಬೇಕು, ಸ್ಕೌಟಿಂಗ್, ವಿಹಾರ ಶಿಬಿರಗಳಿಗೆ ಹೋಗಬೇಕು, ಆದರೆ ಚಿಲ್ಲರೆ ಮನೆಗೆಲಸಗಳನ್ನು ಮಾಡುವ ವಾರಗಳಲ್ಲಿ ಅಪರಿಚಿತರ ಮನೆಗಳಿಗೆ ಹೋದರೆ ನಾಯಿಗಳು ಕಚ್ಚಿಬಿಡುತ್ತವೆ ಎಂದು ಅಮ್ಮ ಹೇಳುತ್ತಿದ್ದದ್ದು ಅವನ ನೆನಪಿಗೆ ಬಂತು. ಬಂಧನದಲ್ಲಿ ಸಿಕ್ಕಿ ಹಾಕಿಕೊಂಡವನಂಥ ಭಾವನೆ ಅವನನ್ನು ಆವರಿಸಿತು. ಹೊರಗಿನ ಜಗತ್ತು ಒಮ್ಮೊಮ್ಮೆ ಸ್ಪಷ್ಟವಾಗಿ, ಒಮ್ಮೊಮ್ಮೆ ವಿಕೃತವಾಗಿ ಕಾಣುತ್ತಿತ್ತು ಅವನಿಗೆ.

ಆದರೆ ಗಾಜನ್ನು ಭೇದಿಸಿ ಬಂದು ಆಚೆ ನೋಡುವ ಧೈರ್ಯ ಅವನಲ್ಲಿರಲಿಲ್ಲ. ನಿಜವಾಗಿ ಹೊರಗಿನ ಪ್ರಪಂಚ ಹೇಗಿರಬಹುದು ? ನೋಡೋಣ, ಪರಿಸ್ಥಿತಿ ಅಷ್ಟೇನೂ ಕೆಟ್ಟದಿರಲಾರದು.

ತನ್ನ ಅಕ್ಕ ತನಗಾಗಿ ತಂದಿದ್ದ ವಿಮಾನ ವಾಹಕ ನೌಕೆ ಇಡುವುದಕ್ಕೆ ಜಾಗ ಮಾಡಲು ಅವನು ಅಲ್ಲಿದ್ದ ಮಾದರಿಗಳನ್ನು ಬೇರೊಂದು ರೀತಿಯಲ್ಲಿ ಜೋಡಿಸಲಾರಂಭಿಸಿದ. ○

ಥಾಯ್ ಲೆಂಡ್

○ ಪ್ರತೂಮ್ರಥ ಜೆಂಗ್

ನನ್ನ ಥಾಯ್ ಬೆಕ್ಕು

ಥಾಯ್‌ಲೆಂಡಿನ ಉತ್ತರ ಭಾಗದಲ್ಲಿನ ನಮ್ಮ ಹಳ್ಳಿ ಮುವಾಂಗ್‌ನಲ್ಲಿನ ನಮ್ಮ ಮನೆಯಲ್ಲಿ ಸೀ ಸ್ವಾರ್ದ್ ಎಂಬ ಒಂದು ಥಾಯ್ (ಅಥವಾ ಸಯಾಮಿ) ಬೆಕ್ಕು ಇತ್ತು. ನಾನು ಐದು ವರ್ಷದ ಹುಡುಗನಾಗಿದ್ದಾಗ ನನ್ನ ತಂದೆಯ ಗೆಳೆಯರೊಬ್ಬರು ನನಗೆ ಕೊಟ್ಟಿದ್ದ ಉಡುಗೊರೆ ಅದು. ಅದಕ್ಕೆ ಚುಚ್ಚುವಂಥ ನೀಲಿ ಕಣ್ಣುಗಳು, ಮೈಮೇಲೆ ಅಚ್ಚ ಕಂದು ಬಣ್ಣದ ನುಣುಪಾದ ತುಪ್ಪುಳ. ಅದು ಸದಾ ಮೈಕೂದಲನ್ನು ನೆಕ್ಕುತ್ತ ಸ್ವಚ್ಛ ಮಾಡಿಕೊಳ್ಳುತ್ತಿತ್ತು. ನಾನು ಅದರ ಅನನ್ಯ ಭಕ್ತನಾಗಿ ಹೋಗಿದ್ದೆ. ಮನೆಯಲ್ಲೂ ಎಲ್ಲರಿಗೂ ಅದು ಅಚ್ಚುಮೆಚ್ಚು. ಆಮೇಲೆ ಅದು ಇಡೀ ಜಿಲ್ಲೆಯಲ್ಲಿ ಪ್ರಸಿದ್ಧವಾಯಿತು.

1925ರ ಬರಗಾಲದಲ್ಲಿ ನಮ್ಮ ಸ್ವಾರ್ದ್ ಒಬ್ಬ ವೀರ ನಾಯಿಕೆಯಾದಳು; 'ಮಳೆಯ ರಾಣಿ' ಆಗಿ ಚುನಾಯಿತಳಾಗುವ ಗೌರವ ಪಡೆದಳು.

ಆ ಬೇಸಗೆಯಲ್ಲಿ ಮೂರು ತಿಂಗಳು ಮಳೆಯೇ ಆಗಲಿಲ್ಲ. ತುಂಬಾ ಒಣಹವೆ. ಊರಿನ ಬಾವಿ ಪೂರ್ತಿ ಒಣಗಿಹೋಗಿ ತಳದ ಕೆಸರಷ್ಟೇ ಉಳಿದಿತ್ತು. ನದಿಯಲ್ಲೂ ನೀರು ತೀರಾ ಕಡಿಮೆಯಾಗಿ ಹೋಗಿತ್ತು. ಹುಲ್ಲೂ, ಗಿಡ ಮರಗಳೂ ಒಣಗಿ ಕರಕಾಗಿದ್ದವು. ನಮ್ಮ ಜಮೀನುಗಳಲ್ಲಿನ ಅನೇಕ ಎಮ್ಮೆ ಕೋಣಗಳೂ ಇತರ ಪ್ರಾಣಿಗಳೂ, ಆ ಬೇಸಗೆಯ ಧಗೆ ತಾಳಲಾರದೆ ಸತ್ತುಹೋದವು. ಆಗ ಉಳಿದ ಪ್ರಾಣಿಗಳಿಗೆ ಆಹಾರ ದೊರಕಿಸಿಕೊಡಲು ಅವನ್ನು ದೂರಕ್ಕೆ ಉತ್ತರದಲ್ಲಿ 'ಮೂನ್' ನದಿಯ ದಂಡೆಗೆ ಕರೆದೊಯ್ದೆವು. ಆ ವರ್ಷ ಬೇಸಾಯ ಸಾಧ್ಯವಾಗುವುದಿಲ್ಲವೆನಿಸಿತು. ನಾವೆಲ್ಲ ಕ್ಷೋಭೆ, ಕ್ಷಾಮಗಳ ಅಂಚಿನಲ್ಲಿದ್ದೆವು. ಕೃಷಿಗೆ ಹೊಸ ಜಾಗಗಳನ್ನರಸಲು ಇತರ ಹಳ್ಳಿಗಳ ಜನ ನೈಋತ್ಯ ಭಾಗದತ್ತ ವಲಸೆ ಹೊರಟಿದ್ದರು.

ಹಳ್ಳಿಗರು ದಿನವೂ ಬೌದ್ಧ ದೇವಾಲಯದಲ್ಲಿ ಕಲೆತು ಮಳೆಗಾಗಿ ಪ್ರಾರ್ಥನೆ ಮಾಡುತ್ತಿದ್ದರು. ದಿನವಿಡೀ ಬೌದ್ಧ ಭಿಕ್ಷುಗಳು ಮಳೆಗಾಗಿ ಮಂತ್ರಗಳನ್ನು ಹೇಳುತ್ತಿದ್ದರು. ರೈತರಿಗೆ ಮಳೆಯ ಯೋಚನೆ ಬಿಟ್ಟರೆ ಬೇರೇನೂ ಮನದಲ್ಲುಳಿಯಲಿಲ್ಲ.

ಮಳೆ ಬರಲು ಹಳೆಯ ಬ್ರಾಹ್ಮಣ-ಬೌದ್ಧ ಆರಾಧನೋತ್ಸವವನ್ನು ಆಚರಿಸೋಣವೆಂದು ಯಾರೋ ಸೂಚಿಸಿದರು. ಈ ಉತ್ಸವಕ್ಕೆ ನಾಂಗ್ ಮಾವ್-ಬೆಕ್ಕುಗಳ ರಾಣಿ – ಎಂದು ಹೆಸರು. ಪುರಾತನಕಾಲದಿಂದ ರೈತರು ಅದನ್ನು ಆಚರಿಸುತ್ತ ಬಂದಿದ್ದಾರೆ. ಈ ಆರಾಧನೆ ಎಂದು ಆರಂಭವಾಯಿತೋ ಯಾರಿಗೂ ತಿಳಿಯದು. ಬ್ರಾಹ್ಮಣಧರ್ಮದಲ್ಲಿ ಮಳೆಯ ದೇವರಾದ ವರುಣನನ್ನು ಆರಾಧಿಸಬೇಕು. ಸಾಗರ, ನೀರು, ಮಳೆ ಎಲ್ಲಕ್ಕೂ ವರುಣನೇ ಅಧಿದೇವತೆ. ಅತ್ಯಂತ ಹಿರಿಯ ವೈದಿಕ ದೇವತೆಗಳಲ್ಲಿ ಆತನೊಬ್ಬ. ಆಕಾಶದ ಮೂರ್ತಸ್ವರೂಪ, ಸ್ವರ್ಗ-ಮರ್ತ್ಯಗಳ ಕಾರಣಕರ್ತ. ಬಹು ಕ್ಷಾತ್ರವಂತನಾದ ವರುಣ ಒಮ್ಮೆ ಒಬ್ಬ ರಾಕ್ಷಸನ ವಿರುದ್ಧ ಹೋರಾಡಲು ಹೆಣ್ಣು ಬೆಕ್ಕಿನ ರೂಪಧರಿಸಿ ಯುದ್ಧದಲ್ಲಿ ಗೆದ್ದು ಅಂದಿನಿಂದ ಜಗತ್ತಿಗೆ ಮಳೆಯನ್ನೂ ಸುಭಿಕ್ಷವನ್ನೂ ನಿರಂತರವಾಗಿ ನೀಡುತ್ತ ಬಂದಿದ್ದಾನೆಂದು ಒಂದು ಕಥೆಯುಂಟು.

ಥಾಯ್ ರೈತರಿಗೆ ಈ ಕಥೆ ತಿಳಿದಿತ್ತೋ ಇಲ್ಲವೋ ನನಗೆ ತಿಳಿಯದು. ಆ ಸಮಯದಲ್ಲಿ ಮಳೆಗಾಗಿ ವರುಣನನ್ನು ಒಲಿಸಿಕೊಳ್ಳಬೇಕೆಂಬ ಯೋಚನೆಯೊಂದೇ ಅವರಲ್ಲಿದ್ದದ್ದು.

ಒಂದು ದಿನ ಒಬ್ಬ ಮುದುಕಿಯೂ ಆಕೆಯ ಗೆಳತಿಯರೂ ನಮ್ಮ ಮನೆಗೆ ಬಂದು ಮಳೆ ಬರಿಸುವ ಉತ್ಸವಕ್ಕೆ ಸಹಾಯ ಮಾಡುವಂತೆ ನನ್ನ ತಂದೆಯನ್ನು ಕೇಳಿಕೊಂಡರು.

ಆ ದಿನ ತಂದೆ ನನ್ನನ್ನೂ ನನ್ನ ಬೆಕ್ಕನ್ನೂ ಬಹುಪ್ರೀತಿಯಿಂದ ಕಂಡು ಸೀ ಸ್ವಾರ್ದ್‌ಗಳ ಮೈದಡವಿ ನನಗೆ ಹೇಳಿದರು: "ಐ ನೂ (ನನ್ನ ಪುಟ್ಟ ಇಲಿಮರಿ) ಮಳೆಗಾಗಿ ಪ್ರಾರ್ಥಿಸುವ ಉತ್ಸವದಲ್ಲಿ ಸಹಾಯ ಮಾಡುವಂತೆ ಹಳ್ಳಿಯ ಜನ ನಮ್ಮನ್ನು ಕೇಳಿದ್ದಾರೆ. ನಮ್ಮ ಬೆಕ್ಕನ್ನು – ಅಂದರೆ ನಿನ್ನ ಸೀ ಸ್ವಾರ್ದ್‌ಗಳನ್ನು ಅದಕ್ಕೆ ಉಪಯೋಗಿಸಿಕೊಳ್ಳಬಹುದು ಅಂತ ನಾನು ಅವರಿಗೆ ಮಾತುಕೊಟ್ಟೆ."

ನಾನು ಸ್ತಂಭೀಭೂತನಾದೆ. ಮಳೆ ಬರಲು ನನ್ನ ಬೆಕ್ಕನ್ನು ಅವರೇಕೆ ಉಪಯೋಗಿಸಬೇಕು? ತಮ್ಮ ಪೂರ್ವಜರನ್ನು ಸ್ಮರಿಸಿ ಗೌರವ ಸೂಚಿಸುವ, ವಾರ್ಷಿಕ 'ಟ್ರೊಪ್ – ಚೀನೆ' ಎಂಬ ಕರ್ಮದಲ್ಲಿ ಚೀನೀಯರು ಕೋಳಿಮರಿಗಳನ್ನು ಕೊಂದು ಬೇಯಿಸುವ ಸಂಗತಿ ನನಗೆ ನೆನಪಿಗೆ ಬಂದಿತು. ನನ್ನ ಬೆಕ್ಕನ್ನು ಕೋಳಿ ಮರಿಯಂತೆ ಕೊಂದು ಬೇಯಿಸುವುದೇ? ಖಂಡಿತ ಸಾಧ್ಯವಿಲ್ಲ!

"ಅಯ್ಯೋ, ಇಲ್ಲ ಅಪ್ಪ! ನನ್ನ ಸೀ ಸ್ವಾರ್ದ್‌ಗಳನ್ನು ಯಾರೂ ಕೊಲ್ಲೋದಕ್ಕೆ ನಾನು ಬಿಡಲಾರೆ. ಮಳೆ ಬರಲಿ, ಬಿಡಲಿ ನಾನದನ್ನು ಲೆಕ್ಕಿಸೋದಿಲ್ಲ" ಎಂದು ಹೇಳಿ ನಾನು ಕೂಗಾಡುವುದರಲ್ಲಿದ್ದೆ.

ಆದರೆ ಥಾಯ್ ಕುಟುಂಬದಲ್ಲಿ ತಂದೆಯೇ ಮನೆಯ ಏಕೈಕ ನಿರಂಕುಶ ಯಜಮಾನ. ಆತನ ಮಾತಿಗೆ ಇಲ್ಲವೆನ್ನುವುದು ಪಾಪಕರ, ಅಕ್ಷಮ್ಯ. ಅಲ್ಲದೆ ನನ್ನ ತಂದೆ ವಿವೇಚನಾವಂತ ಮನುಷ್ಯ. ಆತ ಶಾಂತವಾಗಿ ನನ್ನನ್ನು ನೋಡುತ್ತ ಹೇಳಿದ:

"ಮಗೂ ಸೀ ಸ್ವಾರ್ದ್‌ಗಳನ್ನು ಯಾರೂ ಕೊಂದುಬಿಡೋದಿಲ್ಲ, ವಾಸ್ತವವಾಗಿ ನಮ್ಮ ಬೆಕ್ಕು ಹಳ್ಳಿಯ ಬೆಕ್ಕುಗಳಲ್ಲೇ ಅತ್ಯಂತ ಚೆಲುವಾದುದೂ ಶುಭ್ರವಾದುದೂ ಆದ್ದರಿಂದ ಅದನ್ನು ಜನ ನಮ್ಮ ಜಿಲ್ಲೆಯ 'ಮಳೆಯ ರಾಣಿ' ಆಗಿ ಚುನಾಯಿಸಿದ್ದಾರೆ. ಇದು ಅದಕ್ಕೂ ನಮ್ಮ ಮನೆಗೂ ದೊಡ್ಡ ಗೌರವವಪ್ಪ."

ನಾನಿನ್ನೂ ಅನುಮಾನಿಸುತ್ತಿದ್ದಾಗಲೇ ಅಪ್ಪ "ಉತ್ಸವ ಮುಗಿದ ಕೂಡಲೆ ನೀನು ನಿನ್ನ ಸೀ ಸ್ವಾರ್ದ್‌ಗಳನ್ನು ಮತ್ತೆ ಮನೆಗೆ ಒಯ್ಯಬಹುದು," ಎಂದರು.

ಮಾರನೆಯ ದಿನ ಮಧ್ಯಾಹ್ನ 'ನಾಂಗ್ ಮಾವ್' ಉತ್ಸವ ಆರಂಭವಾಗುವುದೆಂದು ಅಂದು ಸಂಜೆ ದೇವಸ್ಥಾನದ ಆವರಣದಿಂದ ಹಳ್ಳಿಯ ಮುಖ್ಯಸ್ಥ ಜಾಹೀರು ಮಾಡಿದ.

ಮಾರನೆಯ ದಿನ ಬೆಳಗ್ಗೆ ಹಳ್ಳಿಯ ಜನರೆಲ್ಲರೂ ದೇವಸ್ಥಾನದ ಆವರಣದಲ್ಲಿ ಕಲೆತರು. ಮಹಿಳೆಯರು ಉಜ್ವಲ ನೀಲಿ ಬಣ್ಣದ ಲಂಗ, ಬಿಳಿಯ ಕುಪ್ಪುಸಗಳನ್ನೂ ಗಂಡಸರು ಬಿಳಿಯ ಷರಾಯಿ, ಷರಟುಗಳನ್ನೂ ಧರಿಸಿದ್ದರು. ಮಕ್ಕಳೆಲ್ಲ ಒಗೆದ ಶುಭ್ರವಾದ ಉಡುಪುಗಳನ್ನು ತೊಟ್ಟು ತಂದೆತಾಯಿಗಳ ಜತೆ ನಡೆದಿದ್ದರು. ಇಬ್ಬರು ಕಲಾವಿದರು ಬೊಂಬಿನಿಂದ ಒಂದು ದೊಡ್ಡ ಪಂಜರವನ್ನು ನಿರ್ಮಿಸಿದರು. ಉಳಿದ ಜನರು ಹೂಗಳಿಂದಲೂ ಎಲೆಗಳಿಂದಲೂ ಅದನ್ನು ಅಲಂಕಾರ ಮಾಡಿದಾಗ ಅದೊಂದು ಪುಟ್ಟ ಅರಮನೆಯಂತೆ ಕಾಣುತ್ತಿತ್ತು.

ಮಧ್ಯಾಹ್ನ ಹನ್ನೆರಡರ ವೇಳೆಗ ಸೀ ಸ್ವಾರ್ಡ್ ತನ್ನ ಮಾಮೂಲು ಮೀನು – ಅನ್ನಗಳ ಊಟ ಮುಗಿಸಿತು. ಅದನ್ನು ದೇವಾಲಯಕ್ಕೆ ಒಯ್ಯುವ ಗೌರವವನ್ನು ತಂದೆ ನನಗೆ ನೀಡಿದ್ದ. ಕೆಲವರು ಮುದುಕಿಯರು ಹೆಮ್ಮೆಯಿಂದ ತಲೆಯೆತ್ತಿಕೊಂಡಿದ್ದ ಅದರ ಮೈಯುಜ್ಜಿ ಸ್ಥಳೀಯ ಸುಗಂಧ ದ್ರವ್ಯಗಳನ್ನು ಅದರ ಮೇಲೆ ಸಿಂಪಡಿಸಿದರು. ಇದು ಸೀ ಸ್ವಾರ್ಡ್‌ಗೆ ಹಿಡಿಸದೆ ತಪ್ಪಿಸಿಕೊಂಡು ಓಡಿ ಹೋಗಲು ಪ್ರಯತ್ನಿಸಿತು. ನಾನು ಅದನ್ನು ಭದ್ರವಾಗಿ ಹಿಡಿದುಕೊಂಡು ಅಲಂಕೃತ ಪಂಜರದಲ್ಲಿಳಿಸಬೇಕಾಯಿತು. ಒಮ್ಮೆ ಅಲ್ಲಿ ಒಳಗಡೆ ಕುಳಿತ ನಂತರ ಅದು ತನ್ನ ಪಾತ್ರಕ್ಕೆ ತಕ್ಕಂತೆ ಶಾಂತವೂ ಗಂಭೀರವೂ ಆಗಿ ಸದ್ದಿಲ್ಲದೆ ನಿದ್ರೆ ಮಾಡಿತು. ಬೌದ್ಧ ಭಿಕ್ಷುಗಳು ಪವಿತ್ರ ಜಲವನ್ನು ಪ್ರೋಕ್ಷಿಸಲು ಬಂದಾಗಲೂ ಅದು ಮಲಗಿಯೇ ಇತ್ತು.

ಅಷ್ಟೊಂದು ಬಿಸಿಲು, ಶೆಖೆ ಇದ್ದರೂ ಜನ ಮಳೆಯ ರಾಣಿಯಾದ ಸೀ ಸ್ವಾರ್ಡ್‌ಳನ್ನು ಸಂದರ್ಶಿಸಿ ಮಳೆಗಾಗಿ ಪ್ರಾರ್ಥಿಸಲು ವಿಹಾರದಲ್ಲಿ ಕಿಕ್ಕಿರಿದು ಸೇರಿದ್ದರು. ನಮ್ಮಲ್ಲಿನ ಅತ್ಯಂತ ಸುಂದರವಾದ ಆ ವಿಹಾರದೊಳಕ್ಕೆ ಪಂಜರವನ್ನು ಹೊತ್ತು ತಂದರು. ಅಲ್ಲಿ ಭಿಕ್ಷುಗಳು ಪ್ರಾ ಕಾಂತರಾಜನ – ಅಂದರೆ ಮಳೆಗಾಗಿ ಪ್ರಾರ್ಥಿಸುವ ಭಗವಾನ್ ಬುದ್ಧನ – ಪ್ರತಿಮೆಯ ಮುಂದೆ ನಿಂತು ಒಂದು ಪವಿತ್ರ ಸ್ತೋತ್ರವನ್ನು ಪಠಿಸಿದರು. ಹಿರಿಯ ಭಿಕ್ಷು ಪಂಜರದ ಹತ್ತಿರ ಒಂದು ಮೋಂಬತ್ತಿ ಹೊತ್ತಿಸಿಟ್ಟು ಪವಿತ್ರ ಪಾಳಿ ಭಾಷೆಯಲ್ಲಿದ್ದ ಒಂದು ದೀರ್ಘವಾದ ಸ್ತೋತ್ರವನ್ನು ಹೇಳುತ್ತಿದ್ದಂತೆ ಪವಿತ್ರ ಜಲವನ್ನು ಬಡಪಾಯಿ ಸೀ ಸ್ವಾರ್ಡ್ ಮೇಲೆ ಪ್ರೋಕ್ಷಿಸಲಾಯಿತು.

ಮಧ್ಯಾಹ್ನ ಏರುವಹೊತ್ತಿಗೆ ಧಗೆ ಅತಿಯಾಗಿ ಜನ ದೇವಾಲಯದ ಆವರಣದಲ್ಲಿದ್ದ ಮಾವಿನ ಮರ, ಪೋ ಮರಗಳಡಿ ನೆರಳಿನಲ್ಲಿ ಆಶ್ರಯ ಪಡೆಯುತ್ತಿದ್ದರು. ಕೆಲಮಂದಿಯ ಗುಂಪೊಂದು ನಾಂಗ್ ಮಾವ್ ಗೀತೆಯನ್ನು ಹಾಡಲಾರಂಭಿಸಿತು. ಮೊದಲಿಗೆ ಮೆಲುದನಿಯಲ್ಲಿ ಶುರುವಾದ ಈ ಗಾನ ಕ್ರಮೇಣ ದೊಡ್ಡದನಿಯದಾಗುತ್ತ ಬಂದಿತು. ಎಲ್ಲರೂ ಉಚ್ಚ ಸ್ವರದಲ್ಲಿ ಹಾಡತೊಡಗಿದರು. ಯಾರೋ ಉದ್ದನೆಯ ಸ್ಥಳೀಯ ಮದ್ದಲೆಗಳನ್ನು (ಟಾಫೋನ್) ತಾಳಬದ್ಧವಾಗಿ ಬಾರಿಸುತ್ತಿದ್ದರು. ಜನ ಈ ಹಾಡು ಹೇಳುತ್ತಿದ್ದಂತೆ ಕುಣಿಯತೊಡಗಿದರು.

‘ಓ, ತಾಯಿ ಬೆಕ್ಕೇ, ಆಕಾಶದಿಂದ ನಮಗೆ ಮಳೆ ತರಿಸು
ಪವಿತ್ರ ಜಲ ನಮಗೆ ಬೇಕು
ತಾಯಿ ಬೆಕ್ಕಿಗೆ ಬೆಳ್ಳಿ ಬೇಕು
ಮೀನು, ಜೇನುತುಪ್ಪ ನಮಗೆ ಬೇಕು
ಇವು ನಮಗೆ ಸಿಗದಿದ್ದರೆ ನಾಶವಾಗಿ ಹೋಗುತ್ತೇವೆ.
ವಿಧವೆ ತನ್ನ ಮಕ್ಕಳನ್ನು ಮಾರುವಂತೆ ಮಾಡಬೇಡ.

ಅವರಿಗೆಲ್ಲ ಬಿಳಿಯನ್ನ ಸಿಗಲಿ
ನಮ್ಮ ಸಂತಸಕ್ಕೆ ಬೇಕು ಬೆಳ್ಳಿ-ಬಂಗಾರ
ಬಾಳೆಹಣ್ಣು ಕೊಳ್ಳಬೇಕು ನಾವು
ಭಿಕ್ಷುವಿಗೆ, ಜನರಿಗೆ ದವಸಧಾನ್ಯ ಬೇಕು
ಗುಡುಗು ಮಿಂಚು ಕಾಣಲಿ, ಮಳೆ ಬರಲಿ
ಓ, ನಮಗಾಗಿ ಮಳೆ ಬರಲಿ'

– ಅದೊಂದು ಮನಸೆಳೆಯುವ ಉತ್ಸವವಾಗಿತ್ತು. ನಾನೂ ಹುರುಪುಗೊಂಡು ರಾಣಿಯ ಶಕ್ತಿ ಸಾಮರ್ಥ್ಯಗಳಲ್ಲಿ ನಂಬಿಕೆಯಿಟ್ಟೆ.

ತನ್ನ ಸಾಲಂಕೃತ ಮಂಟಪದಲ್ಲಿ ಸೀ ಸ್ವಾರ್ದ್ ಪ್ರಶಾಂತವಾಗಿ ನಿದ್ರಿಸುತ್ತಿತ್ತು. ಇಬ್ಬರು ಪುರುಷರು ಬಂದು ಪಂಜರವನ್ನೆತ್ತಿ ಭುಜದ ಮೇಲಿಟ್ಟುಕೊಂಡು ಹೊರಕ್ಕೆ ನಡೆದಾಗಲೂ ಅದು ವಿಚಲಿತವಾಗದೆ, ತನ್ನ ಸುತ್ತಲಿನ ಗದ್ದಲ ಗಾಯನಗಳನ್ನೂ ಲಕ್ಷಿಸದೆಯೇ ಪವಡಿಸಿತ್ತು. ಜನ ದೇವಾಲಯದಿಂದ ಹೊರಗೆಬಂದು ಒಂದು ಮೆರವಣಿಗೆಯಲ್ಲಿ ಸಾಲುಗಟ್ಟಿ ನಿಂತರು. ಮುಂದುಗಡೆ ಪಂಜರ ಹೊತ್ತು ಜೋಡಿ, ಮದ್ದಲೆ ಬಾರಿಸುವವರಿಬ್ಬರು. ಅವರ ಹಿಂದೆ ಥಾಯ್ ನಾಟಕದ ಶೈಲಿಯ ಉಡುಪು ಧರಿಸಿ ಕುಣಿಯುತ್ತ ನಡೆದಿದ್ದ ಒಂದು ತಂಡ. ಮಳೆಯ ರಾಣಿಗಾಗಿ ಪ್ರದರ್ಶನ ನೀಡುತ್ತಿದ್ದೇವೆಯೋ ಎಂಬಂತೆ ಪಂಜರದ ಮುಂದೆ ಅವರ ನರ್ತನ ಸಾಗಿತ್ತು.

ಮೆರವಣಿಗೆ ಮಾರುಕಟ್ಟೆಯತ್ತ ಮುನ್ನಡೆಯಿತು. ಅದರ ಹಿಂದೆ ಅಧಿಕ ಸಂಖ್ಯೆಯಲ್ಲಿ ಜನ ಸೇರಿದ್ದರು. ಎಲ್ಲರೂ 'ನಾಂಗ್ ಮಾವ್' ಗೀತೆಯನ್ನು ಹಾಡುತ್ತಿದ್ದರು. ಕಿರಿದಾಗಿದ್ದ ರಸ್ತೆಯಲ್ಲಿ ಮೆರವಣಿಗೆ ಹೊರಟಿದ್ದಾಗ ಅದರೊಡನೆ ನಡೆದಿದ್ದ ಜನರಿಗೆ ಕೆಲವರು ರೊಟ್ಟಿ – ನೀರು ಕೊಟ್ಟರು. ಕೆಲವರು ಮಳೆಯ ರಾಣಿಯನ್ನು ಹೊತ್ತು ನಡೆದಿದ್ದ ಪುರುಷರಿಗೆ ಅಕ್ಕಿಮದ್ಯ ಕುಡಿಯಲು ಕೊಟ್ಟರು; ಅವರಿಬ್ಬರೂ ರಾಣಿಗೆ ಸ್ವಸ್ತಿ ಹೇಳಿ ಅದನ್ನು ಖುಷಿಯಾಗಿ ಕುಡಿದರು. ನಮ್ಮದು ಸಮೃದ್ಧಿಯ ನಾಡು, ಈ ಸಮೃದ್ಧಿಯನ್ನು ಉಳಿಸಿಕೊಂಡು ಬರಲು ಮಳೆಯ ದೇವತೆ ನಮಗೆ ನೀರು ಕೊಡಬೇಕು ಎಂದು ಮಳೆಯ ರಾಣಿಗೆ ಮನವರಿಕೆ ಮಾಡಲೆಂದು ಈ ಅನ್ನಪಾನಾದಿಗಳ ದಾನ.

ಮೆರವಣಿಗೆಯ ಹಾದಿಯುದ್ದಕ್ಕೂ ಸೀ ಸ್ವಾರ್ದ್ ಮಲಗಿಯೇ ಇತ್ತು. ಈ ಪ್ರದರ್ಶನ ಅದರ ಮೇಲೇನೂ ಪ್ರಭಾವ ಬೀರಲಿಲ್ಲ. ನಾವು ಮಾರುಕಟ್ಟೆಯ ಹೊರ ಅಂಗಳವನ್ನು ಪ್ರವೇಶಿಸುವ ಮುನ್ನ ಅಸಾಧ್ಯ ಗಲಾಟೆ. ಯಾರೋ ಭಾರೀ ಪಟಾಕಿಗಳನ್ನು ಹೊತ್ತಿಸಿದರು, ಪೌಡರು ಮತ್ತು ಸುಗಂಧ ದ್ರವ್ಯಗಳನ್ನು ಮಾರುವ ಕೆಲವರು ಹೆಂಗಸರು ಬಂದು ಮಳೆಯ ರಾಣಿಯ ಮೇಲೆ ಸುವಾಸನೆಯ ಪನ್ನೀರನ್ನೂ ಹೂಗಳನ್ನೂ ಚೆಲ್ಲಿದರು. ಹುಚ್ಚೆದ್ದು ಕೂಗುತ್ತಿದ್ದ ಜನರ ಗದ್ದಲ, ಗಾಯನ ಘೋಷ, ಪಟಾಕಿಗಳ ಶಬ್ದ, ಆ ಪನ್ನೀರು – ಇದೆಲ್ಲ ಸಿ ಸ್ವಾರ್ದ್‌ಗೆ ಇನ್ನು ಸಹಿಸಲಸಾಧ್ಯವಾಯಿತು. ಇನ್ನಷ್ಟು ಪನ್ನೀರನ್ನು ಜನ ಪಂಜರದೊಳಕ್ಕೆ ಚೆಲ್ಲುತ್ತಿದ್ದರು. ಸೀ ಸ್ವಾರ್ದ್ ಎದ್ದುನಿಂತು ತನ್ನನ್ನು ಹೀಗೆ ಹಿಂಸಿಸುತ್ತಿದ್ದ ಈ ಮಂದಿಯನ್ನು ದುರುಗುಟ್ಟಿ ನೋಡಿ ರೋದಿಸಲಾರಂಭಿಸಿತು, ಅಲ್ಲಿಂದ ಹೇಗೆ ತಪ್ಪಿಸಿಕೊಳ್ಳಬೇಕೆಂದು ನೋಡತೊಡಗಿತು; ಆದರೆ ದಾರಿ ಕಾಣಲಿಲ್ಲ. ಅದರ ನುಣುಪಾದ ಕಂದುಬಣ್ಣದ ಕೂದಲೆಲ್ಲ ಒದ್ದೆ.

ಪರಿಸ್ಥಿತಿ ಹದಗೆಡುತ್ತಿರುವುದನ್ನು ನೋಡಿ ನನಗೆ ಅಳು ಬಂದಿತು. ಅಲ್ಲಿಗೆ ಬಂದು ಬೆಕ್ಕನ್ನು ಕಾಪಾಡುವಂತೆ ತಂದೆಯನ್ನು ಕೇಳಿದೆ. ಆದರೆ ಎಲ್ಲಾ ಸರಿಹೋಗ್ತದೆ, ಚಿಂತೆ ಬೇಡ

ಎಂದು ಆತ ಹೇಳಿಬಿಟ್ಟ. ಸ್ವಲ್ಪಹೊತ್ತಿನಲ್ಲಿ ಎಲ್ಲರೂ ಮಳೆಯ ರಾಣಿಯ ಮೇಲೆ ಪನ್ನೀರು ಸುರಿದಾಗಿತ್ತು. ರಾಣಿಯ ವೇದನೆಯ ದನಿಯನ್ನು ಆಲಿಸಲೋ ಎಂಬಂತೆ ಈಗ ಎಲ್ಲ ಗದ್ದಲ ನಿಂತು ಮೌನ ಆವರಿಸಿತು. ಆ ಕ್ಷಣದಲ್ಲಿ ಸೀ ಸ್ವಾರ್ಡ್ ಕೂಡಾ ರೋದಿಸುವುದನ್ನು ನಿಲ್ಲಿಸಿತು; ಅದರ ಮೈಯೆಲ್ಲ ತೊಯ್ದುಹೋಗಿತ್ತು, ಅದಕ್ಕೆ ಭಯವಾಗಿ ನಡುಗುತ್ತಿತ್ತು.

ಮೆರವಣಿಗೆ ವಿಹಾರಕ್ಕೆ ಹಿಂದಿರುಗುತ್ತಿದ್ದಾಗ ಜನರ ಗಾಯನ ಮಂದ ದನಿಯದಾಗಿತ್ತು. ಮದ್ದಲೆ ಬಾರಿಸುವವರು ಮತ್ತು ಕೆಲನಿಮಿಷಗಳ ಹಿಂದೆ ಆವೇಶದಿಂದ ಹಾಡುತ್ತಿದ್ದ ಇಬ್ಬರು ಸಹ ಈಗ ಶಾಂತರಾಗಿದ್ದರು. ವಾಪಸು ಪ್ರಯಾಣದುದ್ದಕ್ಕೂ ಸೀ ಸ್ವಾರ್ಡ್‌ಳ ಅಳು ಒಂದೇ ಸಮ ಮುಂದುವರಿದಿತ್ತು. ಆದರೆ ನಿಸ್ಸಹಾಯಕನಾಗಿದ್ದ ನಾನು ಅದರ ಹತ್ತಿರವೇ ನಡೆದು ವಿಹಾರವನ್ನು ತಲಪಿದೆ.

ವಿಹಾರವನ್ನು ತಲಪಿದಾಗ ಜನ ಪಂಜರವನ್ನು ದೇವಾಲಯದ ಮುಂದುಗಡೆ ಇಳಿಸಿ ಮತ್ತೆ ಮಳೆಯ ದೇವತೆಯನ್ನು ಸ್ತುತಿಸಲು ಎಲ್ಲರೂ ವಿಹಾರದೊಳಕ್ಕೆ ಹೋದರು. ಬಡಪಾಯಿ ಸೀ ಸ್ವಾರ್ಡ್‌ಗೆ ಸಹಾಯ ಮಾಡಲು ಇದೇ ಅವಕಾಶವೆಂದುಕೊಂಡು ನಾನು ಪಂಜರದಿಂದ ಅದನ್ನೆತ್ತಿಕೊಂಡು ಮನೆಗೆ ಓಡಿಬಂದು ಬಿಟ್ಟೆ.

ರಾತ್ರಿ ಒಂಬತ್ತು ಗಂಟೆಯಾಗಿತ್ತು; ಕಗ್ಗತ್ತಲೆ ಕವಿದಿತ್ತು. ಆ ಹೊತ್ತಿಗೆ ಸೀ ಸ್ವಾರ್ಡ್‌ಳ ವೇದನೆ ಶಮನವಾಗಿತ್ತು. ಹಗಲಿನ ಘಟನೆಗಳನ್ನೆಲ್ಲ ಅದು ಮರೆತುಬಿಡುತ್ತಿರುವಂತೆ ಕಂಡಿತು. ನನ್ನ ಮಂಚದಡಿ ಮಲಗಿ ಗಾಢ ನಿದ್ರೆಗೆ ಶರಣಾಯಿತು. ನನ್ನ ತಂದೆ ತಾಯಿಗಳು ದೇವಾಲಯದಿಂದ ಇನ್ನೂ ಹಿಂದಿರುಗಿರಲಿಲ್ಲ; ವಿಹಾರದೊಳಗೆ ನಡೆದಿದ್ದ ಪ್ರಾರ್ಥನೆಯಲ್ಲಿ ಅವರೂ ಭಾಗವಹಿಸಿದ್ದರು. ಅಂದು ಹಗಲು ನಡೆದ ಮೆರವಣಿಗೆ ಕುರಿತು ಯೋಚಿಸುವಂತಾದರೂ ನಾನು ತುಂಬಾ ಬಳಲಿದ್ದೆ, ಯಾವಾಗ ನಿದ್ರೆಹೋದೆನೋ ಗೊತ್ತಿಲ್ಲ.

ತಂದೆತಾಯಿ ಮನೆಗೆ ಹಿಂದಿರುಗಿದಾಗ ರಾತ್ರಿ ಹನ್ನೊಂದು ಗಂಟೆಯಾಗಿತ್ತು. ಇನ್ನೂ ಮಳೆ ಬರುವ ಸೂಚನೆಯಿಲ್ಲ. ಸೀ ಸ್ವಾರ್ಡ್‌ಳನ್ನು ನೋಡಲು ಯಾರೋ ನನ್ನ ಕೋಣೆಗೆ ಬಂದವರು ನಾನು ನಿದ್ರಿಸುತ್ತಿದ್ದುದನ್ನು ನೋಡಿ ಸದ್ದು ಮಾಡದೆ ಹಾಗೇ ಹೊರಟುಹೋದರು. ಬೆಳಗಿನ ಜಾವ ಸುಮಾರು ಮೂರು ಗಂಟೆ ಸಮಯ. ರೈಲು ಗಡಗಡ ಓಡುವಂಥ ದನಿ ಕೇಳಿಸಿತು. ದೊಡ್ಡ ಬಿರುಗಾಳಿಯೊಂದು ಬೀಸುತ್ತಿರುವ ಶಬ್ದ. ಸ್ವಲ್ಪಹೊತ್ತಿನಲ್ಲೇ ಬೆಟ್ಟಗಳ ದಿಕ್ಕಿನಿಂದ ಗಟ್ಟಿಯಾದ ಗುಡುಗಿನ ಶಬ್ದ ಕೇಳಿಬಂದಿತು. ಕೆಲ ನಿಮಿಷಗಳಲ್ಲೆ ಜೋರಾಗಿ ಮಳೆ ಸುರಿಯಲಾರಂಭಿಸಿತು. ಉಷ್ಣಪ್ರದೇಶದಲ್ಲಾಗುವ ಜೋರು ಮಳೆ. ಹಳ್ಳಿಯ ಜನರೆಲ್ಲ ಎದ್ದುಬಿಟ್ಟರು. ನಮಗೆ ಆನಂದವಾಯಿತು. ರೈತರು ಕೂಡಲೆ ಜಮೀನುಗಳಿಗೆ ಹೊರಟರು. ಮೂರು ದಿನ, ಮೂರು ರಾತ್ರಿ ಎಡೆಬಿಡದೆ ಮಳೆ ಸುರಿಯಿತು. ಆಕಾಶದಲ್ಲಿದ್ದ ನೀರೆಲ್ಲ ಖಾಲಿಯಾಗುವವರೆಗೆ ಈ ಮಳೆ ನಿಲ್ಲುವುದೇ ಇಲ್ಲವೇನೋ ಅನಿಸುತ್ತಿತ್ತು. ನಮ್ಮ ಬೆಳೆಗಳು ಉಳಿದುಕೊಂಡವು.

ಆದರೆ ಸೀ ಸ್ವಾರ್ಡ್ ಈ ಮಳೆಯನ್ನು ಕೂಡಾ ಲಕ್ಷಿಸಲಿಲ್ಲ. ಆ ಮೂರು ದಿನಗಳೂ ಹಾಯಾಗಿ ಮಲಗಿ ನಿದ್ರಿಸಿತು. ಆಮೇಲೆ ಅದನ್ನು ನೋಡಲು ರೈತರೂ ಅವರ ಕುಟುಂಬ ಗಳವರೂ ಮನೆಗೆ ಬರುತ್ತಿದ್ದರು. ಅದರ ಮೈದಡವಿ ಅದಕ್ಕೆ ಪ್ರಿಯವಾದ ಒಣಗಿಸಿದ ಮೀನು ಮತ್ತು ಮಾಂಸಗಳನ್ನು ಇಟ್ಟುಹೋಗುತ್ತಿದ್ದರು. ಆ ವರ್ಷ ಸೀ ಸ್ವಾರ್ಡ್ ತಮ್ಮ ಬೆಳೆಗಳನ್ನೂ ಕುಟುಂಬಗಳನ್ನೂ ಕಾಪಾಡಿತೆಂದು ರೈತರು ನಂಬಿದರು. ಸೀ ಸ್ವಾರ್ಡ್ ಒಬ್ಬ ವೀರನಾಯಿಕೆ ಆಗಿಬಿಟ್ಟಳು.

ವಿಶೇಷ ಕೃತಜ್ಞತೆ

ಈ ಸಂಪುಟದ ಕಥೆಗಳ ಆಯ್ಕೆಗಾಗಿ ಆಕರ ಸಾಮಗ್ರಿ ದೊರಕಿಸುವ ಕಾರ್ಯದಲ್ಲಿ ನೆರವು ನೀಡಿದ

– ವಿವಿಧ ಗ್ರಂಥ ಭಂಡಾರಗಳು
– ಸ್ವೀಡಿಷ್ ಲಿಟರರಿ ಇನ್‌ಸ್ಟಿಟ್ಯೂಟ್, ಸ್ಟಾಕ್‌ಹೋಮ್
– ವುಡ್‌ರೋಸ್ ಪಬ್ಲಿಕೇಷನ್ಸ್, ಸಿಂಗಾಪುರ
– ಹೈನ್‌ಮನ್ ಎಜುಕೇಷನಲ್ ಬುಕ್ಸ್ (ಏಷ್ಯ)
– ನವದೆಹಲಿಯ ಶ್ರೀ ಶಾ. ಬಾಲು ರಾವ್ (ಕೇಂದ್ರ ಸಾಹಿತ್ಯ ಅಕಾದೆಮಿ)
– ಬೆಂಗಳೂರಿನ ಶ್ರೀ ಯು. ಎಸ್. ಶ್ರೀನಿವಾಸನ್

ಸಂಪುಟದ ಮೂಲ ಆಂಗ್ಲರೂಪದ ಬೆರಳಚ್ಚು ಪ್ರತಿಗಳ ತಯಾರಿಕೆ ಮತ್ತಿತರ ಸಂಪಾದಕೀಯ ನೆರವಿಗಾಗಿ

– ಕುಮಾರಿ ಸೀಮಂತಿನೀ ನಿರಂಜನ

– ಇವರಿಗೆಲ್ಲ ನಾವು ವಿಶೇಷವಾಗಿ ಕೃತಜ್ಞರು

ವಿಶ್ವಕಥಾಕೋಶ

ಸಂಪುಟ - ೨೦

ಅಬಿಂದಾ - ಸಯೀದ್

ಲೇಖಕರ ಪರಿಚಯ

ಅಬಿಂದಾ–ಸಯೀದ್

ಎಡ್ವರ್ಡ್ ಡವ್ಸ್ ಡೆಕರ್ 'ಮುಲ್ತಾತುಲಿ' (1820–1887)

ಕಿರುಗತೆಗಾರ, ಕಾದಂಬರಿಕಾರ, ನಾಟಕಕಾರ. ಆಮ್‌ಸ್ಟರ್‌ಡ್ಯಾಮ್‌ನಲ್ಲಿ ಜನನ. ಹಲವು ವರ್ಷಗಳ ಕಾಲ ಜಾವಾದಲ್ಲಿ ಸರ್ಕಾರಿ ಅಧಿಕಾರಿಯಾಗಿದ್ದರೂ ಜನತೆಯ ಆಶೋತ್ತರಗಳ ಬಗ್ಗೆ ಸಹಾನುಭೂತಿ ಹೊಂದಿದ್ದಾತ. ವಸಾಹತುಶಾಹಿಗೆ ವಿರೋಧಿ. ತನ್ನ ಕೃತಿಗಳಲ್ಲಿ ಡಚ್ಚರ ಕ್ರೌರ್ಯ ಹಾಗೂ ಭ್ರಷ್ಟತೆಯ ನಿರೂಪಣೆ. ಈ ಕುರಿತು ಪತ್ರಿಕೆಗಳಲ್ಲೂ ಬರಹಗಳು. ಡಚ್ ಜನಾಂಗಕ್ಕೆ ಸೇರಿದವನಾಗಿದ್ದರೂ ಇಂಡೊನೇಷ್ಯ ಸಾಹಿತ್ಯದಲ್ಲಿ ಭದ್ರ ಸ್ಥಾನ.

ತೆಂಗಿನ ಮರದ ತುದಿಯಲ್ಲಿ

ಅಷ್ದಿಯಾತ್ ಕೆ. ಮಿಹರ್‌ಜಾ (1911–2010)

ಇಂಡೊನೇಷ್ಯದ ಪ್ರಮುಖ ಕಾದಂಬರಿಕಾರ, ನಾಟಕಕಾರ ಮತ್ತು ಸಣ್ಣಕಥೆಗಾರ. ಪ್ರಕಾಶನ ಸಂಸ್ಥೆಯೊಂದನ್ನು ಸೇರುವ ಮುನ್ನ ಪತ್ರಕರ್ತನಾಗಿ ಕೆಲಸ. ನಂತರ ಶಿಕ್ಷಣ ಇಲಾಖೆಯೊಂದಿಗೆ ಸಂಬಂಧ. ಇಂಡೊನೇಷ್ಯ ವಿಶ್ವವಿದ್ಯಾನಿಲಯದಲ್ಲಿ ಪ್ರಾಧ್ಯಾಪಕನಾಗಿ ನಿವೃತ್ತಿ ನಂತರ ಆಸ್ಟ್ರೇಲಿಯಕ್ಕೆ ತೆರಳಿ ಅಲ್ಲಿನ ರಾಷ್ಟ್ರೀಯ ವಿಶ್ವವಿದ್ಯಾನಿಲಯದಲ್ಲಿ ಸಾಹಿತ್ಯದ ಪ್ರಾಧ್ಯಾಪಕ. ಕ್ಯಾನ್‌ಬೆರಾದಲ್ಲೇ ನೆಲೆ. ಶ್ರೇಷ್ಠ ಕೃತಿ 'ಏಥಿಸ್ಟ್'ಗೆ ಪ್ರಶಸ್ತಿಗಳ ಗೌರವ ಮತ್ತು ಅದು ಚಲನಚಿತ್ರವಾಗಿಯೂ ಯಶಸ್ವಿ.

ಸಮರ ಸಮಯದಲ್ಲಿ ಜನ

ಗಿಲ್ಡಾ ಕಾರ್ಡೆರೊ– ಫರ್ನಾಂಡೊ

1932ರಲ್ಲಿ ಜನನ. ಸಣ್ಣಕಥೆಗಾರ್ತಿ ಮತ್ತು ನಾಟಕಕಾರ್ತಿ. ಮೂರು ಕಥಾ ಸಂಕಲನಗಳು. ಜನಪ್ರಿಯ ಕೃತಿಗಳಿಗಾಗಿ ಎಂಟು ಬಹುಮಾನಗಳ

ವಿಜೇತೆ. ಇತರರ ಜೊತೆ ಸೇರಿ ಫಿಲಿಪ್ಪೀನ್ಸ್‌ನ ಇತಿಹಾಸ ಮತ್ತು ಸಂಸ್ಕೃತಿಯ ಬಗ್ಗೆ ಹತ್ತು ಸಂಪುಟಗಳ ಪ್ರಕಟನೆ. ಜೀವಮಾನ ಸಾಧನೆಗಾಗಿ ಅತ್ಯುನ್ನತ ಸಾಹಿತ್ಯ ಪ್ರಶಸ್ತಿಯ ಗೌರವ. ಲೇಖಕಿಯಲ್ಲದೆ ಕಲಾವಿದೆ, ಫ್ಯಾಷನ್ ವಿನ್ಯಾಸಕಿಯಾಗಿ, ಸಾಂಸ್ಕೃತಿಕ ಚಿಂತಕಿಯಾಗಿ ಮನ್ನಣೆ.

ಪಂಜರದ ಪಕ್ಷಿ

ಇಬ್ರಾಹಿಂ ಎ. ಚುಬೇಯ್‌ರಾ

ಈ ಲೇಖಕರ ಮಾಹಿತಿ ಲಭ್ಯವಿಲ್ಲ.

ಮಾಟಗಾತಿಯರ ಕನ್ನಡಿ

ನಿಕ್ ಜೋಕಿನ್ (1917–2004)

ಮೂಲ ಹೆಸರು ನಿಕೊಮೆಡಸ್ ಮಾರ್ಕ್ವೆಸ್ ಜೋಕಿನ್. ಮನಿಲಾದಲ್ಲಿ ಜನನ. ಹದಿಹರೆಯದಲ್ಲೇ ಬರವಣಿಗೆ ಆರಂಭ. ಪತ್ರಿಕಾ ಸಂಸ್ಥೆಗೆ ಸೇರಿ ಕವಿತೆ, ಕಥೆಗಳ ಪ್ರಕಟನೆ. ಮುಂದೆ ಯಶಸ್ವಿ ಕವಿ, ಸಣ್ಣಕಥೆಗಾರ, ಕಾದಂಬರಿಕಾರ ಮತ್ತು ನಾಟಕಕಾರ. ನಿಯತಕಾಲಿಕಗಳ ಸಂಪಾದಕ. ಅಮೆರಿಕ ಮತ್ತು ಸ್ಪೇನ್‌ನಲ್ಲಿ ವಾಸ. ಸಾಹಿತ್ಯಕ ಸಾಧನೆಗಾಗಿ ರಾಷ್ಟ್ರೀಯ ಗೌರವ. ಸಮಾಜದಲ್ಲಿ ಬೌದ್ಧಿಕ ಸ್ವಾತಂತ್ರ್ಯದ ಪ್ರತಿಪಾದಕ.

ಹದ್ದುಗಳು

ಕೆ. ಎಸ್. ಮಣಿಯನ್

1942ರಲ್ಲಿ ಮಲೇಶಿಯದಲ್ಲಿ ಜನನ. ಬ್ರಿಟನ್‌ನಲ್ಲಿ ಇಂಗ್ಲಿಷ್ ಶಿಕ್ಷಕ ತರಬೇತಿ ಮತ್ತು ಕ್ವಾಲಾಲಂಪುರದ ಮಲಯ ವಿಶ್ವವಿದ್ಯಾನಿಲಯದಲ್ಲಿ ಇಂಗ್ಲಿಷ್ ಸಾಹಿತ್ಯದ ಅಧ್ಯಯನ. ಅನಂತರ ವಿಶ್ವವಿದ್ಯಾನಿಲಯದಲ್ಲಿ ಶಿಕ್ಷಕ ವೃತ್ತಿ. ಹೆಸರಾಂತ ಸಣ್ಣಕಥೆಗಾರ, ಕವಿ ಮತ್ತು ಕಾದಂಬರಿಕಾರ. ಉತ್ತಮ ಜೀವನಕ್ಕಾಗಿ ಜನತೆಯ ಹಂಬಲವನ್ನು ಹಾಗೂ ಅದಕ್ಕಾಗಿ ಹೋರಾಟವನ್ನು ಕುರಿತಾದ ವಸ್ತುಗಳಿಗೆ ಆದ್ಯತೆ. ಮಲೇಶಿಯದ ವಸಾಹತೋತ್ತರ ಕಾಲದಲ್ಲಿ ಭಾರತೀಯ ಮೂಲದ ವಲಸಿಗರ ಸ್ಥಿತಿಗತಿ ಕುರಿತು ಬರವಣಿಗೆ. ದಕ್ಷಿಣ ಏಷ್ಯಾ ಜನರ ಸಾಹಿತ್ಯಕ್ಕೆ ಗಮನಾರ್ಹ ಕೊಡುಗೆಗಾಗಿ ಪ್ರತಿಷ್ಠಿತ 'ರಾಜಾರಾವ್ ಪ್ರಶಸ್ತಿ' ಲಭ್ಯ.

ಹುಲಿ

ಎಸ್. ರಾಜರತ್ನಂ (1915–2006)

ಸಿನ್ನತಂಬಿ ರಾಜರತ್ನಂ ಸಣ್ಣಕಥೆಗಾರ. ಹದಿನೈದು ವರ್ಷಗಳ ಕಾಲ ಸಿಂಗಾಪುರದ ವಿದೇಶಾಂಗ ಸಚಿವ ಮತ್ತು ಕೊನೆಯ ಐದು ವರ್ಷ ಉಪಪ್ರಧಾನಿ ಕೂಡ. ಇಂಗ್ಲೆಂಡ್, ಅಮೆರಿಕ ಹಾಗೂ ಆಸ್ಟ್ರೇಲಿಯಗಳಲ್ಲಿ ಕಥೆಗಳ ಪ್ರಕಟನೆ. 1966ರಲ್ಲಿ ಸಿಂಗಾಪುರದ 'ರಾಷ್ಟ್ರೀಯ ಪ್ರತಿಜ್ಞೆ'ಯನ್ನು ಬರೆದಾತ. ಈ ಪ್ರತಿಜ್ಞೆ ಇಂದಿಗೂ ಪ್ರತಿದಿನ ಶಾಲೆಗಳಲ್ಲಿ ಮಕ್ಕಳಿಗೆ ಬೋಧನೆ. 'ಜನಾಂಗ, ಭಾಷೆ ಅಥವಾ ಧರ್ಮದ ಹಂಗಿಲ್ಲದ ಐಕ್ಯ ಜನತೆ'ಗಾಗಿ ಕರೆ. 'ಸಿಂಗಾಪುರದ ಸಿಂಹ'. ಸಿಂಗಾಪುರ ರೂಪಿಸಿದ ಪಿತಾಮಹರಲ್ಲೊಬ್ಬ ಎಂದೇ ಖ್ಯಾತ.

ಅಭ್ಯಾಸ ಬಲ

ಚಂದ್ರನ್ ನಾಯರ್

1945ರಲ್ಲಿ ಭಾರತದಲ್ಲಿ ಜನನ. ಸಣ್ಣ ಕಥೆಗಾರ, ಕವಿ ಹಾಗೂ ಚೀನೀ ಕವಿತೆಗಳ ಅನುವಾದಕ. ಪ್ರಕಾಶಕ ಮತ್ತು ಕಲಾವಿದ ಸಹ. ಸಾಗರ ಜೀವಶಾಸ್ತ್ರದಲ್ಲಿ ಸ್ನಾತಕೋತ್ತರ ಪದವಿ. ಯುನೆಸ್ಕೋ ಸೇವೆಯಲ್ಲಿ ಕರಾಚಿ, ಪ್ಯಾರಿಸ್‌ಗಳಲ್ಲಿ ವಾಸ. ಸಿಂಗಾಪುರ ಬರಹಗಾರರ ಸಂಘದ ಅಧ್ಯಕ್ಷ. ಪರಿಸರ ಸಂರಕ್ಷಣೆ ಚಳವಳಿಯಲ್ಲಿ ಆಸಕ್ತ. ಈಗ ಪ್ಯಾರಿಸ್‌ನಲ್ಲೇ ನೆಲೆಸಿ ಬರವಣಿಗೆ ಮತ್ತು ಕಲಾಕೃತಿಗಳ ರಚನೆ.

ಗಾಜಿನ ಪಂಜರ

ಓಂಗ್ ಛೂ ಸ್ವಾಟ್

ಸಣ್ಣಕಥೆಗಳಲ್ಲಿ ಖ್ಯಾತಿ. ಪತ್ರಕರ್ತೆಯಾಗಿ ಸಾಮಾಜಿಕ ಸಂಗತಿಗಳ ಬಗ್ಗೆ ವಿಶೇಷ ಬರಹಗಳು. ಮಲೇಷ್ಯ ಪೆನಾಂಗ್‌ನಲ್ಲಿ 'ನ್ಯಾಷನಲ್ ಎಕೋ' ಪತ್ರಿಕೆಯಲ್ಲಿ ಕೆಲಸ. 'ಚೆಕ್‌ಮೇಟ್' ಇನ್ನೊಂದು ಪ್ರಸಿದ್ಧ ಕಥೆ. ಹೆತ್ತವರು–ಮಕ್ಕಳ ಬಾಂಧವ್ಯದ ಎಳೆಗಳ ಬಗ್ಗೆ ಕಥೆಗಳಲ್ಲಿ ಚಿತ್ರಣ.

ನನ್ನ ಥಾಯ್ ಬೆಕ್ಕು

ಪ್ರತೂಮ್ರಥ ಜೆಂಗ್

1918ರಲ್ಲಿ ಜನನ. ಸಣ್ಣಕಥೆಗಾರ. ಬ್ಯಾಂಕಾಕ್ ಹಾಗೂ ನ್ಯೂಯಾರ್ಕ್ ವಿಶ್ವವಿದ್ಯಾಲಯಗಳಲ್ಲಿ ಶಿಕ್ಷಣ. ಸಯಾಮಿ ಸರ್ಕಾರದಲ್ಲಿ ಸ್ವಲ್ಪ ಕಾಲ

ಕೆಲಸ. ದ್ವಿತೀಯ ವಿಶ್ವಸಮರದಲ್ಲಿ ಅಮೆರಿಕಾ ಸೇನೆಯ ಭಾಷಾಂತರಕಾರ. ಅನೇಕ ಕಥೆಗಳಲ್ಲಿ ಸಮರದ ಸಂಗತಿಗಳ ವರ್ಣನೆ. ○

ಈ ಸಂಪುಟದ ಅನುವಾದಕರು

'ಎಸ್ಸಾರ್ಕೆ' (ಎಸ್. ಆರ್. ಕೃಷ್ಣಮೂರ್ತಿ) (1934–1984)

ಬೆಂಗಳೂರು ಸಮೀಪದ ಸೊಂಡೆಕೊಪ್ಪದಲ್ಲಿ ಬಾಲ್ಯ. ಎಸ್ಸೆಸ್ಸೆಲ್ಸಿ ಅನಂತರ 1948ರಲ್ಲಿ 'ತಾಯಿನಾಡು' ಪತ್ರಿಕೆಯ ಮೂಲಕ ಪತ್ರಿಕೋದ್ಯಮ ಪ್ರವೇಶ. 1954ರಿಂದ 13 ವರ್ಷಗಳ ಕಾಲ 'ಪ್ರಜಾವಾಣಿ' ಸಂಪಾದಕೀಯ ವಿಭಾಗದಲ್ಲಿ ಕೆಲಸ. 1967ರಲ್ಲಿ 'ಕನ್ನಡಪ್ರಭ' ಆರಂಭವಾದಾಗ 'ಪುರವಣಿ' ಸಂಪಾದಕ. 1970ರಲ್ಲಿ 'ಅಮೆರಿಕನ್ ರಿಪೋರ್ಟರ್'ನ ಕನ್ನಡ ಆವೃತ್ತಿಯ ಸಂಪಾದಕ. ಅನಂತರ 'ಪ್ರಜಾಮತ' ವಾರಪತ್ರಿಕೆಯಲ್ಲಿ ಸೇವೆ. ಐದು ಸ್ವತಂತ್ರ ಕೃತಿಗಳಲ್ಲದೆ ಇಂಗ್ಲಿಷ್, ತೆಲುಗು ಭಾಷೆಗಳಿಂದ ಹಲವು ಕೃತಿಗಳ ಅನುವಾದ. ○

ವಿಶ್ವಕಥಾಕೋಶ

೨೫ ಸಂಪುಟಗಳು

ಪ್ರಧಾನ ಸಂಪಾದಕರು : ನಿರಂಜನ

೧) **ಧರಣಿಮಂಡಲ ಮಧ್ಯದೊಳಗೆ**
22 ಕನ್ನಡ ಕಥೆಗಳು

೨) **ಆಫ್ರಿಕದ ಹಾಡು**
ಆಫ್ರಿಕ ಖಂಡದ ಕಥೆಗಳು
ಅನು : ಸಿ. ಸೀತಾರಾಮ್

೩) **ಕಾಡಿನಲ್ಲಿ ಬೆಳದಿಂಗಳು**
ವಿಯೆಟ್ನಾಮ್ ಕಥೆಗಳು
ಅನು : ಸಿ. ಪಿ. ರವಿಕುಮಾರ್

೪) **ಚೆಲುವು**
ಮಂಗೋಲಿಯ, ಚೀನ, ಜಪಾನ್, ಕೊರಿಯ ಕಥೆಗಳು
ಅನು : ಜಿ. ಎಸ್. ಸದಾಶಿವ

೫) **ಸುಭಾಷಿಣಿ**
ಭಾರತ, ನೆರೆಹೊರೆ ಕಥೆಗಳು
ಅನು : 23 ಅನುವಾದಕರು

೬) **ವಿಚಿತ್ರ ಕಕ್ಷಿದಾರ**
ಇಂಗ್ಲೆಂಡ್ ಕಥೆಗಳು
ಅನು : ಎನ್. ಎಸ್. ರಾಮಚಂದ್ರಯ್ಯ, ಎಸ್. ಆರ್. ಭಟ್

೭) **ಮಂಜುಹೂವಿನ ಮದುವಣಿಗ**
ಹಂಗೆರಿ, ರುಮಾನಿಯ ಕಥೆಗಳು
ಅನು : ಕೆ. ಎಸ್. ನಾರಾಯಣಸ್ವಾಮಿ

೮) **ಬೂದುಬಣ್ಣದ ಕಾಂಗರೂ**
ಆಸ್ಟ್ರೇಲಿಯ, ನ್ಯೂಜ಼ಿಲೆಂಡ್ ಕಥೆಗಳು
ಅನು : ಪಾ. ಸಂಜೀವ ಬೋಳಾರ

೯) **ಹೆಜ್ಜೆಗುರುತು**
ರಷ್ಯ, ನೆರೆಹೊರೆ ಕಥೆಗಳು
ಅನು : ಕೆ. ಎಸ್. ನಿಸಾರ್ ಅಹಮದ್

೧೦) **ಅರಬಿ**
ಐರ್‌ಲೆಂಡ್, ವೇಲ್ಸ್, ಸ್ಕಾಟ್‌ಲೆಂಡ್ ಕಥೆಗಳು
ಅನು : ಶಾ. ಬಾಲು ರಾವ್

೧೧) **ನೆತ್ತರು ದೆವ್ವ**
ಚೆಕೊಸ್ಲೊವಾಕಿಯ, ಪೋಲೆಂಡ್ ಕಥೆಗಳು
ಅನು : ಎಚ್. ಕೆ. ರಾಮಚಂದ್ರಮೂರ್ತಿ

೧೨) **ಬಾವಿಕಟ್ಟೆಯ ಬಳಿ**
ಯುಗೊಸ್ಲಾವಿಯ, ಆಲ್ಬೇನಿಯ,
ಬಲ್ಗೇರಿಯ ಕಥೆಗಳು
ಅನು : ಚಿ. ಶ್ರೀನಿವಾಸರಾಜು

೧೩) **ಅದೃಷ್ಟ**
ಅಮೆರಿಕ, ಕೆನಡ, ಮೆಕ್ಸಿಕೊ ಕಥೆಗಳು
ಅನು : ವೀಣಾ ಶಾಂತೇಶ್ವರ

೧೪) **ಸಜ್ಜನನ ಸಾವು**
ಐಸ್‌ಲೆಂಡ್, ಡೆನ್‌ಮಾರ್ಕ್,
ನಾರ್ವೆ, ಸ್ವೀಡನ್, ಫಿನ್‌ಲೆಂಡ್
ಕಥೆಗಳು
ಅನು : ಕ. ನಂ. ನಾಗರಾಜು

೧೫) **ಡೇಗೆ ಹಕ್ಕಿ**
ಇಟಲಿ, ಆಸ್ಟ್ರಿಯ ಕಥೆಗಳು
ಅನು : ಎಸ್. ಅನಂತನಾರಾಯಣ

೧೬) **ಅವಸಾನ**
ಗ್ರೀಸ್, ಸೈಪ್ರಸ್, ಟರ್ಕಿ ಕಥೆಗಳು
ಅನು : ಎ. ಈಶ್ವರಯ್ಯ

೧೭) **ತಾತನ ಹುಟ್ಟುಹಬ್ಬ**
ಹಾಲೆಂಡ್, ಬೆಲ್ಜಿಯಮ್,
ಸ್ವಿಟ್ಜರ್‌ಲೆಂಡ್ ಕಥೆಗಳು
ಅನು : ಸಿ. ಎಚ್. ಪ್ರಹ್ಲಾದ್‌ರಾವ್

೧೮) **ಬಾಲ ಮೇಧಾವಿ**
ಜರ್ಮನಿ ಕಥೆಗಳು
ಅನು : ಎಚ್.ಎಸ್. ರಾಘವೇಂದ್ರರಾವ್

೧೯) **ಇಬ್ಬರು ಗೆಳೆಯರು**
ಸ್ಪೇನ್, ಪೋರ್ಚುಗಲ್ ಕಥೆಗಳು
ಅನು : ಕೆ. ವಿ. ನಾರಾಯಣ

೨೦) **ಅಬಿಂದಾ - ಸಯಿದ್**
ಇಂಡೊನೇಷ್ಯ, ಫಿಲಿಪ್ಪೀನ್ಸ್,
ಮಲಯ, ಸಿಂಗಾಪುರ,
ಥಾಯ್‌ಲೆಂಡ್ ಕಥೆಗಳು
ಅನು : ಎಸ್ಸಾರ್ಕೆ

೨೧) **ನಿಗೂಢ ಸೌಧ**
ಫ್ರಾನ್ಸ್ ಕಥೆಗಳು
ಅನು : ಬಸವರಾಜ ನಾಯ್ಕರ

೨೨) **ಬೆಳಗಾಗುವ ಮುನ್ನ**
ಕ್ಯೂಬಾ, ಜಮೇಯಿಕ ಕಥೆಗಳು
ಅನು : ಶ್ರೀಕಾಂತ

೨೩) **ಮರಳುಗಾಡಿನ ಮದುವೆ**
ಪಶ್ಚಿಮ ಏಷ್ಯ ಕಥೆಗಳು
ಅನು : ವಾಸುದೇವ

೨೪) **ಕಿವುಡು ವನದೇವತೆ**
ದಕ್ಷಿಣ ಅಮೆರಿಕ ಕಥೆಗಳು
ಅನು : ಈಶ್ವರಚಂದ್ರ

೨೫) **ಸಾವಿಲ್ಲದವರು**
ಪಂಚ ಮಹಾಕಾವ್ಯಗಳಿಂದ ಆಯ್ದ
ಕಥೆಗಳು
ನಿರೂಪಣೆ : ಸಿ. ಕೆ. ನಾಗರಾಜ ರಾವ್